१९९८ सालचा युरेशियातील
'कॉमनवेल्थ पुरस्कार' विजेते पुस्तक
Home या इंग्रजी पुस्तकाचा अनुवाद

फॅमिली

लेखक
मंजू कपूर

अनुवाद
सुनंदा अमरापूरकर

मेहता पब्लिशिंग हाऊस

Please contact us at **Mehta Publishing House Pvt. Ltd.,** Pune 411030.
✆ +91 020-24476924 / 24460313 / Mob. No. 9545000513
Email : production@mehtapublishinghouse.com
Website : www.mehtapublishinghouse.com

- *या पुस्तकातील लेखकाची मते, घटना, वर्णने ही त्या लेखकाची असून त्याच्याशी प्रकाशक सहमत असतीलच असे नाही.*

HOME by Manju Kapur

First published in English by
Random House Publishers, India, Pvt. Ltd., New Delhi
Translated into Marathi Language by Sunanda Amrapurkar

फॅमिली / अनुवादित कादंबरी

अनुवाद : सुनंदा अमरापूरकर

Email : author@mehtapublishinghouse.com

मराठी अनुवादाचे व प्रकाशनाचे हक्क : मेहता पब्लिशिंग हाऊस प्रा. लि., पुणे.

संस्थापक : सुनील अनिल मेहता

प्रकाशक : मेहता पब्लिशिंग हाऊस प्रा. लि.,
१९४१, सदाशिव पेठ, माडीवाले कॉलनी, पुणे – ४११०३०.

मुद्रक : पार्कसन्स ग्राफिक्स

मुखपृष्ठ : फाल्गुन ग्राफिक्स

प्रकाशनकाल : सप्टेंबर, २००९ / पुनर्मुद्रण : जुलै, २०२३

किंमत : ₹ ५६०

P Book ISBN 9788184980585

अंबा, माया, कात्यायनी, अगस्त्या
आणि निधी तुम्हा सर्वांना...

ऋणनिर्देश

या पुस्तकाचा अनुवाद करत असताना, ज्यांचे साहाय्य आणि पाठिंबा मिळाला त्या सर्वांबद्दल मी कृतज्ञता व्यक्त करते.

बनवारीलाल परिवार

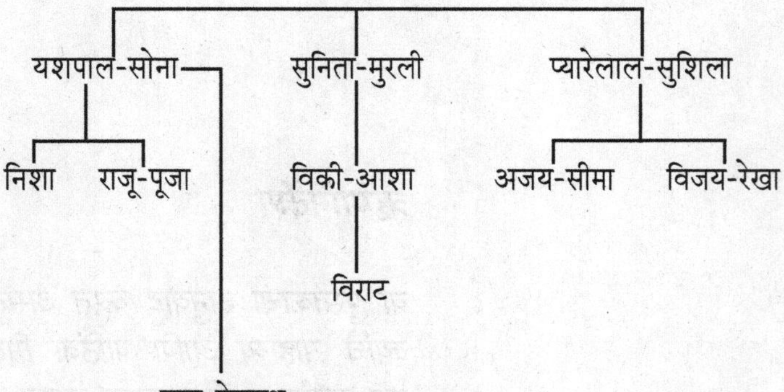

सहा

एकत्र कुटुंब

बनवारीलाल परिवार हा अशा स्तरातला होता, की ज्यांनी बाजारातले आपले अव्वल स्थान टिकवण्यासाठी पिढ्या न् पिढ्या प्रयत्न केलेले होते. लग्नसंबंधामुळे समृद्धीत भर पडेल असे पाहिले होते. त्यांनी अगदी लहानपणापासून मुलांना आपल्या कुटुंबाचा पाया भक्कम करण्याचे शिक्षण दिले होते. त्यांना देण्यात आलेले शिक्षण, अंगी बाणवलेली मूल्ये, जोडलेले संबंध, या सगळ्यामागे एकच हेतू होता. त्यांच्या जीवनात सौख्य भरणारा सोन्याचांदीचा प्रवाह सतत वाहता राहिला पाहिजे. तो आटता कामा नये. ज्यांचा कल कुटुंबापेक्षा वेगळा होता, त्यांना त्याच कुटुंबाने घायाळ केले आणि एकदा पुरते घायाळ झाल्यानंतर मात्र समेटाचे पवित्रे कसे घेतले, त्याची गोष्ट.

१

सौ. सोना लाल आणि सौ. रूपा गुप्ता या दोघी बहिणींना मुलं नव्हती. एक श्रीमंत होती आणि दुसरी गरीब. एक होती कापड व्यापाऱ्याची थोरली सून, तर दुसरीचा नवरा शिकलेला असूनही कमी पगार घेणारा सरकारी नोकर.

दोघीही आपापल्या सासरी राहत होत्या. करोलबागेत दोघींची घरं जवळच होती. दोघी वारंवार भेटत. त्यामुळे त्यांच्या नवऱ्यांना आपल्या मनातला, बायकोच्या नातलगांबद्दलचा छुपा तिरस्कार व्यक्त करायची संधी मिळे आणि आपल्या समस्यांपुढे बहिणीची समस्या अगदीच फिकी असल्याचा दोघींचा समज पक्का होई.

धाकट्या बहिणीच्या म्हणजेच रूपाच्या समस्या सहज सांगण्यासारख्या होत्या. ती एका बाबतीत नशिबवान होती. तिच्या घरी तिचा वृद्ध सासरा होता, तिला त्याची फक्त काळजी घ्यावी लागे. पण माडीवर राहणारा दुष्ट भाडेकरू हा मात्र तिच्या बाबतीत बाभळीचा काटा ठरला होता. त्या जोडप्याचं आयुष्य त्याने मोठ्या हिकमतीने दीनवाणं करून सोडलं होतं. तो वकील होता. आणि किरकोळ भाड्याची रक्कम द्यायची टाळाटाळ करीत होता. भाडेकरूंच्या बाजूने असणाऱ्या अन्याय्य कायद्यामुळे ते त्याला काढूही शकत नव्हते. त्यांनी त्याच्याविरुद्ध कोर्टात दावा दाखल केलेला होता. पण कोर्टापुढे स्वतःची बाजू स्वतःच मांडणाऱ्या त्या वकिलाने कायदेशीर पळवाटांचा वापर करून खटल्याची सुनावणी लांबणीवर टाकत टाकत प्रकरण भिजत ठेवले होते. तो यशस्वी ठरत होता आणि यांना न्याय मिळत नव्हता. हे प्रकरण इतकं ताणायचं, त्यांना इतकं हैराण करायचं, की शेवटी त्यांनी कंटाळून अत्यंत कमी भावाने ती जागा त्यालाच विकायला तयार व्हावं, हा त्याचा अंतिम हेतू असल्याचं त्यांना माहिती होतं.

शिकलेला असूनही कमी पगार मिळवणाऱ्या त्या सरकारी नोकराला म्हणजेच रूपाच्या नवऱ्याला या कोर्ट प्रकरणापायी पुष्कळ वेळ आणि पैसा खर्च करावा लागत असे. घाम गाळावा लागे नि रक्तही आटवावं लागे. रूपा बहिणीकडे राहायला गेली की नेहमी तिला सांगायची, "आम्हाला नक्की कुणाचा तरी शाप भोवतोय. काय करू गं दीदी? माझं नशीबच खोटं. पदरात मूलबाळ नाही, तो

भाडेकरी मेला जन्मोजन्मी छळत राहणार नुसता!''

त्याच वेळी सोनाच्या मनात कडवट विचार यायचा, 'खरं म्हणजे काय कमी आहे हिला? अगदी सुखाने राहावं असंच तर आहे सगळं. हिला समाधानच नाही कशाचं!' तिच्या डोक्यावर स्वत:ची ओझी होती. त्यामुळे तिला रूपाचा त्रास कमी वाटायचा.

'काय एक खडूस भाडेकरीच तर आहे ना? जाईलच की सोडून कधी ना कधी... आमच्याकडे पाहा. सख्खे नातलग...! जन्मभरासाठी चिकटलेले. रूपा खरंच किती भाग्यवान! घरात काय तर नवरा नि म्हातारा सासरा. फक्त दोघांशी जमवून घेतलं की झालं. तिला काही घालून पाडून बोलणी आणि टोमणे ऐकून घ्यावे लागत नाहीत. असंख्य जवळच्या नि लांबच्या नणंदा; प्रत्येकीची कूस फळल्यामुळे कायमच्या सुलक्षणी ठरलेल्या आणि त्यात मी एकटीच वांझोटी; असा प्रकार नाही. माझ्यासारखं, स्वत:ची रिकामी कूस आणि रिकाम्या काळजातल्या वाढत्या कळा सोसत तिला इतरांच्या मुलांना खेळवावं, भरवावं आणि झोपवावं लागत नाही.'

रूपाचं लग्न सुद्धा बघून सवरून रीतसर झालेलं होतं. सोनाचं तसं नव्हतं. तिला मागणी आलेली होती... स्वत:च्या लग्नाचा इतिहास आठवून तिच्या दु:खात आणखी भर पडे...

१९६५ सालची घटना. उन्हाळ्यातील सकाळ. लग्नाचा मोसम. 'बनवारीलाल क्लॉथ स्टोअर्स'मध्ये जेमतेम सतरा वर्षांची सोना पहिल्यांदाच आलेली होती. तशी ती राहत होती मीरतला. मॅट्रीकच्या वर्गात शिकत होती. आई आणि बहिणीबरोबर मामाच्या लग्नासाठी म्हणून दिल्लीला आली होती. अशा समारंभात लग्नेच्छू तरुणींनी अगदी चारचौघींत उठून दिसणं आवश्यक समजलं जाई. कारण अशा ठिकाणी एखाद्या वराच्या किंवा त्याहून चांगलं म्हणजे त्याच्या आईबापांच्या नजरेत ती भरली, तर लगेच चौकशी होऊन लग्न जमून जाण्याची आशा असे.

मनात हीच आशा धरून तिची आई करोलबागेत कापडखरेदीला आलेली होती. आपल्या मुली प्रत्येक कार्यक्रमात उठून दिसल्या पाहिजेत असा तिने मनोमनी चंगच बांधला होता. तिला कुठून तरी समजलं होतं, की बनवारीलालच्या दुकानात एका दिवसात ब्लाऊज तर शिवून मिळतोच, पण फुकटात कापड रंगवून ही मिळतं. या सवलतीचा सोनाच्या आईला जास्तीत जास्त फायदा उठवायचा होता. तिने स्वत:चे जुने ब्लाऊज अगोदरच मुलींच्या मापाचे करून आणलेले होते. आता केवळ एखादा ब्लाऊजपीस खरेदी करून, त्या बदल्यात ती ते सगळे ब्लाऊज साड्यांना मॅच

होतील असे रंगवून घेणार होती. त्यासाठी बरोबर आणलेल्या साड्या ती तरुण विक्रेत्याला दाखवू लागली.

तो 'एका ब्लाऊजपीस खरेदीवर एक ब्लाऊज रंगवून मोफत' ही योजना सावकाश समजावून सांगू लागला. तोच सोनाने त्याच्याकडे हसून पाहिलं त्याचं लक्ष जाताच ती लाजली. झालं!! रंगछटा दाखवता दाखवता त्याच्या हातातलं कार्ड चक्क गळून पडलं! त्याच क्षणी तो प्रेमात पडला, जणू गटांगळ्या खाऊ लागला... पुरता गोंधळून गेला. त्याच्या नजरेसमोर, त्या समोरच्या हसणाऱ्या मुलीबरोबर स्वतःच्या भावी जीवनाची स्वप्ने तरळून गेली.

त्याने हातातलं कार्ड ताबडतोब फेकून दिलं आणि समोरचे जुने ब्लाऊज उचलून घेतले. अर्थात ते सगळे तो एका दिवसात रंगवून तिच्याकडे पोचवणार होता. वर गिऱ्हाइकाचा संतोष म्हणून हे सगळं मोफत करणार होता, हे सांगायलाच नको. "दुकान आपलंच आहे. आपण फक्त सांगा, आम्ही सेवेला हजर आहोत." हे बोलत असताना त्याचे डोळे जणू सांगत होते, की मी जे बोलतो आहे ते आयुष्यभर अक्षरशः खरं करून दाखवीन.

त्याला कळलं, की मुलगी मीरतची आहे. (घाई करायला पाहिजे, नाहीतर शब्द टाकण्यापूर्वीच गावी परत जाईल). इथे लग्नासाठी आलेली आहे आणि पहिल्यांदाच साडी नेसणार आहे (म्हणजे कुठे गुंतलेली नाही. त्याचा रस्ता मोकळा आहे) तिने लिहून दिलेला दिल्लीचा पत्ता त्याने घामेजलेल्या हातात धरून वाचला. हस्ताक्षर लक्ष देऊन पाहिलं. गोल गोल वळणदार अक्षर आणि काळजीपूर्वक लिहिलेले शब्द. त्यातून तिचं व्यक्तिमत्त्वच जणू समोर आलं होत. तो खुश झाला. चला, आता फक्त मागणी वेळेवर घातली की झालं.

यशपालने सारी रात्र प्रेमवेदनेत तळमळत घालवली. दुसऱ्या दिवशी सकाळीच तो पत्ता वडिलांच्या हवाली केला. त्या पत्त्यावर केवळ काही दिवस राहणाऱ्या मुलीवर त्याच्या भवितव्यातलं सुख अवलंबून होतं. त्याने वडिलांना साफ सांगितलं की त्यांनी वेळ न गमावता या पत्त्यावर जाऊन तिच्या कुटुंबीयांशी बोलावं. हिच्याशी जर त्याचं लग्न झालं नाही, तर दुकान-बिकान सगळं सोडून तो संन्यास घेऊन गंगेकाठी पुढचं आयुष्य घालवील.

या त्याच्या धमकीला आईवडिलांनी मुळीच भीक घातली नाही. काहीही असलं तरी ते पिढीजात व्यापारी लोक होते. कुटुंबातील एकोपा आणि त्यावर अवलंबून असलेली आर्थिक सुरक्षितता टिकवून ठेवण्याकरता, लग्नसंबंध जुळवताना ते फार काळजी घेत असत. मुलगी व्यापारी घराण्यातलीच पाहिजे. तिने भरपूर हुंडा आणला पाहिजे. आणि ती एकत्र कुटुंबाचं महत्त्व ओळखून वागणारी असली पाहिजे. प्रेमात पडून लग्न करणं या उद्देशांना मारक ठरू शकतं. त्यांचा एवढा जाणता, समंजस

मुलगा हे सगळं विसरला तरी कसा?

"त्या पोरीने नक्कीच जादूटोणा करून माझ्या भोळ्या-भाबड्या पोराला जाळ्यात ओढलं ग...!" मुलाची आई गळा काढून रडू लागली. "नाहीतर दोन मिनिटं तिचं थोबाड पाहिल्याबरोबर तो आपल्या कुटुंबाच्या विरुद्ध जायला तयार झालाच कसा? त्याला म्हणावं काही घर-बिर सोडून जायची गरज नाही. ती चेटकीण तुला आम्हा सगळ्यांपेक्षा प्रिय वाटली ना? आण हो तिला वाजत गाजत घरात! पण त्याच्या आधी मी इथून तोंड काळं करून निघून जाईन, एवढं नक्की!"

मुलाच्या वागण्यामुळे तिला जबरदस्त धक्का बसला आहे. म्हणून तिच्या तोंडून अशी हलक्या दर्जाची भाषा आली हे तिच्या नवऱ्याने ओळखलं. तो स्वत:देखील अस्वस्थच झाला होता. करोलबाग, सदर बझार, किंवा चांदणी चौकातल्या एखाद्या मोठ्या कापड व्यापाऱ्याची मुलगी आपल्या मुलासाठी सांगून येईल असं त्याला वाटत होतं. यशपालची पंचविशी उलटली होती. खरं तर मुलाला त्याने इतकी वर्षं एकटं राहू दिलंच नसतं. तो स्वत: या वयात बापही झालेला होता. पण परिस्थिती आडवी आली. संपूर्ण भारतीय उपखंडाबरोबर याच्या कुटुंबालाही असा काही हादरा बसला, की त्याचं आयुष्य अपरिहार्यपणे कायमचं पालटलं.

कुटुंबप्रमुख लाला बनवारीलाल यांचा नशिबावर फार विश्वास होता. फाळणी होण्याच्या अगोदर लाहोरच्या सुप्रसिद्ध 'अनारकली' व्यापारी पेठेतलं त्यांचं कापड दुकान शहरातल्या सर्वांत मोठ्या दुकानांपैकी एक म्हणून ओळखलं जात असे. पण 'या जगात कोणतीच गोष्ट कायम टिकत नाही' हा धडा त्यांच्या कमनशिबाने त्यांना शिकवला. दंगलीत सर्वांत प्रथम त्यांचं दुकान जाळलं गेलं. पण सररसकट झालेल्या कत्तलीतून त्यांचे सर्व कुटुंबीय मात्र वाचले. तेव्हा त्यांना कळलं, की या आनंदापुढे मालमत्ता गेल्याचं दु:ख मोठं नाही.

सात वर्षांचा मुलगा, दोन वर्षांची मुलगी, गरोदर पत्नी आणि तिचे दागदागिने घेऊन त्यांनी देशाची सरहद्द ओलांडली. निर्वासित होऊन नव्या देशात प्रवेश केला. प्रथम त्यांना अमृतसरच्या निर्वासित छावणीत ठेवण्यात आलं. मग काही दिवस दिल्लीच्या छावणीत राहिल्यानंतर ते करोलबागेत आले. तिथे बायकोचे दागिने विकून घर घेतलं आणि घरापासून जवळच 'अजमलखान रोडवर' एक दुकान भाड्याने घेतलं.

हे बरं झालं. नाहीतर त्या सुरुवातीच्या काळात बनवारीलालांनी सायकल

घेण्यासाठी सुद्धा पैसे खर्च केले नसते. मिळालेला सगळा नफा ते पुन्हा धंद्यातच घालीत. त्यांनी आणि कुटुंबीयांनी कधी सुटी देखील घेतली नाही. त्यांची जास्तीत जास्त करमणूक म्हणजे बाहेर खाणे, नाहीतर क्वचित कधीतरी जवळच्या थिएटरला जाऊन सिनेमा पाहणे. त्यांचे कपडे सुद्धा ठोक भावाने आणलेल्या एकाच ताग्यातून शिवलेले नाहीतर दुकानात विकल्या न गेलेल्या कापडाचे असत.

त्या सगळ्यांचं जीवन पुन्हा उभं करण्यासाठी लाला बनवारीलाल खूप मेहनत घेत होते. दु:ख आणि शोक यांना त्यांनी कधीही प्रयत्नातला अडथळा ठरू दिलं नाही. वयाच्या बत्तिसाव्या वर्षी त्यांना सक्तीने सगळं पहिल्यापासून सुरू करायची वेळ आली, म्हणून त्यांना फार संताप आला होता. पण त्यामुळेच सर्व भावभावना निश्चयात गाडून, वयाच्या चौदाव्या वर्षापासून मेहनतीने बांधलेली प्रत्येक वीट, प्रत्येक कपाट, प्रत्येक धागा पुन्हा नव्याने निर्माण करणं त्यांना जास्त आवश्यक वाटत होतं.

एकदा करोलबागेत स्थिरस्थावर झाल्यानंतर, लाला बनवारीलाल जवळच राहणाऱ्या एका सत्पुरुषाच्या दर्शनाला जाऊ लागले. त्यांच्या मनातल्या श्रद्धेला सुकाणूची गरज होती आणि ते बाबा ज्योतिषशास्त्र, हस्तसामुद्रिक, अध्यात्मिक ज्ञान या सगळ्यांची सांगड घालून लोकांना भविष्यकाळाबद्दल आशादायक भाकिते सांगत असत. देवीची प्रार्थना करा, सगळं ठीक होईल. गाईला चारा घाला, ब्राह्मणांना जेवू घाला, तुमचं कल्याण होईल. असे साधेसोपे तोडगे ते सांगत.

मुलगी सुनिता अठरा वर्षांची झाल्यावर, लाला बनवारीलालांनी तिचं लग्न लावून दिलं. स्थळ बरेलीचं होतं. बाबाजी त्यांना ओळखत होते. जेव्हा बनवारीलाल मुलाला बघायला गेले, तेव्हा त्यांना तो बरा वाटला. त्याने हुंडाही जास्त मागितला नाही. घरी सुनिताला छळायला सासू नव्हती की घरात वाटा मागायला नणंदाही नव्हत्या. तयार कपड्यांचं छोटंसं दुकान होतं. धंदा पुढे वाढवायला भरपूर वाव होता.

पण या सगळ्या गोष्टी सुनिताला सुखी करण्यासाठी पुरेशा ठरल्या नाहीत. मुलाला दारूचं व्यसन लागलं. तो तिला मारहाण करू लागला. पण हे तिने कधीही आईवडिलांना कळू दिलं नाही. ती शरमेची गोष्ट हे आता तिचं एकटीचं प्रारब्ध होतं.

साधारण पंधरा वर्षं 'बनवारीलाल क्लॉथ स्टोअर्स' लहान प्रमाणातच चालू होतं. वडील मुलं मोठी होईपर्यंत वाट पाहत होते. सोळाव्या वर्षी शालेय शिक्षण संपवून यशपाल धंद्यात पडला. पाठोपाठ धाकटा प्यारेलालही ग्रॅज्युएट व्हायचं नाकारून मोठ्या भावाच्या पावलावर पाऊल टाकत व्यवसायात उतरला. ते दुकान हेच त्याचं भवितव्य होतं. मग निष्कारण घोकंपट्टीची गरजच काय! वडिलांनाही त्याचं म्हणणं पटलं. तो सारखा नापास होत होता. आणि आता वयाच्या सेहेचाळीसाव्या

वर्षी आपल्या दोन्ही मुलांनी धंद्यात सक्रीय असण्याची त्यांनाही गरज वाटत होतीच. सुनिताचं लग्न झाल्यानंतर वर्षभराने चौदा वर्षांच्या प्यारेलालने वडिलांबरोबर प्रवास करायला सुरुवात केली. माल खरेदीतल्या सगळ्या आतल्या आणि बाहेरच्या छक्क्यापंज्यांशी त्याचा प्रत्यक्ष परिचय होऊ लागला. जसा मोसम असेल त्याप्रमाणे दर महिन्याला वडील आणि मुलगा, मद्रास, वाराणसी, मुंबई, कोलकाता इथल्या मोठमोठ्या किरकोळ व्यापाऱ्यांकडे जात. त्याखेरीज दरवर्षी उन्हाळ्यात नि हिवाळ्यात भरणाऱ्या वार्षिक प्रदर्शनाला जाऊन तयार कपड्यांचे नवे नवे नमुने शोधून आणीत.

कुटुंबाच्या धोरणाशी मिळत्याजुळत्या अशाच स्वत:च्या आवडी निवडी असाव्यात, हा धडा गिरवत दोन्ही मुलगे लहानाचे मोठे झालेले होते. याविषयी दोघांमध्ये थोडाही मतभेद असू नये याबद्दल वडील दक्ष असत. दोघांनाही स्वत:वर अन्याय होतोय असं वाटता कामा नये, पण अंतिम निर्णय थोरल्यालाच घ्यावा लागे. व्यक्तिस्वातंत्र्याच्या स्वैरसंचारामुळे अत्यंत काळजीने बसवलेली धंद्याची घडी विस्कटून टाकणारी लोकशाही तिथे नव्हती. विभक्त झाल्यामुळे शक्ती, वेळ आणि पैसा वाया जातो. म्हणून आम्ही सगळे एकत्र राहून काम करणार अशी त्यांची पक्की धारणा होती.

लाहोरला असताना व्यवसाय ज्या उंचीवर पोचलेला होता. ती उंची त्यांनी अजून गाठलेली नव्हती. त्यासाठी उत्तम स्थळ मिळेपर्यंत मुलाचं लग्न लांबवण्याचा विचार बनवारीलालने केला होता. कधी-कधी मुलाची आई तक्रार देखील करायची, की त्याचं वय वाढत चाललंय म्हणून. पण त्यांचा मुलगा तसा आज्ञाधारक असल्यामुळे बनवारीलालला भीतीचं काही कारण दिसलं नाही. त्याने प्रेमात पडल्याचं जाहीर करून घरात गोंधळ आणि दहशत माजवून देईपर्यंत मुलाच्या अविवाहित राहण्यातले धोके बनवारीलालच्या लक्षात आलेले नव्हते.

त्याच्याही ती मुलगी लक्षात आली होती. सतत कापडांचे रंग, पोत, कुठला कपडा कुणाला शोभेल, कुठला कुणाला खुलून दिसेल. याच गोष्टींशी संबंध आल्याने माणसांना निरीक्षण करण्याची सवयच लागून जाते. त्यालाही ती मुलगी सुंदर वाटली. ती खूप सुंदर होती. पण गिऱ्हाइकाशी लग्न करण्याची इच्छा? कुठे गेली होती त्याच्या मुलाची व्यावसायिक निष्ठा?

तिने अत्याधुनिक फॅशनेबल कपडे घातले होते. चुडीदार, गुडघ्यापाशी तंग बसलेला कुडता, त्यावर दोन मोठी फुलं विणलेली. भिवयांपर्यंत मुद्दाम कपाळावर आणलेली बट, त्यामुळे अधिक उठून दिसणारे लांब, पिंगट रंगाचे डोळे, माथ्यावर केसांना फुगवटा आणून, खाली काळाभोर लांबलचक शेपटा, त्यात मधून मधून लाल चमकणारी छटा. ही सगळी काय साधेपणाची लक्षणं होती? काय दिसत होतं तिच्यात? घरगुतीपणा? वडील माणसांची सेवा करण्याची कर्तव्यतत्परता? त्याच्या मुलाच्या नशिबात हीच मुलगी आहे की काय? ती त्याला सुखी करू शकेल?

व्यावसायिक कुटुंबामध्ये, वैयक्तिक सुखाच्या आधी कुटंबाचं हित पाहिलं जातं, हे सुद्धा त्याचवेळी समजून घेऊ शकेल ती?

'हं ही शेवटी गद्धेपंचविशी,' बनवारीलालने सुस्कारा टाकला. किंचित पोट सुटलेला आपला मुलगा त्याच्या डोळ्यांसमोर आला. पुढे काय घडू शकेल त्याबद्दल किती बेपर्वा होता तो! सगळ्यांचं हित कशात आहे हे या बिनडोक मुलाला अजिबात कसं कळत नाही?

पण त्याची बायको पंचविशीतल्या मुलाचा गाढवपणा समजून घ्यायला तयार नव्हती. ती तेवढी सहनशील नव्हती. तिच्यामते मुलालाच अक्कल असायला पाहिजे होती. अशा मुलीसाठी मागणी घालायला जाण्यापेक्षा विष खाऊन मरण बरं. आज बाजारात आमची एवढी मोठी पत, एवढं मोठं नाव असताना आम्हाला कुणाकडे काही मागायला जायची गरजच काय?

शेवटी बनवारीलालने बाबाजीचा सल्ला घेतला. मुलाची कुंडली वडिलांइतकीच चांगली होती. सगळे ग्रह उच्चीचे होते. ज्या वस्तूला स्पर्श करील तिचं सोनं होण्याचे योग होते.

सोनं! सोना! "मुलीचं नाव काय, सोना? वाहवा! फारच चांगला शकुन आहे!" बाबाजीनी सांगितलं, की ताबडतोब मुलाच्या आईला मागणी घालायला मुलीच्या घरी पाठवा.

पण मुलाच्या आईने त्याच धमकीचा पुनरुच्चार केला. त्यापेक्षा मी विष खाऊन जीव देईन. "अगं, आपण आपल्या मुलाच्या सुखाचा विचार केला पाहिजे. तो जर तिच्या प्रेमातच पडला आहे, तर लग्न केल्याशिवाय राहणारच नाही." बनवारीलाल बायकोला तळमळून सांगत होता. "इतकी वर्षं बिचारा मनापासून काम करतोय. त्याने कधी सुटी घेतली नाही, की एक पैसा मागितला नाही. याचाच धाकटा भाऊ, माझ्याबरोबर प्रवासाला येतो, मनाप्रमाणे खर्च करत असतो, पण हा, अगदी साधा आणि एकलकोंडा. आयुष्यात पहिल्यांदा तो आपल्याकडे काहीतरी मागतोय. तेही आपण त्याला नाकारलं, तर कुणी सांगावं? एखादेवेळी डोक्यात राख घालून भलतंच काही करून बसायचा!"

"असा पाठीत सुरा खुपसण्यापेक्षा, आयुष्यभर काहीना काही मागत राहिला असता तरी बरं पडलं असतं." आई करवादली. शेवटी नवऱ्याने आग्रह कर-करून तिला त्या पत्त्यावर जायलाच लावलं. या चलाख, मुलीने हुंडा द्यावा लागू नये म्हणून मोठ्या कौशल्याने माझ्या पोराला जाळ्यात पकडलं, या विचारामुळे, त्या भेटीच्यावेळी आनंदी दिसणं मुलाच्या आईला केवळ अशक्य झालं. तिने त्या लाजऱ्या मुलीकडे पाहिलं. तिच्यात काही विशेष आहे असं तिला वाटलं नाही. तिच्या मुलाला सौंदर्यच पाहिजे होतं. तर इतक्याच सुंदर, संस्कारी, अशा डझनभर

मुली तिने त्याच्यापुढे आणून उभ्या केल्या असत्या. तेही भरपूर हुंड्यासहित. यशपालचा आनंद सर्वांत महत्त्वाचा, असं जरी आता तिचा नवरा ठासून सांगत असला, तरी मुलाच्या लग्नातून साध्य करण्यासाठी त्याने भविष्यातल्या मोठ्या योजना आखून ठेवल्याचं तिला माहिती होतं. त्या सर्व आशांवरती आता पाणी पडलं होतं. ज्या डोळ्यांनी खोडसाळपणा करून हे सगळं घडवून आणलं, ते तिचे नखेरल डोळे स्वत:च्या नखांनी ओरबाडून बाहेर काढावेत असं तिला वाटू लागलं.

इकडे मुलीच्या घरची माणसं जरा दबूनच गेली होती. ती लहान माणसं होती. लग्नात त्यांची मुलगी आणि नावाप्रमाणे सोन्याचं असलेलं तिचं मन, याखेरीज द्यायला त्यांच्याकडे काही नव्हतं. पण हा संबंध करायला त्यांची काही हरकत नव्हती. मुलाकडच्या माणसांनी नीट विचार करावा आणि हा संबंध घडावा असं वाटत असेल, तर मीरतला जाऊन त्यांना भेटावं अशी त्यांची इच्छा होती. सोनाचे वडील म्हणाले, "तरुण माणसांचा वेडेपणा मी समजू शकतो, पण नीट आत्मपरीक्षण करून निर्णय घेण्यातच खरा शहाणपणा असतो."

यशपालला आत्मपरीक्षणाशी काही देणघेणं नव्हतं. 'मुलीच्या आई-बापांनी नाही दिली परवानगी, तर संन्यास घ्यायचा,' असं त्याने ठरवलेलंच होतं. अखेर त्याचे आईवडील एकदाचे मीरतला गेले आणि त्याचं लग्न ठरवून आले.

आदर्श सून होण्याकरता आवश्यक असलेली लीनता आणि कृतज्ञता कदाचित सोनाला तिच्या गरीबीने शिकवलेली असावी.

मीरतमध्ये सगळ्या नातलगांत बातमी पसरली. सोनाचं लग्न दिल्लीच्या करोलबागेतल्या 'बनवारीलाल क्लॉथ स्टोअर'वाल्या कुटुंबात ठरलं. बघा, तिच्या देखणेपणाचा कसा छान वापर केला! ही सगळी तिच्या आईची करणी बरं का! ती पोरगी सोळा वर्षांची झाली ना, तेव्हापासून तिची आई तिला सारखी सगळ्यांच्या पुढे-पुढे ढकलायची. तिला कळलं असेल, त्या दुकानवाल्यांचा मुलगा लग्नाचा आहे म्हणून, की गेली लगेच मुलीला घेऊन त्या दुकानात. नाहीतर ब्लाऊज रंगवायला तिला नेमकी तीच जागा कशी काय सापडली? इथे मीरतमध्ये काय ब्लाऊज रंगवून मिळाले नसते? आता बघा, तिला वाटत असेल, की धाकट्या रूपालाही असंच खपवता येईल म्हणून. पण ती पडली काळी! पाहू आता तिच्या बाबतीत यांचं नशीब कसं साथ देतंय ते!

आणि सोनाच्या वडिलांनी मुलाकडच्यांना काय सांगितलं माहितीय? म्हणाले, आम्ही लहान माणसं. एका मुलीखेरीज आमच्याकडे तुम्हाला देण्यासारखं काही नाही. मग काय? 'आम्हाला तुमची मुलगी मिळाली की झालं, आणखी कसलीही अपेक्षा नाही' असं त्या बिचाऱ्या मुलाकडच्यांना म्हणावंच लागलं. पण ही सुशिक्षित

घरातली पोर, त्या दुकानदारांकडे कशी काय रमणार हो? तो मुलगा फक्त मॅट्रिक पास आहे म्हणे. आता हे कळल्यावर ती पण म्हणायला लागली, की मी काही पुढे शिकणार नाही. उगीच नवऱ्यापेक्षा जास्त शिक्षण नको.

बाबाजींच्या सांगण्यावरून सहा महिन्यानंतरची लग्नतिथी ठरवण्यात आली. 'बनवारीलाल क्लॉथ अँड साडी शॉप' यांच्या थोरल्या मुलाचं लग्न मोठ्या धुमधडाक्यात पार पडलं. एक दिवस दुकान बंद राहिलं. बारात दिल्लीहून मीरतला गेली. दुसऱ्या दिवशी संध्याकाळी सोना आपल्या नव्या घरी राहायला आली.

पुढचं फाटक, त्यानंतर फरसबंद अंगण, मग चार खोल्या आणि मागचं अंगण. तिथे एका बाजूला संडास आणि दुसऱ्या बाजूला स्वयंपाकघर. सारं फिरून पाहताना नव्या नवरीच्या मनात आलं, 'हे घर तर माझ्या घरापेक्षाही लहान दिसतंय.'

"तिथे वर कोण राहतं?" लग्नानंतर काही आठवड्यांनी तिने नवऱ्याला विचारलं. आता तिचा बुजरेपणा थोडा कमी झाला होता. तिचं गुलाबी अंग कुरवाळून लाल ओठांवर बोट फिरवत तो म्हणाला, "भाडेकरू."

तिने खेळकरपणे त्याचं बोट दातात पकडून विचारलं, "चावू?"

"चावून दाखव." त्याने आव्हान दिलं.

ती खिदळली. तो तिचा नवरा होता. नवऱ्याला का कुणी चावतात? तिचे विचार भटकू लागले. "हे सगळं घर तुमच्या मालकीचं आहे ते माहितीच नव्हतं मला."

त्याने तिच्या तोंडावर हात ठेवला.

"कुणाचं?"

"तुमचं." ती पुटपुटली.

"असं का, लब्बाड मुलगी! लग्न होऊन महिना झाला तरी अजून तुमचं म्हणतेस? चल आपलं म्हण!"

"आपलं!" त्याच्यामागून तो शब्द म्हणताना प्रेम आणि दोघं एक झाल्याच्या जाणिवेने ती फुलून आली. लाजून लाल झाली.

"आपल्याला बाळ झालं, की आपण जाऊ माडीवर राहायला." तिच्या अजून सपाट असलेल्या पोटावर हात फिरवत नवरा म्हणाला. "नाहीतर प्यारेलालचं लग्न झाल्यावर ते दोघं जातील वर राहायला. कारण त्याच्या बायकोला काही आपण इथे

स्वयंपाकघरात तर नाही झोपवू शकत.'' (तिचं लग्न झाल्यावर धाकट्या दिराची रवानगी स्वयंपाकघरात झाली होती).

''माँजी आणि बाउजींना सोडून मला नाही वर राहायला जायचं.'' सोना म्हणाली. लहानपणापासून सासरच्या माणसांवर प्रेम करावं, त्यांची सेवा करावी, त्यांच्या आज्ञेत राहावं, असंच तिला शिकवलं गेलं होतं.

नवऱ्याने तिच्याकडे आत्यंतिक कौतुकाने आणि प्रेमाने पाहिलं. ''तू माझं सर्वस्व आहेस.'' तो तिच्या कानात कुजबुजला. एव्हाना पलीकडच्या खोलीत झोपलेल्या त्याच्या आईवडिलांच्या घोरण्याचा आवाज येऊ लागला होता. आता दरवाजाला कडी घालायला हरकत नव्हती. लाईट बंद करून, आपल्या लाजऱ्याबुजऱ्या बायकोला तो अलगद विवस्त्र करू लागला. दिवसभर ज्याची वाट पाहिली, तो क्षण अखेर आला होता.

यशपालचं प्रेम असं काही उफाळून आलं होतं की ते हालचालीतून दाखवल्या शिवाय त्याला राहवतच नव्हतं. त्याचे डोळे कायम तिच्या चेहऱ्यावर खिळलेले असत. तो लपून छपून तिच्याकरता छोट्या छोट्या भेटी आणत राही. स्वत:चं जेवण झाल्यानंतर तिचं जेवून आवरून होईपर्यंत तो जेवणघरातच रेंगाळत राही. ती स्वयंपाक करत असली, की हा तिथेच आसपास घुटमळे. आईशी बोलताना देखील त्याला ती समोर असावी असं वाटे.

आईच्या घारीच्या नजरेतून मुलाच्या वागण्यातला हा बदल सुटणं शक्य नव्हतं. तिच्या मनात कडवट विचार येऊ लागले. आपल्या मुलांचं खरं रूप लग्न झाल्याखेरीज कळत नाही, हेच खरं! लाहोर सोडून आल्यावर अनेक वर्षं चकार शब्द न काढता सहन केलेल्या हाल-अपेष्टा, मुलांना वाढवताना केलेला त्याग, याचं फळ काय तर याला आमच्यापेक्षा 'तिची' जास्त ओढ वाटायला लागलीय. तो प्रेमात पडला, तेव्हापासूनच त्याच्या आईला आपल्याला कोणी नाही असं वाटायला लागलं होतं. तिच्या क्षुब्ध वागण्यातून हे सगळ्यांनाच कळलं होतं.

आपल्या आईने खूप सहन केलंय, तिच्यावर नेहमीच ताण पडलेला आहे, हे यशपाल जाणून होता. लहान असल्यापासून तिचा स्वभाव, तिचे 'मूड्स' त्याला माहिती होते. स्वत:ला इतकं सुख देणाऱ्या बायकोने स्वत:च्या आईलाही तसंच सुखी करावं अशी आता त्याची अपेक्षा होती.

''ती आता स्वत:ला देखील नीट सांभाळू शकत नाही गं! पण कँपमध्ये असताना आता माझ्या मुलांना काय खायला घालू? ती जगतील का उपासमारीने मरून जातील? अशा चिंतेत तिने रात्रीच्या रात्री जागून काढलेल्या आहेत. पुढे दिल्लीला आल्यानंतर माझ्या वडिलांना तिचे सर्व दागिने विकावे लागले. प्यारेलालचा

जन्म झाला, तेव्हा तर बाळंतपणातसुद्धा तिच्या मदतीला कुणीही नव्हतं. ती अगदी एकटी होती.''

"हं! तेव्हा हजारो लोक असे एकटे पडले होते.'' सोना म्हणाली. नवऱ्याचा भूतकाळही जणू तिचाच झाला होता. त्याच्या प्रेमात गुरफटलेली सोना, त्याला बरं वाटावं म्हणून म्हणाली, "आणि शिवाय तुम्ही होता त्यांच्या मदतीला. तुम्ही स्वयंपाक केला, बाजारहाट केली, घराची साफसफाई केली, बाळाला सांभाळलं.''

"कोणतीही गोष्ट तिच्या मनाला खोलवर लागून राहते.'' मुलाने सुस्कारा टाकला.

अठरा वर्षं वयाच्या सोनाला, एखादी गोष्ट मनाला लागणं आणि तसा मोठ्या आवाजात बोभाटा करणं, या दोन्हीतला फरक चांगलाच समजत होता. पण नवऱ्याचा भ्रम दूर करण्याची ती वेळ नव्हती. "मलासुद्धा त्यांची मुलगी होऊन राहावंसं वाटतं हो!'' सुस्कारा टाकून सोना म्हणाली, "पण कधी कधी वाटतं, त्यांना मी आवडतच नसावी.''

"काही नाही गं, तिचे एकेक मूड असतात. तू काळजी करू नकोस. एकदा आपल्याला मुलं व्हायला लागली, की ती कशी विरघळून जाईल बघ.'' असं म्हणत यशपालने त्या रात्री तिला दुसऱ्यांदा जवळ ओढलं.

जेव्हा सासू-सून दोघीच घरात असत, तेव्हा तिच्याशी बोलायलासुद्धा सासूला जणू फार कष्ट पडत असत हे सोनाला एव्हाना माहीत झालं होतं. तिची प्रत्येक भावमुद्रा जणू असं सुचवत असे, की सुनेला जगण्याचा कोणताही अधिकार नाही. आणि तिला जगायचंच असेल तर ते माझ्या घरात का? मात्र, रात्री जेव्हा पुरुष घरी येत, तेव्हा प्रेमळ कुटुंबाचा देखावा करण्यात येई.

अशा रीतीने दिवसा आणि रात्री सोना जणू सीसॉवर बसलेली होती. एका बाजूला प्रेम आणि दुसऱ्या बाजूला वेगळंच काही, नाव नसलेलं. कुटुंबाच्या बाहेर घडलं असतं तर त्याला तिरस्कारच म्हटलं गेलं असतं. कधी कधी ती रडून नवऱ्याला सांगायची, "मला नाही असं वागवलेलं सहन होत. तुम्हाला कुणी सांगितलं होतं माझ्याशी लग्न करायला? मला माझ्या घरी परत पाठवा.''

"तिने तुला धमकी दिली? तुला मारते का ती?'' यशपाल विचारी.

"नाही.'' ती फणकाऱ्याने सांगायची.

"मग काय तर! धीर धर माझ्या सोन्या, धीर धर. एकदा आपल्याला बाळ झालं, की बघशील ती कशी बदलून जाईल ते. अगं, आतून फारच प्रेमळ आहे ती.''

यावर सोनाचे अश्रू मुक्तपणे, बराचवेळ वाहत राहत. नवऱ्याला वाटे, हिला खुश केलं पाहिजे. मग तो तिला एकटीलाच कुठेतरी फिरायला नेई, अशा वेळी तो

घरातल्या इतर कुणाला बरोबर यायला सवड आहे का ते विचारत नसे, अर्थात, त्याचाही दोष तिलाच दिला जाई.

अशीच दोन वर्षं गेली. सोनाला अजूनही दिवस गेले नव्हते. आता तिचं वय वीसहून जास्त होतं. ''हं! मजा करून घेतायत. मजा मजा!'' एक दिवस तिची सासू तोंड वेंगाडत म्हणाली. तिला वाटत होतं, सोना मुद्दाम गर्भ राहू देत नसावी. सोना यावर काहीच बोलली नाही. नवरा तिच्यावर सतत प्रेमाचा वर्षाव करत असल्याने तिला असे टोमणे सहन करायला बळ येत असे.

पुढे धाकट्या दिराचं लग्न ठरवण्यात आलं. कोणत्याही कुटुंबासाठी एक लव्ह मॅरेज पुरेसं असतं. त्याहून जास्त झाल्यास प्रश्न वाढतात. त्यामुळे प्यारेलाल एकवीस वर्षांचा झाला आणि एके दिवशी त्याच्या वडिलांनी त्याला सांगितलं, की चांदणी चौकातल्या एका होलसेल कापड व्यापाऱ्याची मुलगी तुझी बायको होणार आहे. प्यारेलाल नम्रपणे उद्गारला, ''मी मोठ्या माणसांच्या शब्दाबाहेर नाही.'' रोजच्या वागण्यावरून कोण खरा आदर्श मुलगा आहे ते ठरवता येत नाही हेच खरं. वडील त्याच्यावर खुश झाले. प्यारेलालचं डोकं हिशोबात चांगलं चालत असे. बँकेचं कामकाज तोच सांभाळत होता. एक आणि दोन नंबरच्या हिशोबाच्या चोपड्या वेगवेगळ्या ठेवण्याकरता तो फार काटेकोरपणे काळजी घेत असे.

ती मुलगी कॉलेजच्या पहिल्या वर्षाला होती. पण लग्न ठरल्यामुळे तिला शिक्षण सोडण्याकरता छान सबब सापडली. ती साधारण गोरटेली आणि रूपाने सर्वसामान्य होती. नाहीतरी कमालीचं सौंदर्य फसवंही ठरू शकतं. त्यांची थोरली सूनच बघा ना. अजूनही तिला मूलबाळ झालेलंच नव्हतं.

प्यारेलालचा साखरपुडा झाला आणि वरच्या भाडेकरूंना जागा सोडायला सांगितलं. इतक्या मोठ्या घरातून आलेल्या सुनेला स्वयंपाकघरात कसं झोपवणार? सोना काही न बोलता नुसतं बघून घेत होती. प्यारेलालच्या सासऱ्याकडून भावी जावयासाठी भेटीवर भेटी येत होत्या. प्रथम स्कूटर आली. मग किचनचं नवीन फर्निचर, फ्रीझ, कूलर, डबल बेड, डायनिंग टेबल-खुर्च्या आणि नवा कोरा, लाल मखमली कव्हर घातलेला सोफासेट. वरच्या चार खोल्या त्यांनी सजवूनच दिल्या. तीन वर्षांपूर्वी तिला न समजलेली गोष्ट आता लक्षात आली, की तिच्या लग्नात तिने आणलेल्या भेटी किती कमी किंमतीच्या होत्या!

वरच्या किचनमध्ये रोजचा स्वयंपाक केला जाणार नव्हता. फक्त चहा, नाश्ता आणि कधी कुणी आजारी वगैरे झाल्यावर करायचा पथ्याचा स्वयंपाक. एरवी जेवायला सगळे खालीच असणार होते. नव्या सुनेने जुनीच्या बरोबरीने खालच्या बारक्या, गरम स्वयंपाकघरात घामाघूम होत स्वयंपाक करायचा होता. हा सगळा

खुलासा ऐकणाऱ्यांनी खुशीने माना डोलावल्या, की यातच शहाणपणा आहे. स्वयंपाकघर वेगळं झालं, की तुझं-माझं आलंच. मग त्यातून असमाधान, नाती दुरावणं आणि अखेरीस दोघांची तोंडं दोन विरुद्ध दिशांना.

जिथे जेवणंसुद्धा एकत्र होत नाहीत, अशा एकत्र राहण्याला काय अर्थ आहे? त्यापेक्षा तिथून लांब राहायला जाऊन प्रत्येकाने आपापली स्वायत्तता सांभाळावी.

इकडे सोनाच्या हृदयात कटु सत्य काट्यासारखं सलत होतं. तिला जर मुलं झाली असती, तर आज ती वरच्या मजल्यावर राहत असती. (नवीन किचन असो की नसो). आणि प्यारेलाल आणि त्याची बायको सुशिला, इथे सासू-सासऱ्यांच्या शेजारच्या जुनाट खोलीत झोपले असते.

ती क्षणभर एक दुष्ट स्वप्न पाहण्यात रमली. कदाचित सुशिलेलाही मूल होणार नाही. मग? मोठ्या दुःखाने आणि नाइलाजाने ती त्या विचारातून बाहेर आली. स्वतःच्या बहिणीची अवस्थाही तशीच झाल्याचे पाहून दोष स्वतःमध्येच असल्याबद्दल सोनाची खात्रीच पटली होती. पण अशा गोष्टीचा विचारही तिला फार भीतिदायक वाटला. मग उघड बोलणं तर दूरच.

प्यारेलालचे होणारे मुलगे तिच्या काळजावर धोंड्यासारखे आदळले. त्यांची आई घरात कशी चमकायला लागेल आणि त्या तुलनेत, घरच्यांच्या दृष्टीने, हिच्याकडे मात्र कौतुक करण्यासारख्या किती कमी गोष्टी असतील! तिने आत्तापर्यंत असं दिलंच काय होतं त्यांना? पैशाअडक्याचा विचार केला, तर त्यांनी डोळे उघडे ठेवून तिची निवड केलेली होती, त्यामुळे ती सुशिलेप्रमाणे मोठमोठ्या भेटवस्तू आणील अशी अपेक्षा तेही करत नसतील. पण अजून एकही मूल नाही? याचं समर्थन कोण कसं करू शकणार होतं? निसर्गाला दोष देणं ही झाली दुबळी सबब. या सबबीचा तिने कधीच वापर केला नाही. पण भविष्य काळाचा विचार मनात आला, की तिचा भितीने थरकाप उडे. तिच्यावर अतिशय प्रेम करणारा नवरा, शेजारी हलक्या आवजात घोरत पडलेला असताना ती मात्र तासन्‌तास जागून काढी.

असं असलं, तरी घरच्या लग्नाच्या तयारीत ती अत्यंत आनंदाने सामील झाली. कुणीही म्हटलं, की नव्या जाऊबाई घरात येणार, त्याचा बघा हिला कसा आनंद झाला आहे. तर तिने दरवेळेला अगदी पूर्ण सहमती दर्शवली. 'चला, आता तरी घरात नातवंडं खेळणार. तेवढाच आजोबा-आजींच्या जिवाला दिलासा.' अशा खोचक आणि भोचक बोलण्याला सुद्धा तिने मुकाट्याने मान हलवून संमती दिली.

लग्नसमारंभात सगळ्यात आनंदी कोण दिसत असेल तर ती. नव्या नवरीशी तिच्याइतकं प्रेमाने आणि हळुवारपणे कुणीच वागलं नसेल. वरच्या मजल्याचा इतका छान कायापालट झाला, त्याचा आनंद सर्वांत जास्त तिला झाला. नववधूच्या

माहेरून आलेल्या वस्तू, उत्सुक पाहुण्यांना तिने न कंटाळता आपण होऊन दाखवल्या.

आणि त्या तीन दिवसांच्या समारंभात तिच्याइतकी देखणी दुसरी कुणीच दिसली नाही. ती नुसती झळकत होती. चमचमत होती. तिचं ते रूप पाहून नवऱ्याच्या मनात आलं. या ठरवून लग्न करण्याचे बाकी किती का फायदे असेनात, मला कुणी काहीही देऊ केलं, तरी मी माझ्या भावाबरोबर कधीही जागांची अदलाबदल करू शकणार नाही. तो पुन:पुन्हा तिच्याकडे आकर्षित होत होता. प्यारेलालसुद्धा काही दिवसांनी त्याच्या पत्नीच्या प्रेमात पडणारच होता, हे तो जाणून होता. पण दरवेळी सोनाकडे पाहिलं, की आपण ज्या पद्धतीने गोष्टी जमवून आणल्या तेच अधिक योग्य असल्याची त्याची खात्री पटे. लग्नातल्यापेक्षा ती आता जास्तच सुंदर दिसू लागलेली होती.

तिला वाटलं होतं, त्यापेक्षा लवकर सोनाची भीती खरी ठरली. सुशिलाला गर्भधारणा होण्यात कोणतीच अडचण आली नाही. लग्नाला वर्ष होत नाही तोच तिने मुलाला जन्म दिला.

पहिला नातू जन्माला आला म्हणून घरातल्या सगळ्यांनी मोठा आनंदोत्सव साजरा केला. (सहा वर्षांपूर्वी जन्मलेला सुनिताचा मुलगा विकी. कुणाच्या खिजगणतीतही नव्हता). प्यारेलाल आणि सुशिलामुळे कुटुंबाला पुरुष वारस मिळालेला होता. दुकानाच्या परिसरात लहानाचा मोठा होणारा मुलगा, मोठा झाल्यावर दुकानाचे वैभव वाढवणार याची सर्वांना खात्री होती.

बाळाच्या काकूने स्वत:च्या खऱ्या भावना कुणाला कळू दिल्या नव्हत्या. जेव्हा यशपाल घरी आल्या आल्या बाळाशी खेळायची इच्छा प्रकट करायचा. तेव्हा, तिच्या नसानसातून टोकदार मत्सराच्या सुया कशा खालीवर उसळ्या मारायच्या, ते त्याला कधीच माहिती होणार नव्हतं. त्याला वाटायचं, तो जेव्हा बाळाला तिच्याकडे देत म्हणतो, की बघ, आता आपलं घर कसं भरल्या सारखं वाटतंय ना? तेव्हा तिला आनंद वाटत असेल. सगळे पुरुष असेच असतात का? की हा केवळ तिच्याच नवऱ्याच्या मनाचा मोठेपणा होता?

मुलाच्या अभिलाषेपायी सोनाने तिची व्रतवैकल्यं आणखी कडक केली. अशा वेळी ती देवाशिवाय कुणाला शरण जाऊ शकत होती? तिचं तोंड अगोदरच त्या दिशेला वळलेलं होतं. आता तर तिने आजूबाजूला पाहणंही जणू सोडून दिलं.

तिला दर मंगळवारी उपास असायचा. पूर्वी ती दूध आणि फळं तरी खात असे. आता तिने मंगळवारी निर्जळी उपास सुरू केले. सूर्योदयापासून सूर्यास्तापर्यंत पाणीसुद्धा प्यायचं नाही. त्या दिवशी जमिनीवर झोपायचं. नवऱ्याजवळ जायचं नाही. पहाटे उठून सूर्य उगवण्याच्या आत अंघोळ करायची. पूजेसाठी घराबाहेरच्या बागेतून

जाई, चमेली अशी पांढरी, सुवासिक, ताजी फुलं झाडावरून काढून आणायची, खाली पडलेली फुलं वेचायची नाहीत.

संध्याकाळी ती जवळच्या देवळात जायची. जाताना फळं विकत घेऊन जितक्या म्हणून ब्राह्मणांना देता येतील, तितक्यांना द्यायची.

प्यारेलाल सव्वीस वर्षांचा झाला, तेव्हा दोन मुलांचा बाप झालेला होता. सोनाला वाटलं, यापेक्षा तिची दीनवाणी परिस्थिती असू शकत नाही. आपल्या उपासनेत काही कमी पडतंय का? की माझं पूर्वजन्मीचं पाप मला या जन्मात सुख भोगू देत नाहीय? आणि ते सुद्धा बाकी सगळ्या गोष्टी इतक्या चांगल्या असताना?

स्त्रियांना हव्याशा वाटणाऱ्या सगळ्या गोष्टी तिच्याकडे होत्या. सौंदर्य, गोरा रंग, काळजी घेणारा नवरा आणि सुखवस्तू परिवार. आपल्या नवऱ्याचं बेहद्द प्रेम सासरच्या माणसांना अनाठायी वाटू नये, या करता स्वत:ची योग्यता सिद्ध करण्याचा ती गेली अनेक वर्षं रोजच्या रोज प्रयत्न करत होती. ती नम्र होती. सहज समझोता करायची आणि नेहमी हसतमुख राहायची. सोना तिच्या नावाप्रमाणे सोन्यासारखी होती. पण बनवारीलाल खानदानाचा रक्तप्रवाह जर ती पुढच्या पिढीपर्यंत संक्रमित करू शकत नसेल, तर हे सारं काय कामाचं?

सुशिलाची कूस इतकी तप्तरतेने फळली, की त्या भाराने सोनाच्या स्वभावातल्या सोन्याला वाकावं लागलं. ती अंथरुणावर पडली, की वरच्या मजल्यावरची सुपिकता छतातून खाली येऊन जणू तिच्या उरावर ठिय्या मारून बसलीय असा तिला भास होई. आणि तो भार इतका वाढत जाई, की तिला झोप लागणंच अशक्य होत असे. अशा रात्री मागून रात्री झोपेवाचून जाऊ लागल्या.

दिवसा लहान लहान गोष्टींवरून तिची चिडचिड होऊ लागली, ती वैतागून जाऊ लागली. तिला वाटायला लागलं, आपली गोरीपान नितळ त्वचा, टपोरे डोळे, छोटंसं नीटस नाक, लाल ओठ, एकसारखे दात इतकं सगळं असूनही सगळ्यांना आपण निरुपयोगी वस्तू वाटू लागलो आहोत. खरंच आपण एकत्र कुटुंबात राहत नसतो तर कित्ती छान झालं असत! फक्त आपण नि आपला नवराच राहिलो असतो, तर आपणही रूपासारख्या सुखात राहिलो असतो.

खरं पाहिलं तर सोनाच्या लग्नामुळे रूपाच्या भवितव्यावर कोणताही सुपरिणाम झालेला नव्हता. शिक्षण सोडून लग्न करावं, तर तिला कुठून मागणी देखील आलेली नव्हती. तिचं बी.ए. पर्यंत शिक्षण पूर्ण झाल्यानंतर वडिलांनी आपल्या एका

निवृत्त सहकाऱ्याच्या मुलाशी रूपाचं लग्न लावून दिलं. ते करोल बागेतच राहत होते. नवऱ्यामुलाचं कुटुंब मोठ्या मुलीच्या जवळच राहणारं आहे, हेही स्थळ योग्य वाटण्याचं एक कारण होतं.

रूपाचा काळा रंग लक्षात घेता, तिला तिच्या योग्यतेपेक्षा जास्त चांगलं स्थळ मिळालं असं सगळे मानत होते. कुटुंब अगदी लहान होतं. वडील, एक विवाहित मुलगी आणि तो मुलगा. करोल बागेत स्वतःचं घर असणं ही त्यांची लग्न बाजारातली पात्रता ठरली आणि मुलाची संरक्षण खात्यातली कनिष्ठ पदावरची सरकारी नोकरी ही कायम नियमित उत्पन्नाची हमी.

पुढे असं घडलं की, रूपाला सुद्धा लवकर मूलबाळ होईना. तीही त्या बाबतीत अपयशी ठरली. सोनाने शक्यतोवर ही गोष्ट सासरच्या माणसांपासून लपवून ठेवली. कारण त्यावरून काय शेरा मारला जाईल, हे तिला पक्कं ठाऊक होतं. 'घराणंच वाईट' 'रक्तच नासकं' पण लपवाछपवीचा काही उपयोग झाला नाही. केव्हा तरी हे शेरे मारले गेलेच.

कधी कधी रूपा सोनाला विचारायची, "तुम्ही बाबाजींना का नाही विचारून बघत? तुझ्या सासऱ्यांचा तर त्यांच्यावर किती विश्वास आहे! ते सुचवतील काहीतरी उपाय."

यावर सोना शिष्टपणे म्हणाली, "त्यांनी तसं म्हणायला पाहिजे न!"

"तू सुचव की त्यांना तसं!"

"सुनिताचं काय होऊन बसलंय बघतीयस ना? ती बाबाजींचीच करणी!" सोना हलक्या आवाजात बोलली. कारण बाबाजींबद्दल अनादराने बोललेलं त्या घरात खपवून घेतलं जात नसे.

"पण तुझं लग्नसुद्धा त्यांच्याच सांगण्यावरून ठरलं." रूपाने आठवण दिली.

सोनाने उसासा टाकला. आता कसं समजावून सांगायचं हिला? रूपाकडे पाह्यलं, तर कमी पैसा असला तरी परिस्थिती कुणालाही हेवा वाटावा अशी. मूलबाळ झालं नाही, तरी छळ करायला कुणी नाही. तिने आपल्या प्राक्तनाचा स्वीकार केला. दर मंगळवारी कडक उपास करत बसली नाही. तिचा मत्सर करणारं कोणी नव्हतं. तिच्या जखमांवर मीठ चोळणारं कुणी नव्हतं आणि काटेरी टोमण्यांचा मारा करून त्या जखमा कायम भळभळत ठेवणारं सुद्धा कुणीच नव्हतं.

मूल नसल्यामुळे रूपाला, छोटा लोणच्याचा उद्योग सुरू करता आला. तिच्या नवऱ्याने तिला प्रोत्साहन दिलं. सासरे आपल्या कापऱ्या हातांनी बाटल्यांवर लेबल चिकटवायला मदत करीत, तर मेव्हण्याने (सोनाच्या नवऱ्याने) करोल बागेतील दुकानदारांच्या ओळखीने तिला माल विकायला मदत केली. तिची लोणची उत्तम असल्यामुळे भरपूर ऑर्डर्स मिळू लागल्या. रूपा खूप मेहनतीने माल तयार करायची.

नवे नवे प्रयोग करून वेगवेगळ्या प्रकारे मालात विविधता आणायचा प्रयत्न करायची.

सुनिता क्वचितच आई वडिलांना भेटायला येत असे. माहेरी येण्याकरता पैसे पाठवले, तरी ती नेहमी सबबी सांगायची. माझा नवरा आजारी आहे, नाहीतर माझा सासरा आजारी आहे, मला त्यांना सोडून येता येणार नाही. वगैरे... वगैरे त्यांना वाटलं, हिच्याकडून पैसे हिसकावून घेत असतील. म्हणून एकदा तिकिटं पाठवली, तरीही परिस्थितीत कोणताही फरक पडला नाही.

आपल्या धंद्याच्या व्यापातून वेळ काढून, वर्षातून एकदा तरी बहिणीला भेटून आलं पाहिजे, असं लाला बनवारीलाल यांचं मुलांना आग्रहाचं सांगणं असे. जरी तिचं लग्न झालेलं असलं, तरी तिची परिस्थिती अशी दुःखद होती, की त्यांनाच तिच्या बऱ्यावाईटाची जबाबदारी उचलावी लागणार होती. आत्ता आणि वडिलांच्या पश्चातही, नाइलाजाने का होईना, भाऊ जात असत. पण त्यांच्या बहिणीचं नशीबच खोटं निघालेलं, तिथे कोण काय करू शकणार होतं? तरी पण वडिलांचं मन राखण्यासाठी ते प्रयत्न करीत.

एकदा नवऱ्याबरोबर सोनाही नणंदेला भेटायला बरेलीला गेली होती. बेत असा होता, की सुनिताला आणि विकीला घेऊन ह्रषिकेषला दर्शनाला जाऊन यायचं. वेळ पडली तर जबरदस्तीने न्यायचं.

पण जबरदस्तीची गरज पडली नाही. यशपालचा मेव्हणा मुरली, बायकोशी कसाही वागत असला, तरी सासुरवाडीच्या इतर माणसांशी अत्यंत अगत्याने वागत असे. ते पैसेवाले असल्यामुळे त्यांच्यापुढे त्याची विनम्रता आणि सौजन्य कायमच उफाळून येत असे.

या ट्रीपच्या दरम्यान सोनाजवळ सुनिताने मन मोकळं केलं. ती कधीच माहेरी का येत नाही? तिने तिकिटं वापरण्याऐवजी परत का पाठवली? तर मुरलीची अशी इच्छा होती, की त्यांनी बरेलीला धंद्यात पैसे गुंतवावेत... किंवा दुकानाची शाखा तिथे काढावी, म्हणजे तो ते दुकान चालवेल. नाहीतर त्याचं सध्याचं दुकान मोठं करायला त्यांनी मदत करावी. त्याने लग्नात नाममात्र हुंडा घेतला होता, त्याची तो भरपाई करू पाहत होता. तो म्हणे, 'तुझ्या माहेरच्या माणसांनी तुला फसवलं. एखाद्या गरिबाघरच्या मुलीसारखी तुझी रिकाम्या हाताने बोळवण केली; पण आता त्यांच्याकडे भरपूर पैसे झालेत, आता भरपाई करून दिली पाहिजे.' जर दिल्लीला जायचं असेल, तर त्याच्याबरोबरच गेलं पाहिजे नाही तर तो तिचं जगणं नरकापेक्षा

वाईट करून टाकेल. पण त्याच्या मागण्या काहीही असल्या तरी ती आपल्या वडिलांची अशी पिळवणूक करायला तयार नव्हती.

इतर लोकांप्रमाणे तिचाही 'आपलं कर्मच खोटं' या कल्पनेवर विश्वास होता. या जन्मात दैन्य आणि दुःख भोगून ती पूर्वजन्मीचं पाप फेडत होती. आता तिची एकच इच्छा होती. या जगाचा निरोप घ्यायचा. फक्त तिच्या मुलासाठी ती कशीबशी जगत राहिली होती. बोलता बोलता दुःखाने पिळवटलेल्या आणि रडून वेड्यावाकड्या झालेल्या चेहऱ्याने तिने विकीला छातीशी घट्ट कवटाळून धरलं. तोही तसाच तिथे चिकटून राहिला होता. हे सारं बघणाऱ्या सोनाला वाटलं, बघा! मुलं असली, म्हणजे कसा कोणत्याही दुःखातून माणसांना दिलासा मिळू शकतो.

लग्नानंतर तब्बल चौदा वर्षांनी देवाने सुनिताची इच्छा पूर्ण केली. बनवारीलाल कुटुंबीयांना तारेने बातमी कळवण्यात आली. स्वयंपाक करताना अपघात होऊन सुनिता भाजली होती आणि नंतर तिचा हॉस्पिटल मध्ये मृत्यू झाला. अंत्यविधी दुसऱ्या दिवशी होणार होता.

सुनिताचं वय होतं फक्त बत्तीस वर्षं.

बनवारीलाल आणि यशपाल रात्रीच्या गाडीने बरेलीला गेले. प्यारेलाल दुकान सांभाळण्याकरता राहिला. अशा वेळेला स्त्रियांनी जाणं उचित ठरलं नसतं. म्हणून त्या सर्वजणी घरीच राहिल्या.

सुनिताची आई अखंड रडत होती. "मी का नाही गेले? देवानी मला का नाही उचललं? असा कोणता अपराध घडला माझ्या हातून, म्हणून माझ्या आधी माझं लेकरू नेलं त्याने?" ती आक्रोश करत होती.

पुन्हा पुन्हा हाताने कपाळ बडवून घेत होती. दोन्ही सुना गंभीर चेहऱ्याने तिचा हा उद्रेक निःशब्द होऊन बघत होत्या. दोघींच्याही डोळ्यात पाणी होतं. त्यांची नशिबं चांगली निघाली नसती, तर आज सुनितासारखीच वेळ त्यांच्यावरही आली असती!

रात्रीची जेवणं खिन्नतेतच उरकली. नंतर माहेरच्या कृपेमुळे सुशिला वरच्या मजल्यावर जाऊन सगळ्यांपासून अलिप्त होऊन विश्रांती घेऊ शकली. सोनाला मात्र एकटीलाच सासूचं सांत्वन करत बसून राहावं लागलं.

"माँजी, झोपा आता. झोप घ्या थोडी. तुम्ही अशाच रडत राहिलात, तर तब्येत बिघडेल तुमची! आणि कितीही रडलं, तरी गेलेली सुनिता परत येणार आहे का? सांगा बरं!"

आणि मग अचानक, काहीही कारण नसताना; फक्त त्या दोघी एकट्याच आहेत, दुसरं कुणीही तिचं खरं रूप बघायला तिथे नाही, असं पाहून जळजळीत नजरेने सोनाकडे पाहत म्हातारी थुंकल्यासारखं बोलली, "तुला काय वाटलं? मला

आज झोप लागेल? आईच्या जिवाला कशा इंगळ्या डसतात, ते तुला काय समजणार वांझोटे? तुला नुसती मजा करायचं माहिती आहे. मूल नाही, बाळ नाही, कसलं दुःखही नाही. फक्त तू आणि तुझ्या भोवती नाचणारा तोंडपुजा नवरोबा!''

सोनाला हा प्रसंग घडलाच नाही, असं समजून वागण्यासाठी आदर्श सून होण्याकरता घेतलेलं सर्व प्रशिक्षण खर्ची घालावं लागलं आणि नंतर बऱ्याच रात्री घडत असे, तसंच घडलं. तिने अख्खी रात्र अंथरुणावर पडल्या-पडल्या, सासूचे शब्द आठवून आठवून, प्रत्येक शब्द कुरतडून, त्यातल्या शेवटच्या थेंबापर्यंत कटुता शोषून घायाळ होण्यात घालवली.

या जगातली सगळी दुःख भोगावी लागली असती, तरी ती बया कधी माणुसकी शिकली नसती. इतक्या दुःखात असताना, धाय धाय रडत असताना सुद्धा तिला टोमणे मारण्याइतकं भान आणि त्राण शिल्लक होतं. ती ममतेबद्दल बोलली; पण त्या शब्दाचा अर्थ तरी तिला माहिती आहे का? जर तिला तिच्या मुलीविषयी खरोखर ममता वाटली असती, तिची काळजी वाटली असती, तर तिने मुलीला जाळून मारलं जाईपर्यंत वाट पाहिली असती? स्वयंपाक करताना तिचे कपडे पेटले, या धादांत असत्यावर तिचा विश्वास बसला असता? ती अत्यंत वाईट परिस्थितीमध्ये जीवन कंठते आहे, तिला जगणं नकोसं झालेलं आहे, हे या सगळ्यांना माहिती होतं. तरी त्यांनी तिच्याकडे दुर्लक्ष केलं. तिच्या मुलीला सासर धड मिळालं नाही, तर तिने तिला स्वतःपाशी का ठेवून घेतलं नाही? जर एवढं प्रेम होतं तिच्यावर, तर ती जिवंत असताना का नाही समोर आलं ते?

नकळत सोनाचे हात स्वतःच्या स्तनांकडे गेले. कसे पुष्ट, भरदार होते ते! आत्ता मात्र त्यांच्या वजनामुळे तिचा संतापच वाढला. त्यांचा उपयोग आयुष्यभर केवळ एकाच करणासाठी होणार आहे? कसं मान्य करू मी हे? ती प्रार्थना करून स्वतःला शांत करण्याचा प्रयत्न करू लागली. तिने डोळे मिटले आणि तिच्या लाडक्या बाळकृष्णाची मूर्ती नजरेसमोर आणली. अतिशय गोड, तितकंच खट्याळ, मनमोहक रूप! ''दया कर मोहना! माझं तारुण्य ओसरायला लागलंय, फक्त एकदा माझी कूस भरू दे. मुलगा, मुलगी काहीही चालेल. पण काळजातली ही पोकळी आता पेलवत नाही रे घनःश्यामाऽऽ!!''

२

आपली प्रार्थना दोनच दिवसात फळाला येईल याची सोनाला कशी कल्पना असणार? तिचे सासरे परत येताना दहा वर्षांच्या विकीला घेऊन आले. चिखलासारखे तपकिरी डाग असलेली त्वचा, रोखून बघणारे मोठे मोठे डोळे, तेल लावून व्यवस्थित विंचरलेले केस, काटकुळे लांब पाय, मजबूत गुडघे आणि नाकातून सारखा वहात असलेला शेंबूड शर्टाच्या बाहीला पुसणं चाललेलं.

अशा त्या पोराला तिच्याकडे ढकलण्यात आलं. पुढे काय होणार त्याचा अंदाज आल्यामुळे नकळत ती मागे सरकली. अजून कुणीच काही बोललेलं नव्हतं.

"सगळं अशा प्रकारे घडून यायचं होतं. हे विधीलिखित असलं पाहिजे." घरातले पुरुष एकत्र बसून चहा पीत असताना सोनाचे सासरे, कुटुंबप्रमुख बोलले. ते दु:खी, शिणलेले दिसत होते. प्रवासाची हकिगत सांगणं चाललं होतं. मुरली त्यांना घ्यायला स्टेशनवर कसा आलेला होता, सारखा रडत होता, त्याच्यावर दोषारोप करण्याच्या ऐवजी त्यांना त्याचं सांत्वन करणं कसं भाग पडलं, तो दु:खाने वेडापिसा होऊन कसा म्हणाला, की आता माझ्या जगण्याला काय अर्थ उरलाय? एखादे दिवशी स्वत:ला संपवून टाकीन आणि मग रडून आकांत करणाऱ्या या पोराने आजोबांच्या पायांना कवटाळून स्वत:ला घेऊन चलण्यासाठी कशी करूणा भाकली; मग मुरलीनेही त्यालाच दुजोरा दिला. तो बिचारा एकटा, पोळलेला जीव, जवळ पुरेसा पैसा नाही, कसं काय वाढवणार होता त्या आईविना पोरक्या पोराला?

कदाचित त्याने अगोदरच, एखादं हुंडा देऊन मुलगी देणारं स्थळ हेरून ठेवलं असेल, तशी त्यांना दाट शंका होती. कारण तो सतत पैशाच्याच पाठीमागे असे, सुनिताच्या मरणामागे हेच खरं कारण होतं.

दोघी जावा याहून अधिक अलिप्तपणे विचार करू शकत होत्या. दोन मुलांची आई सुशिला, तिला तिच्या मुलांच्या भवितव्याची काळजी असणं काही गैर नव्हतं. ती म्हणाली, आपल्या कुटुंबाकडून पैसे उकळण्यासाठी मुरली मुलाचा वापर करणार नाही कशावरून?

सोनानेही आपला क्षीण आवाज जावेच्या आवाजात मिसळून तोच संशय व्यक्त

केला. जड अंत:करणाने, रडण्याने आणि जागरणाने लाल झालेल्या डोळ्यांनी तिने सूचित केलं, की मुलाच्या निमित्ताने मुरली आपल्या घरात घुसायला बघेल. हृषिकेशला गेलो असताना सुनिता काय काय बोलली होती, ते सगळं तिला आठवलं. आपल्या बायकोचा वापर करून बनवारीलाल कुटुंबाकडून पैसे काढायचे असा त्याने पणच केलेला होता. पण या गोष्टीला तिने सतत विरोध केला होता. आता जर तिच्या इच्छेविरुद्ध काही करण्याचा त्याचा बेत असला, तर मुलाला परत पाठवून आपण तो उधळून लावला पाहिजे.

लाला बनवारीलालांना या नुसत्या सूचनासुद्धा सहन होत नव्हत्या. शेवटी सुनिताच्या मुलाची नैतिक जबाबदारी त्यांच्यावरच होती. ते मान खाली घालून बसले होते. डोळ्यांतून पाणी वहात होतं. आता उरलेलं आयुष्य, मुलीच्या अकाली मरणाचा शाप भोगतच ते जगणार होते. जर ते अजून लाहोरमध्ये असते, तर हे असं अघटित घडलचं नसतं. त्यांच्या तोलामोलाच्या स्थळीच त्यांनी तिची सोयरीक जुळवली असती.

त्यांच्या दु:खामुळे कुटुंब हादरून गेलं. सर्वजण त्यांच्याभोवती गोळा झाले. त्यांना शांत करण्याचा प्रयत्न करू लागले. काही काळजी करू नका; तुम्ही सांगाल तसंच आम्ही करू असं म्हणू लागले. याशिवाय ते काय करू शकत होते?

नंतर त्यांच्या बायकोचा विलाप सुरू झाला. तो मुलगा हीच तिच्या दिवंगत मुलीची एकुलती एक निशाणी होती. पोक काढून शांतपणे चहा पीत बसलेल्या त्या मुलाला ओढून जवळ घेऊन म्हातारीने उराशी घट्ट कवटाळून धरलं; आणि इतक्या जोराने पुढे-मागे करू लागली की शेवटी तो रडायला लागला.

शेवटी असं ठरलं की मुरलीने पैशाची मागणी केली, तर त्याच दिवशी मुलाला परत पाठवून द्यावं. तोपर्यंत तो त्यांच्याकडे राहील. आपल्या माणसांचं कर्तव्य म्हटलं म्हणजे एवढं तरी मोठं मन करायलाच पाहिजे.

पुढल्या काही दिवसात हे स्पष्ट झालं की विकीचं लोढणं अलगद सोनाच्या गळ्यात पडणार आहे. सुशिलाची दोन्ही मुलं अजून लहान होती. त्यामुळे तिचा हात मोकळा नव्हता. राहिलं कोण? सोना! तिचे दोन्ही हात मोकळे होते. हे उघडच होतं.

या नव्या व्यवस्थेबद्दल, स्वत:च्या नशिबाने वाट्याला आलेल्या दुरवस्थेबद्दल सोनाने तक्रार केली. संघर्ष आरंभला. थोड्या दिवसांनी ती नवऱ्याला म्हणाली, ''मला नाही वाटत त्या मुलाकडे लक्ष द्यायला मला जमेल म्हणून.'' सध्या घरातली माणसं दु:खामुळे जरा नरम मन:स्थितीत होती. त्यामुळे ती मनातलं बोलू शकली.

"गावी जाऊन निदान शाळेचं वर्ष तरी पुरं करून येऊ द्या त्याला. इथे तो दिवसभर नुसता रिकामा बसलेला असतो."

यशपालने प्रेमळपणे हसून बायकोकडे पाहिलं. "हं! इथे त्याच्याकरता एखादी शाळा शोधायला हवी. तोपर्यंत समजा गेलं त्याचं एखादं वर्ष, तरी काय फरक पडणार आहे? तो थोडाच मोठा स्कॉलर निघणार आहे?"

"स्कॉलर नाही निघायचा कदाचित पण त्यामुळे त्याच्या दुःखात भर पडेल. कारण नापास होणं कोणत्याच लहान मुलाला आवडत नसतं."

"गरीब बिचारा! मला वाटत नाही, की त्याला तसं काही वाटेल म्हणून. नवी शाळा, नवं शहर, नवं घर. त्याला या सगळ्याची सवय करून घ्यावी लागेल आता. फक्त दहा वर्षांचाच तर आहे तो बिचारा!" "तो पुन्हा म्हणाला," आमच्याबरोबर यायला मिळणार म्हटल्यावर इतका आनंद झाला त्याला!"

"मामाच्या नि आजोबांच्या चांगुलपणाचा चांगलाच फायदा करून घेणार दिसतोय तो!"

"आपण याची काळजी घेतली, तर बिचाऱ्या सुनिताच्या आत्म्याला शांती मिळेल. आता आपण तिच्यासाठी फक्त एवढंच करू शकतो. पाहिलंस ना त्या दिवशी, बाउजी किती अपसेट झाले होते! मी फार लहान होतो. फक्त तेव्हा पाहिलं होतं त्यांना इतकं अपसेट झालेलं."

बाप रे! पुन्हा लाहोर!

"एकुलती एक मुलगी ना! त्यांना दुःख होणं साहजिकच आहे." सोना बळेच बोलली. सगळं तिच्या विरोधात जमून आलेलं तिला दिसत होतं. मूलबाळ होत नाही, म्हणून तिच्या नवऱ्याने तिला कधीही दुखावलं नाही. याबद्दल ती कृतज्ञ होती. पण म्हणून, कुठलंही एक घाणेरडं पोरगं आणून, घोड्याच्या खोगिरासारखं तिच्या पाठीवर लादलं, तर काय ती आनंदाने नाचेल असं वाटलं यांना?

"त्याला आईची आठवण येईल. तो कधीही आई म्हणून माझा स्वीकार करणार नाही. त्याला त्याच्या वडिलांकडे पोचवून द्यावं हेच बरं. त्याची आई तर गेलीच आहे, इथे राहिला, तर बिचारा वडिलांच्या सहवासालाही पारखा होईल."

"तू सगळं बरोबर सांभाळून घेशील सोना. माझी खात्री आहे. तुझं हृदय अगदी कोमल आहे!"

तरी तिने प्रयत्न चालूच ठेवला.

"तो वरती राहिला तर जास्त बरं नाही का पडणार? तिथे लहान लहान मुलं आहेत, त्यांच्यात तो चांगला रमेल. इथे माझा सगळा वेळ एकतर माँजीचं करण्यात जातो. तुम्ही गावाला गेला होता ना, तेव्हा काय झालं ते तुम्हाला माहिती नाही. मला तर वाटलं, याच आता आजारी-बिचारी पडतात की काय? इतक्या रडल्या!"

यशपालने दीर्घ उसासा टाकला. म्हणाला, "बिचारा दुर्दैवी पोर! अनाथ झाला गं! त्याला आईची माया मिळायला हवी. तू म्हणशील का त्याला मुलगा? होशील त्याची आई?"

"उसन्या आणलेल्या दहा वर्षांच्या मुलाची आई होऊ? दुसऱ्या बाईच्या पोटच्या? मला सांगा, तुम्हाला देखील खरोखर असं वाटतंय?"

"तशी देवाचीच इच्छा दिसतेय सोना! आपण तरी काय करू शकतो? हे मूल त्यानेच आपल्याला दिलंय."

सोनाला वाटलं आता मात्र दु:खाने आपली छाती फाटून जाईल. तिचा सुंदर चेहरा पिळवटला. अश्रूंनी ओला चिंब झाला. तिला जवळ घेऊन तिचे डोळे आणि गाल पुसत नवरा म्हणाला, "सोना, हळूहळू सगळ्याची सवय होईल बघ तुला. देवाने आपली प्रार्थना कोणत्या रूपात पूर्ण करावी हे ठरवणारे आपण कोण?"

म्हणजे, त्यानेही मुलासाठी प्रार्थना केली होती? सोनाने यशपालकडे पाहिलं. अपार वेदनेने तिच्या काळजाचं पाणी पाणी झालं! त्याच्या करता तरी तिला मूल व्हायलाच पाहिजे होतं. किती चांगला, सज्जन होता तिचा नवरा! का म्हणून त्याच्यावर असं अपत्यहीन जीवन जगण्याची वेळ यावी?

पण त्या क्षणी तिला काहीच करता येण्यासारखं नव्हतं. ती जास्त काही बोलूही शकली नाही. कदाचित रूपा काहीतरी सुचवू शकेल. तिचं मन काही माझ्यासारखं 'बनवारीलाल घराण्याचं रक्त पुढे वहात ठेवण्याच्या' बंधनात अडकलेलं नाही.

पण रूपा काही सुचवू शकली नाही. ती म्हणाली, "काय करणार दीदी? तुला मूलबाळ नाही ना!"

"अगं, पण मूल होत नाही, हा माझा दोष आहे का?" तिच्याकडे रोखून बघत सोनाने विचारलं.

रूपाने आपली चूक सावरून घेण्याकरता पटकन बहिणीचा आवडता विषय काढला. "ती वरची भवानी थोडीच नेणार आहे त्याला? उलट तुझ्याबद्दल दुनियाभरच्या चहाड्या करत सुटेल."

"तुला सांगते, ती लग्न करून घरात आली ना, त्या दिवसापासून माझं जगणं, म्हणजे रडणं होऊन गेलंय नुसतं." सोनाने अधीरपणाने मनातली मळमळ ओकून टाकली.

"म्हणून म्हणते दीदी, तिला तुझ्या जखमेवर मीठ चोळायची संधी कशाला देतेस आणखी? ठेवून घे त्या पोराला. पुढे तुला या गोष्टीचा फायदाच होईल बघ!"

सोनाचे डोळे भरून आले, ती हताश होत पुटपुटली, "पण मला माझं स्वत:चं मूल हवं होतं."

"बस बस दीदी, अगं शेवटी सगळं चांगलं होणार आहे. तुझेही चांगले दिवस

येतीलच.'' तिच्या पाठीवरून प्रेमाने हात फिरवत रूपा म्हणाली.

''कधीच नाही यायचे. तुझे जिजाजी म्हणतात, आपल्याला मुलं होणार नाहीत, हे आता आपण स्वीकारायला पाहिजे. ते आता इतरांच्या मुलानांच आपली मुलं समजतात. आधी भावाची मुलं आणि आता हा बहिणीचा मुलगा मला काही अर्थच लागत नाही गं, यांच्या वागण्याचा.''

''त्यांनी परिस्थितीचा स्वीकार केलाय. आणखी काही नाही. बरंय ना दीदी, निदान ते तुला तरी दोष देत नाहीत.''

यावर सोना गप्प राहिली. रूपाने विचारलं, ''तू अजून कधी डॉक्टरकडे का नाही गेलीस दीदी? अगदी मोठ्यात मोठ्या डॉक्टरकडे सुद्धा जायला तुम्हाला परवडेल. कधी कधी या बाबतीत देवालाही माणसाची मदत लागते.''

सोनाने तो प्रश्न ऐकून न ऐकल्यासारखं दाखवलं. एखादं व्यंग असलेल्या माणसाला आपल्या नैसर्गिक क्रिया करण्यासाठीसुद्धा महागड्या औषधांचा आधार घ्यावा लागावा, तितकं तिला ते अपमानास्पद वाटत होतं. ही गोष्ट ती उघड करू इच्छित नव्हती.

तिच्या घरातल्या माणसांना तसं वाटलं असतं, तर तिने आनंदाने स्वत:ला आधुनिक वैद्यकाच्या हवाली करून, एक हजार टेस्ट करवून घेण्याचा त्रास सोसला असता. पण तिच्या सासरच्यांनी तसं कधीच काही सुचवलं नव्हतं. ही एक विचित्र गोष्ट होती. कदाचित त्यांच्या मनात तिला शिक्षा द्यायचा विचार असेल; किंवा ती एवढे पैसे खर्च करायच्या लायकीची नाही असंही वाटत असेल त्यांना.

समजा, ती रूपा बरोबर गुपचूप डॉक्टरकडे गेली; आणि तपासणीत काही खरोखर गंभीर दोष निघाला, तर आधीच निराशेने ग्रासलेल्या हृदयावर हे ओझं आयुष्यभर वागवत तिला जगावं लागलं असतं.

स्वत:च्या सुंदर गोऱ्या पावलांकडे, त्यातल्या छोटे छोटे लाल-निळे बदाम लावलेल्या चांदीच्या पैंजणांकडे एकटक पाहत बसलेल्या, आपल्या बहिणीकडे पाहून रूपा वैतागून म्हणाली, ''मला तुझं हेच काही समजत नाही हां दीदी! मला जर अशी कोणती गोष्ट इतक्या तीव्रतेने हवी असती ना, तर मी जे जे काही करणं शक्य आहे, ते सगळं केलं असतं... फक्त पूजा आणि उपवासावर विसंबून राहिले नसते. किती वर्षं झालीत, तू उपास करते आहेस. झालाय काही उपयोग?''

''तुला जर डॉक्टरी उपायांबद्दल एवढी खात्री वाटते, तर तू स्वत: का नाही तपासणी करून घ्यायला जात?'' सोनाने ठसक्यात विचारलं.

''मी परिस्थितीचा स्वीकार केलाय दीदी. माझ्या नवऱ्यालाही मुलांची हाव नाही. ते म्हणतात, त्यांच्या बहिणीला भरपूर मुलं आहेत, ते त्यांच्या शिक्षणाला मदत करतात. त्यांचं मन आभाळासारखं विशाल आहे दीदी.'' रूपा अभिमानाने

म्हणाली. तिच्या बहिणीला मात्र तो अभिमान अनाठायी, तिला न शोभणारा वाटला.

"खरंय गं बाई! सारखा पाणउतारा करणारे सासरचे लोक नसले, की स्वीकार करायला सोपं जातं."

"हं! पण आम्हाला इतर लोक आहेत ना, पाणउतारा करायला. तो मेला वरचा भाडेकरी; सारखा आमच्या डोक्यावर बसून कसली कसली कट-कारस्थानं करत असतो. पार माझ्या लग्नाच्या आधीपासून ही भांडणं चालू आहेत. माझ्या सासऱ्यांना भीती वाटते, की ते मरतील तरी या खटल्याचा निकाल लागणार नाही आणि आम्हाला नाही मूल-बाळ; मग पुढच्या पिढीत आमच्या वतीने भांडणार कोण? तुमचं घर तरी व्यवस्थित, संपूर्ण तुमच्या ताब्यात आहे."

"हं! संपूर्ण तुमच्या ताब्यात म्हणे! घ्याल तसा अर्थ आहे." सोना मनातच आंबटपणे म्हणाली.

रूपाचं बोलणं चाललंच होतं. आपल्या जीवनातल्या अडचणी ती नको इतक्या अतिशयोक्तीने सांगत होती. "तुला सांगते दीदी, मला लोणच्यात असे कितीसे पैसे सुटतात? त्या मानाने कष्ट मात्र खूपच पडतात गं! त्या केसचा खर्च, वकिलाची फी, परत 'हे' बहिणीला दरमहा पैसे पाठवतात. खूप खर्च होतो. काटकसर करायची, म्हणून आम्ही सिनेमाला गेलो, तरी सर्वांत कमी दराची तिकिटं काढतो. जर मी काही कमावलं नसतं ना, तर आम्हाला सिनेमाला, इंडिया गेटला, हॉटेलमध्ये, कुठ्ठे कुठ्ठे जाता आलं नसतं बघ. नुसतं घरीच बसून राहावं लागलं असतं."

"तरी तू इतकी लकी आहेस, की लोणच्याच्या धंद्यात तुला तुझे जीजाजी एवढी मदत करतात. ते त्या किराणा दुकानदारांशी स्वत: जाऊन बोलतात. नाहीतर ते काम काही त्यांच्या धंद्याच्या कामामधलं नाही. त्यांची लाईन वेगळी आहे." सोनाने स्पष्ट बोलून टाकलं. तिची बहीण स्वत:च्या कमाईबद्दल बोलते, मात्र तिच्या नवऱ्याने केलेल्या मदतीचा उल्लेखही करत नाही; हे पाहून सोना वैतागलीच होती.

"आम्ही तर तुमच्या छायेतच राहतोय दीदी. ते तुलाही चांगलं माहिती आहे." रूपा निष्कपटपणे म्हणाली.

"परवा तर सांगत होते, रूपाला आता जवळपासच्या रेस्टॉरंटच्याही ऑर्डर्स मिळवून देणार आहे म्हणून. तुझ्या जीजाजींना नेहमीच खूप चांगल्या-चांगल्या कल्पना सुचतात."

ही बातमी ऐकताच रूपाचं मन वेगात दौडू लागलं. इतक्या विविध कल्पना तिच्या मनात उसळ्या मारू लागल्या, जशी काही तिला कुणी ती गरोदर असल्याचीच बातमी सांगितली होती. ती थोडी शरमली आणि नम्रपणे म्हणाली, "किती मूर्ख मी! मला एकटीला तर काहीच करणं शक्य नाही."

सोनाने तिच्याकडे रोखून पाहिलं. मग म्हणाली, "धंद्याची कसलीही पार्श्वभूमी

नसताना स्त्री असूनही तू एकटी व्यवसायात उतरलीस, म्हणून त्यांना वाटतं, की तुला मदत करावी.''

''खरोखरच! तुझे मिस्टर इतके उदार अंत:करणाचे आहेत दीदी, नेहमी दुसऱ्यांचा विचार करतात. तुमचाही सुखाचा काळ येईलच. माझी खात्री आहे.''

सोनाच्या पदरात मूलबाळ नव्हतं. या वस्तुस्थितीमुळे घरच्या माणसांना तिला विकीच्या जबाबदारीत अडकवणं शक्य झालं. त्यांनी असं ठरवलं, की हिच्यापाशी ममतेचा साठा आहे, तो ती अनाथ विकीवर मोकळा करील. कुणाला आईच्या मायेने गोंजारावं, याची जणू ती वाटच पाहते आहे.

''बिच्चारा!'' सोनाची सासू तिला सांगत होती. ''उभ्या जगात आता त्याला फक्त आपला आधार आहे. आपणच आता त्याचं पोरकेपण भरून काढायचं आहे. मूल झालं नाही तुला, हे तुझं भाग्यच. आता तू तुझ्या भाच्याची खरीखुरी आई होऊ शकतेस.''

परिस्थितीने सोनाला अशी बोलणी शांतपणे सहन करायला भाग पाडलं. पण तिच्या मनात फार जहाल आणि तीक्ष्ण उत्तर तयार होतं. ''मी कशी काय त्याची आई होऊ शकते? मुलाला जन्म देणं जसं माझ्या नशिबात नाही, तसं आई-बापाचं प्रेम त्याच्या नशिबात नाही. त्याला हे स्वीकारायला हवं, तितकंच मलाही. कुठलंही एक रस्त्यावरून उचलून आणलेलं घाणेरडं पोर, जबरदस्तीने 'हे तुझं पोर' म्हणून कसं काय थापू शकता तुम्ही माझ्या डोक्यावर? त्यापेक्षा मला मरण बरं वाटेल.''

त्यांना तिचे हे विचार न कळल्यामुळे ते आपले दिवस-रात्र घोकतच राहिले, की ''बेटी, तू आता त्याची आई झालीस. देवाने तुझ्या भक्तीभावाचं फळ तुझ्या पदरात टाकलं. कधी कधी आपल्या इच्छा विचित्र पद्धतीने पुऱ्या केल्या जातात.''

सोना जणू त्यांच्या हातातली बाहुली होती, ज्या हातांनी तिची व्यवस्थित काळजी घेतली तेच हात तिला कमालीच्या यातना देत होते. तिच्या प्रार्थनेला उत्तर म्हणून अकस्मात टपकलेल्या विकीकडे पाहिलं, की दुष्ट, काळेकुट्ट विचार तिच्या मनात सरपटू लागत.

पुढे असं लक्षात आलं, की तो बरेलीच्या शाळेत जे शिकला होता, ते शहरातल्या शाळेत त्याचे भाऊ शिकत होते, तिथे प्रवेश मिळायला पुरेसं नव्हतं. पण त्याला शाळेत तर घालायलाच हवं होतं. मग कोपऱ्यावरच्या एका कमी प्रतीच्या इंग्रजी माध्यमाच्या शाळेत त्याला घालण्यात आलं. त्या शाळेला खेळण्यासाठी मैदान नव्हतं, एका इमारतीच्या वरच्या मजल्यावर कोंबल्यासारखी शाळा भरत

असे. अर्थात शाळेचा दर्जा चांगला नव्हता. पोराने हुशारी दाखवली, तर त्याला दुसऱ्या शाळेत घालायचं ठरलं. दरम्यान सोनाने त्याचा अभ्यास घेऊन सुधारणा करायचा प्रयत्न करावा, असंही ठरलं.

सोना इतके दिवस ज्या सुखापासून वंचित राहिली, ते मातृवात्सल्य प्रकट करण्याची तिची इच्छा आता पूर्ण होत असल्याबद्दल कुटुंबातल्या सगळ्याच माणसांना आनंद वाटत होता.

विकीबद्दल सोनाला सतत जागरूक रहावे लागे. थोडं जरी दुर्लक्ष झालं तरी ताबडतोब लक्षात यावं, अशा तऱ्हेने अनेक नजरा तिच्यावर पहारा ठेवून असत आणि चटकन निष्कर्ष काढून झटकन हल्ला करायलाही घरातल्या अनेक व्यक्ती जणू टपूनच बसलेल्या असत. पण देव साक्ष होता. विकीबद्दल तिच्या मनात कोणताही आकस नव्हता. परंतु तिला वाटायचं, अजून उत्कंठेच्या रूपाने माझ्या हृदयात वास करणारं, पुढे माझ्या रक्तामांसावर पोसलं जाऊन, नंतर माझ्या स्तनांतून जीवनरस चोखणारं गोंडस बाळ; त्याची जागा, हा काळा, घुम्या, उदास, कुचकामी मुलगा कसा काय घेऊ शकेल? तिचं पित्त आणि चित्त भडकून उठायचं. जरी तिच्या मनाला वेदनेची आग परिचयाची असली तरी आत्ताचा भडका इतका मोठा होता, की ज्वाळा शांत करण्यासाठी प्रत्यक्ष तिचं रक्त खर्ची पडू लागलं.

अशीच एका रविवारी, कैरीची चटणी घेऊन रूपा आली होती. जवळच्या एका किराणा दुकानदाराला तिचे जिजाजी नेऊन देणार होते, ते काम झालं. मग तिने विचारलं, "काय दीदी, विकीचं कसं काय चाललंय?"

"बरं चाललंय." सोना उत्तरली. पण तिच्या शब्दात जीव नव्हता.

"तुझा गणेश चतुर्थीचा उपास असतो ना गं दीदी?" वास्तविक आत्ता कुठे हिवाळा संपला होता आणि सोना कोणकोणते उपास करते, हे रूपाला चांगलंच ठाऊक होतं.

"मी नाही यावेळी करणार उपास. काय फायदा उपास करण्याचा?"

रूपाने जिभेने 'च्यक' असा नापसंतीदर्शक उद्गार काढला. "असं नको करू दीदी! देव बघत असतो. आपण देवाला घाबरलं पाहिजे."

"ते काही सांगू नको. मला कंटाळा आलाय प्रार्थना करण्याचा. आशेला लागून लागून नुसता वीट आलाय सगळ्याचा!" सोना कडवटपणे म्हणाली.

रूपाला वाटलं, मलासुद्धा मूल नाही आणि इतर गोष्टी तर हिच्यापेक्षा निम्म्यानेही माझ्याकडे नाहीत. लहानपणापासून घरात हिला विशेष महत्त्व मिळायचं. तिचा गोरेपणा, सुंदर दिसणं, याचं कौतुक व्हायचं. दररोज मला ऐकावं लागायचं, की ती गोरी, देखणी आहे; तिला काय मोठ्या घरच्या मागण्या येतील. हसत लग्न करून नेतील. तुला मात्र बऱ्यापैकी नवरा मिळाला, काळा विद्रुप असला तरी नशीब!

मी काळी (म्हणून) कुरूप होते ना! पण नऊ वर्षांपासून मी बघते आहे, ही दिवसेंदिवस जास्त निराशच होत चाललीय. माझी आणि तिची स्थिती एका बाबतीत सारखी असूनही मला सतत तिला समजावत राहावं लागतं. सौंदर्य म्हणजे सर्व काही नव्हे. हेच खरं आहे आणि बरं आहे. नाहीतर आमच्यापैकी कित्येक जणींच्या हाती काहीच लागलं नसतं.

"पण काय गं, तू उपास केला नाहीस, हे सासूच्या नाही लक्षात येणार?" तिने शेवटी विचारलं.

"तिच्या काय लक्षात येणार आहे? त्यांच्या मते देवाने माझी प्रार्थना ऐकलेली आहे. आता हे पोरगं माझ्या गळ्याभोवती गळफास होऊन कसं राहील, याच्याच मागे आहेत ते सगळे. आईबरोबर पोरगंही मरून का नाही गेलं कुणास ठाऊक?"

रूपाने सोनाकडे बारकाईने पाहिलं. ती बारीक झाली होती. तिची नितळ कांती निस्तेज वाटत होती. "असं नको म्हणूस गं दीदी! तू विसरते आहेस. आपल्या जीवनात घडणाऱ्या घटनांच्या मागे देवाचा काय हेतू असतो, हे आपल्याला अगोदर समजून येत नाही. कुणी सांगावं? कदाचित तुझी ही परीक्षा घेतली जात असेल." ती अशी समजूत घालू लागली आणि सोनाच्या मन:स्थितीची साक्ष पटवणारे अश्रू तिच्या गालावरून वाहू लागले. रूपा पाठीवर हात फिरवून तिला शांत करू लागली. हे आता सवयीचं झाल्यामुळे आपोआपच घडत असे. बिचारी सोना! तिने फक्त स्वत:च्या काही कल्पना, काही समजुती सोडून दिल्या असत्या, तर तिचं जीवन कितीतरी सुखी झालं असतं! विकीला सांभाळावं लागणं, ही काही इतकी मोठी गोष्ट नव्हती. तो त्यांच्याच कुटुंबातला होता. अजून लहान होता, म्हणून त्याला थोडी ममतेची आवश्यकता होती इतकंच.

"त्याला माझ्याकडे नेत जाऊ का कधी-कधी? शाळेला सुटी असेल, तेव्हा येत जाईल तो. 'हे' त्याला अभ्यासातही मदत करू शकतील." सोनाच्या पाठीवर थोपटत रूपाने विचारलं. सोनाने शहारल्यासारखं करत जोराने मान हलवली.

"नको गं बाई! काय काय बोलतील एकेक जण. तुला माहीत नाही का? नकोच ते. मी सगळा विचार करून पाहिला. आता तुझ्या जीजाजींना सांगणारच आहे. जर त्याला दुसरीकडे जागा घेऊन राहायला नेऊन ठेवलं नाहीत, तर मी नक्कीच आजारी पडेन. बघितलंस ना, मी किती बारीक होऊन गेलेय ती?" तिने आपला हात बाहेर काढून दाखवला. ब्लाऊजची बाही लोंबत होती.

रूपाला वाटलं, दीदीला वेड लागलंय, म्हणून तिला वस्तुस्थिती काय ते समजत नाहीये. जागा काय फुकट येते? एका सुस्थापित, जुन्या, वाढता व्यवसाय असलेल्या कुटुंबातली माणसं, केवळ एका सुनेच्या लहरीखातर, त्यांचा वेळ, पैसा आणि साधनं खर्च करतील, असं वाटलंच कसं तिला? ती निराश झाली. "दीदी,

ही कैरीची चटणी खाऊन बघ ना. नव्या पद्धतीने केलीय. आंबट गोड, खारट चटकदार झालीय. चायनीजबरोबरही खाऊ शकतो. तोंडाला चव येईल तुझ्या.''

''माझ्या तोंडाला आता कशानेही चव येणार नाही रूपा.'' सोनाने ठामपणे सांगितलं. ''आणि मला चांगलं माहिती आहे, मी काय करतेय ते. ती वरची बया, सारखी घोकत असते. आता मुलं मोठी व्हायला लागली, त्यांना जास्त जागा लागते; आता आपण सगळ्यांनी मोठ्या घरात राहायला गेलं पाहिजे.''

''सगळ्यांनी जाऊया म्हणते ना?'' बहिणीने भानावर आणण्याचा प्रयत्न केला.

''माझी खात्री आहे, तुझ्या जीजाजींना मी नक्की पटवून देईन.'' लाल ओठांचा सुरेख चंबू करून सोना म्हणाली. रूपाच्या मनात आलं, हिचं सौंदर्य हिला किती लांबवर नेणार आहे? तिला या घराच्या बाहेर नेऊन टाकेल ते?

बनवारीलाल कुटुंबाच्या रहाण्याच्या व्यवस्थेत काही बदल होईल याची रूपाने वाट पाहिली. पण व्यर्थ! विकीची नाइलाजाने झालेली आई म्हणून सोना तिच्या त्याच सासरच्या घरात जगत राहिली. तिने आखलेल्या योजनेमुळे संशय, राग, विरोध आणि शेवटी तिरस्कारच निर्माण झाला असता. त्यामुळे झालं ते बरंच झालं.

काही महिन्यांनी, दुकानात त्यांना नेहमी माल पुरवणारा एक सप्लायर आला. त्याने करोलबागेत मिळणारी सर्वोत्तम बदामाची मिठाई आणली होती. बऱ्याच वर्षांनंतर त्याला मुलगा झाला होता. नेहमी सगळ्यांचे आशीर्वाद मिळवण्यावर त्या माणसाची श्रद्धा होती. तो बोलत होता, त्यातल्या बऱ्याच गोष्टी लाला बनवारीलालना विचार करण्यासारख्या वाटल्या.

काही दिवसांनी त्यांनी उन्हाळ्यासाठी एक अभूतपूर्व योजना आखली. ते सगळेजण सुटी घेणार होते. एक आठवडाभर प्यारेलाल दुकान सांभाळणार होता. सुशिला नवऱ्याची आणि घराची काळजी घेणार होती. तर यशपाल, सोना, तीन नातू आणि आजी-आजोबा थंड हवेच्या ठिकाणी राहायला जाणार होते. त्यावेळी ते अलमोऱ्याजवळ असलेल्या चिताई येथेसुद्धा जाणार होते. हे एक पवित्र स्थळ म्हणून ओळखले जात असे. देऊळ लहान असले, तरी टेकडीवरची देवी जागृत असल्याचे लोक सांगत.

यशपालने जेव्हा सांगितलं, की रूपाला आणि तिच्या नवऱ्यालाही आपण ट्रीपला घेऊन जाऊ या, तेव्हा सोनाचा आनंद द्विगुणित झाला. ते जोडपंसुद्धा विनापत्य होतं. त्यांनाही देवदर्शनाचा फायदा झाला असता.

सोनाने त्याच्या गुडघ्यावर हात ठेवला आणि ती हसली. यशपाल फार कमी

बोलत असे. पण त्याने न सांगताही तिला त्याच्या मनातलं कळत असे. तो न बोलता, त्याच्या पद्धतीने, तिच्यासाठी जे करता येईल,ते करत असे. त्याने तिचं दु:ख पाहिलं होतं. तिची अपार वेदना जाणली होती. त्यालासुद्धा स्वत:चं मूल हवं होतं. सहलीचं ठिकाण त्यानेच शोधलं होतं. रूपाला आणि तिच्या नवऱ्याला बरोबर नेण्याची कल्पनाही त्याचीच. यावरूच लक्षात येतं, की या सहलीबद्दल त्याला किती विश्वास वाटत होता ते. मुख्य म्हणजे सुशिला घरीच राहील याची त्याने खबरदारी घेतली होती. म्हणजे देवीच्या प्रसादावर कुणाची दुष्ट नजर पडायला नको.

"मी नक्की सांगते, आपल्याबरोबर यायला मिळणार, याचा रूपाला खूप आनंद होईल." सोना कुजबुजली. "नेहमी मला सांगत असते, जीजाजी किती चांगले आहेत; मला लोणची चटण्या विकायला खूप मदत करतात म्हणून."

"गरीब आहे बिचारी! आणि काही झालं, तरी तुझी बहीण आहे ती. तिला आपण मदत करायलाच पाहिजे." यशपाल म्हणाला.

"खरोखर तुमच्या इतका चांगला नवरा कुणाचाच नसेल." त्याच्याकडे प्रेमात भिजलेला कटाक्ष टाकत सोना बोलली. विकी आल्यापासून जणू हद्दपार झालेली विषयवासना तिच्या नजरेत पुन्हा स्पष्टपणे उमलून आली होती.

यशपालने आपल्या देखण्या, लुसलुशीत बायकोला जवळ ओढलं. तिला विळख्यात घेऊन तो तिचा खालचा ओठ चोखू लागला. त्याला माहिती होतं, सकाळी तो ओठ खूप लालचुटूक दिसेल आणि त्याचं कारण केवळ त्यालाच माहिती असेल. या गुपिताचा विचार मनात येताच त्याचा विळखा आणखी घट्ट झाला. सोनाचा हात हलके हलके त्याच्या पायजम्याच्या नाडीकडे गेला. जे उजेडात एकमेकांकडे पाहत कधीच करता आलं नसतं, ते करायला त्या अंधाराने त्यांना मोकळीक दिली होती. तिने ब्लाऊजची बटणं काढली. मोकळ्या स्तनांनी ती खाली खाली सरकत त्याचं अंग अंग चुंबून रोमांचित करू लागली. शेवटी तिने आपले पुष्ट स्तन त्याच्या ताठरलेल्या लिंगाच्या दोन्ही बाजूंनी दाबले. यशपाल कण्हला, त्याबरोबर सोनाने त्याचं लिंग तोंडात घेऊन जिभेने चाळवायला सुरुवात केली. तो अतीव सुखाने तिच्यावर ओणवा झाला. त्याक्षणी त्याच्या मनात आलं, या जगाच्या पाठीवर फक्त सोनाच मला असं सुखात ओतप्रोत भिजवून चिंब करू शकते. तिच्या आनंदासाठी मी माझा जीवसुद्धा देईन.

हाच विचार त्यांनी दुसऱ्या दिवशी ट्रीपचा बेत पक्का केला, तेव्हा त्याच्या मनात रेंगाळत होता. त्यामुळे त्याने रूपाला आणि तिच्या नवऱ्याला बरोबर नेण्याचा विचार पुन्हा एकदा आग्रहाने मांडला.

रस्त्याच्या वळणावर एक छोटंसं, पांढरा रंग दिलेलं मंदिर. आजूबाजूला पाईन वृक्षांची उदास सळसळ. जमीन पाईनच्या पिवळ्या सुयांनी झाकलेली. बसेस इथे थांबतात. देऊळ एका उंच ओट्यावर उभं. कळसावर एक चिंध्या झालेला लाल झेंडा. देवळाच्या आवारात चिक्कार खांब रोवलेले. त्यांना बांधलेल्या दोऱ्यांवर असंख्य घंटा टांगलेल्या. लहान घंटा, मोठ्या घंटा इतक्या दाटीवाटीने टांगलेल्या, की त्यांचा नादच बंद झालेला.

मंदिराचं दार असं छोटं, की भाविकांना आत शिरण्यासाठी स्वतःच्या निम्म्या उंचीपर्यंत खाली वाकावं लागे. आत एक लहानशी मूर्ती, शेजारी एक जख्ख म्हातारा उकिडवा बसलेला. मूर्तीपुढे पेटवून ठेवलेल्या हजार-पाचशे उदबत्त्यांचा धूर आतल्या धूसर वातावरणाला गूढ करत असलेला. अंधारात फडफड करीत तेवणारे इथे तिथे लावून ठेवलेले दहा बारा दिवे. त्यांच्या प्रकाशाचे कवडसे दाराच्या फटीतून गाळून बाहेर येत असलेले.

बाहेरचा दगडी ओटा उन्हात सडकून तापलेला. चपला काढलेले पाय पोळू नयेत म्हणून मंदिरात शिरण्याकरता जो तो आसुसलेला.

सोना, रूपा आणि माँजी, आपापले लग्नातले कपडे घालून आलेल्या, जरीकाम केलेले लाल दुपट्टे, हातात नव्या काचेच्या बांगड्या, भांगात लाल सिंदूर भरलेला आणि कपाळावर ठसठशीत लाल टिकल्या. त्यांच्या हातातल्या ट्रेमध्ये टेकडीवरच्या देवीला अर्पण करायला आणलेलं सामान. हे फार जाज्वल्य स्थान आहे. तुम्ही श्रद्धेने मागाल, ते मिळालंच म्हणून समजा.

सोना जे दहा वर्षं मागत होती, तेच तिने पुन्हा मागितलं. रूपाने नक्कीच तिच्या व्यवसायाची भरभराट मागितली असेल.

या ट्रीपच्या दरम्यान आपण नवऱ्याच्या जास्त जवळ आलो असं सोनाला वाटलं. ती त्यांची पहिलीच ट्रीप होती. एवढी सुटी देखील ते पहिल्यांदा घेत होते. नवऱ्याची चलाखी अशी, की हॉटेलमध्ये त्याने दोन मोठ्या रूम्स घेऊन त्यात आजी-आजोबा, नातू आणि रूपा-प्रेमनाथ यांची व्यवस्था केली आणि सोना व स्वतःकरता खालच्या मजल्यावरची वेगळी खोली घेतली. दुसऱ्या खोल्या रिकाम्या नव्हत्या असं सर्वांना सांगितलं. त्याचं हे करणं फक्त तिला समजलं आणि आवडलं.

त्या रात्री ते दोघेच होते, घरापासून दूर, कुटुंबापासून दूर, दुकानापासून दूर. यशपालने आपल्या बायकोच्या सुंदर शरीराचा मनसोक्त उपभोग घेतला. दोघं एकमेकांत पूर्ण रममाण झाले. ठिकाणातला बदल आणि सुटीचा मोकळा वेळ यामुळे पुरुषाच्या संभोग इच्छेत एवढी वाढ होते, तो इतका रंगात येतो हे सोनाच्या कधी लक्षातच आलेलं नव्हतं.

त्या आठ दिवसांत तिन्ही मुलांची देखील छान मैत्री होऊन गेली. अजयपेक्षा सहा वर्षांनी आणि विजयपेक्षा आठ वर्षांनी मोठा असलेला विकी. संधी मिळताच मुलांनी एकमेकांना आपलंसं केलं.

दिल्लीला आल्यानंतर विकीला मुलांशी खेळायला म्हणून वरती पाठवणं, सोनाला सोपं पडू लागलं. विकीचं क्रिकेट मधलं प्राविण्य आणि विटी-दांडू आणि पिठू यातल्या कौशल्यामुळे तो मुलांचा आवडता झाला. त्याच्यामुळे मुलांना गल्लीत पुष्कळ मित्र मिळाले.

थोड्याच दिवसांनी लाला बनवारीलालना वाटू लागलं, की आता त्यांना कार घेणं परवडण्यासारखं आहे. त्यांनी एक अम्बॅसिडर गाडी घेतली. आठवड्यातून एकदा घरातली सगळी माणसं (नऊ जण) त्या गाडीत बसून संध्याकाळी इंडिया गेटला जात. यशपाल किंवा प्यारेलाल गाडी चालवत असत. तिथे गेल्यावर मुलं आणि त्यांचे काका (विकीचे मामा) बॅडमिंटन खेळत. बायका मंडळी सतरंज्या पसरून त्यावर बरोबर आणलेले खाद्यपदार्थांचे टिफिनचे डबे मांडून ठेवीत आणि जाईच्या फुलांचे सुवासिक गजरे विकत घेऊन केसात माळीत. सगळ्यांचं खाणं झालं, की आइस्क्रीम मागवलं जाई. आता दुकान खूप चांगलं चाललं होतं. त्यामुळे ते भारीतलं भारी 'कसाटा' आइस्क्रीम मागवीत. कागदाच्या प्लेटमध्ये गुलाबी, हिरव्या आणि पांढऱ्या रंगाचे स्लाइस आणि त्यावर क्रीम आणि सुक्यामेव्याचे तुकडे लावलेले. हे आइस्क्रीम लाकडी चमच्याने खायला मजा येई.

थोड्याच महिन्यांत विकीमध्ये सोनाला लहान मूल दिसू लागलं. कुणी सांगावं? तिचंही नशीब कदाचित बदललं असतं. ती जसजशी त्या अनाथ, गरीब मुलाकडे ममतेने पाहू लागली, तसतसं तिचं अंधश्रद्धाळू मन म्हणू लागलं, मला मुलाची काळजी घेण्याची सवय व्हावी, म्हणून तर देवाने ही संधी दिली नसेल?

आता घरात तीन मुलगे वाढत होते. बनवारीलालना त्यांच्या भविष्याची तरतूद म्हणून शालींचा व्यवसायही सुरू करावा असं वाटू लागलं. प्यारेलालची फिरती वाढली. तो ठोक भावाने शालींची खरेदी करण्यासाठी पंजाब आणि काश्मीरला जाऊन थेट विणकरांकडून, शाली खरेदी करून आणू लागला. त्यामध्ये सर्व प्रकारच्या शाली असत. पुरुषांच्या, स्त्रियांच्या, प्लेन, पूर्ण कशिदा काढलेल्या, फक्त किनारीवर कशिदाकारी केलेल्या लोकरीच्या, पश्मिना आणि मिश्र प्रकारच्या.

३

दोन महिन्यानंतर सोनाच्या लक्षात आलं, तिला दिवस गेले आहेत. 'आता पुढचा नंबर तुझा बरं का रूपा!' असं म्हणत तिने बहिणीला ती गोड बातमी सांगितली.

रूपाने ती माहिती अलिप्तपणे स्वीकारली. तिच्या मनाने बहिणीच्या मांडीवर येणाऱ्या बाळाकडे झेप घेतली. त्याचबरोबर तिला ही जाणीवही प्रकर्षाने झाली की त्यांच्या कुटुंबात आता ती एकटीच 'वांझ' राहिलेली होती. पण तरीसुद्धा तिच्या बहिणीपेक्षा तिची परिस्थिती बरी होती. तिला मूलबाळ न झाल्यामुळे कसलाही त्रास सोसावा लागला नव्हता, की ते होण्यासाठी तिने कोणतेही उपास तापास अथवा व्रतवैकल्ये करून जिवाला कष्टवले नव्हते. बातमी ऐकून सुरुवातीला तिचा चेहरा उतरला खरा; पण दुसऱ्याच क्षणी तिने हसून सोनाला घट्ट मिठी मारली आणि म्हणाली "बघ दीदी! देवाने तुझी प्रार्थना ऐकली. त्या पोरक्या विकीचं सगळं मनापासून केलंस ना, ते फुकट गेलं नाही. त्याचं फळ मिळालं बरं तुला!"

"मला तर वाटतंय, हा देवीचा प्रसाद आहे." गरोदरपणाचं श्रेय सोनाला स्वत:कडे घ्यायचं नव्हतं. "आपण दर्शन करून आल्यापासून मला ना काहीतरी वेगळंच चांगलं-चांगलं वाटायला लागलं होतं. तुला नाही तेव्हापासून काही बदल झाल्याचं जाणवलं?"

नाही कसं? तिला ही बदल जाणवलाच होता. आता दुकानांबरोबरच काही स्थानिक रेस्टॉरंटसना देखील ती लोणची आणि गोड चटणीचा पुरवठा करत होती. तिने मदतीसाठी एक बाई पण ठेवलेली होती. आता लवकरच ती कार घेण्याचा विचार करत होती. कुठे कुठे सहलीला जायचे बेत करू लागलेली होती. त्याहीपेक्षा जास्त, जो भाडेकरी तिच्या नवऱ्याला आणि सासऱ्याला इतकी वर्षं पिडत होता, त्याला पैसे देऊन हुसकून द्यावं असं तिला वाटत होतं. दर महिन्याला हातावर तुरी देऊन निसटून जाणाऱ्या बाळापेक्षा, आता तिने आपलं लक्ष आर्थिक यशाकडे वळवलेलं होतं.

"आपण पुन्हा एकदा दर्शनाला जायला पाहिजे. आपली ट्रीप खूपच लाभदायक ठरली नाही का दीदी?"

"छे गं! तुझ्या जिजाजींना सारखा सारखा प्रवास करायला कुठला आलाय वेळ?" सोना कठोरपणे म्हणाली.

खरंच, या रूपाने आता जरा स्वावलंबी व्हायला शिकलं पाहिजे. मेव्हण्याच्या उदार स्वभावाचा फायदा किती दिवस घेत राहणार ही?

बहिणीचे शब्द ऐकून रूपाच्या मनात वादळ उठलं! तिच्या बहिणीचा स्वभावच असा होता. अडचणीत असताना सतत धाकट्या बहिणीच्या खांद्यावर मान टाकून रडत राहणार आणि त्या अडचणीतून सुटका झाली रे झाली, की बहिणीकडे पाठ फिरवत, स्वतःचे हात झटकून मोकळी!

ती पहिल्यापासूनच अशी होती. आपल्या सौंदर्याच्या जोरावर प्रत्येक गोष्ट मिळवणारी. जर या शहरात सोना ही तिची एकुलती एक नातेवाईक नसती, तर रूपाने तिच्याशी संबंधही ठेवले नसते.

थोड्या वेळाने लाजत लाजत सोना म्हणाली, "ह्यांना सांगितलं, तेव्हा काय दिलं माहितीय? थांब दाखवते." असं म्हणून ती गोदरेजच्या कपाटाकडे गेली. कमरेला लावलेल्या चाव्यांच्या गुच्छातून योग्य ती चावी काढून लॉकर उघडत म्हणाली, "मी नकोच म्हणत होते, पण त्यांनी आग्रह करून घ्यायलाच लावलं." तिने मोठ्या खुशीने बहिणीच्या हातात एक लांबट, लाल मखमली पेटी दिली.

"बघ, कित्ती प्रेम आहे दीदी त्यांचं तुझ्यावर!" रूपाने सुस्कारा टाकला. तिच्या बहिणीने त्या दागिन्याच्या पेटीबरोबर एक नव्यासारखी (फारच थोडी वापरलेली) सिल्कची साडी तिला देण्याकरता कपाटातून काढली. हे पाहताना रूपाच्या मनातली मत्सर भावना पळाली. इतक्या आनंदाच्या प्रसंगी तिलाही तिचा वाटा मिळायला हवाच की!

तिने ती मखमली पेटी काळजीपूर्वक उघडली. त्यात सोन्याची नाजूक कलाकुसर केलेलं नेकलेस आणि त्याला मॅच होणारे लोंबते इयरिंग्ज होते. अशा अजून उघड न झालेल्या कारणासाठी, फक्त आपल्या बायकोला एकटीलाच सोन्याचा सेट आणण्याचं यशपालने कसं काय जमवलं असेल? घरातल्या इतर बायकांना प्रत्येकीला तसले सेट न आणता? सोनाचं गरोदरपण घराच्या विभाजनाला कारणीभूत ठरणार की काय? बायकोच्या प्रेमापायी हा यशपाल भाईसाहेब पागलच झालेला दिसतो!

तिने तसं विचारलं, तेव्हा सोना खिदळत म्हणाली, "काहीतरीच काय वेड्यासारखं विचारतेस रूप? एक छोटंसं नेकलेस तर आणलंय त्यांनी माझ्यासाठी!"

"हं! अगदीच काही छोटंसं नाही हं दीदी!" नेकलेस पेटीतून काढून हातावर तोलत रूपा म्हणाली. "कमीत कमी तीस ग्रॅम तरी वजन असणारच याचं."

"पस्तीस ग्रॅम आहे."

आणखी वाईट म्हणजे, सोनाने ते नेकलेस चक्क रूपाच्या गळ्याला लावून कसं दिसतं ते पाहिलं.

“तुझ्या सासऱ्यांना माहितीय हे?” रूपाने विचारलंच.

“ते मला कसं माहीत असणार?” सोना फणकाऱ्याने म्हणाली. “काय मेलं, इतक्या वर्षांनी त्यांनी एवढासा दागिना आणला, तर तुझ्याही डोळ्यात सलायला लागलं का?”

एक आवंढा गिळून रूपा गप्प झाली. पुढे त्या एवढ्या दागिन्यावरून बनवारीलाल कुटुंबाच्या वाटण्या झाल्या, तर आधी सावध केलं नव्हतं असं व्हायला नको, म्हणूनच केवळ ती बोलली होती.

पण पुढे तिने पाहिलं, की ते नेकलेस सोनाने सर्वांसमक्ष कधीच अंगावर घातलं नाही. दोघा नवरा-बायकोंनी ते गुपितच ठेवलं.

लग्नानंतर दहा वर्षांनी, वयाच्या तिशीत जेव्हा एखादीला प्रथम गर्भ राहतो, तेव्हा तिची विशेष काळजी घ्यावी लागते. जास्त जपावं लागतं. झालं! घरातल्या मोठ्या माणसांनी फतवा काढला. सोनाला बाळंतपणासाठी माहेरी पाठवायचं नाही, जरी तशी रीत असली तरी. त्यांची काही फारशी चांगली परिस्थिती नाही. कुणास ठाऊक कितपत खर्च करू शकतील ते! काही हेळसांड झाली तर...? त्यापेक्षा आपण सगळं इथेच, आपल्या देखरेखीखाली व्यवस्थित करू तिचं.

पुढचे सात महिने अत्यंत महत्त्वाचे होते. सोनाचा आहार, विश्रांती, हालचाली या सगळ्याची खूपच काळजी घेतली गेली. व्हिटॅमिन्स, मिनरल्स, लोह, बदाम, लोणी आणि दूध यांचा तिच्यावर जणू वर्षावच झाला. दोन जिवांच्या भाराने तिचं शरीर जडावलं. गोल चेहरा आणखी गरगरीत झाला. त्यावर चंद्रासारखं तेज आलं.

नियमित चेक-अप करण्यासाठी देखील, सोनाला एकटीला कधीच पाठवत नसत. सुशिला, सोनाच्या सासूबाई प्रत्येक वेळी तिच्याबरोबर जात. डॉक्टरांना शंका विचारीत, तिची मेडिकल फाईल सांभाळीत आणि प्रत्येक वेळी मिळालेला रिपोर्टचा कागद व्यवस्थित फाईलला लावून ठेवीत.

एकदा रूपाने विचारलं, “काय दीदी? आता काय म्हणतात माँजी तुला?”

“बापरे! विचारूच नकोस. त्या पूर्णपणे बदलून गेल्यात आता. मला बारीक सारीक वस्तू सुद्धा उचलू देत नाहीत.” सोनाने हसत हसत सांगितलं.

“हं! सगळंच सोयीनुसार हं! आधीच्या विषाचं लगेच मधात रूपांतर झालं?”

“अगं त्यांना नातवंड हवं होतं! आपण समजू शकतो गं!” नुकत्याच घरकामासाठी ठेवलेल्या मुलाकडून चहाचे दोन ग्लास घेत सोना म्हणाली.

“हो ना. म्हणूनच त्यांनी आधी तुला छळून घेतलं. हे त्यांचं वागणं काही न्यायाचं नाही.” रूपाला बोलल्याशिवाय राहवलं नाही. गेली अनेक वर्षं माँजी जे जे बोलत होत्या त्या प्रत्येक शब्दाची ती साक्षीदार होती. ते शब्द ती विसरू शकत नव्हती आणि त्याबद्दल ती त्यांना कधीही माफ करणार नव्हती.

"जगाची ही रीतच आहे रूपा!" सोना काहीशी तुटकपणाने म्हणाली. यापूर्वी रूपाला कधीच हा तुटकपणा जाणवला नव्हता.

दिलेल्या तारखेपेक्षा दोन दिवस नंतर सोनाला पाण्याचा स्त्राव सुरू झाला. पण कळा येत नव्हत्या. तिला ताबडतोब हॉस्पिटलमध्ये नेण्यात आलं. सलाइन लावलं. कळा याव्यात म्हणून प्रयत्न सुरू झाले. सारे कुटुंबीय बाहेर बसून धीराने वाट बघत होते. अशा गोष्टींना वेळच लागत असतो हे त्यांना चांगलंच माहीत होतं.

सोनाने अनेक वेळा हॉस्पिटलमध्ये बसून इतरजणी बाळंत होण्याची वाट पाहिलेली होती. आता तिच्याकरता वाट पाहण्याची इतरांची पाळी होती. होऊ दे, होऊ दे. कितीही उशीर झाला आणि त्रास झाला, तरी सुशिला, माँजी, रूपा आणि त्यांचे नवरे; सगळ्यांची तो सोसण्याची तयारी होती. नैतिकदृष्टीने, बौद्धिकदृष्टीने, भावनिक दृष्टीने, आर्थिक दृष्टीने आणि गृहजीवनाच्या दृष्टीने प्रत्येक जण त्या प्रसंगाला तोंड देण्याकरता सज्ज झालेला होता. मुलांची शाळेतून येण्याच वेळ झाली, तेव्हा त्यांच्यातली एकजण घरी गेली. दुसरी एकजण जाऊन संध्याकाळची जेवणं उरकून आली. यशपाल बरोबरही सतत कुणी ना कुणी राहिलं. एक सेकंदही त्याला कुणी एकटं, सोबतीशिवाय राहू दिलं नाही.

सोनाने सलाइनलाही दाद दिली नाही, तेव्हा वाट पाहणाऱ्यांचा ताण वाढू लागला. सलाइन लावून पंधरा तास झाले तरी गर्भपिशवीचं तोंड सहा सेंटिमीटरपेक्षा जास्त फाकायला तयार नव्हतं. रूपा सतत सोनाचा हात हातात घेऊन तिच्याजवळ बसून होती. मधून मधून तिचे थंड पडणारे पाय चेपत होती, मधूनमधून बर्फाचं थंड पाणी घोटाघोटाने पाजत होती, कपाळावरचा घाम पुसत होती आणि तिचं कव्हणं ऐकत होती. ताणलेल्या पोटावरून प्रेमळपणे हात फिरवत होती.

शेवटी सगळ्यांच्या मनात केव्हापासून येत होतं, तसंच झालं. डॉक्टर म्हणाल्या, बाळाचे ठोके मंद होताहेत. सिझेरियन करावं लागेल. या फॉर्मवर सही करा. यशपालने सही केली.

आणि मुलगी जन्माला आली!

नवजात मुलीला आणि तिच्या आईला इंजेक्शने देऊन झाली. मुलीला पोलिओ ड्रॉप्स आणि सिल्व्हर नायट्रेट दिल्यावर डॉक्टरीण बाई म्हणाल्या, "आज काल मुलगा नी मुलगी, काय फरक राहिलाय?"

"पहिली बेटी, धनाची पेटी! लक्ष्मीच आली बघा तुमच्या घरी!" नर्स हसत हसत म्हणाली. वारे कुठल्या दिशेने वाहताहेत हे नर्सेसना बरोबर समजतं. बाळंतपणाच्या

खोलीतल्या आशा-निराशा त्यांना परिचित असतात. नातलगांच्या आनंदात नी निराशेत सामील झाल्यासारखं बोलणं, हा त्यांच्या दैनंदिन कामाचाच भाग असतो. तो त्यांनी निभावला इतकंच.

"किती गोऽड बाळ आहे ना!" रूपा म्हणाली. त्यावेळी आपण घरून आणलेल्या जुन्या मऊ दुपट्यातच बाळाला त्यांनी गुंडाळलं आहे याची सुशिलाने खात्री करून घेतली.

"घरात मुलगी आली हे चांगलं झालं, बाई! भावांना बहीण आली." सुशिला म्हणाली.

सोना गुंगीतच होती.

"खरं आहे." रूपा उत्तरली.

सुशिला सोनाची शत्रू होती, हे रूपाला चांगलंच माहिती होतं. तिचं स्वत:चं सुशिलाबद्दलचं मत, आजतागायत वर्षानुवर्षं सोनाने जे प्रसंग तिच्या बाजूने तिखट मीठ लावून वर्णन केले होते, त्यावरून प्रतिकूल बनलेलं होतं. त्यामुळे तिच्याबरोबर एकटं राहिल्यावर रूपाला अस्वस्थ आणि बेसावध असल्यासारखं वाटायला लागलं.

"आता सांगायला हरकत नाही तुम्हाला, काहीतरी विपरीत घडेल याची आम्हाला फार काळजी वाटत होती. कारण आधीच इतकी वर्षं वाट पाहावी लागली. त्यांची तब्येत अशी नाजूक."

रूपाला रागच आला तिच्या बोलण्याचा.

"छे छे! तसा तिच्या तब्येतीत काही दोष नव्हता. दिवस उशिरा राहिले खरे, पण शेवटी सगळं ठीक झालं."

"अहो, इतकी काळजी घेतल्यानंतर, सगळं ठीक होणारच. आम्ही अगदी प्रत्येक गोष्टीत, तुमच्या बहिणीच्या मनाला धक्का बसू नये, याची काळजी घेत होतो."

"कसला धक्का?"

"आमचं आम्हाला माहिती. अहो, चार महिन्यांच्या सोनोग्राफी नंतर आम्ही विचारलं डॉक्टरबाईंना. मुलगा की मुलगी? त्यांनी गुपचुप आम्हाला सांगितलं, मुलगी म्हणून. आता त्या माझ्या जुन्या ओळखीच्या. त्यांना माहिती होतं, आम्ही काही 'मुलीचा गर्भ पाडून टाका' म्हणणाऱ्यातले नाही. म्हणून सांगितलं त्यांनी. मग आम्ही काय केलं, सारखं तुमच्या बहिणीला सांगत राहिलो, की सगळ्यात महत्त्वाची गोष्ट म्हणजे मूल हेल्दी असलं पाहिजे. काहीही झालं तरी चालेल. हो की नाही छकुले?" असं म्हणून तिने नर्सच्या हातातल्या बाळाच्या गालाला हात लावून पापा घेतल्यासारखं केलं.

नर्स बाळाला घेऊन गेली.

या माहितीने मनात अस्वस्थ झालेली रूपा म्हणाली, "या मुलीच्या पायाने

तुमच्या घरात लक्ष्मी येणार, एवढं मात्र नक्की.''

"अर्थातच!'' सुशिलाने होकार भरला.

"आणि पिशवीचं तोंड खुलं झालंय. आता बहिणीपाठोपाठ भाऊही होईल.''

"सगळं काही परमेश्वराच्या हातात आहे आणि आमच्या कुटुंबाला त्याने अगोदरच मुलगे दिलेले आहेत, त्यामुळे त्याची तुम्ही काळजीच करू नका.'' सुशिलाने ठणकावलं.

यावर काय बोलावं ते रूपाला ठरवता येईना. तिच्या मनात होतं, की 'माझ्या बहिणीला हक्काचा मुलगा पाहिजे' असं म्हणावं, पण उगीच आमच्या घरच्या भावाभावात फरक करणारी तू कोण? थोरल्या भावाची अन् धाकट्या भावाची मुलं काय वेगळी आहेत का? असं ऐकवलं जाईल या भीतीने ती गप्पच बसली.

जन्म आणि मृत्यू दोघांनाही आपापला विटाळ असतो. जन्माचं सोयर आणि मृत्यूचं सूतक. दहा दिवस देवाला स्पर्श करायचा नाही, अन्न शिजवायचं नाही, अग्नी प्रज्वलित करायचा नाही.

बनवारीलाल कुटुंबात मुलीचा जन्म झाला. दहा दिवस सुनांच्या माहेराहून जेवण यायला पाहिजे. कारण बनवारीलाल कुटुंबाची संख्या वाढली किंवा कमी झाली तरी व्याह्यांना त्याचा विटाळ नसतो.

"एवढ्या सगळ्यांचं जेवण पाठवायला तुला जमेल का?'' नुकतंच आईपण आलेल्या सोनाने बहिणीला हळूच विचारलं." या माझ्या कपाटाच्या किल्ल्या घे. थोडे पैसे आहेत त्यात.''

"कशाला तू या सगळ्या काळज्या करत बसतेस गं? तुझं दूध सुकेल अशानं. मी सांगितलं ना, सगळं नीट करीन म्हणून? माझा व्यवसायच आहे तो दीदी! विसरलीस का?''

"विसरेन कशी? पण त्यांना सगळ्यांना चांगलं चुंगलं खायची सवय आहे म्हणून म्हणते.''

"माहितीय मला. सगळ्या बनवारीलाल कुटुंबीयांना अगदी चांगलं चुंगलं करून खाऊ घालीन हो! ते काय स्वर्गातून अमृत आणण्याइतकं कठीण थोडचं आहे?''

ही सोना नेहमी आपल्या माहेरच्या माणसांना उणं का समजते? गेली कित्येक वर्षं रूपाने मुबलक प्रमाणात पुरवलेली लोणची, चटण्या आणि फराळाचे पदार्थ मोठ्या प्रेमाने आणि चवीने खाऊन कौतुक करत आली आहेत ना तिच्या सासरची माणसं? मग थोडे दिवस जेवण करायचं आहे, तर ही लगेच कपाटाच्या चाव्या पुढे

करते? गेले कित्येक दिवस पाहतेय मी. रोजच्या रोज काही पंचतारांकित मेजवानी खात नाहीत ते. जाऊ दे. मुलगी झालीय नं तिला, त्यामुळे 'सासरचे नाराज होतील की काय?' अशी असुरक्षिततेची भावना आली असेल वर उफाळून. त्यात आणखी जेवणावरून काही व्हायला नको. म्हणून म्हणाली असेल झालं.

विचार करत करतच रूपा घरी पोचली. पूर्वी तिला वाटायचं, त्यापेक्षा बऱ्याच जास्त गोष्टी होत्या सोनाच्या जीवनात. त्यांच्या घरात एकीची, आपुलकीची भावना जबरदस्त होती. ती हॉस्पिटलमध्ये होती, तर प्रत्येकजण अहमहमिकेने कामं वाटून घेत होता. आपण होऊन मदत करत होते सगळे. नाहीतर माझं घर! एक नवरा अन् तो म्हातारा सासरा. यापलीकडे कोण आहे मला? त्यात ही कूस अशी कोरडी अन् वांझोटी! म्हणजे पुढेही काही होण्याची शक्यता नाही. तिने दुःखाने एक दीर्घ उसासा टाकला. पुन्हा एकदा स्वतःच्या नशिबाला दोष दिला आणि मग उद्याच्या स्वयंपाकाला काय काय लागेल त्याची तयारी करू लागली.

दुसऱ्या दिवशी ती आणि तिचा नवरा, केलेला स्वयंपाक मोठ्या मोठ्या टिफिन कॅरियरमध्ये आणि कार्डबोर्डच्या बॉक्स मध्ये पॅक करत असताना ती म्हणाली, "दीदीला दहा वर्षांनंतर दिवस गेले म्हणजे विशेषच झालं. नाही का? असं होऊ शकतं. म्हणजे मलाही अजून मूल होऊ शकेल. हो ना?"

नवरा सावकाश म्हणाला, "तसं काहीही घडू शकतं. पण आपलं सध्या चाललंय ते बरं चाललंय की."

"मुलं झाली, तर म्हातारपणी आपल्याला सांभाळतील, तरी."

"कुणाला माहीत कशी निघतील?"

"तरी पण मुलं असणं चांगलं हो. दीदीचंच पाहा ना. किती माणसं आहेत तिची काळजी घ्यायला! सतत कोण ना कोण आहेच तिच्याजवळ. अजिबात एकटं पडू देत नाहीत तिला."

"घरात जितकी जास्त माणसं, तेवढं टेन्शन जास्त. तुझ्या दीदीच्या घरात सतत वरून खाली, खालून वर टोमणे मारणं चालू असतं आणि मग काही झालं की ती रडते तुझ्याजवळ येऊन!"

"ते तर मला वाटतं दीदीच्या स्वभावामुळे होतं. वाईट वाटून घेण्याची सवयच जडलीय तिला. कदाचित दरवेळी त्यांचं वागणं तसं नसेलही. मी पाहिलं ना, तिला मूल झालं, त्याचा सगळ्यांनाच किती आनंद झाला होता! पोरीला नुसतं फुलासारखं जपत होते सगळे!"

"आधीचे तीन मुलगे आहेत ना त्यांच्याकडे, म्हणून मुलगी झाल्याचा आनंद आहे तो. पण आपण आपले आहोत तसेच बेस्ट आहोत. कुणाचं काही देणं नाही, घेणं नाही. सगळं कसं स्वच्छ, व्यवस्थित!"

तो तिची समजूत घालू पाहत होता. रूपाचा नवरा फार सज्जन होता. त्याने कधीही तिच्या तोंडावर तिला 'वांझ' म्हटलं नाही. तिने सुद्धा बहिणीसारखे उपास तापास आणि व्रत वैकल्यं केली असती. पण तिला पदार्थ बनवण्याची न् खाण्याची प्रचंड आवड आणि त्यालाही तिने बनवलेले पदार्थ तिच्यासोबत बसून खायला खूप आवडायचं.

"आता मीच तेवढी राहिले, बिन मुलाबाळांची." रूपा अतिशय दुःखाने उद्गारली आणि तिने नारळाची चटणी मोठ्या स्टीलच्या डब्यात ओतली.

"हं! काय करणार त्याला?" त्यानेही दुःखपूर्ण आवाजात बायकोला साथ दिली.

रूपाला वाटलं, सोनाला मुलगी झाली आणि आपल्याला मात्र अजून काहीच नाही. याचं 'ह्यांना' देखील वाईटच वाटलेलं दिसतंय.

आता यापुढे सगळंच बदलून जाणार होतं. सोना त्या कुटुंबात एकरूप होऊन जाणार होती. त्याची सुरुवात झालेलीच होती. आता तिला वांझपणावरून कुणी टोचून बोलणार नव्हतं. तिला मुलगी झालेली होती. जर त्यांचा 'मुलगाच हवा' असा हट्ट असला, तर मुलगा होईपर्यंत वाटेल तेवढे चान्सेस घेता आले असते. त्यांना पैशाअडक्याला काही कमी नव्हतंच. पण मुख्य बदल म्हणजे रूपाचं बहिणीच्या जीवनातलं महत्त्व कमी होणार होतं. तिला वाटलं, निदान यशपालने तरी तिला मदत करणं चालू ठेवलं पाहिजे. कारण तिच्या किंवा नवऱ्याच्या, धंद्याच्या वाढीसाठी लागणाऱ्या ओळखी अजिबातच नव्हत्या. आणि विकी? त्याचं काय होणार आता?

दहाव्या दिवशी सोनाला आणि तिच्या मुलीला घरी आणण्यात आलं. जे नातेवाईक, मित्रमंडळी दवाखान्यात भेटायला आले होते, ते सगळे एकेकदा घरी भेटायला येऊ लागले. बायकांमध्ये पुन्हा पुन्हा तिच्या सिझेरियनची चर्चा रंगली. सलाइन लावणं, कळा न येणं, बाळाचे ठोके मंदावणं, सिझेरियनचा निर्णय, प्रत्यक्ष सिझेरियन, त्याच्या वेदना, टाके, कसं जपलं पाहिजे, जखमा भरून येण्यासाठी कशी पूर्ण विश्रांती घ्यायला हवी वगैरे वगैरे.

मग बाळाबद्दल चर्चा. एका हातात चहाची कपबशी, दुसऱ्या हातात मिठाईची प्लेट आणि चर्चा चालू. तिचा रंग, डोळ्यांचा रंग, जावळ, ती कुणासारखी दिसते? वडिलांसारखी, आईसारखी, आज्जीसारखी, आजोबांसारखी, आत्यासारखी, मावशीसारखी, काकासारखी, अगदी आतेबहिण, चुलतभावासारखी सुद्धा (बोलणारी व्यक्ती सासरची की माहेरची त्यावर ते अवलंबून असे) आणि पुन्हा तिचा रंग किती गोरा गोरा गालाला, हनुवटीला काजळाचे ठिपके लावून ठेवणं, मनगटात, पायात

काळे मणी घालणं, काळे दोरे बांधून टाकणं कसं आवश्यक, उगीच दृष्ट लागायला नको वगैरे वगैरे.

मुलीची जन्मकुंडली तयार करण्यात आली. तिला मंगळ निघाला. ही काही चांगली बातमी नव्हती. मंगळाच्या मुलींची लग्नं जमायला भयानक त्रास होतो. जर मुलगा ही तसाच मंगळाचा मिळाला नाही तर कलह, दु:ख, अपमृत्यू ठरलेलाच.

यशपालने सांगितलं, असल्या भाकडकथांवर त्याचा विश्वास नाही. या जगात मंगळ असलेली अनेक माणसं उत्तम प्रतीचं जीवन जगतात. कुणीतरी त्याला आठवण करून दिली, की त्याच्या बहिणीला, सुनिताला मंगळ होता. बाबाजींनी स्वत: पत्रिका जुळवून पाहिल्या होत्या तरी तिच्या जीवनाची शोकांतिका झाली.

वृद्ध लाला बनवारीलाल तर आपल्या या उशिरा आलेल्या नातीबद्दल इतके हळवे झाले होते, की त्यांनी जाहीरच करून टाकलं की प्रत्येक मुलीचं लग्नच करायला पाहिजे असं काही नसतं म्हणून.

सोना मनात म्हणत होती आता मंगळ्या मुलीला जन्म दिला, म्हणून पुन्हा सासरच्यांनी टोचून खाल्लं नाही म्हणजे मिळवलं!

रूपाच्या मनात आलं, कदाचित बहिणीला यामुळे पुन्हा असे टोमणे, छळ वाट्याला आला, तर ती परत परत बोलावून फक्त आपल्याजवळ मन मोकळं करत राहील.

सुशिला हसून मुलीला हातावर घेऊन झुलवत राहिली. त्या इवल्या मऊ मऊ गाठोड्याने तिला स्वत:च्या बाळंतपणाच्या आठवणीत नेऊन सोडलं होतं!

चाळीसाव्या दिवशी मुलीचं बारसं झालं. 'अ' हे अक्षर तिला शुभ असल्यामुळे गुरुजींनी 'आनंदलक्ष्मी' हे नाव ठेवायला लावलं. पण एवढं लांबलचक, जुन्या पद्धतीचं नाव कोण वापरणार होतं? ते वाईट ग्रहांना फसवण्यासाठी, कुंडलीपुरतं ठीक होतं. नेहमी वापरण्यासाठी तिचं नाव ठेवलं 'निशा'. छोटंसं, सुटसुटीत, सोपं, कानाला गोड वाटणारं, शिवाय उच्चारलं की कसं 'मॉडर्न' वाटायचं!

आजोबांनी मुलगी असली, तरी तिचं बारसं मुलासारखं थाटात केलं. उगीच यशपालला वाटायला नको, की प्यारेलालच्या मुलांपेक्षा माझ्या मुलीसाठी कमी खर्च केला म्हणून. जवळचे, दूरचे, झाडून सारे नातेवाईक बोलावले. लहानबाळाला आवश्यक अशा सर्व वस्तूंनी दिवाणखाना भरून गेला. बाबागाडी, उन्हाळ्यासाठी सुती कपड्यांचे सेट्स, थंडीसाठी फिक्या रंगातले लोकरी कपडे, स्वेटर्स, चांदीचे पेले, कप, चमचे, वाट्या, खुळखुळे, लहान ब्रश आणि कंगव्याचे सेट्स, बाहुल्या, बाहुलीचं घर, सोन्याच्या बांगड्या (बाळाच्या दंडापर्यंत जाणाऱ्या) अनेक सोन्याच्या साखळ्या (गळ्यापासून निघून गुडघ्यांपर्यंत पोचणाऱ्या) असं सगळं जमा झालं.

या सोन्यापासून, निशाच्या लग्नात देण्यासाठीच्या हुंड्याची तयारी सुरू झाली.

४

बारशाच्या दिवशी बाळाच्या भोवती जमलेल्या नातलगांच्या कोंडाळ्याच्या कडेला विकीसुद्धा घुटमुळत होता. लहानपणी, तो आई वडिलांचा एकुलता एक असल्यामुळे, कुणीतरी बरोबर खेळायला असण्याची त्याची इच्छा अपुरीच राहून गेलेली होती.

काही वेळा त्याने आईकडे हट्टही करून पाहिला. "अम्मा, मला एक भाऊ आण ना गं!"

"कशाला? बापाच्या हातचा मार खायला आणि माझं रक्त प्यायला?" आईचं उत्तर.

"आई, मी सांभाळीन त्याला. नाही मारू देणार. अं? सांग ना, कधी आणशील मला छोटा भाऊ?" बिचारं लेकरू भावंडासाठी आईची विनवणी करतच राहायचं. कारण ही त्याची मागणी आईशिवाय दुसरं कुणीच पूर्ण करू शकणार नव्हतं.

"कुणाचं रक्षण करण्याइतकी ताकद तुझ्या अंगात यायच्या आधीच मी मरून जाईन बेटा!"

"नाही माँ. तू नाही मरणार. तुला मारतात ना ते? मी त्यांना मारीन! ते पाहिल्याशिवाय नाही तुला मरू देणार!"

"शूऽऽ! असं म्हणू नये बाळा. कसेही असले, तरी वडील आहेत ते तुझे. त्यांना मारलंस तर पाप लागेल तुला! मीच आपली मरून जाते, म्हणजे माझ्या माघारी ते येऊन तुला घेऊन जातील."

"ते कोण माँ?"

"तुझे मामा, आज्जी-आजोबा. त्यांचा तुझ्यावर खूप खूप जीव आहे. पण तुझे वडील आपल्याला त्यांच्याकडे जाऊ देत नाहीत. काही हरकत नाही. मी मेल्यावर तरी तुला त्यांच्याकडे पाठवावंच लागेल."

आणि आता ती मेल्यावर, तिच्या इच्छेप्रमाणे तो इकडेच राहायला आलेला होता.

छोट्याशा निशाकडे पाहताना त्याला आपल्या आईची आठवण आली आणि कोपऱ्यात जाऊन तो रड रड रडला. त्याचे गेल्या दीड वर्षापासून साचलेले सगळे अश्रू जणू बांध फोडून बाहेर पडले आणि वाहून गेले.

निशाचा जन्म झाल्यामुळे विकी काहीसा दुर्लक्षित झाला. आता त्याच्याकडे लक्ष देण्याची जबाबदारी विशिष्ट अशी कुणावर राहिली नाही. त्यामुळे तो आपला रडत राहायचा. सुरुवातीला गोंधळल्यामुळे आणि नंतर लक्ष वेधून घेण्यासाठी.

त्याच्या जुन्या घरी त्याच्यावर रडण्याची वेळ क्वचितच येत असे. वडिलांच्यासमोर तो गप्पच असे आणि आईपाशी रडायची कधी गरजच पडलेली नव्हती. इथे त्याचं रडणं हे एक शस्त्र ठरलं. पण ते कोण वापरत होतं, हे मात्र अजून स्पष्ट झालेलं नव्हतं.

बाळंतपणात सोना बाजेवर झोपून असायची. पंचेचाळीस दिवसपर्यंत तिच्यावर विटाळ असल्याने तिला काहीच करायला परवानगी नव्हती. अगदी नवऱ्याजवळसुद्धा जायचे नसे. त्यामुळे यशपालची विकीशी रोज जेवणाच्या वेळी गाठ पडत असे. तो विकीकडे लक्ष देण्याचा प्रयत्न करी. 'तुझी शाळा कशी चाललीय?' 'होम वर्क करतोस की नाही?' 'पोटभर जेवत जा हं!'

विकी त्याच्याकडे नुसताच टक लावून बघत राही. ते पाहून यशपालच्या पोटात तुटे. तो त्याला पोटाशी धरून म्हणे, "काही काळजी करू नको. लवकरच तुझी मामी बरी होऊन येईल हां! तोपर्यंत ही तुझी छोटीशी बहीण आहे तुला. तिला सांभाळायचं, झोका देऊन झोपवायचं बरं का! अरे, तुझी सख्खी मामेबहिण आहे ती!"

त्या काळ्या, गावठी मुलाशेजारी निशाला ठेवलं होतं. तीट काजळ लावलेला चेहरा, मिटलेले डोळे, गोरी नितळ काया, छोटेसे आत वळवलेले लाल चुटूक ओठ, शांतपणे झोपलेलं ते बाळ. विकीने तिच्याकडे टक लावून पाहिलं. त्याला तिच्याबद्दल ओढ वाटली. कित्ती छोटुकली छाऽन होती त्याची नवी बहीण!

यशपालने पाहिलं, पोराला बाळाचं खूप अप्रूप वाटतंय. मग दररोज संध्याकाळी घरी आल्यावर निशाला यशपालने घेतलं, की थोडा वेळ तो तिला विकीकडे देई. विकी अतिशय काळजीने बाळाला घेई. जमिनीवर पाय ताठ पसरून बसे आणि त्यावर तिला ठेवून तिच्याशी खेळे. त्यामुळे त्याला छोट्याशा बाळाशी तर खेळायला मिळतच होतं पण तेवढा वेळ साहजिकच त्याच्या मामाचंही लक्ष त्याच्याकडेच राही.

"काय प्रेमळ पोरगं आहे पाहा! अगदी त्याच्या आईवर गेलंय. ती अश्शीच सारखी सगळ्यांची सेवा करायची. दुसऱ्यासाठी झिजायची पाहा रात्रंदिवस!" विकीची आज्जी म्हणे.

विकी गंभीरच असायचा. पण क्वचितच होणाऱ्या आईच्या उल्लेखाने मनात आनंदून जायचा. त्याला जाणवायचं, आठवायचं की तिच्यामुळेच त्याला या घरात हक्काने ठेवून घेण्यात आलेलं आहे. त्याला हक्काची जागा मिळालेली आहे. पण त्या जागेविषयी तो नेहमी साशंक असे. निशाशी मात्र तो त्याच्या सख्या बहिणीसारखं

वागू शके. कारण त्या दोघांच्यात तसा कुठलाही भेदभाव केला जात नसे. शाळेतून घरी येताना, संध्याकाळी क्रिकेट खेळायच्या वेळी आणि वरच्या मजल्यावर बसून होमवर्क करताना या गोष्टींचा तो विचार करत राही.

आपल्या जावेचे बाळंतपणाचे ४५ दिवस कधी एकदाचे संपताहेत असं सुशिलला वाटत होतं. कारण तीन तीन मुलांचं एकटीने करणं तिला फार जास्त होत होतं.

"हं! हृदयातच दुसऱ्यासाठी जागा नसली की असंच होतं." सोना यशपालशी बोलताना म्हणाली. आई झाल्यापासून काही गोष्टी उघडपणे बोलण्याचं धाडस तिच्यात आलेलं होतं.

"बिचारा विकी." यशपालने सुस्कारा टाकला. "आता तूच त्याची आई झालीयस ना. तुझी तो वाट पाहणारच."

"मला फार फार थकल्यासारखं वाटतं हो. सारखे ते टाके पोटात टोचत राहतात. इतक्या छोट्याशा बाळाला उचलताना देखील त्रास होतो." सोना म्हणाली.

"मला माहितीय. अवघड असतं सिझेरियन म्हणजे. पण त्या बिचाऱ्यावर त्याच्या नशिबाने आधीच खूप भोगायची वेळ आणलीय. आणखी आपल्यामुळे त्यात वाढ होऊ नये, जमलं तर ते कमी करणं, हेच आपलं कर्तव्य आहे. नाही का?"

हे उदार अंत:करणाचं सात्विक बोलणं ऐकूनही सोनाने मात्र ठरवून टाकलं, की विकीच्या मनातल्या दु:खावर फुंकर घालण्याचं काम तिच्या ताकदीबाहेरचं आहे. कौटुंबिक समीकरणं आता बदललीत. आता तिला तिची स्वतंत्र जबाबदारी आलेली आहे, त्यामुळे त्याच्याकडे पाहणं ही आता तिची एकटीची जबाबदारी राहिलेली नाही.

अजय आणि विजय मात्र घरात बाळ आल्यामुळे पुरते वैतागले होते. त्यांना कळत नव्हतं, आपला मोठा आतेभाऊ विकी, क्रिकेटमधला एवढा 'दादा' असून त्याला त्या यडपट बाळाला घेऊन बसावंसं तरी कसं वाटतं? फक्त रक्षाबंधन आणि भाऊबिजेच्या दिवशी त्यांना तिच्यातर्फे भेटवस्तू मिळायच्या, तेव्हा त्यांना थोडं बरं वाटायचं.

सोनाला वाटायला लागलं, अजय विजय प्रमाणे हाही बाळाशी तुटकच वागला, तर किती बरं होईल! "सारखा आपला तिला घ्यायला मागतो गं!" तिने बहिणीकडे तक्रार केली. "कसला तो कळकट नि घामट नुसता! शीऽ! मला नाही बाई आवडत!"

रूपा नेहमी यायची, तेव्हा विकीला कसं वापरून घेतलं जातंय ते तिने पाहिलेलं होतं. ती म्हणाली, "तो खूप करतो हं बाळासाठी!" बाळासाठी हे आण, ते आण, बाळाकडे लक्ष ठेव, तिला पलंगावरून पडू देऊ नकोस, तिला बाबागाडीत घालून फिरवून आण, फ्रिजमधून शंभर गोष्टी काढून आण, उडुपी रेस्टॉरंटमध्ये पळत जाऊन इडली-डोसे आणून दे, (बेबीला बरं नाही, आज स्वयंपाक होणार नाही). एक का दोन!

"हो! करतो ना. काळा, कुरूप मेला! सारखी कावळ्यासारखी नजर ठेवून असतो निशावर! त्यासाठी मी त्याला नेहमी कामात गुंतवून ठेवत असते." सोनाने खुलासा केला.

त्यावर रूपा काहीच बोलली नाही. सोनाचं तोंड चालूच होतं. "त्याला धाक लावायला इथे कुणी नाही ना, त्यामुळे शेफारलाय तो. अगं तासन्‌तास गल्लीतच खेळत बसतो. वयानं थोडा लहान आहे अजून नाहीतर दुकानात मदतीला घेतला असता."

काही महिने असं 'हे कर' 'ते कर' दिवसभर सुरू राहिलं. त्यानंतर विकी शाळेतून आल्यावर जो गल्लीत खेळायला जायचा, तो अंधार पडल्याशिवाय घरी परतच यायचा नाही.

त्याला घरी आलेला पाहिला, की सोनाच्या डोक्यात तिडीक जायची. त्याच्या अभ्यासाचं कारण पुढे करून ती त्याला सरळ चपलेने सडकून काढायची. एकीकडे मोठ्याने ओरडायची.

"उद्या काही झालं, तर माझं नाव बद्दू व्हायचं. कुठे हुंदडत असतोस रे दिवसभर? आँऽऽऽ? दरवर्षी इतका पैसा तुझ्या शाळेसाठी खर्च होतो, त्याचं काहीच वाटत नाही तुला? दरवर्षी आपलं नापास-नापास!"

कुणी ऐकतंय असं वाटलं, तर मग तिचा आवाज टिपेलाच पोचत असे. "पोरगं हाताबाहेर चाललंय. जर बापासारखा दिवटा निघाला ना, तर मला दोष देऊ नये कुणी. सांगून ठेवतेय. जे करायचे ते सगळे प्रयत्न केलेत मी." सात्विक संताप तिच्या अंगांगातून उसळत असे.

विकी त्याच्या बिछान्यावर पोक काढून बसायचा आणि अभ्यासाचं ढोंग करायचा. गेल्या वर्षी दुकानात खरेदी केलेल्या कापडावर शाळेच्या प्रिंसिपॉलना पुष्कळ डिस्काऊंट दिला. त्याची कृतज्ञता म्हणून त्यांनी विकीला पास केलं. या गोष्टीची, त्याच्या दोन्ही माम्या त्याला वारंवार आठवण करून द्यायच्या. हे सगळं पाहणारी, ऐकणारी त्याची आज्जी म्हणे, "जाऊ दे गं बहू. त्याला कुठे शाळेत शिक्षक व्हायचंय? तुझ्या सासऱ्यांचं तरी कुठे शिक्षण पूर्ण झालंय? पण करतायत ना सगळं पद्धतशीर?"

"अहो पण माँजी, हल्लीच्या दिवसात कमीत कमी मॅट्रीक तरी पास झालं पाहिजे. तरच समाजातले लोक तुम्हाला विचारतात." सोनाचं म्हणणं खरच होतं. "आणि तो नापास झाला की दोष मला मिळतो ना. त्याच्या मामांना वाटतं, मी त्याच्या डोक्यात बुद्धीसुद्धा घालू शकेन."

विकीला शाळेचा वीट येई. अभ्यासाचा तिटकारा वाटे. त्याने नापास व्हायचं, हा जणू पायंडाच पडून गेला होता आणि तो बदलण्यासाठी प्रयत्न करण्यात काही अर्थ नाही असं त्याला वाटू लागलेलं होतं. त्याला जबरदस्तीने घरी राहायला लावलं, तर

तो चारी खोल्यातून अशा काही अस्वस्थ फेऱ्या मारायचा, की सोनाचं डोकंच फिरायचं. त्याचं वागणं इतर कुणीही मनावर घ्यायचं नाही. पण तिच्या मात्र तो डोक्यातच बसलेला होता. त्याच्या अस्तित्वाची तिला इतकी घृणा यायची, की तिला वाटायचं, हा मेला तर बरं होईल. किमानपक्षी तिच्या घरातून तरी तो जायला पाहिजे होता.

वर्षानुवर्षं एकत्र कुटुंबात राहिल्यामुळे, कुठली गोष्ट कोणत्या वेळी कुणाजवळ बोलली की त्याची दखल घेतली जाईल, याचा अचूक अंदाज सोनाला आलेला होता. त्यानुसार पुरुषांच्या जेवणाच्या वेळी तिने अप्रत्यक्षपणे विकीचा विषय काढला. सर्वजण यावेळी हजर असतात आणि त्यांचं तिच्या बोलण्याकडे पूर्ण लक्षही असतं, हे तिला पक्कं माहिती होतं. तिने नेमकेपणाने सांगितलं, की तिला बराच वेळ बाळाचं करण्यासाठी द्यावा लागतो त्यामुळे विकीकडे अजिबात लक्ष देता येत नाही. परिस्थिती बदलली होती, हे तर त्यांना दिसतच होतं. त्यामुळे तिच्या म्हणण्याची दखल कुटुंबीयांना घ्यावी लागणार होती.

आणि तिच्या सासऱ्यांनी, लाला बनवारीलालांनी तिच्या म्हणण्याची दखल घेतलीही. ज्यावेळी सोना वारंवार 'बिचारा विकी सारखा नापास व्हायला लागलाय. मला वाटतं त्याला त्याच्या वडिलांकडे जावंसं वाटत असेल.' असं वेगवेगळ्या पद्धतीने सांगू लागली, तेव्हा त्यांनी ठरवलं, की त्या पोराच्या दिनक्रमात काहीतरी ठोस बदल केला पाहिजे. कारण त्यांना माहीत होतं की मनात आणलं, तर बायका सुखाने जगणं मुष्किल करू शकतात.

त्याशिवाय महत्त्वाची गोष्ट म्हणजे सोनाला आता दुसऱ्यांदा दिवस गेले होते. त्यामुळे तिची आणि पर्यायाने घराची शांतता ढळू देणं कोणत्याही दृष्टीने योग्य ठरलं नसतं.

पण त्यांना हेही माहिती होतं, की विकी स्वतःच्या पायांवर उभा राहीपर्यंत त्याची देखभाल करणं, त्यांना क्रमप्राप्त होतं. जर त्याचे पाय दुकानातच उभे राहणार असतील, तर त्याची सुरुवात आत्ताच का करू नये? 'माणसाला आयुष्यात काही मिळवायचं असेल, तर मेहनत करूनच मिळवावं लागतं' हा जीवनावश्यक धडा तो लवकर शिकेल. विकीसारख्या परिस्थितीत असणाऱ्या मुलासाठी ही गोष्ट चांगलीच आहे. त्यांची बायकोसुद्धा याबाबतीत त्यांच्याशी सहमत झाली.

झालं. त्यांनी फर्मान काढलं. उद्यापासून विकी शाळेतून थेट दुकानात येईल. दुपारचं जेवण तिथेच घेईल आणि पाच वाजेपर्यंत दुकानात काम करून नंतर घरी येईल. रविवारी तो पूर्ण दिवस दुकानाचं काम करेल आणि आठवड्याचे सहा दिवस २ ते ५ पर्यंत करील.

त्या रविवारी सकाळीच घरातल्या सगळ्या पुरुषांबरोबर विकी दुकानात गेला आणि त्याचं काम सुरू झालं. जुलै महिना संपत आलेला होता. कालच्या पावसाने अजमलखान रोडवर चिखलाची राड करून ठेवली होती. दुतर्फा भाजीवाल्यांनी तात्पुरतं प्लॅस्टिकचं छत उभारून त्याखाली प्लॅस्टिकच्या गोण्यांवर भाज्या मांडलेल्या होत्या. हिरवा, जांभळा-लाल कोबी, टोमॅटो, दुधीभोपळा, टिंडा, दोडकी या सगळ्या भाज्यांवर छताचा रंग चढलेला होता. आजोबा आणि मामांच्या पावलांवर पाऊल टाकत, विकी त्यांच्यामागून चालला होता. आता तो कुटुंबाच्या 'मिळवत्या' शाखेचा सदस्य बनला होता. त्यामुळे त्याचा दर्जाच एकदम बदलला होता. त्यालाही घरात त्यांच्यासारखंच प्राधान्य आणि मान मिळणार होता. भविष्यात मिळणाऱ्या ताकदीच्या कल्पनेने त्याची किरकोळ छाती फुगली! आता दाखवतोच एकेकाला की (एकेकीला?)

ते पोचले तेव्हा दोन नोकर आधीच येऊन त्यांची वाट पाहत थांबलेले होते. यशपालने त्यातल्या एकाकडे दुकानाची चावी दिली. कुलूप उघडलं. करकर आवाज करत ते अवजड शटर वर गेलं.

आत जाताच चपला काढून, बनवारीलाल आणि यशपाल पांढरी चादर घातलेल्या गादीवर स्थानापन्न झाले. प्यारेलालने विकीला स्वत:मागून येण्याची खूण केली आणि तो तळघरातल्या विभागाकडे गेला. लग्न झाल्यानंतर त्याच्यासाठी दुकानाचा हा भाग बांधण्यात आला होता.

मस्तपैकी साड्या उलगडायच्या, त्यांच्या निऱ्या करून गिऱ्हाइकांना नेसून दाखवायच्या, असली जी काही स्वप्नं विकीच्या मनात होती, ती भक्क प्रकाश असलेल्या, कोंदट तळघराकडे नेणाऱ्या जिन्याची प्रत्येक पायरी उतरताना त्याला सोडून द्यावी लागली. अख्खा दिवस, काउंटरमागे उभं राहून, नोकर दाखवेल ते तागे तो काढून देत होता. नोकराच्या हाताखाली काम करत होता, मामाच्या नाही. मामा तर तिकडे लांब बसलेला होता. काच लावलेल्या गल्ल्यामागे झुलत्या आरामदायक खुर्चीवर! हे कॅश काउंटर म्हणजे वरती, मूळच्या, दुकानात असलेल्या गल्लापेटीचंच आधुनिक रूप होतं.

काही तास गेल्यावर प्यारेलालने विकीला बोलावून विचारलं, "विकी, आज तुझा दुकानातला पहिला दिवस आहे. तुला काही थंड वगैरे प्यायचंय का?"

"घेऊ की नंतर. अजून पुष्कळ वेळ जायचा आहे." विकी लाजून संकोचाने म्हणाला.

प्यारेलालने हसून त्याच्या पाठीवर थाप मारली. "अरे, लाजतोस काय असा?" असं म्हणून त्याने त्याच्या हातावर पाच रुपयांची नोट ठेवली.

विकीला यापूर्वी कधीही स्वत:चे असे अखंड पाच रुपये मिळालेले नव्हते. ती

हिरवी नोट घेऊन तो बाजारात शिरला. पण कुठलीही वस्तू विकत घेण्याकरता ती नोट मोडावी असं त्याला वाटेना. शेवटी तो तसाच दुकानाकडे परतला. एक हात खिशातल्या नोटेवर होताच. आत आल्याबरोबर त्याला समोरच बाबाजींचा आणि देवीचा असे दोन फोटो लावलेले दिसले. त्यांना चंदनाचे हार घातलेले होते. त्यांच्यासमोर उभा राहून त्याने हात जोडले आणि मनातल्या मनात प्रार्थना केली "देवा, ही माझ्या भाग्योदयाची सुरुवात ठरू दे."

दुरून हे बघणाऱ्या बनवारीलालनी त्याला बोलावून सांगितलं, "बेटा, देवीवर आणि बाबाजींवर श्रद्धा ठेव. ते तुझी ओंजळ कधी रिकामी राहू देणार नाहीत. आपण फक्त मेहनत करत राहायचं. पुढचं त्यांच्यावर सोडून द्यायचं. काऽय? माझंच पाहा. काही वर्षांपूर्वी माझं सर्वस्व लुटलं गेलं. कफल्लक झालो होतो. पण आज मी या दुमजली दुकानाचा मालक आहे. लक्षात येतंय ना मी काय म्हणतो ते?"

"जी. बाओजी." विकी पुटपुटला.

रविवार खेरीज सहा दिवस विकीचं दुपारचं जेवण दुकानातच होई. यशपाल आणि बनवारीलाल त्याला वर बोलावून घेत. मग ते तिघे त्या भल्या मोठ्या गादीच्या एका कोपऱ्यात, काउंटरकडे पाठ करून बसत आणि मोठ्या चार पुडी टिफिन कॅरियरमधलं अन्न स्टीलच्या प्लेटमध्ये काढून घेऊन पटापट खाऊन घेत. कारण त्यांच्यानंतर प्यारेलाल जेवणार असे.

जेवण झाल्यावर थोडा वेळ तळघरातल्या काउंटरमागे विकीला झोप घ्यायला परवानगी होती. हे क्षण विकीला फार आवडायचे. तो पडल्या पडल्या 'आपण खूप मोठा माणूस झालो आहोत, भरपूर पैसे कमावतो आहोत' अशी स्वप्नं बघायचा. त्याला दिसायचं, "आपण श्रीमंत झाल्यामुळे आपले वडील आपल्याला घाबरू लागले आहेत. आपण बरेलीला परतही जाऊ पण भरपूर संपत्ती कमावल्यानंतरच." त्याची आई त्याला नेहमी सांगत राहायची, की 'बेटा, एक ना एक दिवस तू खूप मोठा माणूस होणार आहेस.' त्याची वाढ होत असताना शरीराच्या प्रत्येक सेंटिमीटरवर तिने जणू हे वाक्य कोरून ठेवलं होतं. एकीकडे स्वत: उपाशी राहून, त्याच्या बापालाही कधी न खाऊ घातलेले चांगले चुंगले पदार्थ करून, ती त्याला गुपचुप खाऊ घालीत असे. तुझं वाढीचं वय आहे बाळा. खा. तुला आवश्यकच आहे ते. खा आणि चांगला मोठ्ठा हो."

दिल्लीला आल्यानंतर तो उंच झाला काय, लठ्ठ झाला काय, बुटका राहिला, बारीक राहिला तरी कुणालाच त्याची क्षणभरही चिंता वाटत नसे. कधी कधी मामीचे शब्द कानावर पडायचे की कित्ती अधाशासारखं खातो बाई हा मुलगा! पण तितकंच ते. त्याचा परिणाम म्हणून त्याला भरपूर खाऊ घालणं किंवा भरपूर प्रेम करणं, असं कधी घडलं नाही. त्यामुळे तो वाढत गेला, त्याच्याबरोबर त्याच्या मनातली

पोकळपणाची भावनाही वाढत गेली. दुकानात क्वचित त्याच्या वाढत्या भुकेची टिंगल व्हायची. पण त्याचबरोबर त्याला पोटभर समोसे, कचोऱ्या खाऊ घालायलाही त्यांना आवडत असे. दररोज चहासोबत काही ना काही खायला मागवलं जायचंच. तशी पद्धतच होती. आता जसं जसं विकीला पोटभर अन्न मिळू लागलं, घरातले लोक त्याची चांगली दखल घेऊ लागले, तसं तसं त्याला वाटायला लागलं, ही तर सुरुवात आहे. याच्यापाठोपाठ पैसाही येऊ लागेल. दुपारच्या वेळी, काउंटरवर काम करणाऱ्या नोकराच्या पायाशी झोपून आराम करताना त्याला जणू छतावर लिहिलेली वाक्यं वाचता यायची, 'काळजी करू नको बेटा, तू आता पैसेवाला होणार आहेस.'

घरी येऊन विकी आपल्या भावांवर हुकूमत गाजवायचा. तो त्यांचा हीरोच बनला होता. दुकानाची अशी काही भव्य-दिव्य चित्रं तो त्यांच्या डोळ्यांपुढे उभी करायचा, की 'आम्हाला दुकानात न्या' म्हणून ते आरडा-ओरडा सुरू करायचे!

हे पाहून सोना गालातल्या गालात हसायची. हं. आता त्यांना कळेल पोरगं किती त्रासदायक आहे ते. त्यांच्या लक्षात येईल, की त्याच्यावर विश्वास ठेवण्यात काही अर्थ नाही. तिला आश्चर्य वाटत असे, की एक मुलगा घरात किती वाईट गोष्टी पसरवू शकतो. सकाळी उठल्यावर पहिल्यांदा जर त्याचं तोंड पाहिलं, तर तिचा दिवस हमखास वाईट जायचा. निशा तरी रडायची, नाहीतर तिचं स्वत:चं डोकं दुखायचं, किंवा मग दुकानातून आल्यावर, एरवी शांत असणारा यशपाल प्रचंड चिडचिड करायचा.

तिला विकीमुळे दुप्पट स्वयंपाक करावा लागत असे. कारण तिच्या मते सहा माणसांचं जेवण त्याला एकट्यालाच लागायचं. तिला वाटायचं, आता माझ्या दुसऱ्या बाळंतपणाच्या वेळी ही ब्याद टळली आणि बरेलीला परत गेली तर बरं होईल. अर्थात तोपर्यंत त्याच्या नावावर शंभर अपराध जमा करण्याचे तिचे प्रयत्न चालूच होते.

५

नऊ महिने पूर्ण झाल्यावर सोनाने पुत्ररत्नाला जन्म दिला! मुलाचं तोंड बघितलं, तो क्षण तिच्या आयुष्यातला सर्वांत सुखाचा क्षण होता. त्या क्षणी आयुष्याचं सार्थक झाल्याचा अनुभव तिने घेतला. अखेर ती पुत्रवती झाली होती! एक पुरुष वारस कुटुंबाला देण्याचं कर्तव्य पूर्ण केलं होतं. अगदी घरातल्या माणसांना हवं होतं त्याच पद्धतीने. त्यामुळे घरात आता तिला सुशिलाच्या बरोबरीने महत्त्व येणार होतं. तिच्यावरचा 'निपुत्रिक' हा कलंक पुसला गेला होता. छोट्या राजूच्या दर्शनाने तिचा वैताग,चीड-संताप कुठल्याकुठे पळाला! राजू. आपल्या पित्यासारखाच काळा आणि सामान्य रूपाचा. पण मुलगा होता, मुलगा!!!

"मी म्हणते ना, निशा आली आणि तुझ्या नशिबाचं दारच उघडलं बघ दीदी!" रूपा उद्‌गारली, "एका दशकाच्या दुष्काळानंतर दोन वर्षांत दोन मुलं!"

सोनाची सासू तर आनंदाने ओरडतच हॉस्पिटलमध्ये आली. "अखेर देवाने तुला प्रसाद दिलाऽऽऽ माझ्या बहुराणीऽऽऽ!" असं म्हणत तिने त्या एक दिवसाच्या पोराला आपल्या सुकल्या छातीशी गच्च आवळून धरलं. "अखेर बापाचं आणि आज्याचं नाव पुढे चालवणारा आला गंऽऽ आला!"

"अरे वा! असं कसं म्हणता माँजी?" रूपा म्हातारीला लटक्या रागाने म्हणाली. "वरच्या मजल्यावर दोन दोन नातू आहेत की तुमचं नाव चालवायला!"

"म्हणजे काय? माझ्या दोन्ही मुलांची मान ताठ झालीय आता. आधी एकाचीच होती ना!" म्हातारीने टोला परतवला. "माझ्या थोरल्याचं कुटुंबसुद्धा संपूर्ण झालं! आता मी शांतपणे मरायला मोकळी झाले गं बाई!"

पडल्या पडल्या सोना ऐकत होती. अर्धवट गुंगीत बघत होती. मनगटाला सलाइन लावलेलं. दुसऱ्या सिझेरियनच्या वेदना होत होत्या. यावेळचं ऑपरेशन अवघड झालं होतं. पण तिला त्याचं काही विशेष वाटत नव्हतं. तिनेसुद्धा मुलाला, पुरुषाला जन्म दिला होता! आणि ते छोटसं बाळरूप तिच्या दुधाने तटतटून आलेल्या छातीशी आरामात पहुडलं होतं. आत्मविश्वासाने तिच्या शरीरात प्रवेश केला. सलाइनबरोबर तोही साऱ्या शरीरभर नसानसात पसरू लागला. राजू हा

त्यांच्या कुटुंबातल्या थोरल्या मुलाचा पहिला मुलगा होता. त्यामुळे त्याचं स्वागत अत्यंत थाटामाटात झालं पाहिजे यावर कुटुंबातल्या सर्वांचं एकमत होतं. निशाच्या बारशाच्या वेळेला प्रेझेंट्सने भरून गेलेला दिवाणखाना यावेळेला प्रेझेंट ठेवण्यासाठी अपुरा पडला. यावेळी सगळ्या मुलाला लागणाऱ्या वस्तू जमल्या. अगदी क्रिकेटची बॅट, बॉल आणि तीनचाकी सायकलपर्यंत. बाळाला चांदीची भांडी पुष्कळ मिळाली. चमचे, वाट्या, छोटे ग्लास, ताटल्या, बोंडली, रिंगणी, खुळखुळे, काजळाच्या डब्या, झारी. सोन्याच्या साखळ्या, सोन्याची डोक्यावर लावायची पिंपळपाने, मनगट्या. पैशाची पाकिटे तर चिकार घेतली आणि दिली गेली.

आज्जी आजोबांनी दहा हजार एक रुपये दिले. काकाने पाच हजार एक, रूपामावशीने एक हजार एक, मित्रमंडळी, डिस्ट्रिब्युटर्स, सप्लायर्स, दुकानदार बहुतेकांनी प्रत्येकी पाचशे एक आणि दूरच्या परिचितांनी एकशे एक रुपये असे पाकिटात घालून दिले.

घरातल्या सर्व मुलांना नवे कपडे आणि पैसे मिळाले. विकीलाही एक ड्रेस आणि चारशे रुपयांचं घड्याळ मिळालं.

पण या सगळ्या खर्चाबद्दल बनवारीलाल शेठ थोडे नाराजच होते. धाकट्या काकाकडून राजूला पाच हजार एक मिळाले किंवा थोरल्या काकाकडून अजय-विजयला प्रत्येकी एक हजार एक दिले गेले किंवा निशाच्या बारशाला तिला सोन्याचं मोठं नेकलेस दिलं, तरी सगळा खर्च एकाच तिजोरीतून होत होता.

दुसऱ्या बाजूला, अनेक वर्षं थोरल्याला मूलबाळ नसल्याने आणि धाकट्याला लवकर दोन मुलं झाल्याने, खर्चाचं प्रमाणही विषमच राहिलेलं होतं. तेव्हा निदान आता तरी सारखा व्यापाराचाच विचार डोक्यात न ठेवता या कौटुंबिक जमाखर्चाचाही ताळेबंद नीट मांडण्याची आवश्यकता निर्माण झालेली होती.

हळूहळू मुलं मोठी होत होती. घर आणि दुकान अशा विकीच्या चकरा चालू होत्या. वर आणि खाली त्याला कामासाठी राबवलं जात होतं. आजोबा आज्जी, मामा-मामी सगळ्यांचाच तो हरकाम्या झालेला होता. पंधरा वर्षांचा होईपर्यंत तो काहीसा एककल्ली आणि रानवट झालेला होता. त्याचा चेहरा नेहमी पोटात जंत झालेल्या मुलासारखा तिरसट, चिडचिडा दिसे. सोना त्याला सतत निशाचं आणि राजूचं काम करण्यासाठी राबवून घेई आणि काम झाल्यानंतर मात्र तिला तो नजरेसमोरही नको असे.

तो शाळेतून परस्पर दुकानात जाऊन, काम करून घरी परते. तोपर्यंत तिची

आणि तिच्या मुलांची दुपारची झोप, दूध-चहा सगळं झालेलं असे. मग आल्या आल्या विकीकडे काम. मुलांना खेळवायचं. तो त्यांचा मोठा भाऊच होता. त्यामुळे राजूला पार्कमध्ये खेळायला न्यायचं, त्याच्या तीन चाकी सायकलवर बसवून ढकलायचं, झोक्यावर बसवून झोके द्यायचे, तो जंगल जिम खेळत असताना त्याला लागणार नाही, पडणार नाही हे बघायचं; हे सगळं करणं हा त्याच्या आनंदाचा भाग होता, असं सोनाने ठरवलं होतं. पण नंतर नंतर तो होमवर्कच्या सबबीखाली ही कामं टाळायला लागला. ज्या बागेतलं मैदान त्याने गल्लीचा क्रिकेटर म्हणून गाजवलेलं होतं, तिथेच नोकरासारखं मुलं खेळवायला घेऊन जाण्याची त्याला लाज वाटायची.

अशीच एक संध्याकाळ.

"विकीऽऽ" सोना अंगणात उभी राहून किंचाळली. उत्तर आलं नाही.

"विकीऽऽ, विकीऽऽऽ, विकीऽऽऽऽ!"

"तो वरती असेल" निशाने सांगितलं आणि आता ती काय बोलणार यासाठी तिच्याकडे बघत राहिली.

"वरती. सारखा आपला हा वरती वाहिलेला! मग राहायलाच का जात नाही वरती? पण नाहीऽऽऽ, ही धोंड माझ्याच गळ्यात राहिली पाहिजे ना, माझ्याच कमनशिबात लिहिलेली आहे ती!"

वरच्या मजल्यावर सुशिला त्याला सांगत होती. "विकी, अरे जा ना खाली. मोठी मामी बोलावतेय ना तुला?"

विकीने खांदे उडवले. तो आपल्या भावांबरोबर टी.व्ही. पाहत बसलेला होता. धाकट्या मामीने तिघांना बटाटे तळून दिले होते आणि चहाही होता.

मऊ जमिनीत अलगद कलहाचं बीज पेरावं, तशी सुशिला गोड आवाजात म्हणाली, "जा रे! काही तरी काम असेल त्यांचं तुझ्याकडे!"

"हां. तिचं नेहमीच काम असतं याच्याकडे!" इमाने इतबारे आईची री ओढत अजय म्हणाला.

"मम्मी, विकी वर येऊन आमच्याबरोबर खेळतो ते काकूला आवडत नाही ना?" विजयने भर घातली. यावर एकीकडे आपल्या स्मितहास्याने संमती देत त्याची आई म्हणाली, "बाळा, आपल्या काकूबद्दल असं बोलू नये! त्या घरात सगळ्यात मोठ्या आहेत. विकी गावाहून इकडे आला, तेव्हापासून त्याचं सगळं त्यांनीच केलेलं आहे. त्या त्याची आईच आहेत. त्याला रागावण्याचा, काम सांगण्याचा हक्कच आहे त्यांचा. आईच्या प्रेमाबरोबरच हे येत असतं. कळलं का तुम्हाला? असं बोलत जाऊ नका."

विकी जागचा हललासुद्धा नाही. मख्ख चेहऱ्याने खात राहिला. शेवटी निशा वर आली. "लौक्कर खाली ये. आईचं महत्त्वाचं काम आहे."

ते काय असेल, ते सुशिलाला माहितीच होतं. विकी खाली गेला. सोनाला दबक्या आवाजात त्याला रागवावं लागलं. कारण 'वरची'चे कान इकडेच असतील हे तिला माहिती होतं. त्यामुळे ती जास्तच वैतागली. "काय रे, यासाठी तुला इतकी वर्षं खाऊ पिऊ घातलं आणि कपडेलत्ते केले आम्ही? तुला काय बोलवायला माणूस पाठवायचा दरवेळेला? स्वत:ला समजतोस कोण तू? एकदा, दोनदा, तिनदा, हाका मारलेल्या ऐकू नाही आल्या तुला? बहिरा झालायस का? माहीत नाही का राजूला फिरायला न्यायची वेळ झाली म्हणून?"

राजू हातपाय आपटू लागला. "मम्मी, बाहेर... बाहेर... बाहेर!" तो जोरजोरात किंचाळत होता.

"बघ हे बघ. ऐक. तुला कसं ऐकू येणार म्हणा, तुला वरती बसून मज्जा करायची असते ना! धाकटा भाऊ रडला तर रडू दे तिकडेच!"

जिवावर आल्यासारखं विकीने राजूला उचललं, त्याची सायकल उचलली आणि बाहेर पडला.

आता निशा रडायला बसली. "अंऽऽऽ! मला पण जायचं!"

"गप्प बस. तू नाही जायचंस." आईने दटावलं.

"का पण? का नाही जायचं मी?"

"मुलींनी घरातच खेळलेलं चांगलं असतं."

"का म्हणून?"

"बाहेर खेळलं ना, की आपलं अंग मळतं. काळं कुट्ट होतं."

"मग काय झालं? आपला राजू तर काळाच आहे. विकीपेक्षाही काळा."

लेकीचे शब्द ऐकून सोनाचा चेहराच उतरला. राजूचा काळेपणा ही तिच्या काळजातली व्यथा होती. विशेषत: निशाचं लख्ख गोरेपण आणि विकीचा नितळ गव्हाळ रंग यांच्यापुढे तर राजूचा काळेपणा जास्तच नजरेत भरत असे. स्वत:चीच समजूत घातल्यासारखं सोना म्हणाली, "आपल्या राजूचा रंग कृष्णासारखा आहे."

"नाही. कृष्णाचा रंग निळा असतो." निशाने विरोध केला. तेवढ्यापुरतं आईचं लक्ष दुसऱ्या विषयाकडे गेलं.

"बरोबर आहे तुझं. कृष्णाचा रंग चित्रात निळाच असतो. तो तसा का असतो माहितीय? कृष्णाचा सावळा रंग कुणाही चित्रकाराला कुंचल्यात पकडताच आला नाही आजपर्यंत. कृष्णाचा रंग पावसाळ्यातल्या निळ्या सावळ्या ढगासारखा आहे. तो रंग पाहण्यासाठी लोक डोळ्यात प्राण आणून वाट पाहत असतात कारण त्याच्या येण्यामुळे त्यांच्या सगळ्या त्रासांचा शेवट होणार असतो."

मुलगी आईकडे पाहत होती. पाहता पाहता आईचे डोळे स्वप्न पाहिल्यासारखे मवाळ होऊन गेले होते. तिचा राग पळून गेला होता.

"मला पण पाहिजे कृष्णासारखा रंग. मी जाणार उन्हात क्रिकेट खेळायला."

"कृष्ण तर देव आहे. म्हणून सावळा असला तरी सुंदरच दिसतो. पण तू काळी झालीस तर कशी दिसशील? सकाळी ती रस्ते झाडायला झाडूवाली येते ना, तिच्यासारखी! दिसायचंय का तुला काळ्या म्हशीसारखं?"

असला कसला प्रश्न विचारते ही? कुणाला आवडणार आहे काळ्या म्हशीसारखं दिसायला?

सोनाने लेकीला जवळ ओढून आपल्या पसरलेल्या पायांवर बसवलं. तिच्या गोऱ्या-गोबऱ्या गालांचे गालगुच्चे घेत म्हणाली, "तू माझा रंग उचलला आहेस. गोरा गोरा पान! मी लहान होते ना, तेव्हा सगळे म्हणायचे, पोरगी कशी दिसते? चंद्रासारखी चाफ्याच्या फुलासारखी. कमळासारखी! आणि जेव्हा तुझ्या पापाजींनी मला पाहिलं ना..." सोना क्षणभर थांबून खुदकन हसली. "काय म्हणायला लागले ठाऊक आहे? म्हणाले, या मुलीशी माझं लग्न लावून दिलं नाहीत, तर मी संन्यास घेऊन हिमालयात जाईन. तरीसुद्धा माझे बाबा काही लग्नाला तयार नव्हते."

"का?"

"अगं, ते काही दुकानदार नव्हते. ते होते नोकरी करणारे. आपल्या रुपामावशीचे प्रेमनाथ अंकल आहेत ना, त्यांच्यासारखे. माझ्या बाबांना वाटलं हे लोक कसे असतील न् काय? आपल्या मुलीला धंदेवाल्यांच्या धबडग्यात त्रास होईल. पण मग तुझ्या वडिलांनी घर सोडून निघून जायची धमकी दिली. शेवटी तुझे आजोबा आले माझ्या बाबांकडे आणि पदर पसरला त्यांनी, की कसंही करा, पण तुमची मुलगी सून म्हणून माझ्या पदरात घाला."

छोट्या निशाला 'आपले आजोबा पदर पसरून भीक मागताहेत' ही कल्पनाच करता येत नव्हती.

"आता मला सांग, उन्हात खेळून खेळून तू काळी कुट्ट, मळकी दिसायला लागलीस, तर कशी दिसणार माझ्यासारखी छान-छान गोरी गोरी पान? कोण करील मग तुझ्याशी लग्न?"

अशा तऱ्हेने निशाला घराण्याची 'राजकुमारी' बनवायची पहिली पायरी तिच्या आईने पार केली आणि पुढच्या पायऱ्यांचा ती विचार करू लागली.

दररोज संध्याकाळी निशाला मोती लावलेले, मण्यांचा कशिदा काढलेले, टिकल्यांचे, लेस लावलेले, कधी नायलॉनचे, कधी पॉलिस्टर तर कधी ग्लेझ कॉटनचे झालरी झालरीचे फ्रॉक्स घातले जात. पायात चमकदार निमुळत्या टोकाचे, छोटी टाच असलेले बूट असत. ड्रेसला मॅचिंग असणारे सॉक्स घातलेले असत. व्यवस्थित विंचरलेल्या केसांचा पोनीटेल बांधलेला असे. वर इलॅस्टिकचा हेअर बँड आणि त्याला लावलेले प्लॅस्टिकचे छोटे छोटे रंगीत पक्षी, मासे, फुलं आणि फुलपाखरं.

पण दुर्दैवाने असली वेशभूषा करून घरात बसून राहणं तिला अजिबातच आवडायचं नाही. जेव्हा जेव्हा मुलांना बॅट, बॉल, स्टंप घेऊन मोठ्या उत्साहाने घराबाहेर क्रिकेट खेळायला जाताना ती बघायची, तेव्हा तेव्हा ती आईला म्हणायचीच, "मला पण बागेत जाऊन खेळायचंय." तरीपण हळू हळू घरातच आजीबरोबर बैठे खेळ खेळून आपले कपडे आणि कातडी जपून ठेवायला ती सरावली. मात्र तिला नेहमी वाटायचं की आपल्याला एक बहीण पाहिजे होती, बरोबर खेळण्यासाठी. कारण तिच्या चार भावांपैकी एकटा विकीच काय तो तिच्याकडे लक्ष द्यायचा. जमेल तेव्हा तिला जवळ घ्यायचा, तिची पाठ थोपटायचा. दुकानातून घरी येताना रोज तो तिच्यासाठी काहीतरी छोटंसं घेऊन यायचा. आमपापड, चूर्णाच्या आंबट गोड गोळ्या असंच काही काही.

आता विकी सतरा वर्षांचा झाला होता. एकदा तो दहावीची बोर्डाची परीक्षा पास झाला की त्याच्यामागचं शाळेचं शुक्लकाष्ठ कायमचं सुटणार होतं. मग मामीच्या जाचातून सुटून, दिवसभर दुकानात बसायला किंवा निरोप पोचवायच्या निमित्ताने गावभर हिंडायला तो मोकळा होणार होता. किंवा मग 'विक्रेता' म्हणून कापड दाखवायचं काम दिवसभर करून घरातला एक 'पुरुष' म्हणून स्वतःला सिद्ध करण्याची संधी त्याला मिळणार होती. एव्हाना आजोबा सहासष्ठ वर्षांचे झाले होते. त्यामुळे फिरतीचं काम सगळं त्याचे मामाच बघत होते. त्यांच्याबरोबर त्यालाही मुंबईला, मद्रासला, अहमदाबादला जाता आलं असतं. त्यानं आत्तापर्यंत गारमेंट फेअर म्हणजे कपड्यांच्या प्रदर्शनाबद्दल खूप ऐकलेलं होतं. तिथंही त्यांच्याबरोबर जाण्याची संधी त्याला मिळाली असती.

पण प्रथम हे शाळेचं झंझट झटकून टाकणं आवश्यक होतं.

"विकी?"

"हूं?"

"कुठं चाल्लास?"

"गच्चीवर."

"कशाला?"

"अभ्यास करायला."

"कशाला?"

"कशाला म्हणजे? माझी परीक्षा जवळ आलीय आणि मला पास व्हायचंय त्यात, म्हणून. नाही तर तुला काय वाटलं? मला वाचनाची आवड आहे, म्हणून

करतोय अभ्यास?''

निशा खिदळली.

निशा विकीला आवडायची त्यामुळे 'गच्चीवर बसल्यावर सारख्या तुझ्या आईच्या हाका तरी ऐकू यायच्या नाहीत.' असं तो म्हणाला नाही.

''विकी, यावर्षी तू पास होणार ना?'' निशाने उत्साहाने विचारलं.

''काय माहिती? मला पास करण्यासाठी मामा त्यांना नंतर डिस्काउंट देतात ना, म्हणून ते पहिल्यांदा मला नापास करतात.''

''होऽऽ? फार वाईट्ट आहेत ना ते?'' निशा रागाने म्हणाली.

''मग काय तर! ते तसेच आहेत. नाहीतर मला इतर मुलांइतकाच अभ्यास येतो.''

''मग तू माझ्याबरोबर खेळायला कधी येणार?''

''आत्ता नाही.''

''मी पण येते तुझ्याबरोबर. हे बघ, मी काय आणलंय.'' तिने स्वत:जवळचा सापशिडीचा बोर्ड दाखवला.

''जा. दुसऱ्या कुणाला तरी बोलाव जा खेळायला. मला अख्खा दिवस तुझ्याबरोबर खेळत बसायला वेळ नाहीए आता.''

निशाने त्याच्या शर्टाची बाही पकडली.

''प्लीज येतें ना विकी. प्लीज....?''

''एकदा सांगितलं ना तुला? मला अभ्यास करायलाच पाहिजे. जर का मी नापास झालो, तर ते माझा गळाच चिरतील!'' विकीने त्याचं लांबसडक बोट हळकुंड्या गळ्यावरून फिरवत 'स्स्स्' करून दाखवलं. त्याने मान मागे टाकल्याबरोबर त्याच्या कंठाचं हाड बाहेर आलं.

''तूच तर म्हणालास ना, तुला सगळं येतं म्हणून? मी किनई पापाजींना सांगते हं तुझ्या टीचरशी बोलायला.'' लाडावलेली मुलं करतात, तसं निशाने लाडीगोडी लावायचं काम चालूच ठेवलं. ''दरवर्षी तुला नापास करतात ना ते? वाईट्ट आहेत नुसते!''

''करीनात का! मला काही फरक पडत नाही. मी एक दिवस माझं स्वत:चं दुकान टाकणार म्हणजे टाकणार. आपल्या बाओजींनी तरी कुठे शाळेचं शिक्षण पूर्ण केलंय? त्यांच्याकडे पाहा. आज दोनमजली दुकानाचे मालक आहेत ते.''

बोलत बोलत ते गच्चीवर पोचले. पाण्याच्या टाकीखालच्या सावलीत विकीने त्याची सतरंजी पसरली. त्यांच्या आजूबाजूला लोणच्याच्या आणि मुरांब्याच्या मोठ्या मोठ्या बरण्या उन्हात मुरायला ठेवलेल्या होत्या. निशाने एका बरणीजवळ जाऊन ती घुसळली. त्याबरोबर वरच्या फोडी आत खारात बुडल्या. मग तिने गाजराच्या कानजीच्या बरणीत बोट बुडवून ते चोखलं. पण कानजी अजून मुरली नव्हती. त्यामुळे त्याला रस सुटला नव्हता. निशा हिरमुसली. विकीला म्हणाली. ''शी!

अजून याला चव नाही आली. तुला पाहिजे एक गाजर?'' असं म्हणून तिनं पुन्हा एकदा बरणीत हात घालून पाहिला.

''नको. मामीजी मारतील मला.''

त्या लोणच्याच्या बरण्यांना कुणी हात लावलेला कळला, तर तिच्या आईची प्रतिक्रिया लोणच्याहून जहाल होणार यात शंकाच नव्हती आणि त्यात विकीचा हात आहे असं जर तिला वाटलं, तर मग संपलंच सगळं!

''अरे, तिला कसं कळणारे कुणी खाल्लं ते? मी सांगेन ना मीच खाल्लंय म्हणून!''

''हो. आणि त्यांचा विश्वास बसणारे तुझ्यावर?''

''हो ऽऽऽ!'' म्हणता म्हणता, चिमुरड्या निशाने जवळ जाऊन बळेच त्याचं तोंड उघडलं आणि एक अख्खं गाजर त्यात कोंबलं. विकी तिच्याकडे काही वेळ बघतच राहिला आणि मग एकदम सतरंजीवर लोळून त्याने पुस्तक उघडलं.

निशाने त्याच्या शेजारी बसून सापशिडीचा बोर्ड मांडला. त्यावर रंगीत खुणा आणि फासा ठेवून खेळण्यासाठी त्याची वाट पाहत बसली. विकी पुस्तकातले परिच्छेद मोठ्याने वाचून पाठ करण्याचा प्रयत्न करत होता. निशाने मधेच लुडबुड करीत विचारलं, ''ए, तूच का रे इतका अभ्यास करत असतोस नेहमी? बाकीचे तर कुणीच करत नाहीत.''

''इतर कुणाला माझ्याइतक्या अडचणी नाहीयेत.''

''मग तुला कशाला येतात?''

''मला नाही माहिती.'' विकी उदासपणे बोलू लागला. या शाळेत जाण्याचा खरं तर काहीच उपयोग नसतो. पैसे मिळवायला सुद्धा त्याचा काही उपयोग होत नाही. मी शाळेत तरी का जातो हे ही मला माहिती नाही. तुम्ही सगळे जाता, म्हणून मीही जात असेन. पण माझी शाळा बेक्कार आहे. तुमची मात्र चांगली आहे.''

''तुझ्या आईची तशी इच्छा होती ना!'' निशा म्हणाली. तिचे वडील त्यांच्या भाच्याला म्हणजे विकीला सांगताना तिने हे शब्द वारंवार ऐकलेले होते.

यावर विकी काहीच बोलला नाही. त्याच्या आईच्या जीवनात, तिला हवी तशी कोणतीच गोष्ट झालेली नव्हती. हे वाक्यसुद्धा केवळ सोयीस्कर म्हणून त्याला ऐकवलं जात असे. त्यात खरेपणा किती होता कुणास ठाऊक!

''पण या वर्षी तू नापास नाही हं होणार विकी. मी सांगते ना. तू पासच होणार!''

''अरे वा! आता तू माझी टीचर झालीस काय गं? की प्रिन्सिपॉल? निशा म्हणाली नको होऊ नापास, की मी पास व्हायचं. आँऽऽ?''

निशा खिदळायला लागली.

''मला शाळा सोडायचीय. दुकान चालवायचंय, दुकान!'' विकी म्हणाला आणि त्याच्या आवडत्या स्वप्नात शिरला.

त्याला वाटत होतं, मला जर स्वतंत्रपणे गिऱ्हाइकांशी बोलू-वागू दिलं, तर मलाही स्वातंत्र्य मिळेल. पैसा मिळेल. लोक मला ओळखायला लागतील. गिऱ्हाइकांना आकर्षित करायचं, भुलवायचं आणि माल खरेदी करायलाच लावायचा या खेळाचा आत्तापर्यंत तरी तो प्रेक्षकच होता. दुरून सगळं बघत होता. किंमत, फॅशन, कापडाचा पोत, धुवायचं कसं, शिलाई, फॉल, किती मीटर कापड लागणार, त्याला अस्तर किती, कशावर काय मॅचिंग ही सगळी बोलणी नुसती ऐकत होता. त्याला अजून त्यात प्रत्यक्ष भाग घेता येत नव्हता.

"एक दिवस... तुला सांगतो एक दिवस मी माझं दुकान टाकीन. मग मी स्वत: माल दाखवेन. गिऱ्हाइकांशी बोलून त्यांना पटवेन आणि जास्त माल घ्यायला लावेन. दुकानात येणाऱ्या सुंदर-सुंदर पोरींशी गप्पा मारेन. तोपर्यंत या घरात गरीब मुलासारखा राहतोय मी." विकी स्वप्नातच होता. निशा त्याच्याकडे एकटक पाहत होती.

"मी खूप काम करतो ना, त्यांना उपयोग होतोय माझा. म्हणून ठेवून घेतलंय मला. नाहीतर मी कुणालाच नको आहे. माझं नशीबच फुटकं आहे. तुझी आई किती तरी वेळा म्हणालीय, 'मेल्या, तुझ्या वडिलांना सुद्धा नको आहेस तू.' आई मरून गेली, बापाला मी नकोसा झालो. तिथे इतरांकडून प्रेम मिळेल ही अपेक्षा तरी कशी करणार मी?"

ते दोघंजण गच्चीवर एकटेच होते. तिथे बघायला, रागवायला कुणीच नव्हतं, त्यामुळे विकीने येणारं रडू आवरलं नाही. त्याच्या डोळ्यातून येणारे अश्रू गालावरून मोकळेपणी वहात होते.

निशा इतकी कौतुकात लहानाची मोठी होत होती, की एक मिनिटसुद्धा तिला कुणी रडू देत नसे. तिला विकीचं ते दु:ख सहन होईना. ती उठली आणि तिने पाठीमागून विकीला घट्ट मिठी घातली. तिच्या इवल्या हातांचा त्याच्या मानेला विळखा पडला. त्याच्या पाठीवर झुलत ती बोलू लागली.

"विकी, मी आहे ना तुला. मी आहे तुला. रडू नको रे विकी." विकीने शर्टच्या बाहीने डोळे पुसले.

"आणि घरातले सगळेजण आहेत. राजू, मम्मी, पापाजी, दादू, दादी, काका, काकू, अजय, विजय सगळे आहेत तुला विकी. सगळे जण तुझ्या रक्ताचे आहेत, विकी तुझे सख्खे नातेवाईक!" मोठ्या माणसांचे ऐकलेले शब्द निशा पोपटासारखे परत उच्चारत होती.

"काही सांगू नको मला. रक्ताचे न् मांसाचे! या जगात कुणी कुणाचं नसतं." विकीनेही ऐकलेले वाक्प्रचार स्वत:च्या वयाप्रमाणे पोपटासारखे बोलत तिला उत्तर दिलं. "एक दिवस मी त्यांच्या या घरातून आणि दुकानातून पळून जणार आहे. दाखवतोच त्यांना," उघडलेली पुस्तकं फटाफट बंद करत विकी बडबडत होता.

गोंडस, लोभस आणि लहानपणापासून समंजस असलेली निशा घरातल्या सर्वांचीच लाडकी होती. तिला मांडीवर घेऊन खेळवलं नाही किंवा कडेवर घेतलं नाही अशी एकही व्यक्ती घरात नव्हती. सगळ्यांच्या जवळ, मांडीवर, अंगाखांद्यावर खेळताना, खातापिताना आणि लाड करून घेताना त्यांचे शब्द तिच्याभोवती वहात असायचे. रेंगाळत असायचे. कानावर पडत राहायचे आणि डोक्यात शिरत जायचे. त्यामुळे विचार करायला लागण्यापूर्वीच त्या कुटुंबाची भाषा, रितीरिवाज तिच्या अंगवळणी पडले होते.

त्या कुटुंबाच्या जीवनात 'दुकान' केंद्रस्थानी होतं. दुकानासाठी प्रवास करायचा, दुकानासाठी खरेदी करायची, दुकानासाठीच भांडायचं, तिथेच काम करायचं, कामाचे बेत करायचे, बाजारातून येणी वसूल करायची, जे देणी देत नाहीत त्यांना कसं वठणीवर आणायचं, याचं धोरण ठरवायचं; हलक्या दर्जाच्या मालाबद्दल सावध राहायचं, होलसेलर्स त्यांच्याइतके सचोटीचे नसतील तर बनावट माल पाठवतात, त्याला आळा घालायचा, कापडगिरण्या आणि विणकर यांच्या प्रश्नांची काळजी करायची, दुकानाच्या नावाला, प्रतिष्ठेला जपायचं, त्यावर कोणताही बदनामीचा शिंतोडा उडू द्यायचा नाही. असं सगळं चालू असे. त्या घरातल्या प्रत्येक पुरुषाला दुकानाशिवाय दुसरं कोणतंही व्यवधान नव्हतं.

आता निशाने आपली हनुवटी त्याच्या पाठीत रुतवली आणि विचार करू लागली. आपल्या घरात कित्ती तरी माणसं आहेत. त्यातलं कोण बरं विकीकडे लक्ष देतं? कुणीसुद्धा नाही.

"बस झालं. चल आता. उतर बरं माझ्या पाठीवरून. चांगलीच जड व्हायला लागलीयस आता तू."

तिला पाठीवरून उतरवण्यासाठी म्हणून तो तिच्या बाळसेदार पायांना गुदगुल्या करू लागला. तशी तिने पटकन आपले पाय त्याच्या पोटाभोवती आवळले. विकीने पायांचा विळखा सोडवला, त्याबरोबर ती घसरून त्याच्या मांडीवर आली आणि जोरजोरात हसायला लागली. विकीने तिच्याकडे बघितलं. अतिशय गोड दिसत होती ती. हीच जर त्याची सख्खी बहिण असती, तर एक दिवस तिला सोडून जाण्याची पाळी त्याच्यावर आली नसती.

निशाने सापशिडीचा बोर्ड परत नीट मांडला. "आता तुला माझ्याबरोबर खेळावंच लागेल. नाहीतर पुन्हा पळून जाशील."

"मी गेल्यावर तू मला विसरून जाशील निशा." असं म्हणत विकी तिच्या बाजूला लवंडला आणि खेळातला फासा हातात घोळवू लागला. त्याच्या मनात काही वेगळंच येऊ लागलेलं होतं. हळूहळू मानेखाली हात घेऊन तो एका अंगावर वळला आणि निशा बसली होती तिच्याभोवती त्याने शरीराची कमान केली. ती

त्याच्या अंगावर रेलली. तिचं सगळं लक्ष त्या खेळावरच होतं. ती उड्या मारीत इकडेतिकडे खुडबुड, लुडबुड करत होती. झालरीचा लांडा फ्रॉक वाऱ्याच्या झुळकीने वर जात होता आणि तिचे गुबगुबीत पाय विकीच्या नाकासमोरच नाचत होते. मोहित झाल्यासारखं त्याने तिच्या मांड्यांच्या आतल्या बाजूला हात ठेवला आणि उद्‌गारला, "अहा! काय मऊ मऊ आहेस गं निशा तू!"

पुढच्याच क्षणी त्याच्या नजरेत, हालचालीत वासना दिसू लागली. त्याची कामातूर बोटं हलके हलके तिचे पाय, मांड्या कुरवाळू लागली. हळूहळू त्याच्या बोटांनी तिच्या पँटीचं इलॅस्टिक चाचपडायला सुरुवात केली. "ईऽऽ! काय करतोयस? ते घाणेरडं असतं. तिथे हात लावायचा नाही. हात बाजूला कर. कर ना!" ती ओरडत होती. पण विकी ते ऐकण्याच्या स्थितीत नव्हता.

धापा टाकल्यासारखा त्याचा श्वास जलद चालला होता. त्याने झपकन तिच्या पँटीत हात घालून सू सूच्या जागी हात लावला. तिथली फट शोधून त्यात बोट घातलं. आता निशा मोठमोठ्याने किंचाळू लागली. "मी सांगेन सगळ्यांना, तू कित्ती घाणेरडा आहेस ते." पण त्याने तिला घट्ट धरलं आणि तिचे पाय फाकवले. घट्ट बंद असलेली फट थोडी सैल झाली आणि त्यातून थोडी सू सू आली. त्याचा हात ओला झाला. तिने पाय जुळवण्याचा, त्याच्यापासून दूर जाण्याचा खूप प्रयत्न केला पण त्याने जबरदस्तीने तिला स्वत:च्या जवळ ओढून धरलं.

एकीकडे तिच्या कानात तो कुजबुजल्यासारखं म्हणत होता.

"ही गंमत आपण कुणाला सांगायची नाही बरं का! आपली जम्माडी जम्मत आहे ती. दुसऱ्यांना सांगायची नसते. हे बघ. तू सू सू केलीस ना माझ्या हातावर? तुला माहितीय, मी, अजय आणि विजय नेहमी एकमेकांसमोर सू सू करतो."

असं म्हणून त्याने ती बोटं स्वत:च्या तोंडात घातली. "तुझा हात दे ना इकडे. तुला एक मज्जा दाखवतो."

"मला नाही बघायची मज्जा." निशा रडत रडत म्हणाली.

"नाही कशी? बघायचीच आहे तुला मज्जा!"

"नाऽही. मला मम्मीकडे जायचंय. सोड मला."

"हे बघ! आणखी एक गंमत!" असं म्हणत त्याने झटकन, इतक्या झटकन तिला ते दाखवलं की तिला कळलंच नाही, हे अचानक आलं कुठून? ती खूप घाबरली आणि दचकून तिने त्या अचानक उभ्या राहिलेल्या काळ्या गोष्टीकडे पाहिलं आणि पटकन नजर दुसरीकडे वळवली.

"बघ-बघ. हात लाव ना. कसं लागतंय?" त्याने तिचा हात ओढून घेतला. आता ते ताठ, काळं काठीसारखं तिच्या मुठीला धडका देऊ लागलं. कसंतरीच गरम गरम, टणक टणक लागत होतं.

"बघ आता." विकीचा आवाज घोगरा झाला. एकदा तिची नजर त्यावर स्थिर झाल्यानंतर तिथे खिळूनच राहिली. तिला दुसरीकडे पाहताच येईना. ते काळं इंद्रिय विचित्रही दिसत होतं, बघू नये असं वाटत असतानाच त्याचं आकर्षणही वाटत होतं.

"धर. धर. घे घे. ये."

"नाही. मला नाही धरायचं. नको."

विकीने तिचं मनगट इतकं जोरात पकडून खेचलं की घट्ट मिटलेली मूठ आपसूक उघडून त्या भल्या मोठ्या काळ्या गोष्टीभोवती तिची बोटं लपेटली गेली. मुलीचा छोटासा, गोरा गुबगुबीत हात त्या काळ्या शिस्नावर उठून दिसत होता आणि त्यावर होता मुलाचा मोठा, मजबूत हात.

त्याने तिचा हात धरून वरखाली करायला सुरुवात केली. हळूहळू वेग वाढू लागला तशीतशी तिच्या मनात भीती शिरली. तिने हात सोडवण्यासाठी धडपड केली. आता त्याची पकड आणखी घट्ट झाली.

त्याने निश्वास टाकला. त्यासरशी सापशिडीच्या बोर्डावर पांढऱ्या चिकट द्रावाचे थेंब पडले. नंतर तिची मूठ ही त्यात भरली. ते काळं काळं एकदम आकसलं. त्याचा चेहराही मलूल झाला.

"हे आपलं गुफ्तगू आहे. जर कुणाला सांगितलंस, तर ते आधी तुला मारतील आणि मग मलाही मारतील." त्याने गचकन तिचा दंड धरला." हे कुणालाही, कधीही सांगायचं नाही. कळलं तुला?" विकीने सज्जड दम भरला.

निशाने काही न बोलता मान डोलावली. विकीने शर्टाच्या कोपऱ्याने तिची मूठ पुसली. तो सापशिडीचा बोर्डही कोरडा करून तिच्या हातात दिला. तो हातात धरायला तिला किळस वाटत होती. ते खाली जायला निघाले. सतरंजी आणि पुस्तकं विकीच्या हातात होती. कपाळावर केसांची झुलपं आलेली. निळ्या सपाता सटक-फटक वाजवत तो जिना उतरला. निशा खाली मान घालून त्याच्या मागून उतरत होती.

खाली आल्याबरोबर जेवणाच्या हॉलमधल्या कोपऱ्यात ठेवलेल्या त्याच्या कपाटाकडे विकी गेला. दिसेनासा झाला. हातातल्या सापशिडीकडे पाहत निशा काही वेळ स्तब्ध उभी होती. नंतर ती अंगणात गेली. अंगण पार करून कुंपणाच्या भिंतीपाशी गेली तिथून पाय उंच करून तिला जितक्या जोरात भिरकावणं शक्य होतं तितक्या जोरात तिने प्रथम तो बोर्ड, नंतर फासे आणि खुणा ठेवलेला बॉक्स भिंतीवरून पलीकडे भिरकावला. त्या पलीकडे आदळल्याचा आवाज ऐकून मगच ती घरात गेली.

६

त्यानंतरचे काही दिवस निशा गप्प गप्प असायची. समजायला लागल्यापासून ज्या कुटुंबाचा ती अविभाज्य घटक होती, त्यापासून पहिल्यांदाच वेगळं झाल्यासारखं तिला वाटत होतं. ती स्वच्छ असावी, याबद्दल सुरुवातीपासूनच तिची आई फार दक्ष होती. पण तिने मात्र काहीतरी घाणेरडं कृत्य केलं होतं. तिच्या हाताने त्या काळ्या, घाणेरड्या वस्तूला स्पर्श केला होता. ही गोष्ट मनात गाडून टाकायचा तिने प्रयत्न केला. पण ती उलट फोफावली, मोठी होत होत जास्त भयानक होऊन राहिली.

दरम्यान विकीचं निशामधलं स्वारस्य वाढलं. त्याला कुरवाळणाऱ्या छोट्या गोऱ्या गोऱ्या हातावर त्याची नजर खिळून राहू लागली. याच हातामुळे त्याने सतरंजीवर सुख भोगलं होतं. ती उत्तेजना आणि वीर्य बाहेर पडल्यावर मिळालेलं समाधान यांच्या नुसत्या आठवणीने त्याला ते पुन्हा पुन्हा भोगण्याची इच्छा होऊ लागली.

तो घरी लवकर येण्यासाठी सबबी शोधून काढू लागला. "दुकानात माझा अभ्यास होत नाही." तो म्हणे. "घरीच नीट लक्ष लागतं." हे अर्थातच प्रगल्भ वागणुकीचं लक्षण म्हणून सर्वांना मान्य झालं. आपल्या मामांची थोडी जास्त खुशामत करून तो त्यांच्याकडून पैसे काढू लागला आणि निशासाठी वेगवेगळ्या भेटी आणू लागला. कधी छोटी चॉकलेट्स, चुइंगमच्या वड्या, कैरीच्या वाळवलेल्या फोडी, तर कधी पाकवलेली बडीशेप.

विकी आता कायम, निशा आपल्याला एकटी कशी भेटेल, याची संधी शोधत असायचा एकदा एकटीला गाठलं की नंतर आपल्या मनाप्रमाणे करता येईल. काय चाललंय ते कळण्याचं तिचं वय नव्हतं आणि तो तिला तसं काहीच वाईट करत नव्हता. तिच्या वागण्यावरून तर तिच्या काही लक्षात असेल असंही वाटत नव्हतं.

त्याने पतंग विकत आणले. "चल निशू, तुला पतंग उडवायला शिकवतो." निशाने चित्र रंगवताना मान वर करून पाहिलंही नाही. तिच्याऐवजी राजू पतंग उडवायला वर आला. विकी राजूला खेळायला नेतो आहे म्हटल्यावर सोनाला मात्र बरं वाटलं आणि तिने विकीकडे हसून पाहिलं.

संध्याकाळची वेळ होती. या वेळेला मुलं दूध पिऊन खेळायला जायची आणि मोठी माणसं, उन्हाकरता जाड पडदे लावून काळोख केलेल्या बेडरूममधून बाहेर येऊन चहा पीत पीत लांबणाऱ्या सावल्यांवरून ऊन किती कमी झालंय त्याचा अंदाज घ्यायची.

घरातल्या छोट्या नोकराने अंगणात पाइपने पाणी सोडलं होतं आणि तो ते खराट्याने कोपऱ्यातल्या भोकाकडे लोटत होता. तिथून ते बाहेरच्या सांडपाण्याच्या मोठ्यापाइपात जात होतं. राजू त्याच्या मध्ये मध्ये लुडबुड करत होता. झाडून झालेल्या जागेवर परत पाणी उडवत होता. त्याच्या हातातून झाडू घेऊन, स्वतः पाणी लोटायला बघत होता.

निशा हातातल्या दुधाच्या ग्लासकडे बघत बसली होती.

"घे बेटी, दूध घे" आजी विनवत होती. तिने ग्लास उचलून निशाच्या बंद ओठांजवळ आणला. "हं घे बरं. एक घोट पापाजींचा."

निशाने लहानात लहान घोट घेतला.

"एक घोट मम्मीचा."

दुसरा अतिसूक्ष्म घोट घेतला.

"एक घोट भैयाचा."

आजीने स्टीलच्या ग्लासमध्ये डोकावून पाहिलं. "बेटी, तू आता मोठे मोठे घोट घ्यायला पाहिजेत. नाहीतर तू मोठी मुलगी कशी होणार? बघ हं! भैया पुढे जाईल तुझ्या!"

निशा काही बोलली नाही. "चल, आटप लवकर. एक घोट भैयाचा."

"ते झालं ना!"

"अच्छा, अच्छा. सॉरी! एक घोट विजयचा, एक घोट चाचाजीचा, एक घोट चाचीचा, एक घोट दादीचा, एक घोट दादाजींचा, एक विकीचा."

"मला नाही प्यायचा विकीचा घोट."

"अरे, का नाही? तो पण तुझा भैयाच आहे, राजू सारखा."

"तरी पण नाही."

"अगोबाई! गरीब बिचारा विकी! त्यानी काय केलं तुला?"

निशाने ग्लास बाजूला सारला.

"जाऊ दे बेटा. माफ करून टाक त्याला. आधीच तर कुणी नाहीये बिचाऱ्याला हं. आता एक घोट रूपामासीचा. एक त्या काकांचा—"

अशा प्रकारे, कुटुंबातल्या माणसांची नावे सावकाश घेता घेता वीस मिनिटं गेली. ग्लासातल्या दुधाची पातळी आळसावल्यासारखी हळू हळू खाली येत होती.

आजीने छोट्या नातीवरून नजर बाजूलाच काढली नाही. तिला ठाऊक होतं, कुणाचं लक्ष नाही असं पाहून तिने दूध अंगणातल्या सिंकमध्ये ओतून टाकलं असतं.

शेवटी एकदाचं दूध संपलं, निशा उठली, ग्लास स्वयंपाकघरातल्या नळाजवळ भांडीवालीच्या भांड्यांमध्ये घासायला ठेवला आणि आजी-आजोबांच्या खोलीकडे पळाली. राजूच्या जन्मानंतर तिची रवानगी तिकडे झाली होती.

तिने स्कूलबॅग उचलून पलंगावर ठेवली आणि इंग्लिशचं पुस्तक काढलं. उद्याच्या डिक्टेशनसाठी तिला 'names of the months' पाठ करायचं होतं. बारा नावं, बेरजेची पाच गणितं, हिंदीची आठ ओळींची कविता; एवढं झालं, की तिला बाहेर खेळायला जाता येणार होतं. बिछान्यावर बसल्या बसल्या मागे पुढे झुलत, एका हाताने पाठ करायचे शब्द झाकत, हळू आवाजात स्वत:शी बडबडत ती स्पेलिंग पाठ करत होती.

ऑगस्टपर्यंत पोहोचल्यावर तिच्या लक्षात आलं की विकी येऊन तिच्या मागे बसला आहे. त्याने पण त्याची स्कूलबॅग आणली आहे आणि तो पुस्तकं काढून वाचत असल्याचं मोठं नाटक करतो आहे. निशाने ऑगस्टचं स्पेलिंग घोकणं चालूच ठेवलं.

"तू काय करतेयस?" पाच मिनिटांनी विकीने विचारलं.

निशाने पुस्तकावर वाकून पाठांतर चालूच ठेवलं. थोड्या वेळाने तिथल्या शांततेचा भंग करीत विकी पुटपुटला, "निशू?"

"ए, मी आईला सांगीन हं! हा मला अभ्यास करू देत नाही म्हणून."

"मम्मी गेलीय राजूला घेऊन वर."

"मग दादीला सांगीन."

"ती बसलीय तिकडे शेजारणीशी गप्पा मारत."

"तू जा इथून!"

तो तिच्या जवळ सरकला. एकदम तिच्या कातडीची आग झाल्यासारखं वाटलं तिला.

"निशू, रागावलीस माझ्यावर?" तो कुजबुजला.

मानेने हलकासा नकार.

"मग बोलत का नाहीस माझ्याशी?"

"बोलतेय."

"अस्सं!" तिच्या ताठरलेल्या, विरोध करणाऱ्या शरीराला बळेच जवळ ओढत विकी म्हणाला. "तू माझ्यावर रागावलेली नाहीस ते दाखवून दे बरं मला." त्याचा हात तिच्या कपड्यांच्या आत सरकला. तिने पटकन दोन्ही मांड्या घट्ट जुळवल्या. पण त्याने जोर लावून आपली बोटं तिच्या दोन्ही मांड्यांच्या मध्ये घुसवलीच.

त्याचबरोबर नकळत थोडी सू-सू बाहेर आली आणि तिची चड्डी ओली झाली. तिला शरमेने मेल्याहून मेल्यासारखं झालं.

"आँ? काय गं लबाडे, एवढी मोठी झालीस, तरी चड्डीत सू-सू करतेस?" तो घोगऱ्या आवाजात बोलला. त्याचे ओठ तिच्या कानाला चिकटले होते.

तो एका हाताने तिच्या मांड्या चोळू लागला. तिची ओली चड्डी त्याच्या पालथ्या पंजावर होती. "बघ आता कसं कोरडं करतो तुला. चल मला थँक्यू म्हण, घाणेरडी मुलगी!"

तिने डोकं हलवण्याचा प्रयत्न केला. ते त्याच्या खांद्याला घासलं जात होतं. पण त्याचं सगळं लक्ष तो जे करत होता तिकडे होतं. त्याची पकड अधिकच घट्ट झाली. ती वेदनेने पिळवटली. चेहरा कसनुसा झाला. त्याचे खोल, उष्ण श्वास तिचा गाल जणू भाजून काढत होते.

एका बधीरलेल्या मन:स्थितीतच, तिच्या अंगावर सर्वबाजूंनी दाब देणाऱ्या त्या शरीराला विरोध करण्याचा ती प्रयत्न करू लागली. तिच्या हातातून पुस्तक गळून पडलं. तिच्या पाठीमागे तो काहीतरी करत असल्याचं तिला जाणवलं. आता त्याने तिचा हात घेऊन त्या गरम, कुरूप गोष्टीवर दाबला. तिने मान फिरवली. त्याने स्वत:च्या हातात तिचा हात धरून जलद गतीने वरखाली हलवायला सुरुवात केली. पण फार वेळ गेला नाही. लगेचच पांढरा रस बाहेर पडला, त्याची पकड ढिली पडली, त्याने सुस्कारा टाकला. कण्हला आणि तिचा हात पुसून दिला.

"जर का कुणाला काही सांगितलंस," गरज नसताना विकी तिच्या कानात बडबडला, "तर ते तुला मारतील. खोलीत कोंडून ठेवतील. पुन्हा कधीच शाळेत पाठवणार नाहीत."

निशाने स्वत:ला सोडवून घेतलं, लटपटत उभी राहिली आणि अंगणात गेली. तिची आजी अजूनही अंगणात शेजारणीशी गप्पा मारत उभी होती. आई अजून राजूसह वरतीच होती. निशा रसोईमध्ये एकटीच बसून राहिली. किती तरी वेळ! शेवटी तिची आई तिला रागावली; की ऊठ बसून काय राहतेस आळशासारखी? जा गृहपाठ कर. का नापास व्हायचंय विकीसारखं?

त्या संध्याकाळी निशाला जेवण गेलं नाही. तिच्या तोंडाला कोरड पडली होती. डोकं जड झालं होतं. हाताला थंड घाम येत होता. जेव्हा दादीने बळेच गोड गोड बोलून घास भरवला, तेव्हा तिला ठसका लागला आणि उलटी झाली.

काहीच माहीत नसलेली तिची आई नेहमीप्रमाणे रागावून म्हणाली. "बघा आता या मुलीचे नखरे! हिला खावंसं कसं वाटत नाही? तरी बरं. हिची आवडती दालमाखनी केली आहे."

निशाने पोळीचे तुकडे केले. काही दह्याच्या वाटीखाली सरकवले. काही

ताटाबाहेर सांडले आणि बाकीचे स्टीलच्या ताटाभोवती फरशीवर टाकून दिले. तिला वाटलं, की आता पोळी खाल्ली असं वाटेल.

पण आईने तिला पकडलंच.

"काय गं, एवढं का टाकून दिलंस?"

"बिचारी पोर! तिला भूकच लागत नाही आजकाल. दिसतेय पण कशी फिक्कट." आजीने मध्यस्थी केली.

"नाहीतरी कधी असते तिला भूक?" आईचं सुरू झालं. "मी आपली अख्खा दिवस तिच्या मागे असते खा गं बाई, खा गं बाई करत. तरी ही तशीच वाळली वात. वरती जाऊन काहीतरी अबरचबर खाऊन यायचं, मग जेवताना कशी भूक लागणार?"

"मी वरती नव्हते." निशा उत्तरली. तिला वाईट वाटलं. डोळे भरून आले. "इथेच होते. विकीसुद्धा होता." हे शब्द बोलताना तिचा गळा दाटून आला.

पण अर्थातच त्यातलं गांभीर्य कुणाच्याही लक्षात आलं नाही. मग तिने स्वत:ला आजीच्या मांडीत झोकून दिलं आणि तिचा पदर तोंडावर ओढून घेतला. राजूला जेव्हा आजी बाटलीने दूध पाजायची तेव्हा तो असंच करायचा, हे तिने असंख्य वेळा पाहिलेलं होतं. त्या सुरक्षित, उबदार जगात पोचल्यावर, तिने पोटभर रडून घेतलं.

राजूचा जन्म झाल्यापासून निशा आजीजवळ झोपू लागली होती. म्हातारीने आधी जरा कुरकुर केली, पण खरं तर देवदयेने लाभलेल्या या भेटीने ती हरखून गेली होती. तिने तसं दर्शवलं नसलं तरी, तीस वर्षांनंतर तिच्याजवळ लहान मूल झोपायला आलं होतं. एका लहानशा हाताची गळामिठी आता रोज तिच्याभोवती पडणार होती. आता तिच्या रात्री जागरूक राहून नातीची काळजी घेण्यात सुखाने व्यतीत होणार होत्या. आता आपण निरुपयोगी राहिलो नाही, या विचाराने खुश झालेल्या आजीने नातीला पदरात लपेटून घेतलं.

आत्ता तिच्या मनात आलं. निशाचं काहीतरी बिनसलेलं दिसतंय. लहानपणापासून उशीवर डोकं ठेवल्याबरोबर झोपी जाणारी ही पोरगी, आज आडवी होऊन डोळे झाकायला सुद्धा तयार नाही?

"मी आज रात्रभर जागीच राहणार आहे." निशाने जाहीर करून टाकलं.

"का बेटी, का बरं? त्या लाडी गोडीने विचारू लागल्या.

"राहायचंय मला जागं." तिला इतकंच बोलता आलं. खूप थकल्यामुळे तिला बसल्या जागीच झोप लागली. थोड्या वेळाने ती भोकाड पसरून रडायला लागली.

''कशाला मला झोपायला लावलं? मला वाईट वाईट स्वप्नं पडली ना!'' पण काय स्वप्नं पडली, ते मात्र ती सांगू शकली नाही.

''काही नाही बाळा, काही नाही झालं. स्वप्नच होतं ते.'' सगळे तिची समजूत घालू लागले. ''बघ बरं. तू आपल्या घरात आहेस. अगदी सुरक्षित, आम्ही सगळे तुझ्या आजूबाजूला आहोत. मम्मी, पापाजी, दादू-दादी, चाचा-चाची, अजय-विजय, विकी, राजू सगळी तुझ्या प्रेमाची माणसं आहेत बेटा!'' पण त्यानंतर निशा बिचारी रोजच रडत उठू लागली. तिचं किंचाळणं वाढतच चाललं. त्याचा परिणाम असा झाला, की सकाळी तिला जागच यायची नाही. तिचे वडील म्हणायचे, ''राहू दे. आजच्या दिवस नका पाठवू तिला शाळेत.''

पण असं शाळेत न जाता किती दिवस चालणार?

''तिला डॉक्टरांना दाखवावं एकदा.'' तिच्या सुशिलाचाचीने सुचवलं. ''कारण तिचं हे रडत उठणं नि किंचाळणं काही साधं वाटत नाही. ती कधीच अशी रडत उठत नव्हती.''

''माझ्या निशाला काहीही झालेलं नाही. सगळ्या मुलांना केव्हा ना केव्हा वाईट स्वप्नं पडतातच.'' सोनाने बजावलं.

''नाहीतर तिला वर आमच्याजवळ झोपू द्या.'' प्यारेलाल म्हणाला.

''हो हो.'' बायकोने री ओढली. ''तिला वरती चांगली झोप लागेल.''

''काही गरज नाही. थोड्या दिवसांनी होईल सगळं नीट.''

यावर काका-काकू काही बोलले नाहीत. मुलीचं भलं होणं हे द्वेष-मत्सराहून महत्त्वाचं आहे हे सोनाला कोण शिकवू शकणार? कुणीच नाही.

पण त्यांना वाटलं तसं नव्हतं. सोनालाही मुलीला होणारा त्रास हीच गोष्ट महत्त्वाची वाटत होती. त्यामुळे नंतर तिने निशाला विचारलं, की तुला वर झोपायला जायचं का? पण निशाने मान हलवून नकार दिला.

निशाच्या रात्री तशाच जात राहिल्या. उठल्यावरही ती फिकट आणि आजारी दिसू लागली. बहीण आल्यावर सोनाने समस्या तिच्या कानावर घातली. ''तिला तुझ्याजवळ घे झोपायला.'' बहिणीने सल्ला दिला.

''शक्यच नाही. एवढ्या आरडा ओरड्यात राजूला झोप लागणारच नाही. आधीच त्याची झोप इतकी सावध आहे!'' सोना म्हणाली.

रूपाने मान झटकली. घरात इतकी कमी जागा आणि इतका जास्त आवाज असूनही इतर सगळी मुलं शांत झोपतात. राजूच्या झोपेचं मात्र त्याच्या आईला नको तेवढं कौतुक!

''माझ्याकडे पाठवतेस का तिला झोपायला? कदाचित इथे कशाला तरी घाबरली वगैरे असेल ती. काही सांगता येत नाही.'' रूपा म्हणाली.

सोनाला एकीकडे वाटत होतं, की या घरात तिला भीती बसावी असं काहीच नाही. पण दुसरा कोणता उपाय ही समोर दिसत नव्हता; त्यामुळे बहिणीचा प्रस्ताव मान्य करावा असंही वाटत होतं. अशाप्रकारे तिची ओढताण चालली होती. शिवाय निशाला रूपाकडे ठेवण्यामुळे 'मलाही माझी माणसं आहेत म्हटलं, तुमच्यावर अवलंबून राहण्याची काही गरज नाही' असंही 'वरच्यांना' दाखवून देता आलं असतं, ते वेगळंच.

निशाची पाठवणी मावशीकडे झाली आणि आजी पुन्हा एकदा रिकाम्या पलंगावर एकट्या झोपू लागल्या. लांबचलांब न संपणाऱ्या रात्री आणि पुरेपूर विश्रांती. पण मनात आठवण मात्र सारखी तिचीच. असं काय झालं बरं पोरीला? तिच्या आईला विचारलं, तर सांगायची, "बरी आहे. शांत झोपते. मावशी खूप छान काळजी घेते तिची. या घरात कशाला तरी घाबरत होती ती."

हे ऐकून आजीच्या कपाळावर आठी पडायची. माझा लळा लागला ना लेकराला, ते पाहवेना हिला; दुसरं काय? माझ्यापासून तिला तोडण्यासाठी हिचे हे सारे बहाणे. एवढं माझं भरलं घर, सतत कुणी ना कुणी तिच्या जवळ असताना, ती कधीच एकटी नसताना, घाबरायचं कारणच काय म्हणते मी?

विकीचा देखील त्या पोरीवर किती जीव! बिचारा आईवेगळा पोर! फार प्रेमळ! अगदी त्याच्या आईसारखाच. आता लवकरच शिक्षण संपेल त्याचं, की मग लग्न करून टाकू. बघू या. ती नशीब घेऊन आली, तर तिच्यामुळे याचंही भाग्य उजळेल कदाचित–

दहावीची बोर्डाची परीक्षा असते. त्यासाठी विकीला घरी स्पेशल ट्यूशन लावावी, असा आजींचा आग्रह होता. ही काळजी त्यांना घ्यायलाच हवी होती. कारण बोर्डाच्या परीक्षेत काही ओळखीने पास करून घेता येणार नव्हतं.

या प्रस्तावाला सोनाने विरोध केला. तिचं म्हणणं, फक्त फॉर्मसाठी ट्यूशन लावणं म्हणजे विकीला बिघडवणं आहे. तिच्या वेळेला तर त्यांनी ट्यूशन हा शब्दसुद्धा ऐकला नव्हता. पण तिने जास्त हरकत घेतली नाही. कारण तिला नाही म्हटलं तरी मनातून त्याच्याबद्दल कृतज्ञता वाटत होती. तिला त्याच्याकडे बघवत नसे ही गोष्ट वेगळी. पण तो आल्यानंतरच तिची कूस उजवली, ही वस्तूस्थिती होती. अखेर जवळचाच एक ट्यूटर शोधला. रोज संध्याकाळी इतर पाच मुलांबरोबर विकी त्याच्याघरी घोकंपट्टी करायला जाऊ लागला. ही सगळी त्याच्यासारखीच करोलबागेत राहणाऱ्या व्यावसायिकांची मुलं होती. कसंही करून कमीतकमी दहावी

पास होणं, या गरजेपोटी शिकवणी लावलेली. रोज दोन तास ट्यूशन चाले. त्यामुळे विकीचा वेळ घराबाहेरच जास्त जात असे. शाळा, दुकान आणि मग ट्यूशन.

ट्यूशनमध्ये घरच्या दुकानाबद्दल विकी नेहमी फुशारक्या मारीत असे. 'लाला बनवारीलाल ॲण्ड सन्स, साड्या, शाली, सूटिंग, शर्टिंग' ही पाटी अजमल रोडवरून जाणाऱ्या येणाऱ्यांचे लक्ष वेधून घेण्याइतकी ठळक होतीच.

अपत्यहीन रूपाला निशाच्या येण्याने जणू आशीवार्दच मिळाला. बहिणीच्या प्रार्थनेमुळे तिचाही फायदा झाला होता. निशा आपल्या मावशीबरोबर तिच्या घरी आली.

पहिल्या रात्री निशा जेवायला बसली, त्यावेळी घरातली तिन्ही मोठी माणसं तिच्या अवतीभोवती राहून, ती खात असलेला पुरी-भाजीचा प्रत्येक घास कौतुकाने निरखत होती. जेवण झाल्यावर रूपाने तिचे कपडे बदलले. तिला दात घासून पाय धुवायला लावले, चेहऱ्याला थोडा क्रीमचा हात लावला आणि केसांना तेल लावून पुन्हा वेणी घालून दिली. निशा तिच्या मावशी आणि काकांच्या मध्ये एका मोठ्या डबलबेडवर झोपली. तेव्हा तिच्या इवलाल्या हातापायांची नखं, मावशीने कौतुकाने लावलेल्या नेलपॉलिशमुळे चमकत होती.

तिचं तोंड किंचित उघडं होतं. गाल गोरे गोबरे दिसत होते. लहान मूल झोपलेलं असताना, ते निरागस चित्र प्रत्येकालाच बघत राहावंसं वाटतं. तसं बघत तिचे काका म्हणाले, "बघ कशी शांत झोपली आहे! हिला तशी वाईट स्वप्न कशामुळे पडत होती? तुझ्या दीदीच्या घरात काहीतरी घडलं असलं पाहिजे."

रूपाचं काळीज भरून आलं. खरंच किती प्रेमळ आहेत हे! फार चांगले वडील झाले असते! पण वडील होऊ शकले नाहीत, त्याबद्दल त्यांनी तिला कधीच उणेपणा वाटू दिला नाही. की बहिणीप्रमाणे तिला त्यावरून छळही सोसावा लागला नाही.

"ते तर म्हणतात, काहीच घडलं नाही." तिने हलक्या आवाजात सांगितलं, "नेहमी कुणी ना कुणी तिच्याजवळ असतंच म्हणे!"

"याला तिच्याकडे लक्ष देणं म्हणत नाहीत."

हे ऐकताच, पुष्कळवेळा व्हायची, तशी नवऱ्याची हुशारी पाहून रूपा थक्क झाली. अर्थात काहीतरी घडलं असलंच पाहिजे. मुलीला अचानक पडू लागलेली स्वप्नं हा त्याचा पुरावाच होता. पण नेमकं काय घडलं असावं? ती कधीच बाहेर जात नव्हती, म्हणजे घरातच तिला भीती वाटावी असं काहीतरी घडलं असलं पाहिजे. लैंगिक शोषण? कोण करू धजलं असेल? संशयाची सुई घरातल्या सर्व पुरुषांच्या नावावरून फिरू लागली. बनवारीलाल, प्यारेलाल, यशपाल– छे छे!

केवळ अशक्य! अजय, विजय– नाही नाही. ते या दृष्टीने खूपच लहान आहेत. मग विकी? हां बरोबर. तो विकीच असला पाहिजे. हे निश्चित झालं आणि त्या मुलाबद्दल तिरस्काराच्या लाटा तिला वेढू लागल्या. सोनाचं खरं होतं. तो काळा कावळा होता. गिधाड होता. मिळेल त्याला चोच मारणारं गिधाड! अखेर केव्हा हा इथून एकदाचा टळणार आहे?

तोपर्यंत मी मुलीला माझ्यापाशीच ठेवून घेणार. भले तिच्या आईला तोपर्यंत बेचैन वाटलं तर वाटू दे. किती म्हटलं तरी मुलीच्या आयुष्याचा प्रश्न होता.

निशा आत्तापर्यंत ज्या वातावरणात राहिली होती. त्यापेक्षा फार वेगळ्या ठिकाणी आल्यासारखं तिला वाटत होतं. एकुलती एक असल्यामुळे, सगळ्यांची आवड, काळजी आणि लक्ष तिच्यावरच केंद्रित झालेलं होतं.

ती शाळेतून आली, तेव्हा मुरत ठेवलेल्या लोणच्याचा आणि तळलेल्या मेथ्यांचा खमंग वास दरवळत होता. कैरीच्या चकत्या, लिंबाच्या फोडी, मिरच्यांचे तुकडे आणि लिंबाच्या रसात भिजवलेल्या खारका उन्हात वाळवायला ठेवल्या होत्या.

"तू आणि काका खूप खूप लोणचं खाता गं मावशी," ती सगळी मोठ्या प्रमाणात केलेली तयारी पाहून निशाने शेरा मारला.

रूपा हसली. "अगं, एवढं कोण खाऊ शकणार आहे? मी लोणची करून विकते. माझा व्यवसाय आहे तो."

निशा मावशीकडे रोखून बघत होती. रूपा पुन्हा हसली. "तुला करोलबागेतलं ते दुकान माहीत आहे, तुझ्या बाबांच्या दुकानाशेजारचं? रूपम? तिथे मिळणाऱ्या चटण्या, लोणची आणि सरबत माझी असतात." ती पुन्हा एकदा हसली. खरं तर रूपाला हसू आवरत नव्हतं. निशाच्या घरी तिचे बाबा, आजोबा आणि काका व्यवसायाबद्दल काही बोलत नसत. पण लोणच्याबद्दल सांगायला हरकत नव्हती.

"तुझे पापाजी मला मदत करतात. आता चल, युनिफॉर्म बदल, हातपाय धू मग आपण खाऊया हं!" हे सांगताना तिने हात लांब केला. त्याला मोहरीच्या तेलाचा आणि मिरचीचा वास येत होता.

हळूहळू निशाला वाईट स्वप्नं पडणं कमी झालं. त्यामुळे रूपाची खात्री झाली की राक्षस तिच्या घरातच होता. नाहीतर एवढी लहान मुलगी सहजासहजी आईला सोडून राहिली असती का? कुणीतरी सुटका करीपर्यंत त्या किंचाळायला लावणाऱ्या राक्षसाला स्वप्नात बघत राहिली असती.

रूपाचा नवरा प्रेमनाथ हा लहानखुरा, काळा, काटकुळा असला, तरी त्याची नजर चाणाक्ष होती. मिशी नीट कोरलेली असे आणि विरळ केस नीट विंचरून मागे बसवलेले असत. तो फिक्या रंगाचे बुशशर्ट वापरत असे; ते सरळ पँटवर लटकल्यासारखे दिसत. तो सरंक्षण खात्याच्या हवाई मुख्यालयात मेकॅनिकल ड्राफ्ट्समन होता. एखाद्या रशियन किंवा अमेरिकन विमानात बिघाड झाला, की त्याच्या सर्व भागाचं सविस्तर चित्र काढायचं, हे त्याचं काम यामुळे तसाच भाग स्थानिक कारागिराकडून बनवून घेणं शक्य होत असे आणि इतके महागडे भाग आयात करणं टळत असे.

बऱ्याचशा सरकारी नोकरांप्रमाणे प्रेमनाथलाही वाटत असे की आपल्याला योग्यतेपेक्षा कमी मान मिळतो आणि पगारही कमीच मिळतो. त्याचे जे कामचुकार सहकारी काही काम करायचे नाहीत, त्यांना कामाची नीट माहितीही नव्हती आणि पर्वासुद्धा नव्हती; त्यांनाही त्याच्याइतकाच पगार मिळे. सोयी-सवलतीही तेवढ्याच मिळत.

सरकारी नोकरीत हाच त्रास होता. कार्यक्षम, अकार्यक्षम, लायक, नालायक, प्रामाणिक, अप्रामाणिक सर्वांनाच नोकरीची शाश्वती मिळे. हे अन्याय्य आणि निराशाजनक होतं.

एकदा तो आय.ए.एस. परीक्षेलाही बसला होता. त्याला माहिती होतं, की आपण पास होणं शक्य नाही. पण प्रयत्न करायला काय हरकत आहे? ज्यावेळी त्याला इंटरव्ह्यूमध्ये नापास करण्यात आलं, तेव्हा मात्र ही अलिप्तता त्याला सोडून गेली होती. त्याला कळून चुकलं, की आपले गबाळे कपडे, आपलं दिसणं, याच गोष्टीनी आपल्याला नापास केलेलं आहे. त्याने कडवटपणे एम्प्लॉयमेंट एक्सचेंजमध्ये नाव नोंदवलं आणि मिळाली ती पहिली नोकरी पकडली. त्यामुळे त्याला रिटायर्ड होईपर्यंत नोकरीची हमी, फोन आणि एक छोटा फ्लॅट मिळाला. फ्लॅट त्याने भाड्याने दिला (बेकायदेशीरपणे), त्याचं जे काय थोडं भाडं येई, तेवढेच पैसे तो बाजूला टाकू शकत असे. पण त्याची जास्तीत जास्त आर्थिक आणि शारीरिक ताकद कोर्ट केस लढवण्यातच खर्च होत असे.

मूलबाळ नसल्याबद्दल त्याला खेद वाटत नसे. त्याच्या बायकोला या गोष्टीचं कौतुक वाटे. तिला वाटे, आपला नवरा विचार करू शकतो. त्यामुळे तो हे अलिप्तपणे सहन करीत आहे. मूल होण्याची इच्छा करणं, म्हणजे 'मी माझं' या विचारात भर घालणं. अशा कोणत्याही बंधनात न गुंतता मोकळेपणाने जगणं, त्यापेक्षा कितीतरी सोपं! शिवाय आपल्या भारत देशात अगोदर मुलांची संख्या काय कमी वाढून बसली आहे?

त्याच्या अशा विचारांमुळे कुटुंबात त्याला तत्वचिंतकाचं स्थान मिळालं होतं.

सोनाच्या तथाकथित वांझपणावरून जो बोभाटा केला गेला, त्याचा प्रेमनाथला फार तिटकारा येई. विकीला 'तिचा मुलगा' म्हटलं जाई. पण तिचे कुटुंबीय तसं समजत मात्र नव्हते. त्यांना स्वत:च्या रक्तामांसाचं मूल हवं होतं. ही व्यापारीवृत्ती झाली. बोलूनचालून हे धंदेवाईक, दुकानदार. त्यांच्या डोक्यात वेगळ्या कल्पना येणार कशा? बापजन्मात यांनी कुणी एखादं पुस्तक तरी वाचलं असेल का? तो स्वत: जर अशा पद्धतीने विचार करत असता, तर त्याने बहिणीच्या मुलांना मदत म्हणून कधी एक पैसाही पाठवला नसता. रूपा जरी काहीही म्हणत असली, तरी विकीला त्या कुटुंबात भिक्षा घातल्यासारखी मदत केली जात होती; त्यापेक्षा प्रेमनाथ त्याच्या बहिणीच्या मुलांना करत असलेली मदत खरोखर श्रेष्ठ होती. त्याच्या कुटुंबातून त्याला 'वाटून घेण्याची' शिकवण मिळाली, हे सुदैवच. ती माणसं गरीब असली तरी मनाने मोठी होती.

पण सोना आणि रूपा या दोघींच्याइतक्या भिन्न स्वभावाच्या बहिणी त्याने कुठेच पाहिल्या नव्हत्या. एक आत्मकेंद्रित, सतत तक्रार करणारी, असंतुष्ट; तर दुसरी गोड्या पाण्याच्या विहिरीसारखी, सर्वांना पाणी देऊन तृप्त करणारी. ती माहेराबद्दलची नैसर्गिक ओढ असेल; पण रूपाच्या चांगल्या स्वभावाचं ताजं उदाहरण म्हणजे बहिणीच्या मुलीला ती आईसारखं सांभाळत होती. त्याच्या मनात येई, हे दुसऱ्याचं मूल आहे आणि एक दिवस परत पाठवावं लागणार आहे, हे हिच्या ध्यानात राहिलं, तरी पुष्कळ झालं.

निशा शाळेतून आल्यावर थोड्याच वेळात प्रेमनाथ कामावरून घरी आला. येताना त्याने दोन पुस्तकं आणली होती.

"हे बघ बेटी."

निशाने पाहिलं. 'रामायणातील गोष्टी' आणि 'जातककथा'.

"अहो, एवढी जाडी जाडी पुस्तकं ती कशी काय वाचणार?" रूपा म्हणाली "तुम्ही तिला क, ख, गं ची अंकलिपी का नाही आणलीत?"

"मला येतं क, ख, गं वाचायला." निशा फणकाऱ्याने म्हणाली.

"होय तर! नक्कीच येत असेल." प्रेमनाथ म्हणाला, "ही पुस्तकं मी तुला वाचून दाखवणार आहे. माझी खात्री आहे, अशा काही गोष्टींची काळजी त्या तुमच्या घरातलं कुणीच करत नसेल." प्रेमनाथने सोनाच्या कुटुंबावर ओढलेल्या ताशेऱ्यांबद्दल राग व्यक्त करावा की हसावं, हे रूपा ठरवत होती, तेवढ्यात त्याने निशाला मांडीवर बसवून, चित्रं दाखवायला सुरुवातही केली होती.

आणि अशाप्रकारे निशाच्या अवांतर शिक्षणाला सुरुवात झाली. दर्यागंजमधील जुन्या पुस्तकांच्या दुकानांना प्रेमनाथ नियमीतपणे भेटी देऊ लागला. पेन्सिलने खुणा केलेली, चित्रं गिरवलेली, कुठे कुठे फाटलेली, पानं पिवळी पडलेली, भिजट

झालेली असली, तरी ती पुस्तकं होती आणि त्यांचा योग्य तो मान राखायला निशा शिकेल, याची तिच्या काकाने काळजी घेतली.

असे काही महिने गेले. निशा सहा वर्षांची होत आली होती. त्यामुळे तिला आता लवकरच प्ले स्कूलमधून बाहेर पडावं लागणार होतं. हिचे आई-वडील एखाद्या चांगल्या शिक्षण संस्थेला हिला घालणार आहेत की नाहीत? प्रेमनाथ वैतागून विचार करत होता.

बहुतेक शाळांमध्ये डिसेंबर महिन्याच्या अखेरीपर्यंत प्रवेश अर्ज दाखल करावे लागत. तोही चौकशी करू शकला असता; पण ते नात्याच्या मर्यादेचं उल्लंघन ठरेल, अशी त्याला भीती वाटली.

"काय गं, तुझे ते नातेवाईक काही करणार आहेत की नाहीत?" त्याने बायकोला विचारलं "जबाबदारी टाळण्याचा हा चांगला मार्ग काढलाय हं त्यांनी! इथे आणून टाकली पोरीला आणि गेले विसरून."

"असं कसं म्हणता तुम्ही? तिला घरच्यासारखं इथेही आरामात राहता यावं, म्हणून सारखं काही ना काही पाठवत असतात ते."

"मला वाटतं, वस्तूंमुळे मुलं लहानाची मोठी होत नसतात; हे आता तरी उमजायला हवं त्यांनी." नुकताच तिकडून आलेला हीटर आणि गीझर यांचा उल्लेख टाळत तो म्हणाला. "मुलांना विचार द्यायला हवा. त्यांच्याकडे लक्ष द्यायला पाहिजे. सगळ्या गोष्टी त्यांना वेळच्यावेळी मिळायला पाहिजेत."

"मी काय म्हणते, तुम्हीच का पुढाकार घेत नाही तिच्या शाळेच्या बाबतीत?" रूपाने सुचवलं. "भाईसाब बिचारे दिवसभर दुकानातच असतात."

"हो ना. मुलीपेक्षा, पैसे मिळवणं जास्त महत्त्वाचं वाटतं त्यांना." प्रेमनाथने टोला लगावला. वास्तविक, फाळणीमुळे त्या कुटुंबाला किती हालअपेष्टा सोसाव्या लागल्या, सुनिताच्या मृत्यूचा केवढा धक्का बसला, विकीचं पालन-पोषण करण्याची जबाबदारी उचलावी लागली हे सगळं त्याला माहिती होतं, पण केवळ ते पैसे कमावत होते, म्हणून त्यांच्या त्रासाकडेसुद्धा संशयाने पाहिलं जात होतं. जे त्यांच्या हक्काचं होतं, त्यासाठी त्यांना निरुपयोगी आणि लांबलचक खटले लढवत बसावं लागलं नव्हतं. उलट जे त्यांच्या हक्काचं होतं, ते दिवसेंदिवस द्विगुणित होत चाललं होतं.

त्याची बायको त्याचं तिरकं बोलणं गंभीरपणे घेत नसे. ती एक त्यांची बोलण्याची पद्धत आहे, असं म्हणून ती हसायची. तिला वाटे,'त्याचं मन किती मोठं आहे! त्या छोटीबरोबर असताना त्याच्याकडे बघत राहावंस वाटतं.'

"माझी खात्री आहे, तुम्ही कोणतीही शाळा निवडलीत, तरी दीदीला चालेल. बिचारी दीदी! तिला काय माहिती कुठे जायचं आणि कुणाशी बोलायचं ते?

भाईसाब सदा कामात असतात. तिला तुमच्या मदतीची गरज आहे हो!'' रूपाने नवऱ्याची स्तुती सुरू केली.

प्रथम प्रेमनाथ आपल्या साडूला जाऊन भेटला. हो! नंतर कुणी उगाच लुडबुड केल्याचा आरोप करायला नको. कदाचित तो नको इतकी काळजी घेत असेल: पण त्या नात्यात हे करणं आवश्यकच होतं. नुसता पैसा आणि बौद्धिक श्रेष्ठत्व यांचा समतोल साधला गेला असता, तर सगळं काही बरोबर झालं असतं, पण असं कधीच होत नसे. हीच त्याच्या दृष्टीने दुःखाची गोष्ट होती.

त्याने यशपालला दुकानातच भेटायचं ठरवलं. कारण निशाच्या शाळेच्या बाबतीत त्याला सोनाचं अडाणी मत ऐकायची इच्छा नव्हती; आणि पाठवलेल्या भेटींचा अप्रत्यक्ष उल्लेखही नकोसा वाटत होता. तो दुकानात शिरला. आल्याबरोबर त्याचं लक्ष देवीच्या आणि बाबाजींच्या फोटोला घातलेल्या चमचमत्या लाल दिव्यांच्या माळेकडे गेलं. त्याने गल्ल्यासमोर बसलेल्या लाला बनवारीलालना नमस्कार केला आणि दुरूनच आपल्या साडूला मान हलवून अभिवादन केलं. यशपाल तीन चोखंदळ स्त्री ग्राहकांना भारीतल्या कांजीवरम साड्यांच्या घड्यामागून घड्या उलगडून दाखवत होता. प्रेमनाथ त्याच्यापासून लांब जाऊन बसला.

प्रेमनाथ बऱ्याच दिवसानंतर दुकानात आला होता. तो बसला होता, तिथली भिंत संपूर्ण सोनेरी आरशाने मढवलेली होती. मुख्य दरवाजाला काचेची दारं बसवली होती. सगळं वातावरण थंडगार होतं. सगळे बाक गिऱ्हाइकांनी भरून गेलेले होते. आणखी काही जण बेसमेंटकडे जात होते. हे बनवारीलाल शेठ, महिन्याला एकूण किती नफा कमवत असतील, त्याचा अंदाज लावण्याचा त्याने प्रयत्न केला, पण नंतर सोडून दिला; कारण बऱ्याच गोष्टी त्याला माहीत नव्हत्या.

एका मुलाने त्याला कपभर चहा आणि बशीत नारळाची बिस्किटं आणून दिली. या आदरातिथ्यामागचा हेतू न बघता, त्याने कृतज्ञतेने चहाचे घोट घेतले आणि बिस्किटांचा आस्वाद घेत शांतपणे वाट पाहत बसला.

यशपालने लांबून आरशाच्या भिंतीजवळ बसलेल्या माणसाकडे पाहिलं. त्यांचा हा साडू कधीच दुकानात येत नसे. नेहमी घरीच भेटत असे. त्यामुळे त्याला दुकानात पाहून विचित्र वाटत होतं. गेले काही महिने तो निशाला घेऊन येत असे. यशपालने उसासा टाकला.

दररोज संध्याकाळी घरी आल्यावर त्याला निशाची आठवण यायची. पण एकदा रूपाने विकीचा उल्लेख संशयित म्हणून केला होता. तेव्हापासून तो निशाला घरी परत आणण्याचा विचारही करत नव्हता.

''निशा, आता खूपच शांत झाली आहे. अर्थात तिला रोज घरातल्या सर्वांच्या आठवणी तर येतातच; पण तुमच्या-माझ्यातली गोष्ट म्हणून सांगते भाईसाब, मला

असं वाटतं, की विकीची कुठेतरी दुसरीकडे सोय होईपर्यंत, तिला घरापासून दूरच ठेवलेलं बरं! घरातलंच असल्यामुळे जास्त बोलताही येत नाही.''

''निशा काही बोलली का?'' यशपाल फक्त एवढंच विचारू शकला.

''एवढीशी पोर ती. ती काय बोलू शकणार आहे? पण ती त्याला कशी टाळते ते बघा. मी इतके दिवस निरीक्षण केलंय आणि नंतरच बोलते आहे.''

''तुझ्या बहिणीला माहितीय हे?''

रूपाने नकारार्थी मान हलवली.

''तसं नक्की कसं म्हणता येईल आपल्याला? आणि तिला कधी एकटं पण सोडलेलं नव्हतं आम्ही.''

''हे बघा, माझं सांगण्याचं कर्तव्य होतं, ते मी केलंय. या उप्पर ती तुमची मुलगी आहे; तुम्हाला योग्य वाटेल तसं तुम्ही करू शकता.'' रूपा कठोरपणे बोलली. तिच्या मनात आलं, खरोखर प्रेमनाथनेच या लोकांना बरोबर ओळखलेलं आहे.

''ठीक आहे. बघतो मी काय करायचं ते.'' यशपालही रागाने उत्तरला. त्याला मेव्हणीचा तिरस्कार वाटू लागला. ही कोण आमच्यावर आरोप करणारी? मीच तर तिचा व्यवसाय उभा करून दिला ना?

प्रत्येकवेळी त्याची मुलगी घरी यायची, ती एखादं जुनं फाटकं पुस्तक हातात घट्ट पकडून बिचाऱ्या राजूला त्याला हातसुद्धा लावू द्यायची नाही. तेव्हा ती किती खुश दिसायची ते त्याच्या लक्षात आलं होतं. मावशी आणि काका तिच्यावर प्रेमाचा वर्षाव करत असायचे, तिच्या सगळ्या गोष्टी कौतुकाने ऐकायचे, विकी आला की ती मावशीच्या मांडीवर चढून बसायची आणि त्याची स्वतःची बायको मात्र सदा सर्वकाळ तिच्या इतक्या वर्षांच्या व्रतवैकल्याचं फळ म्हणजेच तिचा मुलगा राजू याच्या कौतुकात मग्न असायची. तोही अष्टौप्रहर तिचं लक्ष स्वतःकडे खेचून घ्यायचा. शेवटी मन खट्टू झालं, पण यशपालच्या लक्षात आलं, की सध्या काही न करण्यातच शहाणपणा आहे.

''ते लाड करून तिला अगदी बिघडवून ठेवणारेत.'' कधीतरी सोना मुद्दाम आजी-आजोबांसमोर तक्रारीचा सूर काढी. त्यांनाही समजायला पाहिजे, की तिच्या मुलांना बिघडवणारी इतरही काही माणसं कुटुंबात आहेत.

''निशामुळे त्यांचं घर आनंदाने उजळून निघत असेल. रूपा तिची चांगली काळजी घेते आहे.'' लाला बनवारीलाल खुशीने म्हणाले.

सोनाने संमतीदर्शक मान हलवली. यशपालने स्वतःला समजावलं, की मुलांची काळजी सगळ्यांनी मिळूनच घ्यायची असते. मावशीच्या घरी जर निशा आनंदात राहून तिची प्रगती होत असेल आणि त्या निपुत्रिक जोडप्यालाही जर त्यातून सुख

समाधान मिळत असेल, तर आपण मध्ये येता कामा नये. नाहीतरी बायका, मुली म्हणून, बहिणी म्हणून, पत्नी म्हणून जिथे राहत असतात, ते घर उजळून टाकतात म्हणे, मग निशा तर मोठी भाग्यवतीच म्हटली पाहिजे. मंगळी असूनही इतक्या लहान वयात तिने घरं उजळायला सुरुवातही केलेली होती आणि अपत्यांमध्ये जास्त गुंतून राहणं हेही चांगलं नसतंच म्हणा!

आता प्रेमनाथ शाळेबद्दल विचारत होता. यशपालला माहिती होतं, की त्याचबरोबर त्याला हेही विचारायचं होतं, की निशाच्या जीवनात आमचा सहभाग कुठपर्यंत असायला पाहिजे? रूपाच्या मनात जो संशय होता, तो याच्याही मनात असेल का?

"तुम्ही निशासाठी इतकं करता आहात, खरंच खूप केलंय तुम्ही पण मला वाटतं, इथून पुढे ती घरी तिच्या भावांबरोबर राहिलेली बरी." त्याने चाचपणी केली.

"निशा खूप चांगली मुलगी आहे. पण ती मुलग्यांपासून दूर राहील, तेवढं बरं. मुलं फार धसमुसळी असतात.. आताच तिचं ते झोपेत किंचाळणं वगैरे थांबलंय."

थोडा वेळ मध्ये गेला. प्रेमनाथला राहवेना. तो निशाचं कौतुक सांगू लागला. "माझ्या वडिलांची ती फार लाडकी झालीय. ते दररोज रात्री तिला घरच्या पोथीतली एक गोष्ट वाचून दाखवतात आणि आता तिच्या त्या सगळ्या गोष्टी पाठ झाल्यात पाहा."

"ती तुमचीच आहे हो! तुम्ही सांगितल्याप्रमाणे आपण तिला एका चांगल्या मुलींच्या शाळेतच घालू. भाईसाब, या बाबतीत मी पूर्णपणे तुमच्यावर विसंबून आहे. इतक्या लहान वयात तिला एवढं सगळं वाचता यायला लागलं, ते केवळ तुमच्यामुळे."

"ती फार चटकन पिकअप करते. फक्त एकदा तिला सांगितलं की बास होतं." प्रेमनाथ काका विनयाचं प्रदर्शन करत म्हणाले.

शाळेची निवड करताना अंतराचा विचार मुख्य होता. इतक्या लहान मुलीने रोज तासन्‌तास बसमधून प्रवास करावा, हे प्रेमनाथला नको होतं आणि ती मुलगी होती, हा विचार अर्थातच सर्वांत प्रथम केला गेला. ते सांगायला काही तिच्या वडिलांची आवश्यकता नव्हती. मुलींच्या शाळेत ती पारंपरिक पद्धतीने वाढणार होती आणि तिला नुकतंच ज्या अनुभवातून जावं लागलं होतं, त्याचा विचार करता, तिचा मुलांशी संबंध न येणंच योग्य ठरणार होतं. शाळेला प्रयोगशाळा असणं आवश्यक होतं. पुढे तिला सायन्स साईडला जायचं असेल तर जाता आलं पाहिजे.

प्रेमनाथने आजूबाजूच्या सर्व शाळांत जाऊन चौकशी केली आणि आवश्यक ते

फॉर्म भरून दिले. जर ती प्रवेशपरीक्षेत पास झाली. (ती इतकी हुशार होती की, नापास होण्याचा प्रश्न नव्हता) तर त्याची पहिली पसंती होती, 'न्यू होरायझन पब्लिक स्कूलला.' त्याला शाळेचा परिसर आवडला. आधुनिक सुखसोयी होत्या आणि प्रिन्सिपॉल जबाबदार वाटल्या. निशा चांगली रमेल इथे.

रूपा आणि तो, पालक म्हणून मुलाखतीला गेले. ती आमच्याकडे राहते, आम्हीच तिचे पालक, असं सांगायचं त्यांनी ठरवलं. त्यामुळे 'पालकांच्या सह्या आणा' वगैरे वैतागवाणा प्रकार टळणार होता.

पहिल्या इयत्तेकरता निशाची परीक्षा घेण्यात आली. इंग्लिश, हिंदी आणि गणित ती उत्तम गुणांनी पास झाली.

"हे सगळं केवळ तुमच्यामुळे घडलं भाईसाब!" यशपाल म्हणाला.

"नाही हो, तुमची मुलगी हुशारच आहे." आपण तिच्याबाबतीत जास्त हक्क गाजवतो आहोत असं वाटू नये म्हणून रूपा म्हणाली. नाहीतर सोनाला लगेच जळजळ सुरू व्हायची.

यावर सोना समाधानी दिसली. तर वरच्या मजल्यावरच्या सुशिलाने लक्षात आणून दिलं, की तिचे काका तिच्याकडे एवढं लक्ष देतात, त्यामुळे तिला इतकं चांगलं यश मिळालं आहे. ती हे बोलली नसती, तर तिला मठ्ठच म्हणावं लागलं असतं.

रूपाला कळलं, की पुढच्या आठवड्याचा संभाषणाचा विषय इथल्या इथेच तयार झाला आहे. त्यावेळी आपल्या आत्ताच्या बोलण्याचा पुनरुच्चार करून, बहिणीची मर्जी संपादन करता येईल, असा विचार करून रूपा उत्तरली, "तिचे काका तर मेहनत घेतातच, ती गोष्ट खरी आहे. पण निशा मुळातच इतकी बुद्धिमान आहे, की ती या घराण्यातली आहे हे कळतंच."

अशा रीतीने निशाचं पुढील दहा वर्षांचं वेळापत्रक ठरून गेलं. ती आठवडाभर आपल्या मावशी-काकांकडेच रहाणार होती. तिला शाळेत न्यायला आणि आणून सोडायला एक रिक्षा ठरवण्यात आली. शनिवार, रविवारी जेव्हा ती आईबाबांकडे असेल, तेव्हा विकी तिच्या आसपासही फिरकणार नाही, याची काळजी तिचे वडील घेणार होते.

७

अखेर एकदाचा विकी दहावीची परीक्षा थर्डक्लासमध्ये पास झाला. याचा सर्वांनाच आनंद झाला. मिठाई वाटण्यात आली. शिक्षण संपलं. शाळा सुटली. आता परत कधीही विकी पुस्तक उघडणार नव्हता.

पण पुढे काय? त्याच्या भवितव्याचा प्रश्न आला.

यशपालने सांगितलं, त्याने त्याच्या वडिलांकडे परत जावं. प्यारेलालने दुजोरा दिला. आपण आपलं कर्तव्य पूर्ण केलं आहे. इथून पुढे त्याला ठेवून घेतलं, तर तो आपल्या गळ्याला फास होऊन राहील.

पण लाला बनवारीलाल मुलीच्या बाबतीत स्वत:च्या हातून झालेल्या चुकीच्या प्रायश्चित्ताचे साधन म्हणून विकीकडे बघत होते. अशा प्रकारच्या कोमल भावनेत, सहजासहजी बदल होणं शक्य नव्हतं. इतर कुटुंबीय सूचकपणे, आडून आडून, जसं ज्याला सुचेल तसं, हलके हलके त्यांचं मन वळवण्याचा, खात्री पटवण्याचा प्रयत्न करतच राहिले. त्याला परत पाठवायला पाहिजे. आपल्या डोक्यावर आपल्या स्वत:च्या जबाबदाऱ्या आहेत. अजय, विजय, राजू यांचा धंद्यात जम बसवायचा आहे; निशाचं लग्न करून द्यायचं आहे. त्याच्या वडिलांना सुद्धा मुलाला स्थिरस्थावर करण्याची संधी मिळायला नको का? त्याला त्यांच्यापासून लांब ठेवणं बरोबर नाही. त्यांचा एकुलता एक मुलगा आहे. तो त्या घरातच राहिला पाहिजे. तिथेच तो व्यवस्थित राहील. इथे मामेभावंडांत बिचारा कुचंबल्यासारखा राहतो. शेवटी आजोबा कसेतरी तयार झाले.

विकीला आता करोलबागेची सवय झालेली होती. आपले वडील आपल्याला ठेवून घ्यायला उत्सुक नाहीत, हेही त्याला आठवत होतं. तो रडू लागला. मी असं काय केलं. म्हणून तुम्ही सगळे माझ्यावर नाराज झालात? का मला दूर लोटता? म्हणून व्याकूळपणे विचारत राहिला. शेवटी मला परत पाठवलंत, तर जिवाचं बरं वाईट करून घेईन म्हणाला.

सगळ्या मामांचं आणि माम्यांचं विकीच्या वर्तणुकीबद्दल एकमत होतं. कपटी, धूर्त, अगदी बापासारखा; बिचाऱ्या आईचा, सुनिताचा एकही गुण त्याच्यात आलेला

नाही. त्यांनी सगळ्यांनी त्याला दम दिला. 'जर का त्याने रडून, गागून आणि धमक्या देऊन लालाजींना अस्वस्थ केलं, तर आजोळघराशी असलेलं त्याचं नातं कायमचं तुटेल.'

लाला बनवारीलाल आता सत्तरीच्या जवळ पोचले होते; पण अजूनही त्यांची जिद्द कायम होती. मी स्वत:च विकीला बरेलीला नेऊन सोडीन असा त्यांचा आग्रह होता. ते रात्रीच्या गाडीने निघून, सकाळी बरेलीला पोचणार होते. दिवसभर तिथे राहून, दुसऱ्या दिवशी परत येणार होते.

एका आठवड्यानंतर विकी, त्याची सगळी चीजवस्तू एका ॲल्युमिनियमच्या ट्रंकेत भरून, धाकटा मामा आणि आजोबांबरोबर रेल्वे स्टेशनकडे रवाना झाला. तो गप्पच होता. त्या दोघांनी त्याला परत एकदा, तू तुझ्या आईच्या इच्छेनुसार भवितव्याची वाट चालण्याची आता सुरुवात करत आहेस हे पटवण्याचा प्रयत्न केला. इतके दिवस आजोबांनी त्याला सांभाळलं होतं. आता वडिलांची पाळी होती. अर्थात तसं येणं-जाणं चालूच राहणार होतं.

त्याची आई असताना देखील विकीने खूपच कमी येणं जाणं पाहिलेलं होतं. त्यामुळे आपल्या भावना मख्खपणे, निश:ब्द राहून व्यक्त करणं त्याने पसंत केलं.

प्रवास कुणालाच सुखकर ठरला नाही.

बरेली! पहिल्यापासून अशीच होती का? घाण, गर्दी, प्रत्येक गोष्ट लहान आणि संकुचित असलेली? घरं सुद्धा एकमेकांपासून वेगळी ओळखता न येणारी? गल्ल्या तर इतक्या अरुंद, की एखादी कार आली, तर सगळ्या रिक्षा, सायकली आणि पादचारी यांना अंग चोरून उघड्या गटाराजवळ उभं राहावं लागावं?

आणि ते घर? मागे-पुढे अंगण असल्यामुळे ऐसपैस वाटत होत खरं! पुढच्या अंगणातून गेलं की एक व्हरांडा लागे. त्याच्या सुरुवातीलाच संडास होता. मधल्या अंगणात मधोमध एक खाट टाकलेली होती आणि कडेला चार ॲल्युमिनियमच्या फोल्डिंग खुर्च्या ठेवल्या होत्या. एका बाजूला न्हाणीघर, त्याला लागून स्वयंपाकघर आणि समोर दोन झोपायच्या खोल्या. पण तिथे भरून राहिलेला कुबटपणा, गचाळपणा... जणू भिंतीची वीट न् वीट, दुर्लक्षाची साक्ष देत होती. रंगाचे पोपडे पडलेले, छताला ओल आलेली, जिकडेतिकडे माशा आणि डास, चिलटं घोंघावत असलेली. मात्र या सगळ्याला छेद देऊन जात होतं, मुरलीचं आदरातिथ्य! न्हाणीघरात भरदिवसा अंधार होता. शेवाळलेल्या भिंतीवर एक चाळीस वॅटचा बल्ब मिणमिणता उजेड टाकत होता. पाण्याचे नळ नव्हते. अंघोळ करायची, तर हातपंपाने पाणी हापसावं लागे.

तेवढ्यापुरतं विकीलाही पाहुण्यासारखं वागवलं गेलं. त्यांच्याशेजारी बसवून

सरबत दिलं गेलं.

"अरे वा! बदामाचं सरबत! कुणी बनवलं? दामादजी, तुम्ही?'' लाला बनवारीलालनी कौतुकाने विचारलं.

मुरली फक्त हसला. नाष्टा झाल्यावर पुरुषांनी अंघोळी उरकल्या. विकी एका छोट्या अंधाऱ्या खोलीत त्याच्या ट्रंकेजवळ कुढत बसलेला होता. आईच्या मृत्यूमुळे त्याला त्या घराविषयी तिरस्कार वाटत होता. त्याला रडू येत होतं. तो अश्रूंना तसंच गालावरून ओघळू देत होता.

मुलाच्या उतरलेल्या चेहऱ्याकडे लक्ष वेधत बाप म्हणाला, "जर तो दिल्लीला सुखात राहणार असेल, तर मी त्याच्या आड येणार नाही. त्याचा आनंद हा माझ्या दृष्टीने सगळ्यात महत्त्वाचा, त्याकरता वाटेल तो त्याग करायची माझी तयारी आहे.''

हाच दृष्टिकोन कसा बदलवायचा, त्याची पूर्ण तयारी करून त्याचा मामा आलेला होता. तो बोलू लागला.

"असं बघा, त्याची आई गेल्यानंतर, आजोळच्या लोकांनी, म्हणजे आम्हीच विकीला आयुष्याच्या वाटचालीत इथवर आणून सोडललं आहे. आता त्याच्या वडिलांची, म्हणजेच तुमची पाळी आहे त्याला स्थिरस्थावर करण्याची, त्याला दुकानात मदतीला घ्या. दुकानाचा मालक म्हणून काय काय करावं लागतं ते शिकवा त्याला.''

मनात चडफडत मुरली उत्तरला, "मला काही गरज नाही कुणाच्या मदतीची.'' त्यांनी त्याच्याकडे पाहिलं, काळा, हडकुळा, पानानं रंगलेले ओठ, दारूमुळे तांबारलेले डोळे, मधे मधे पडलेल्या दातांची खिंडारं आणि विकीसारखा तोंडावळा. पांढरा पायजमा, त्यावर लांब बाह्यांचा तपकिरी चट्टयापट्टयाचा पॉलिस्टरचा शर्ट घातलेला. मधून मधून सारखा खोकायचा आणि अंगणाच्या कडेने वाहणाऱ्या गटारात थुंकायचा.

ती जागा किंवा ती व्यक्ती कितीही अनाकर्षक नकोशी असली, तरी विकीचं स्थान हेच होतं, त्याच्या बापाचं घर.

तिथून निसटून दिल्लीला परत जायला विकीला एक महिना लागला. ते मला मारतात, त्यांनी एक बाई ठेवलीय. त्यांनी माझा छळ केला. तुम्ही मला परत पाठवलंत, तर मी जीव देईन.

त्याने सगळ्या गोष्टी रचून सांगितल्या. त्यावर कुणाचाच विश्वास बसला नाही. पण अजून तो तसा लहानच असल्यामुळे वडिलधाऱ्या माणसांना त्याचं भलं होणं, ही आपलीच जबाबदारी आहे असं वाटणं, साहजिकच होतं. लाला बनवारीलालनी त्याला बळजबरीने बरेलीला पाठवण्यास नकार दिला.

त्यांनी त्याच्या वडिलांना पत्र लिहीलं. विकीचं लग्न करून द्या. लग्न केल्यामुळे त्याला स्थैर्य आलं, की सगळं ठीक होईल.

विकीने जाहीर केलं, जर त्यांच्याजवळ राहायला मिळणार असेल, तरच तो लग्न करील. नाहीतर बरेलीत तो बायको करून काय करणार आहे?

यावर बऱ्याच चर्चा झाल्यानंतर असं ठरलं, की त्याला गच्चीवरती एक लहान खोली आणि बाथरूम बांधून द्यावं. म्हणजे एक कर्तव्यही पूर्ण केल्यासारखं होईल आणि घरात सारखं त्याचं तोंड पाहणंही टळेल. एकदा का तो स्वत:च्या पायांवर उभा राहिला, की मग त्याची कुठेतरी स्वतंत्र व्यवस्था करता येईल.

तिकडे मुरलीने तीनच महिन्यात विकीसाठी एक मुलगी निश्चित केली. ती सुद्धा दहावी पास होती. विकीइतकंच शिकलेली. वडील वारलेले होते. घरची गरिबी. अशा मुलीमध्ये आदर्श पत्नीला लागणारे सगळे गुण होते. तिच्या काही अपेक्षाही असणार नव्हत्या आणि जादा नखरे करण्याचीही शक्यता नव्हती.

दिल्लीहून कुणी तिला पाहायला जाण्याचा प्रश्नच नव्हता. त्याच्या बापाने म्हणजे मुरलीने मुलगी निवडली होती. आता ते जर मध्ये लुडबुड करायला गेले असते, तर त्याने आनंदाने सगळं त्यांच्या अंगावर टाकून, स्वत: नामानिराळा झाला असता.

विकी साखरपुड्यासाठी प्यारेलालबरोबर बरेलीला गेला. वधूला देण्यासाठी बऱ्यापैकी भारी साड्या आणि एक सोन्याचा सेट त्यांनी बरोबर नेला होता.

त्याचं भवितव्य आईच्या माहेराशीच कसं जोडलेलं आहे, हे विकीला दाखवून देण्याची मुरलीला आणखी एक संधी मिळाली. त्यांना त्याच्यापासून स्वस्तात सुटका मिळता कामा नये. त्याच्या आईला त्यांनी असंच कमी खर्चात कटवलं होतं आणि आता त्यालाही ते तसंच करू पाहत आहेत.

जेव्हा त्यांचा आतेभाऊ साखरपुडा करून परत आला, तेव्हा अजय, विजय आणि राजू त्याला विचारू लागले, "काय? बायको आवडली का?"

विकीने कपाळाला आठ्या घातल्या. बोलला काहीच नाही.

"तू काहीच बोलला नाहीस, तर भाभीला वाटेल, आपला नवरा मुका तर नाही?" पोरं त्याची थट्टा करत होती.

मे महिन्याच्या शेवटी लग्नाची तारीख पक्की झाली. ती तारीख शुभ होती. मुलांना सुट्ट्या असणार होत्या. तो जरासा मंदीचा मोसम असल्याने एखादा दिवस दुकानही बंद ठेवून चालणार होतं. लग्न म्हटलं म्हणजे, जवळचे असोत की लांबचे, सर्वांनी हजर राहायलाच पाहिजे. ते तर अनिवार्यच असतं.

झालं. घरी शिंपी बसवण्यात आला. दुकानातून कापड मागवण्यात आलं.

रात्रंदिवस बसून त्याने कपडे शिवून तयार केले. मग कशिदाकाराची पाळी आली. त्यानेही रात्रंदिवस काम करून कपड्यांवर कशिदा काढून दिला.

रूपा मदतीला येऊन राहिली. सगळी व्यवस्था पाहण्यात, ठरवाठरवी करण्यात तिचा नवरा पटाईत होता. अत्यंत विश्वासू, प्रामाणिक आणि व्यवस्थित. वाणसामान, भाजीपाला खरेदी करताना, बसचं बुकींग करताना, भटजी ठरवताना त्याने त्यांचे पैसे वाचवले. कमीत कमी खर्चात उत्तम व्यवस्था करून दिली. सुदैवाने, त्याची सरकारी नोकरी तशी आरामाची आणि सोयीची होती. कधी कधी दांड्या मारल्या तरी लक्षात येत नसे. बनवारीलाल कुटुंबीय नेहमी त्याच्या मदतीचं जाहीर कौतुक करीत आणि प्रेमाने रात्रीच्या मुक्कामाचा आग्रह करीत. पण बायकोच्या कुटुंबीयांबरोबर किती वेळ घालवायचा, याची प्रेमनाथने एक मर्यादा आखून घेतली होती. वडिलांच्या प्रकृतीचे कारण पुढे करून, तो निशा आणि रूपाला तिथे सोडून रात्री घरी जात असे. जाताना दुसऱ्या दिवशी लवकरात लवकर येण्याचं आश्वासन देत असे.

शेवटी लग्नाची आदली रात्र उगवली. बरेलीला जाण्यासाठी ठरवलेली बस करोलबागेतल्या घराबाहेर येऊन उभी राहिली. घरामध्ये अजून मेंदी लावणं, पूजेचे शेवटचे विधी, सामानाची बांधाबांध असं काही काही चालू होतं.

"अरे, खोल्यांना कुलपं लावा."

"किल्ल्या कुणाजवळ आहेत?"

हलक्या आवाजात, "पैसे घेतलेस ना तू?"

आणखी हलक्या आवाजात, "दागिने कशात ठेवलेत?"

एकोणीस वर्षांच्या विकीला त्याच्या वधूकडे घेऊन जाणाऱ्या बसमध्ये जसजसा एकेक प्रौढ माणूस चढून स्थिरस्थावर होत होता, तसतशी हीच प्रश्नोत्तरं वेगवेगळ्या आवाजात थोड्याफार फरकाने झडत होती.

बस निघाली. तसं बनवारीलालना समाधानाचं भरतं आलं. त्यांच्या कुटुंबीयांनी एका अनाथ मुलाचं पालन पोषण, शिक्षण केलं होतं आणि आता ते त्याला नोकरी (सज्ञानपणाचा हक्क) आणि लग्न (पुरुषाचा हक्क) मिळवून देऊन सुयोग्य हातात त्याचं भवितव्य सोपवणार होते.

बस अंधारातून वेगाने चालली होती. हवेत मे महिन्याचा उष्मा होता. बसमधले दिवे मालवलेले होते. त्या संकुचित जागेत वऱ्हाडातले सर्वजण त्यातल्या त्यात आरामशीर बसण्याचा प्रयत्न करत होते. विकी सर्वांत पुढे बसला होता. स्टार्च केलेला गुलाबी फेटा बांधून, कपाळावर ठसठशीत कुंकवाचा तिलक लावलेला.

त्याने केसांना चोपडलेल्या हलक्या प्रतीच्या पोमेडचा आणि घामाचा वास येत होता. तो मनातून नर्व्हस होता. येत्या काही दिवसांत काय घडणार होतं ते त्याला नक्की सांगता आलं नसतं. पण तो सगळ्यांच्या आकर्षणाचं केंद्र झाला होता आणि ते त्याला आवडत होतं. ही बस त्याच्यासाठी सगळ्या कुटुंबीयांना घेऊन बरेलीला चालली होती, दुकान त्याच्यासाठी एक दिवस बंद ठेवण्यात आलं होतं आणि घरच्या सर्वांना नवे कपडे देखील त्याच्या लग्नाकरताच शिवले होते. तो इथून पुढे दिल्लीलाच राहणार हेही आता स्पष्ट झालेलं होतं. त्याने जणू एक युद्धच जिकलं होतं. तो वाकत वाकत गुडघ्यापर्यंत वाकला आणि मग गुडघ्यावर डोकं टेकवून झोपण्याचा प्रयत्न करू लागला.

त्याच्या मागे आजी बसली होती. तीव्र भावनांनी आज तिचं हृदय दाटून आलं होतं. एकुलत्या एका मुलीच्या दुर्दैवी मृत्यूमुळे अंगावर येऊन पडलेल्या जबाबदाऱ्यांपैकी शेवटची जबाबदारी नातवाच्या लग्नाने पूर्ण होणार होती. विकीचं सगळं तसं अवघडच गेलं. तो पुन्हा पुन्हा नापास व्हायचा आणि सोना वारंवार त्याच्यावर रागवायची. पण आता सगळं ठीकठाक होणार होतं.

निशा आजीच्या पोटावर डोकं ठेवून झोपली होती. तिची नजर बसमधून निघालेल्या सर्व कुटुंबीयांवरून फिरत होती. तिची रवानगी मावशीच्या घरी झाली, त्याला तीन वर्षं झाली होती. त्या काळ्या गोष्टीची तिच्या मनातली आठवण खोल गाडली गेली होती.

या घटकेला तिच्या मनात विकीच्या लग्नसमारंभाबद्दल आणि त्याकरता तिच्यासाठी बनवून घेतलेल्या कपड्यांबद्दल विचार चालले होते. हळूहळू ती झोपेच्या अधीन झाली. आजीच्या उशीसारख्या पोटामुळे तिला बसचे धक्के जाणवत नव्हते.

पहाटे पाच वाजता ड्रायव्हरने चहासाठी बस थांबवली. बरेलीला पोचायला एखाद्या तासाचा अवधी होता. रामपूर गावात, रस्त्याकडेच्या एका ढाब्यावर गाडी थांबली होती. पलीकडे काही पावलांवर, एका पत्र्याच्या शेडमध्ये बाकं टाकलेली होती. सगळीकडे अंधार, चैतन्यहीन वातावरण– मोठ्या आवाजाच्या स्टोव्हवरती एका मोठ्या दांडीच्या भांड्यात लाल-करडा चहा उकळत होता. त्याच्या वाफा वातावरणात मिसळत होत्या. पेपर टाकणारी पोरं, पेपरचे गठ्ठे सोडून पुन्हा सोयीनुसार बांधण्यात गर्क होती. शेजारीच गटारीतून उपसून ठेवलेल्या घाणीच्या ढिगावर पेंगुळलेल्या माशा घोंघावत होत्या.

बसमध्ये बसून मॅरेज पार्टी,चिकट ग्लासातून गरम गरम चहाचे घुटके घेत होती. ''बाप रे! कसला गोऽड चहा बनवलाय! भाईसाब, पुढच्या वेळेला प्लीज, कमी साखरेचा सांगा बरं का! आम्ही दिल्लीचे आहोत म्हणावं!''

बसमध्ये अंधार असल्यामुळे सोनाने मोकळेपणाने आळोखेपिळोखे देत जांभई दिली. तिने पुढच्या सीटवर बसलेल्या राजूकडे नजर टाकली. तो विकीच्या अंगावर रेलून झोपला होता. त्याच्या उघड्या तोंडातून गळणाऱ्या लाळेचा नवरदेवाच्या नव्या कुर्त्यावर डाग पडला होता. सोनाचं समाधान झालं. दिल्लीहून निघताना बांधून आणलेले फराळाचे पदार्थ काढण्यासाठी ती सीटच्या खाली वाकून खुडबुड करू लागली. बिस्कीटं, बर्फी, मठरी आणि गुलाबजाम, गोड, चटकदार, खारट आणि अळणी. एकूण चाळीस पुडे बांधून घेतले होते. तिच्या नवऱ्याने ते सर्वांना वाटले. अगदी ड्रायव्हर आणि चहावाल्याला सुद्धा दिले.

"मुलाचं लग्न आहे." त्याने चहावाल्याला सांगितलं.

"अच्छा मॅरेज पार्टी!" असं समजुतदारपणे उद्गारत, चहावाल्याने स्टोव्हवरच्या कढणात आणखी चहापत्ती आणि थोडं दूध टाकलं.

एव्हाना आकाश उजळू लागलं होतं. माशा जाग्या होऊन उडू लागल्या. बसमधले आणखी काहीजण जांभया देत, आळस झटकत, चहाच्या दुसऱ्या फेरीसाठी बाहेर पडले. चहाने आपलं काम बरोबर केलं होतं. "अहो, चहा घेतला ना, आता जावं लागेल. आहे का जवळपास सोय?" बायका नवऱ्यांच्या कानात कुजबुजू लागल्या. रूपाचा नवरा योग्य ठिकाण शोधायला बाहेर पडला.

तो परत आला तोच उत्साहात. "चला चला. समोर कोपऱ्यावर गुरुद्वारा आहे. अगदी स्वच्छ. सगळ्यांची सोय होतेय तिथे." झालं. बसमधून बायकांचा एक जथाच गुरुद्वाऱ्याकडे निघाला. 'स्वच्छ संडास' म्हणत. बरोबर अर्ध्या झोपेत असलेल्या लहानग्यांनाही ओढत घेऊन गेल्या.

काही वेळ गेला. इकडे ड्रायव्हर झोपून गेला. मधून मधून 'ए, चला निघा आता.' 'लवकर चला बरं का, उशीर होतोय' असे आवाज उठत होते. 'मुरलीभाई त्या बरेलीच्या बसस्टॉपवर सकाळी साडेसहापासूनच येऊन उभे असतील.' असंही बोलणं ऐकू येत होतं.

आकाशात सूर्य स्पष्ट दिसू लागला. बायका पुन्हा पुन्हा जाऊन गुरुद्वारा खरोखर स्वच्छ असल्याचा निर्वाळा देत होत्या. मग त्यांनी नाष्ट्यांची पाकिटं फोडली. आता पुरुषांनाही सुरसुरी आली. त्यांनी गुपचूप आडोसा शोधला आणि कार्यभाग उरकून आले. पुन्हा एकदा चहा उकळू लागला आणि झालं संपलं. एकदम अस्वस्थता वाढली.

"आपण जाणार आहोत की नाही बरेलीला?"

"मी आपली विकीला घेऊन जाते पुढे. तुम्ही या मागून, अगदी जेवणाच्या वेळेपर्यंत पोहोचलात तरी पुरे." आजींनी थट्टेने म्हटलं.

"अहो पण घेऊन जायला विकी असला पाहिजे ना इथे? तो तर बसलाय

तिकडे सिंहासनावर, गुरुद्वारात!'' सुशिलाने नेमकं वर्णन केलं. त्यावर अख्ख्या बसमध्ये हशा पिकला. सुशिला खुश झाली.

''आपण सारा दिवस इथेच बसून राहिलो तर तिकडे लग्न होणार कसं?'' बनवारीलाल म्हणाले.

''अरे बाबा, वऱ्हाडी कधी वेळेवर पोहोचत असतात का? थोडं इकडे-तिकडे चालायचचं!''

''निदान त्या मुरलीला फोन करून तरी कळवा, आम्ही उशिरा पोहोचतो आहोत म्हणून. बिचारा, बस स्टँडजवळ उन्हात उभा असेल वाट बघत.''

शेवटी तरुणांचा एक गट, वरपित्याला फोन करण्यासाठी जवळच्या फोन बूथवर गेला.

ते गेल्यावर सोना म्हणाली, ''मुरलीने कधी कोणती गोष्ट वेळेवर कळवलीय का आपल्याला? मग आपण का म्हणून एस.टी.डी. फोनचे पैसे वाया घालवायचे त्याला कळवण्यासाठी?''

''अगं बाई, किती केलं तरी तो नवऱ्यामुलाचा बाप आहे. वाटू दे त्याला जरा भाव दिल्यासारखं आणि एस.टी.डी.चे अजून फुलरेट्स नाही चालू झालेले!''

''त्याला काय एवढं महत्त्व द्यायचयं? त्याने कधी काही केलयं पोरासाठी?'' एक फटकळपणासाठी प्रसिद्ध असलेली म्हातारी आत्या बोलली.

''ते रात्रीच्या जेवणाची सगळी व्यवस्था करणार आहेत.'' हे सोनाने अशा प्रकारे सांगितलं, की मुरलीने कधीच काही धड केलेलं नाही आणि पुढेही तो करणार नाही, हे ऐकणाऱ्यांना बरोबर समजलं.

''अगं, त्याच्याच मुलाचं लग्न आहे ना? मग यावेळी तो एवढी तरी व्यवस्था करणारच. नाही केली, तर मग पुन्हा केव्हा वेळ येणार आहे करायची? विकी मेल्यावर?'' फटकळ आत्याचा भोचक शेरा.

''अरे, अरे, विकीच्या लग्नाच्या दिवशी तरी असं वाईटसाईट बोलू नका!'' बसच्या मागच्या भागातून झोपाळलेल्या आवाजात कुणीतरी बोललं.

हे ऐकल्याबरोबर बोलणारी ओशाळून गप्प बसली आणि बसमध्ये शांतता पसरली. तितक्यात एक पेपरविक्या धडपडत बसमध्ये चढला आणि स्थानिक पेपरचं नाव मोठ्याने ओरडू लागला. काही जण त्याच्याकडून पेपर विकत घेऊन त्याने वारा घेत बसले.

शेवटी कोपऱ्यात आडोशाला गेलेली पुरुषमंडळी रमतगमत परत आली. ते स्वच्छ ताजेतवाने दिसत होते. केसबिस विंचरून आले होते. सगळे बसमध्ये आपापल्या जागेवर येऊन बसल्यावर कुणाच्या तरी लक्षात आलं, की नवरदेवाचाच पत्ता नाहीय.

"अरे, विकी कुठाय?"

विकी तिथे नव्हताच.

"विकी त्याच्या लग्नाच्या दिवशी पळून गेलेला आहे. कारण त्याला त्याच्या बायकोची भीती वाटतेय." विजयने जाहीर केलं.

शेवटी विकीला शोधून आणायला अजयला पाठवण्यात आलं.

"अरे जा, जा. लवकर त्याला शोधून आण. घाई कर." सगळे त्याला घाई करू लागले. "का आता या चहावाल्यालाच स्वयंपाकाची तयारी करायला सांगू आम्ही?"

पाच मिनिटांनी अजय विकीला घेऊन आला. "विकी अंघोळ करत होता." अजयने रागारागाने सांगितले.

विकीची अंघोळ? बसमधले सगळेच चाट पडले. विकीने तर सगळ्यांना मागे टाकलं होतं!

"एवढा दम निघत नव्हता काय, तिकडं जाईपर्यंत? उतावळा नवरा, न् गुडघ्याला बाशिंग!" फटकळ आत्याने खिदळत टोमणा मारला.

"चला आता निघा बरं!" आजी म्हणाल्या. रात्रभर बसच्या सीटवर लोंबकळत ठेवल्यामुळे त्यांचे पाय सुजून, त्यात पेटके येत होते. "नवरदेव तयार झालाय. पण बाकी सगळे तसेच पारोसे आहेत ना?" अखेर ड्रायव्हरला झोपेतून उठवण्यात आलं आणि चढत्या उन्हात, धुळीचे लोट उडवत बस निघाली.

रामपूरला थांबल्यामुळे वऱ्हाडाचे दोन तास वाया गेले होते.

इकडे मुरली वाट पाहत होता. डोक्याला ओला पंचा गुंडाळून, घामाने निथळत, तिष्ठत उभा होता. शेवटी बस आली. सगळे बनवारीलाल कुटुंबीय बसमधून उतरून कपडे झटकत होते. आळस देत होते. यशपालने मुरलीला एस.टी.डी. फोन करून दिलेला निरोप मिळाला का म्हणून विचारले. त्यांनी त्याचा एवढा विचार केला म्हणून मुरली वारंवार कृतज्ञता व्यक्त करत होता. त्याने सर्वांचं आदरातिथ्यही भरपूर आणि मनापासून केलं.

सर्वांची व्यवस्था 'गुप्ता आश्रमात' केलेली होती. ती जागा स्वच्छ आणि निटनेटकी असल्याचं तो अगदी छातीठोकपणे सांगत होता. बरेलीच्या त्या अरुंद गल्ल्यांमधून सगळे वऱ्हाडी गुप्ता आश्रमाकडे चालत गेले. सामान मागून रिक्षांमधून येत होतं. कित्येक जणांची स्कूटरस्वारांशी टक्कर होता होता वाचली. पुढे पुढे तर गल्ल्या अगदीच चिंचोळ्या होत गेल्या होत्या. आश्रमाच्या मध्यवर्ती ऐसपैस

हॉलमध्ये दुतर्फा रांगेने गाद्या घालून वर पांढऱ्या चादरी घातल्या होत्या. सर्व वऱ्हाडी स्त्री पुरुषांनी वरच्या मजल्यावरच्या लहान लहान खोल्यांमध्ये स्वत:चं सामान लावून टाकलं आणि ते लग्नाकरता सजून तयार व्हायच्या धांदलीत गुंतले. मागच्या अंगणात हलवाई पुरी भाजी आणि लस्सीचा नाश्ता बनवत होते. त्यांच्यावर मुरली देखरेख करत होता.

एका छोट्या खोलीच्या कोपऱ्यात, भिरभिर आवाज करणाऱ्या पंख्याखाली बसून, एक भटजी पूजा साहित्य जुळवत होता. सर्वांचा फराळ होऊन पहिली पूजा सुरू व्हायला दुपारचे बारा वाजले. प्रथम नवऱ्यामुलाला आणि त्याच्या वडिलांना यज्ञोपवित घालण्याचा विधी होता. प्रथम वडील आणि मग मुलगा. मुरली भरल्या डोळ्यांनी पूजेला बसला.

विकीला बोलवणं पाठवलं. तो पुन्हा एकदा अंघोळ करून आपल्या मामेभावांबरोबर हॉलमधल्या गाद्यांवर पहुडला होता. आज तोच सर्वांच्या केंद्रस्थानी होता. सगळ्यांचं लक्ष त्याच्याभोवती फिरत होतं.

"ए विकी, विकी! चल चल घाई कर."

विकीचा शर्ट काढून त्याच्या गळ्यात जानवं घालण्यात आलं. एका जुन्या ॲल्युमिनियमच्या कढईत हवनासाठी अग्नी पेटवला होता. सर्वांना पाणी, कोल्ड्रिंक पुरवलं जात होतं. बूट पॉलिश करणारी पोरं प्रत्येक पाहुण्यापुढे जाऊन त्यांचे बूट चकचकीत करण्यासाठी काढून मागत होती.

एकामागून एक विधी चालले होते आणि तिथेच एका बाजूला खाणं-पिणंही अखंड चालू होतं. अख्खी खोली धुराने भरून गेली होती. सगळी मोठी माणसं खाटांवर बसलेली होती आणि तरुण मंडळी त्यांना बशा भरभरून खाण्याचे पदार्थ आणून देत होती. पाहुणे एकमेकांना आग्रह करकरून खाऊ घालत होते. प्रत्येक बशीबरोबर माशा वर खाली करत होत्या. मिठाईची ताटं सगळीकडे मधुर स्वाद पसरवत होती.

गुरुजींनी नवरदेवाला ताजा लाल कुंकुमतिलक लावला. आपण कसे दिसत असू या विचाराने तो कुचंबल्यासारखा दिसत होता.

"आता फक्त काही तासांचाच प्रश्न आहे विकी!"

"करून करून आता किती उशीर करू शकशील तू विकी?" विकी लटक्या रागाने बघत होता आणि बाकीची पोरं खिदळत होती.

चार वाजले. सहा वाजता चाट पार्टीसाठी टेबलं लावली गेली. एक परीट सगळ्यांचे कपडे इस्त्री करून देत होता. पाहुणे हॉलमधल्या गाद्यांवर लोळत होते. पोरं मांडवात धावत होती. विकी भावांबरोबर पत्ते खेळत बसला होता. काही पाहुण्या पुरुषांच्या मनात, सुटकेसमध्ये लपवून आणलेल्या बाटलीचा विचार घोळू लागला.

इकडे बायका नवरीच्या घरी जाण्यासाठी तयार होत होत्या. दोन मोठ्या नक्षीदार ट्रेमध्ये साडी, परकर, ब्लाऊज, ब्रेसिअर, पँटी, चपला, सेंटची बाटली, तेल, पावडर, टिकलीचं पाकीट, हेअर पिना, दागिन्यांचा सेट, मेकअपचं सामान आणि छोटे छोटे दागिने घेऊन त्या जाणार होत्या. केसांपासून ते पायाच्या नखापर्यंत सासरकडच्या वस्तूंनी नवरीला सजवणार होत्या.

ती छोटी सडपातळशी नववधू, तिच्या नात्यातल्या स्त्रियांच्या गराड्यात बसलेली होती. तिच्या भावी नणदा, जावा, सासवा तिची नखं रंगवत होत्या. केस सोडून नवी केशरचना करत होत्या. तिच्या पिवळसर त्वचेवर पावडर लावत होत्या. ओठावर लिपस्टिक लावत होत्या. तिच्या आशेने लकाकणाऱ्या डोळ्यांना आयलायनरने खुलवित होत्या. हे सगळं माहेरच्या मावश्या, आत्या, मामी-काकू कौतुकाने निरखत बसल्या होत्या.

"बघ बाई! डोळे चोळू नको हं! नाहीतर विकीभैया रागवायचा तुझ्यावर!" हसू दाबत धाकट्या नणदा बजावत होत्या.

करता करता साडी, परकर, ब्लाऊज बदलायची वेळ आली. तेव्हा तिच्या माहेरच्या बायकांनी सांगून टाकलं. तिला साडी नेसवून द्यायची काही गरज नाही. पाच मिनीटांत साडी बदलून तयार होईल ती.

"नाही, नाही. आम्हालाच नेसवायचीय तिला साडी. आम्ही नेसवणार तिला. यावेळी एकदा तरी. आता ती आमचीच झालीय ना?"

नेमक्या या क्षणी वधूपक्षाचे गुरुजी मध्ये येऊन अधिकारावाणीने बोलू लागले.

"नाही, आताच नाही तुम्हाला नेसवता येणार." ते म्हणाले.

"नाही कसं? आम्ही नेसवणारच." वरमाया म्हणाल्या. त्यांचा वाद सुरू झाला.

"मला देखील माझ्या सासूबाईंनी साडी नेसवून दिली होती लग्नात."

"हो ना. मलासुद्धा. पद्धतच आहे तशी."

नववधू खाली बघत उभी होती. शेवटी एका लहान बहिणीला गुप्ता आश्रमाकडे पिटाळण्यात आलं. "जा विचारून ये मोठ्या माणसांना. मुलीकडचे तिला साडी नेसवू नका म्हणताहेत. आम्ही ऐकायचं का त्यांचं?"

बरेलीच्या त्या अरुंद गल्ल्यांतून ती पोरगी गुप्ता आश्रमाकडे धावली आणि बाकीच्या वरकरणी शांतपणा दाखवत, चिप्स, गोड आणि खारी बिस्कीटे, कोल्ड्रिंक्स यांचा आस्वाद घेत बसल्या.

वाट पाहत बसलेल्या असताना, मुलीकडच्या बायका, तिच्याशी असलेलं आपलं नातं सांगत होत्या. तर मुलाकडच्या, मुलाशी आपलं काय नातं लागतं, ते स्पष्ट करत होत्या. मुलीकडच्या सारख्या विचारायच्या, "कशी वाटली मुलगी?"

त्यावर मुलाकडच्या शपथेवर सांगायच्या, ''हिच्याइतकी सुंदर मुलगी आम्ही कधीच पाहिली नव्हती.''

नवरीमुलगी फक्त लाजत होती.

शेवटी परतीचा निरोप आला. मुलीने आपली आपण साडी नेसून घ्यावी. झालं. खोलीच्या कोपऱ्यात लुगड्याची घडी उभी धरून आडोसा करण्यात आला. सगळ्यांकडे पाठ करून नवरी कपडे बदलू लागली. तिला ब्लाऊज तंग होत होतं. तिने काहीतरी पुटपुटत कसेबसे हुक लावले. त्या सिल्कच्या कापडाने ताबडतोब तिचा घामही शोषून घेतला.

''बघा! ही यांनी पाठवलेली मापं! लगेचच्या लगेच ब्लाऊज तंग कसा होईल?'' मुलाकडच्या कुणाचा तरी शेरा.

नवऱ्यामुलीने भरपूर पॅडिंग असलेली ब्रेसियर घातलेली होती. ''अगं दीदी, तू हीच ब्रा घालून माप द्यायला हवं होतंस.'' तिची चुलत बहीण कुजबुजली.

''जाऊ दे, असू दे आता.'' नवरी मुलगी पुटपुटली.

पलीकडच्या कोपऱ्यात नवऱ्यामुलीची बहीण रडू लागली. तिच्या भोवती काहीजणी गोळा झाल्या. ''तुझी बहीण सोडून चालली असं समजू नकोस. असं समज, की तुला आणखी एक कुटुंब 'आपलं' म्हणण्याची संधी मिळते आहे.''

तरी तिला काही रडू आवरता आलं नाही.

मग कुणीतरी तिला रागावलं, ''काय गं, चांगल्या शुभ दिवशी डोळ्यातून पाणी काढणं शोभतं का तुला? डोळे पूस बघू!''

तरी रडणं चालूच. आता तिच्या आईला पण रडायला येऊ लागलं. मुलीकडच्या बायकांना थोडं बरंही वाटत होतं. त्यानिमित्ताने मुलीला लग्न करून देऊन टाकणं, हे किती कठीण असतं, केवढा त्याग करावा लागतो, याची आठवण तरी मुलाकडच्यांना आली असती.

अखेर नववधूचा साजशृंगार पूर्ण झाला. पुन्हा एकदा तिच्या तोंडावर पावडरचा हलका हात फिरवून आणि सेंटचा फवारा मारून, वरपक्षाच्या बायका गुप्ता आश्रमाकडे परतल्या.

तिकडे सर्वजण चाटवर आडवा हात मारत होते. आठ वाजायला आले. दोन्ही बाथरूम बंद होत्या. काखेत कपडे मारून सगळे वऱ्हाडी इकडून तिकडे धावत होते. कपड्यांना इस्त्री करून देणारा परीट वैतागून गेला होता. कारण त्याच्या टेबलावर अचानक कपड्यांचा मोठा ढीग येऊन पडला आणि प्रत्येकाला कपडे ताबडतोब इस्त्री करून हवे होते. सेकंदाचाही विलंब चालणार नव्हता.

एकेकाचे पारे चढू लागले.

''ए, कोण आहे आत? बाहेर या. बाथरूममधून बाहेर या लवकर.''

बाथरूमच्या दारावर थापा... जुन्या लाकडी दरवाजाची कडी प्रत्येक थापेबरोबर थरथरत होती. खणखणत होती. जर बाथरूममध्ये गेलेला लहान मुलगा/मुलगी किंवा बाई असेल म्हणजेच कनिष्ठ दर्जा असेल, तर थापा फारच जोरात पडू लागत आणि स्वत:ची बायको असेल, तर बिनदिक्कत अपशब्दांची बरसात.

"तुला काय वाटलं? इतरांना अंघोळी करायच्या नाहीत काय गं हळूबाई?" किंवा "काय रे गधड्या?"

लगेच आतल्या अंघोळीचा वेग वाढत असे. अंगावर भडाभडा पाणी ओतल्याचा आवाज येई. बाथरूम बाहेरचं गटार साबणाच्या फेसाने भरून गेलेलं...

बाहेर वाट पाहणारा ओरडे... "अरेच्या! अजून साबणच लावतोयस तू? तुला काय वाटलं, अख्खी दुनिया तुझ्यासाठी थांबून राहील काय? ऑ ऽऽऽऽ?"

दुनियेला थांबण्यावाचून पर्यायच नव्हता. आश्रमात फक्त दोन बाथरूम्स होती.

वाट पाहण्याच्या निमित्ताने पुरुषांनी 'प्यायला' सुरुवात केली. बायका या घटनेकडे वेगळ्या दृष्टीने पाहत होत्या. लग्नकार्यात असचं चालतं. आपण जास्त अपेक्षा कशी करणार?

एव्हाना मुलं दमली होती. काहींची कुरकुर, रडरड चालली होती, तर काही थकून झोपूनही गेली होती. न पिणारे पुरुष मुलांना जोजवून, हातावर घेऊन झुलवत, झोपवायचा प्रयत्न करत होते. बायका कपडे बदलून तयार होत होत्या. गुपचूप, लपवून आणलेल्या आरशात पाहून-पाहून नटल्यावर आपण छानच दिसतो हे ठरवण्याचा आनंद उपभोगत होत्या.

शेवटी एकदाची ट्युबलाईटच्या भगभगीत प्रकाशात वरात निघाली. वरातीला कर्कशपणे किंचाळणाऱ्या बँडची साथ होती. अरुंद गल्ल्यांमध्ये जमलेले लोक ओळीने उभे राहून वरात बघत होते.

नवरीच्या घराशेजारच्या मोकळ्या मैदानात लग्न लागणार होतं. नटून थटून सज्ज झालेली, नवरीमुलगी शांतपणे वाट बघत घरात बसून होती.

"आता कुठपर्यंत पोचलीय रे वरात?" बायका वरचेवर अधीरपणे चौकशी करत होत्या.

"आता कापुरवाल्या गल्लीत."

"म्हणजे अजून दोन तास लागतील इथपर्यंत पोचायला."

"आता कुठवर आहेत ते?... आता...? आता?"

"बँकेच्या गल्लीत, चौकात, अगरवाल धर्मशाळेजवळ, देवळाच्या गल्लीत..."

"म्हणजे आणखी दीड तास... अजून एक तास... आणखी अर्धा तास..."

म्हातारी माणसं आरामशीर पाय पसरून बसली होती– जांभया देत होती.

रात्रीचे साडे अकरा वाजले होते. वरात घराभोवती चक्कर मारून जास्तीत

जास्त लांबचा रस्ता घेत असताना बँडचा आवाज घरात घुमू लागला होता.

वरातीतले अतिउत्साही लोक गल्ल्यांमधून नाचत होते. बाकीचे त्यांना टाळ्या वाजवून उत्तेजन देत होते. मुलांना खांद्यावर बसवून गोलगोल फिरवत होते. उन्माद आल्यासारखा बँड वाजत होता. फ्लुरोसंट ट्यूबचे खांब वाहून नेणारी माणसं घामाने भिजून चिंब झाली होती. उंच घोड्यावर बसलेला विकी त्याच्या फिक्या गुलाबी फेट्याला लावलेल्या झिरमिळ्यांमधून सगळीकडे बघत होता.

निशा वडिलांच्या कडेवर बसली होती. सुशिलाने तिच्या हनुवटीवर नाजूक टिचकी मारत म्हटलं, ''किती सुंदर आहे आमची निशा बेटी! एक दिवस तुझंही अस्संच लग्न करायचं बरं बेटी!''

गल्ल्यांमधून माणसांची खूपच दाटी झालेली होती. पुरुषांचा नाच जास्तच जोशात सुरू झाला होता. दारुच्या धुंदीत बेभान नाचणाऱ्यांची कशी बरोबरी करणार? बायकांना तर ते अशक्यच होते. त्या थांबून बघत होत्या, त्यात हरवल्यासारख्या, ओठांवर अर्धस्मित खेळवीत... त्यांच्या पायावर पाय पडत होते– काही मध्येच गटाराकडे ढकलल्या जात होत्या. अगदी गटारातल्या घाणीत पडता-पडताच त्यांना कुणीतरी खेचून मागे घेत होते.

अखेर वरात नवरीच्या घरापाशी पोचली. प्रवेशद्वारावरची चमचमत्या रंगीत दिव्यांची Wel Come ची भव्य पाटी लक्ष वेधून घेत होती. स्वागतास सिद्ध होती. पण तरुणांनी थांबण्यास नकार दिला. वधूची विधवा आई, भरल्या डोळ्यांनी, हातात फुलांचा हार घेऊन उभी होती. तिचे सुकलेले ओठ थरथरत होते. अशीच पंधरा मिनिटं गेली. ढोल वाजतच होते. शेवटी पावणे बारा वाजता ठरलं, की तिथे तयार केलेल्या गुलाबी बोगद्यासमोर वरातीने आलेल्या पाहुण्यांचे स्वागत व्हावं. मग पांढऱ्या फितींचा पडदा सारला गेला आणि वर टांगलेलं झुंबर उजळण्यात आलं.

नवरी मुलगी घरात खोलवर दडून बसलेली होती.

''अगं ते आले, ते आले ना, ते आले बरं का!'' सगळ्या तिच्यापाशी येऊन येऊन सांगत होत्या.

ती, कमालीच्या उंच टाचांच्या चपला घातलेली नवरी, कशीबशी तोल सावरत उभी राहिली.

ती बुटकी असल्याचा व्यवस्थित प्रचार आधीच झालेला होता.

''तुला कशी काय आवडली रे ती?'' हा प्रश्न आता मुरली आणि लग्न ठरवणारे इतर, यांच्याकरता अटळ होता.

''आम्हाला ती खूप खूप आवडली.'' बरेच जण म्हणाले.

''जरा बुटकी आहे नाही का?'' काहींनी मत दिलं.

हळूहळू हे सत्य सगळीकडे पसरलं. इतक्या उंच टाचांचे सँडल्स घालूनही

नवरी जेमतेम विकीच्या खांद्यापर्यंत पोचतेय. ऐकणाऱ्यांना लबाडी जाणवली. मुलगी पसंत करणारा आक्रमक होऊ लागला.

शेवटी तो विषय तिथेच सोडून देण्यात आला.

मध्यरात्री एक वाजता जेवणाची पंगत बसली. पुऱ्या, कचोऱ्या, नान, तंदूरी पराठे, बटाट्याची भाजी, चना मसाला, तळलेले बटाटे, पनीरच्या आणि मिश्र मसालेदार भाज्या, पनीर-टोमॅटो रस्सा, मुलायम गुलाबी आइस्क्रिम, गुलाबजाम, मडक्यातलं गुलाबी मसाल्याचं दूध, त्यानंतर गोड गोड मसाला पान आणि चिक्कार वेगवेगळ्या प्रकारची कोल्ड्रिंक्स! मुलं मुक्तपणे पीत होती, उडवीत होती, सांडत होती, संपवत होती. पुन्हा दुसरं घेऊन पीत होती, उडवीत होती, सांडत होती, संपवत होती.

सगळ्या पाहुण्यांची जेवणं झाली. आता नवरा नवरीचं जेवणं. त्यांच्या सजवलेल्या मखमली राजदरबारी आसनांवरून पायउतार होऊन ते स्टीलच्या टेबलापुढे, खुर्च्यांवर येऊन बसले. उत्तेजित होऊन तरुणांनी त्यांना गराडा घातला. एकाच ताटात सर्व खाद्यपदार्थ भरपूर प्रमाणात वाढून ते विकीपुढे ठेवण्यात आलं. त्याने स्वत:ही त्यातून खायचं होतं आणि नवरीलाही भरवायचं होतं. प्रणयाची सुरुवात होत होती. कुणीतरी तिच्या डोक्यावरचा घुंघट बाजूला केला. आता विकीचा हात तिच्या रंगवलेल्या लालचुटुक ओठांकडे विनासायास जाऊ शकत होता. अन्न खाण्यासाठी उघडलेले ते ओठ म्हणजे जणू नवऱ्याचं प्रेम आत घेण्याकरता उघडलेलं हृदयाचं प्रवेशद्वारच!

रात्रीचे दोन वाजले. मिलनाची शुभघडी सुरू झाली.

नवरा नवरीला मुख्य मंडपात नेण्यात आलं. तिथे यानंतर तीन तास चालणाऱ्या विधींसाठी सारा सरंजाम मांडून गुरुजी आरामात स्थानापन्न झालेले होते.

सकाळी सहा वाजता लग्न सोहळा आटोपून, नववधूसह विकी गुप्ता धर्मशाळेत परतला. नववधू-वरांनी ज्येष्ठांच्या पाया पडून आशीर्वाद घेतले. सर्वांनी त्यांना शकुन म्हणून पैसे दिले. नववधू अखंड रडत होती. सर्वजणी पाठीवर थोपटून तिचं सांत्वन करत होत्या. कडेवर मूल असणाऱ्या नणंदा-जावांना तिच्याबद्दल सहानुभूती वाटत होती. प्रौढ जावा मात्र अलिप्तपणे वागत होत्या. आलेल्या सगळ्या भेटवस्तू नीट एकत्र करून ठेवणं, सगळ्यांना साड्या, सूट पीसेस वाटणं, परत जाताना प्रत्येकाला मिठाईचा बॉक्स देणं यात त्यांचं सगळं लक्ष गुंतलं होतं.

आणि गुप्ता धर्मशाळेतलं त्यांचं जेवण म्हणजे सकाळची न्याहरी, पुरी भाजी, कुलचा, छोले, चटणी, लस्सी आणि रूह अफ्झा. याही वेळला नवरा बायकोसाठी एकत्र म्हणून विकीपुढे एकच ताट ठेवण्यात आलं. सगळेजण वधू-वरांकडे बघत होते. पुन्हा हाच प्रश्न उमटला, "तुम्हाला ती कशी वाटते?"

छान आहे. चांगली आहे. गोड आहे. आज्ञाधारक वाटते, हे सगळं असं बोलणं जणू यांत्रिकपणे, आधीच ठरल्यासारखं येत होतं. तिथे मनापासून, आशादायक बोलण्याखेरीज आणखी कसल्या बोलण्याला वावच नव्हता.

परतीच्या प्रवासाकरता जेवण बांधून देण्यात आलं. ''हे पाहा, सर्वांसाठी जेवणाचे पॅकेट्स दिलेले आहेत बरं का!'' प्यारेलाल ओरडून सांगत होता. 'जेवणाचे पॅकेट्स' म्हटल्यानंतर तरी मुरलीचं महत्त्व सगळ्यांना मान्य करावंच लागलं. कारण मुरलीनेच सूचना देऊन वेळेवर जेवणाचे पॅकेट्स बनवून देण्याची व्यवस्था केलेली होती.

नवी नवरा-नवरी आणि सगळं सामान रिक्षांमध्ये भरूनच, मेनरोडवर उभ्या केलेल्या बसपर्यंत न्यावं लागलं. कारण गल्ल्या बस जाण्याइतक्या रुंद नव्हत्या.

सगळा लग्न सोहळाच जास्त नाही, पण दोन तास उशीराने पार पडलेला होता. नवरीची आई आणि बहीण तिला निरोप देण्यासाठी बसच्या आतमध्ये चढून आल्या. ती सतत रडत होती आणि त्या दोघीही तेवढ्याच रडत होत्या. बाहेर उभ्या राहून तिच्या मावशा, आत्या, बहीण, माम्या, मावस-चुलत बहिणी अत्यंत उत्सुकतेने, बसमध्ये दाटीवाटीने बसलेल्या तिच्या नव्या नातेवाईकांना बघून कुणाचं तिच्याशी काय नातं लागतं ते समजावून घेत होत्या. मनात साठवून घेत होत्या. पुढे मागे पुन्हा पुन्हा त्याची उजळणी होणार होतीच. तर पुरुष नातेवाईक इथे-तिथे घोटाळत बस चालू होण्याची वाट पाहत होते.

विकी पटकन बसमध्ये चढून त्याच्या नव्या पत्नीशेजारी बसला. कारण कधी एकदा वडिलांपासून दूर जातोय असं त्याला झालं होतं. त्याच्या शेजारी लाला बनवारीलाल बसले. अकरा वाजता बस निघाली. दिवसातल्या सर्वांत गरम प्रहरी, दिल्लीच्या दिशेने प्रवास सुरू झाला.

नववधू रडायची थांबली. उजव्या दंडाला नवऱ्याच्या मजबूत दंडाचा स्पर्श जाणवत होता. बसच्या प्रत्येक धक्क्यासरशी तो तिच्यावर अधिकाधिक रेलत होता. प्रेमाची सुरुवात होत होती. नशिबात लिहिलेलं, विधीपूर्वक मिळालेलं प्रेम होतं ते. विनातक्रार, विनाचिकित्सा स्वीकारलेलं प्रेम.

विकीने शेजारी बसलेल्या बायकोच्या डोक्याकडे नजर टाकली. डोक्यावरच्या मॅजेंटा रंगाच्या साडीच्या पदरावर भरपूर टिकलीवर्क केलेलं. तो सुळसुळीत पदर सारखा डोक्यावरून खाली घसरायचा आणि ती पुन्हा हाताने पदर डोक्यावरून घ्यायची. हाताचे तळवे मेंदीने काळे रंगलेले, मनगटावर चमचमत्या सोन्याच्या बांगड्या. त्याच्या एकदम लक्षात आलं. ते सोनं आता त्याचं होतं. तिच्या गळ्यातला नेकलेस, बोटात घातलेल्या अंगठ्या, हे अलंकार धारण करणारा तिचा देहदेखील आता त्याचा झालेला होता!

बसमध्ये समाधान पसरलेलं होतं. विकीचं लग्न पार पडलं. आणखी एक कर्तव्य पार पडलं. एक मोठी जबाबदारी पूर्ण झाली. थोड्या वेळाने पुरुष मंडळी उठून सिटांच्या मधल्या जागेत नाचू लागली.

"विकी, चल ये नाचायला!" ते त्याला दंडाला धरून उठवू लागले.

"नको. माझा मूड नाही." तो कुरकुरत म्हणाला.

"अरे आत्ताच लग्न झालंय. बायकोला सोडून कसा येईल तो?"

"इतक्या लवकर... चिकटून बसलाय बघ कसा. ए भाभी, सोड त्याला. तुम्हांला आता आयुष्यभर एकमेकांसोबतच राहायचंय. मग म्हणशील, जा जरा याला दूर घेऊन."

"आत्ताच घेऊन जा त्याला दूर." नवी नवरी आशा हसत हसत म्हणाली. हसण्यामुळे लिपस्टिकला चुण्या पडल्या.

विकीने झटक्याने त्यांचे हात झटकून टाकले. त्यावर सगळे मोठमोठ्याने हसले आणि ओरडून बस ड्रायव्हरला दुसरी कॅसेट लावायला सांगितलं. बसमधले लाउडस्पीकर 'बल्ले बल्ले' चा पुकारा करू लागले.

त्या प्रवासभर मग वऱ्हाडातल्या प्रत्येक व्यक्तीच्या कानात 'बल्ले बल्ले'चा प्रतिध्वनी घुमत राहिला.

८

त्या पुढची काही वर्षं दोन्ही बहिणींच्या दृष्टीने मोठी सुखासमाधानाची गेली. त्या दोघींजवळ एक एक मूल होतं आणि त्यांच्या बालविश्वाच्या केंद्रस्थानी त्या दोघी स्वतंत्रपणे होत्या. दोन्ही मुलं सोनाचीच असल्यामुळे रूपाला जरा जास्त चिंता वाटायची; पण तरी तिचं घरकुल पूर्ण झालं होतं आणि हृदय समाधानाने भरलं होतं. तिच्या व्यवसायाची वाढ चालूच होती आणि यशपालनेही, स्वतःच्या मुलीचं लालन पालन करणाऱ्या नातलगांना मदत करण्याचे प्रयत्न दुप्पट केले होते.

निशा मोठी होत होती. रूपा तिच्यावर प्रेमाचा वर्षाव करत होती. तिची खूप काळजी घेत होती. मनातल्या मनात, जणू ती एका द्विसदस्य न्यायपीठापुढे उभी असे. न्यायासनावर बसलेले सदस्य असायचे, तिची बहीण आणि मेव्हणे. एका बाजूला निशाकडे दुर्लक्ष करण्याच्या आरोपासाठी ती स्वतःचा बचाव करू पाही, तर दुसरीकडे त्यांच्या छोट्या मुलीचं प्रेम हिरावून घेतल्याबद्दल जाब देत असे.

निशा जेव्हा मोठ्या मोठ्या लोणच्याच्या बरण्यांमध्ये डोकावून पाही, उन्हात तलम मस्लीनच्या साडीखाली वाळत घातलेले, गोड आणि खारट आमपापड चाखून पाही, तेव्हा व्यवसाय उभा करण्यासाठी केलेल्या अपार कष्टाचं सार्थक झाल्यासारखं रूपाला वाटे. कधी कधी तर ती निशाला आपण दत्तक घेतलं आहे, अशा दिवास्वप्नात रमून जाई. तिने अशी उदाहरणं ऐकलेली होती.

या विचारांबद्दल तिने जेव्हा नवऱ्याला सांगितलं, तेव्हा प्रेमनाथ वैतागून म्हणाला, ''जी गोष्ट अशक्य आहे, तिचा विचार मनात आणून का उगीच स्वतःला कष्टी करून घेतेस?''

''काय सांगू? अहो, दर शनिवार-रविवार ती नसते ना, तेव्हा फार जड जातं हो!''

''हे बघ, मूल शेवटी आईचंच असतं.''

''पण तुम्हालाही आवडतं की तिचं इथे राहणं.''

''मला काय आवडतं नि काय आवडत नाही, त्याचा प्रश्नच कुठे येतो?''

त्या कारकुनाने निराश, दैववादी उत्तर दिलं आणि निशावाचून सुन्या झालेल्या घरात तो जेवायला बसला.

"देवाला जेवढं द्यायचं होतं, तेवढं दिलंय त्याने आपल्याला. हवं ते सगळं जगात कुणालाच मिळत नाही."

निशाची आई अधूनमधून तिला घरी आणण्याचा आग्रह करायची. बनवारीलाल परिवाराच्या रीतीभाती, परंपरा तिला माहिती व्हायला नकोत?

पहिल्यांदा जेव्हा निशाला सांगितलं गेलं, की होणाऱ्या नवऱ्यासाठी तुला अमुक दिवशी उपास करावा लागेल, तेव्हा तिने विरोध केला.

"मी कशाला उपास करू? ते तसलं सगळं म्हाताऱ्या बायका करतात."

एक दिवसभर अन्नपाण्यावाचून काढायची तिची तयारी नव्हती.

सोनाने डोळे विस्फारले! दहा वर्षांची झाली नाही चिमुरडी आणि वाद घालायला शिकली अं? तिच्या आईने 'अमुक कर' म्हटल्यावर सोनाने कधीच उलटून प्रश्न विचारलेला नव्हता.

"काय हो मॅडम, उपासतापास नाही केलेत तर लग्न कसं होणार तुमचं?"

"पण माझ्या शाळेत कुणीच उपास नाही करत."

"बरोबर आहे! सगळ्या मुली काही मंगळ्या नसतात तुझ्यासारख्या!"

आता यावर काय बोलणार? तरी निशाने प्रयत्न केलाच. "बरं, मग?"

"बरं मग म्हणजे काय? तू तुझ्या होणाऱ्या नवऱ्यासाठी, एक दिवस उपाशी नाही राहू शकत, तर कशा प्रकारची बायको होशील तू? अँ?"

"हूं. मला नाही लग्न करायचं!" निशा फुरंगटून म्हणाली.

"अरे वा! लग्न केलं नाहीस तर तुला सांभाळणार कोण?"

"रूपा मावशी." निशाने पटकन जाहीर केलं आणि मावशी घाबरली! घाईघाईने मध्ये बोलली, "बरोबर आहे, भाची आपल्या मावशीकडेच येणार."

रूपाच्या मनात आलं. निशाला मंगळ असल्याचा ही सोना नको तेवढा बाऊ करणार असं दिसतंय. एखाद्या भटजीला पाच हजार रुपये देऊन बघायचं, काही मार्ग निघतो का. ते सांगतात, मुलीचं लग्न झाडाशी लावा, नाहीतर एखाद्या रोपट्याशी लावून द्या किंवा सूर्याशी लावा. थोडक्यात काय कोणत्याही अशा गोष्टीशी लग्न लावून द्यायचं, जी तिच्या पत्रिकेतल्या ग्रहांची अनिष्टता शोषून घेऊ शकेल आणि मग पुढे सगळं नीट होतं. इतके सगळे पूर्वीपासून चालत आलेले उपाय असून, ही सोना उगीचच आत्तापासून काळजी करत बसलीय.

शेवटी त्या दिवशी निशा शाळेत न जाता, घरी राहून आदर्श पत्नी कसं व्हायचं त्याचे धडे गिरवू लागली. दुसऱ्या दिवशी, ती सगळ्या मोठ्या बायकांबरोबर, पहाट होण्यापूर्वीच उठली. ऑक्टोबर महिना संपत आलेला होता. ती आजीशेजारी शाल पांघरून कुडकुडत बसली होती. आशाने सगळ्यांकरता चहा केला. सोनाने गरम शिरा केला आणि सुशिलाने पुऱ्या तळल्या. पहाटे चार वाजता खायची निशाला

सवय नव्हती. त्यामुळे ती काहीच खाऊ शकली नाही.

"खा, खा बेटी." सुशिलाने आग्रह केला.

"नको चाची, मला नको खायला."

"अगं, ये ये. खाऊन घे थोडं! आता यानंतर थेट चंद्र उगवल्याशिवाय काही खाता यायचं नाही."

तिने शिरापुरीचा एक घास हातात घेऊन निशाची हनुवटी उचलली आणि तोंडात तो घास कोंबला.

"बरं आहे गं बाई, तू इतक्या लहानपणी सुरुवात करते आहेस. हा नवऱ्यासाठी करायचा उपास कितीही लहान वयात सुरू केला तरी चालतो. हां, तोंड उघड. हां, अस्सं! शहाणी आहे निशा. आणखी एक घास, आणखी एक, अजून थोडं, अस्सं!" पुरी संपल्यांतरच निशाला तोंड मिटता आलं.

त्या दिवशी सकाळी प्यारेलाल उपास करणाऱ्या सगळ्या बायकांना घेऊन हनुमान मंदिरात गेला. तिथे त्यांनी बांगड्या भरल्या आणि हातावर मेंदीची नक्षी काढून घेतली. घरी आल्यावर सगळ्याजणी भाड्याने आणलेला व्हिडीओ बघत बसल्या. सगळ्यांनी हाताचे पंजे समोर धरले होते. मेंदीचा रंग गडद होण्यासाठी त्यांनी त्यावर साखर आणि लिंबाचं मिश्रण फासलं होतं. काही वेळाने हातावरच्या सुकलेल्या मेंदीचे तुकडे जमिनीवर पडून बराच कचरा जमा झाला.

मुलं शाळेतून परस्पर दुकानात गेली. त्यांच्यासाठी तिथेच जेवण मागवलेलं होतं. संध्याकाळी येताना पुरुषमंडळी कुलच्या छोला, दही-वडे आणि रसमलाई घेऊन आले. आज ते त्यांच्या स्त्रियांना स्वयंपाकाची मेहनत करायला लावणार नव्हते.

सोना, सुशिला आणि आशा यांनी आपापल्या लग्नातले पोशाख घातले आणि पूजा करण्यासाठी आणि कहाणी ऐकण्यासाठी एकत्र बसल्या.

'करवा चौथ'ची कहाणी

कोण्या एकेकाळी एक चौदा वर्षांची मुलगी होती. तिचं लग्न झालं. पुढे पहिल्या 'करवा चौथसाठी' ती माहेरी आली. तिच्या भावजयांबरोबर तिनेही कडकडीत उपास केला. पण संध्याकाळ झाली, तशी तिच्या पोटात भुकेचा आगडोंब उसळला. तिला काही सुचेना. ती भुकेने व्याकूळ होऊन रडू लागली. तिच्या भावांना तिचं ते असहाय्य रडणं बघवेना. त्यांनी युक्ती केली.. एक टेंभा पेटवला आणि जवळच्या झाडावर चढले. बहिणीच्या डोळ्यांपुढे चाळणी धरून त्यांनी तिला ते चंद्राचं गोल बिंब म्हणून दाखवलं. "हा बघ चंद्र. आता सोड तुझा उपास." तिलाही ते खरं वाटलं. तिने जेवून घेतलं.

इकडे दूरच्या गावी, तिच्या सासरी, तिचा नवरा त्याच क्षणी मरून पडला. तो चाळणीच्या आडून, झाडाच्या सावल्यांमधून धूसरपणे दिसणारा चंद्र, खरा होता की खोटा याची खात्री करण्याचा तिने आळस केला. बायकोच्या हावरटपणाने, वासनेने नवऱ्याचा बळी घेतला.

ती मुलगी सासरी आली. तो तिला तेलाच्या मोठ्या काहिलीत, कुजू नये म्हणून सुंगधी मसाले घालून ठेवलेलं नवऱ्याचं शवच समोर दिसलं. आता तिच्यातली खरी पतीव्रता पत्नी जागी झाली. त्या दिवसापासून एक संपूर्ण वर्षभर तिने उपास केला. दर शुद्ध चतुर्थीला ती देवीची मनोभावे प्रार्थना करी आणि वद्य चतुर्थीला ती संध्याकाळी चंद्राची वाट पाहत राही, एकीकडे पूजा करत राही आणि जेव्हा वरती वरती चढत, आकाशात चंद्रबिंब स्पष्टपणे झळकू लागे तेव्हाच तिची पूजा पूर्ण होई.

सासू तिच्यावर बहिरी ससाण्यासारखी नजर ठेवून असे. गरीब बिचाऱ्या सुनेकडून पोथीत लिहिल्याप्रमाणे प्रत्येक विधी करवून घेई. तिने काय अपराध केलाय आणि त्यामुळे आता विधवेसारखं जीवन तिच्या वाट्याला आलंय याची तिला क्षणोक्षणी बोचरी जाणीव करून देई.

करता करता वर्षातला शेवटचा उपास आला. पोरीच्या तोंडाला तहानेने कोरड पडली. घसा सुकून चालला. जीभ जाड झाली. पण आता तिचं मन, शारिरीक इच्छा-वासना मारायला शिकलं होतं. 'या शारिरीक वासनाच सर्व दु:खाचं मूळ असतात.' हे तिच्याकडे पाहणाऱ्या प्रत्येकालाच समजून आलं. इतकचं नाही तर तीव्र वासाच्या मोहरीच्या तेलात बुडवून ठेवलेल्या, गर्द पिवळ्या रंगाने चमकणाऱ्या त्या शवानेही डोळे उघडून तिच्याकडे पाहिलं.

तिला तिच्या व्रताचं, तपश्चर्येचं फळ मिळालं. तिचा नवरा जिवंत झाला. आनंदी आनंद झाला. वडील माणसांनी दाखवलेल्या मार्गानेच जाण्याचा त्या मुलीचा दृढनिश्चय आयुष्यभरासाठी पक्का झाला.

कहाणीचा शेवट झाला आणि ऐकणाऱ्या स्त्रियांना मनोनिग्रहाची ताकद भुरळ घालत राहिली. त्या स्वत:ला त्या कल्पित कहाणीत गुंफून पाहू लागल्या. आपल्याला त्या मूर्ख मुलीसारखं यातना सोसत राहायचंय की त्या निग्रही स्त्री प्रमाणे वागून नशिबाला जिंकून घ्यायचंय, याचा विचार करत राहिल्या.

परंतु निशा लहान होती आणि तिचा या सगळ्या प्रकारालाच विरोध होता.

''पण यात त्या मुलीचा काहीच दोष नव्हता. तिच्या भावांनी तिला फसवलं. त्यांना शिक्षा व्हायला हवी होती. त्यांनीच तिला विधवा केलं.'' ती म्हणाली.

"छे छे! भावांचा काही संबंध नाही. कळलं ना?" सोनाने तिला दटावलं.

"त्या मुलीने मोठी माणसं सांगतात तसं वागायला पाहिजे होतं. तिने एकटीनेच खाऊन घ्यायला नको होतं. दुसऱ्या कुणीतरी खाल्लं होतं का? नाही ना? त्या मुलीला स्वत:चंच म्हणणं खरं करायचं होतं, स्वतंत्रपणे वागायचं होतं. त्यामुळे बघा परिणाम काय झाले, तिला दु:ख भोगावं लागलं!" त्यावर आशा सहेतुक हसली. म्हणाली, "तू मोठी झालीस ना, की तुला कळेल हं याचा अर्थ!"

बरोबर ९ वाजून चौदा मिनिटांनी आकाशात चंद्र दिसू लागला. राजू आणि विजय यांनी गच्चीवरून ओरडून सांगितलं. त्याबरोबर सगळ्याजणी पाणी, धान्य आणि फळं चंद्राला अर्पण करण्यासाठी निघाल्या. शेवटी सुनांनी सासूच्या पायाला हात लावून नमस्कार केला.

"अखंड सौभाग्यवती भव. पुत्रवती भव." तिने आशिर्वाद दिला.

निशाचं लग्न झालेलं नसल्याने तिला कुणाचे पाय धरायचे नव्हते. ते सगळं तिला नवऱ्याच्या घरी गेल्यावर करावं लागणार होतं.

अखेरीस सर्वजणी पुरुषांच्या बरोबर बसून जेवल्या.

दुसऱ्या दिवशी निशा तिच्या मावशीच्या घरी परतली.

संध्याकाळी मावशी स्वयंपाक करत असताना तिने स्पष्ट विचारलं, "मावशी, तू का बरं 'करवा चौथ' करत नाहीस?"

त्यावर तिचा जो खुलासा होता तो ऐकून तिची बहीण दुखावली जाईल, अशी तिला भीती वाटली. तिचं आपल्याविषयी मत वाईट होणंही रूपाला नको होतं. म्हणून तिने तो प्रश्न ऐकल्यानंतरही खाली पाहून बटाट्याचा चकत्या करणं चालूच ठेवलं.

"अं? सांग ना मावशी, तू का नाही करत करवा चौथ?" निशाने पुन्हा विचारलं.

"तुला काय वाटलं? अख्ख्या जगातल्या बायका, नवऱ्यासाठी उपास करतात की काय?" खरंच या माझ्या थोरल्या बहिणीचं किनई, डोकंच तपासून घ्यायला पाहिजे. प्रत्येक गोष्टीचं एकेक वय असतं. ज्या वयात पोरीने अभ्यासाचा विचार करायचा. त्या वयात ती बळेच तिच्या डोक्यात नवऱ्याचे विचार घुसडत होती.

"तरी पण..." निशा सोडायला तयार नव्हती. "माझी आई कशी करते मग उपास?"

"अगं बाई, तुझ्या आईला त्यांच्या घरचे रीतीरिवाज पाळावेच लागतात आणि इथे तुझ्या काकांचा उपासावर वगैरे विश्वास नाही. मी उपास केला ना, तर तेही काही खाणार नाहीत."

"बाप रे!" निशा म्हणाली.

"चला आता. पटकन होमवर्क करून टाक बरं! संध्याकाळी जेवताना तळलेले बटाटे खायचेत ना?"

निशाचे आवडते! तिच्या तोंडाला पाणी सुटू लागलं.

लवकरच असं लक्षात येऊ लागलं की निशाला अभ्यासात रुची आहे. तिचं पाठांतर त्वरित होई. लेखन नीट नेटकं होतं. तिला छापील पुस्तकाची भीती वाटत नसे. कारण त्यातून फक्त नवनवीन माहिती मिळत राही. कुठले प्रश्न विचारले जात नसत.

आपल्या भाचीने शाळेत चमकलं पाहिजे, असा तिच्या मावशी आणि काकांनी चंगच बांधला होता. तिच्या शाळेतल्या चाचण्या आणि परीक्षा म्हणजे जणू साऱ्या घराचीच परीक्षा असे. ती पेपर देऊन आल्यानंतर, घरी काका संपूर्ण प्रश्नपत्रिका परत सोडवून घेत आणि किती मार्क पडतील त्याचा अंदाज बांधत. तो नेहमी बरोबर येई.

कधी कधी या जुलमाने निशा जाम वैतागून जाई, ''पण राजू का नाही इतका अभ्यास करत?'' ती तक्रार करायची. अर्थात मी त्याच्यापेक्षा हुशार, अशी भावना त्यात असायचीच कारण तिला राजूपेक्षा नेहमी जास्त मार्क्स पडत.

''अगं बाई, राजूला दुकान आहे.'' मावशी म्हणायची.

''म्हणून काय झालं?''

''तू स्वत:च्या पायावर उभी राहायला पाहिजेस.'' मावशी हळुवारपणे सांगायची. 'नवरा मेला तर स्त्री स्वत:च्या पायावर उभी असलेली बरी' वगैरे गोष्टी इतक्या लहानपणी तिला सांगायला नको वाटे.

''मावशी, तू आहेस तुझ्या पायावर उभी?''

''हो तर! तू पाहतेच आहेस. मी माझा स्वत:चा व्यवसाय करते. मला पैसे कमी पडतात म्हणून नाही, पण घरात मुलं बाळं नाहीत, वेळ फुकट नाही घालवायचा. म्हणून काम करते.'' रूपा म्हणाली. एकाच वेळी निशावर परंपरा पाळण्याचे आणि सुधारक विचारांचे संस्कार करायचे, या द्विधा मन:स्थितीत असल्यामुळे अडखळत रूपा म्हणाली. ''मुलीचं सगळं सासरच्या माणसांवर अवलंबून असतं ना!'' तिने पुरवणी जोडली.

''मावशी, आईचं लग्न केव्हा झालं गं?''

''मॅट्रिक झाल्यावर म्हणजे शाळेचं शिक्षण पूर्ण झाल्यानंतर लगेच.''

''आणि तुझं?''

''कॉलेजचं शिक्षण झाल्यानंतर.''

''का?''

''अगं, मी सुंदर नव्हते. गोरी गोरी नव्हते ना.'' वरण ढवळता ढवळता मावशी

नाक फेंदारत म्हणाली.

यावर शांतता पसरली.

रूपाने भाचीकडे चिंताग्रस्त नजरेने पाहिलं. निशा नि:संशय सुंदर होती, पण तिची कुंडली फार वाईट होती, हेही तेवढंच सत्य होतं आणि पुढचा विचार केला तर सौंदर्यपेक्षा ग्रहांची पॉवर जास्त ठरणार हेही नक्कीच होतं.

पाच वर्षं निशा तिच्याकडे होती. तेवढ्या अवधीत रूपाने हौशीने तिला सॅटिनचे, नायलॉनचे, नेटचे, टिकल्या लावलेले कपडे शिवले. तिचे केस कुरळे करणं, तिला काजळ, लिपस्टिक आणि बिंदी लावणं या सगळ्या गोष्टी ती मोठ्या आवडीने करत असे. कधी कधी तिच्या नवऱ्याला वैताग येई. तो म्हणे, ''ती म्हणजे तुझं खेळणंच झालं आहे.''

खरंच होतं त्याचं; पण आणखी दोन-एक वर्षात निशा वयात येणार होती आणि मग तिचं बालपण संपूनच जाणार होतं.

सोनाच्या माहेरी महिन्याच्या चार दिवसात बायका दूर बसून राहत. पूजा करू शकत नसत आणि स्वयंपाकघरात अन्न शिजवून सर्वांना वाढण्याचीही त्यांना मनाई असे. ते चार दिवस 'विटाळाचे' समजले जात.

परंतु सुदैवाने निशाला या गोष्टींची अजून तरी माहिती मिळालेली नव्हती. कारण तिच्या स्वत:च्या घरात या गोष्टी एवढ्या कडकपणे पाळल्या जात नसत.

वर्षानुवर्षं विकीच्या शिक्षणाबद्दल आदळ आपट आणि संताप व्यक्त करत सोनाने त्याच्यावर वेगवेगळे आळ घेण्यात घालवली होती. पण अरेरे! राजू नापास झाल्यावर तेच आळ आता तिला त्याच्यावर घ्यावे लागणार होते. जणू आधीच केलेली प्रॅक्टिस उपयोगी पडत होती.

राजू विकीच्या पावलावर पाऊल टाकत चालला होता. शाळेतील अभ्यास कच्चा असणं, ही गोष्ट त्या दुकानदार कुटुंबात फारशी वाईट समजली जात नसली, तरी 'वरचा मजला' आणि 'खालचा मजला' यांच्यात एक वैरभाव होता आणि त्याला ज्या प्रमाणात खत पाणी मिळायचं, त्या प्रमाणात तो फोफावायचा किंवा सुकून जायचा. सोनाच्या दुर्दैवाने मुलं शाळेत जाऊ लागली, त्या काळात, प्रगती पुस्तकं मिळण्याचा दिवस म्हणजे या वैरभावनेचा कळस असायचा.

'शिक्षक पालक दिनाच्या दिवशी' राजूच्या अभ्यासातील अधोगतीमुळे सोनाचं मन कडू कडू होऊन जायचं. दिलेली सगळी वचनं खोटी ठरवत, राजू दरवर्षी जास्तच अधोगती दाखवायचा आणि तिच्या सर्व आशा-अपेक्षांवर पाणी पडायचं.

ही पुन्हा पुन्हा होणारी निराशा तिला हिंसक बनवत असे.

संतापाने त्याचा कान पिरगाळत, त्याच्या प्राथमिक कर्तव्यांची त्याला आठवण देण्याचा, निष्फळ प्रयत्न सोना करीत असे.

"मेल्या, मला अशी लाज आणायला जन्म दिला होता का तुला मी? वर्गात दंगा करतोस, अभ्यास करत नाहीस, शाळेत लक्षच नसतं तुझं, अशा तक्रारी शिक्षकांकडून ऐकायला लावतोस मला?"

"अगं, पोरं सोरं असंच करायची! जाऊ दे. सोड त्याला." त्याची आजी हसत हसत म्हणायची.

त्या म्हातारीला काय माहिती, घरातल्या घरात कशा स्पर्धा चालू होत्या ते? सोनाला माहिती होतं तिचा मुलगा चलाख आणि बुद्धिमान होता. त्याच्या चेहऱ्यावरूनच कळायचं ते; पण त्याला जगासमोर खाली पाहावं लागतं, याचं तिला फार फार वाईट वाटायचं.

रडत, कुरकुरत राजू म्हणायचा, "टीचरला मी आवडतच नाही. म्हणून ते मला मुद्दाम कमी मार्क देतात."

"असं? ती तुझी चाची खाली येते ना तू काय दिवे लावलेस ते बघायला? तिला सांग बरं हे कारण. बघ ती विश्वास ठेवते का?"

राजूला सुद्धा रागच यायचा. "नाहीतर काय? ते सारखे माझी तुलना अजयशी करतात. आता मी नाहीये त्याच्यासारखा हुशार, त्याला मी काय करू?"

"हं! मला माहितीच होतं ज्या शाळेत त्याचे चुलत भाऊ जातात, त्याच शाळेत याला घालणं बरोबर होणार नाही म्हणून!" सोना फणकारत असे. "आता पाहा बरं! बिचाऱ्या माझ्या लेकराला कसा त्रास होतोय ते! पण या घरात माझं ऐकतंय कोण?"

"अगं वा गं वा! तुझं पोरगं अभ्यास करत नाही, म्हणून या घरातल्या मुलांच्यात फूट पाडायला निघालीस काय तू?" आजी फटकारायच्या.

झालं! मनात राग, संताप आणि वर तोंड बंद ठेवण्याची सक्ती! सगळं असह्य होऊन सोना स्वयंपाकघरात निघून जायची. तिथे तिला सहजपणे आशाची सहानुभूती मिळत असे.

अशाच एका संध्याकाळी सुशिला नेहमीप्रमाणे चौकशा करायला खाली आली. राजूच्या पाठीत हलकासा गुद्दा घालत तिने सहज विचारलं, "काय बेटा राजू, यावेळी किती मार्क पडले परीक्षेत?" त्यावर सोना पटकन बोलली, "इतके सगळे मार्क कोणाच्या लक्षात राहणार? त्या निशाचे तेवढे राहिलेत बाई लक्षात, गणितात ८९, सायन्स मध्ये ८२, हिंदीत ८६, इतिहास-भूगोलात ९०, इंग्रजीत ८७,

संस्कृतमध्ये ८८, पण म्हटलं, उगीच बढाई मारली तर दृष्ट लागायची पोरीला!''

''अरे वा! तुमचे मेव्हणे निशाच्या अभ्यासाकडे खूपच चांगलं लक्ष देतात असं दिसतंय. पाहा ना, मुलीचा चांगला फायदा होतोय आणि मुलाकडे मात्र दुर्लक्ष! काय करायचं, प्रत्येक कुटुंबाचं एकेक नशीब असतं!'' मुलांच्या काकूने खूप काळजी वाटत असल्यासारखा सुस्कारा टाकला.

या ठिकाणी सोनाच्या दोन गोष्टी लक्षात आल्या. कुणाच्याही जखमेवर मीठ-मिरची चोळण्याचा 'वरची'चा स्वभावच होता आणि ती करत असलेली सगळी दुष्ट कृत्यं, वाकडे विचार आणि कठोर शब्द हे तिच्याच पापकर्मात भर घालणार होते. अर्थात तरीसुद्धा अजय आणि विजयच्या दोषांवर बोट ठेवून, तिचा सूड घेण्याचा विचार सोनाच्या मनात खदखदत होताच.

संतापाने थरथरत आपले 'उदात्त' विचार सोनाने बहिणीला सांगितले. रूपाने सगळं शांतपणे ऐकून घेतलं. सुशिलाबद्दल सोनाला असलेली खुन्नस अधून मधून अशीच टोकाला पोचत असे. पण ते सगळं आपोआपच होई. रूपाला त्यात काही करायची गरज पडत नसे. मात्र आता बहिणीची मुक्ताफळं ऐकताना तिला स्वत:ची एक चूक लक्षात आली. आपण आपल्या नवऱ्याच्या हुशारीचा फायदा अजून राजूला करून दिलेला नाही. ती चूक आता सुधारायला पाहिजे.

''दीदी, राजूला पण त्याच्या अंकलकडे शिकायला पाठवत जा ना. तुमच्या इथे त्याचं बिचाऱ्याचं लक्ष सारखं विचलित होत असेल बहुतेक. नाहीतर एरवी किती स्मार्ट आहे तो!''

यावर बहिणीला काहीच उत्तर न देता, सोना स्वत:च्या मुलीवर घसरली.

''काय गं निशा? तुला इतके चांगले मार्क मिळून काय फायदा? तू मोठी बहीण आहेस त्याची, तू मदत करायला नको का त्याला?''

''पण त्याला चांगले मार्क मिळत नाहीत यात माझी काय चूक?''

निशाने संतापून प्रतिप्रश्न केला.

''असं काय म्हणजेस दीदी? तुला माहिती आहे, आपली निशा तिच्या भावासाठी काहीही करेल.'' रूपा मध्येच बोलली. तिच्या मनात आलं, प्रेमनाथने भाचीसाठी एवढी मेहनत घेतली नसती, तर हे पुढचे कोणतेही प्रश्न उद्भवले नसते.

संध्याकाळी निशाला आईकडे सोडून रूपा घरी परतली. अंघोळ करून तिने नवऱ्याला चहा करून दिला.

''एकत्र कुटुंबात मुलं झाली, तर अवघडच असतं सगळं!'' ती म्हणाली, प्रेमनाथने तिच्याकडे पाहिलं. जेव्हा जेव्हा ती बहिणीकडे जाऊन यायची तेव्हा निराश होऊन तरी यायची, विरक्तपणे बोलू लागायची किंवा हळवी, कातर व्हायची.

त्यावरून त्याला कळायचं, की तिच्या बहिणीचं काही ठीक नाही चाललेलं.

त्याने तिला जवळ ओढून घेतलं आणि त्याचे हात तिच्या परकरात शिरले.

"अय्या काय करताय तुम्ही?"

"मग काय झालं? इथे कुणीच नाही बघणारं!"

"शी! असे कसे तुम्ही निलाजरे?"

"अरे वा! स्वत:च्या बायकोबरोबर करतोय निलाजरेपणा! आणि काय गं, दुसऱ्या बाईबरोबर मी असा निलाजरेपणा केला तर चालेल तुला?"

"चला! चावट कुठले!" असं म्हणत लटक्या रागाने रूपाने त्याचे हात दूर सारले. पण ती तिथून न उठता, त्याच्या अगदी जवळ बसूनच राहिली. ट्रे जवळ ओढून तिने चहा कपात ओतायला घेतला.

नवरा तिच्याकडे प्रेमाने पाहत होता. अजूनही दाट, काळेभोर राहिलेले केस, मऊ मऊ तारुण्याने मुसमुसलेली अंगकांती, खोल गळ्याचा ड्रेसिंग गाऊन, त्याचं वरचं बटन उघडं... तिच्या प्रत्येक हालचाली बरोबर आतले पुष्ट भरदार स्तन त्या मऊ कापडाला घासून हलताना स्पष्ट दिसणारे... शेजारच्या छोट्या टेबलावर चहाचा कप ठेवायला ती वाकली तेव्हा ते दोन्ही स्तन जणू गाऊनमधून बाहेर येऊन त्याला खुणावत होते. हे नजरेला दिसलं मग हात हालचाली केल्याविना कसे राहतील?

रोजच्याप्रमाणे लटका विरोध करता करता रूपा तक्रारीच्या सुरात म्हणाली, "मी छोट्या राजूबद्दल सांगते ते तुम्ही ऐकतच नाहीयात गडे!"

"ऐकतोय ना!" हातांनी तिला जास्तच कुरवाळत नवरा म्हणाला. तिच्या ओठांचा चंबू त्याने तोंडात घेऊन चोखला आणि गच्च भरलेल्या नितंबांना हलक्या हाताने मालिश करू लागला.

"ए चल, आज खुर्चीवर करू या का?" त्याने सुचवलं आणि बळेच तिचे पाय फाकवले.

"कम्माल आहे बाई! कुठून कुठून नव्या नव्या कल्पना सुचतात तुम्हाला? बरं तर बरं! तुम्ही मला काय काय करायला लावता ते कुणाला माहीत नाही म्हणून."

"अगं, उभ्या जगात असं काही करायला मला तुझ्याशिवाय कुणी नाही. देवाचीच तशी इच्छा होती."

"तरी पण."

"तरी पण वगैरे काही नाही. तसं नसतं तर त्याने आपल्याला मुलं का दिली नाहीत बरं? दिली असती, तर आत्ता तुलापण एखाद्या राजूच्या नाहीतर संजूच्या भोवती रात्रंदिवस नाचावं लागलं असतं. मग हे असलं काही करायला वेळ तरी मिळाला असता का?" दार लावायला उठला, तेव्हा नवऱ्याने विचारलं.

खुर्चीवर बसल्या बसल्या, त्यांच्या क्रिडेची लय वाढत गेली. तशी तिची

थरथरणारी काया घट्ट कवेत धरत ते कुजबुजला, "सांग तुझ्या बहिणीला हे करायला मिळतं?... हे मिळतं?... आणि हे...?" तो असं का विचारतो ते तिला समजलं नव्हतं. ती उसासे टाकत थांबण्याची, पुरे करण्याची विनंती करत होती, पण त्याला आणखी जोर चढला होता. त्याला तिच्या मनावर कायमचं ठसवायचं होतं की तिच्या बहिणीला सगळंच काही मिळालेलं नाही. या बाबतीत ती श्रीमंत नाही. "विचार तिला." तो कण्हत म्हणाला. "चला. निर्लज्ज कुठले!" तिनेही कण्हत प्रत्युत्तर दिलं.

नंतर बोलत बसले असताना प्रेमनाथने सुचवलं, "राजूला पण बोलावना आपल्याकडे थोडे दिवस राहायला, संध्याकाळी घेत जाईन मी त्याचा अभ्यास."

रूपाने अत्यंत प्रेमाने नवऱ्याकडे पाहिलं. खरंच, किती चांगला आहे माझा नवरा! मला वाटणारी प्रत्येक काळजी वाटून घेत असतो.

तिने दुसऱ्याच दिवशी ही गोष्ट बहिणीच्या कानावर घातली. छोट्या निशावर बोजा टाकण्यापेक्षा प्रेमनाथ ही जबाबदारी घेत असेल तर चांगलं होतं पण राजूला एका दिवसांकरताही कुणाच्या हातात सोपवायला सोना तयार नव्हती.

"राजूसाठी फार चांगलं पडेल ते. निशाचं पाहून पाहून तोही अभ्यास करायला लागेल." बहीण तिचं मन वळवायचा प्रयत्न करू लागली. हे सगळं तिने रात्रीपासूनच योजून ठेवलं होतं

"नाही गं! तो फारच हळवा आहे. माझ्यापासून दूर पाठवलं ना, तर त्याला वाटेल, मी त्याला शिक्षा करते आहे. तो आपला इथे राहूनच निशाचं पाहून शिकेल." सोना उत्तरली. ती बहिणीच्या सतेज सावळ्या कांतीकडे, तिच्या नाकात चमचमणाऱ्या हिऱ्याच्या मोरणीकडे पाहत होती. राजूच्या बारशाच्या वेळी तिने स्वतःच रूपाला ही मोरणी दिली होती.

नशिबाचे फेरे विचित्र असतात हेच खरे. सोना इतकी सुंदर, मोठ्या घरी पडली पण आता तीच सदोदित दुःखी राहू लागली होती.

आपल्याकडे टक लावून पाहत असताना रूपाने सोनाला पकडले. बाप रे! आपला कालचा प्रकार लक्षात आला काय हिच्या? ती लाजली. पण पटकन कपाळाला आठ्या घालून स्वतःला होणाऱ्या त्रासाबद्दल सांगू लागली. तिच्या घरची मोलकरीण चोऱ्या करते असा तिला संशय होता. "खरचं बाई, या लोकांना ना प्रामाणिकपणा कसा तो माहिती नाही. कोण सारखं नजर ठेवत बसणार यांच्यावर?"

सोनाने उत्तर दिलं नाही. रूपा तिच्या व्यवसायातून प्रेमनाथभाई एवढंच कमावत होती. त्यात तिला काही अडचणी असतील तर त्या तिच्या तिने सोडवाव्यात. मी त्यात काय करू शकणार?

९

गच्चीवरच्या खोलीत, विकीची बायको आशा हिने नववधू म्हणून प्रवेश केला त्याला पाच वर्षं झाली होती. खाली घालून ठेवलेली मान, वर करून बघण्याची वेळ आली, तेव्हा तिने स्वतःच्या परिस्थितीचा अंदाज घेतला. तिच्या लक्षात आलं, की त्या घराशी तुलना करता, तिची खोली म्हणजे खुराडंच होतं. याबद्दल तिने नवऱ्याला विचारलं तेव्हा त्याने झोंबणाऱ्या शब्दात विचारलं, "तू कोण तक्रार करणारी? माहेरी राजवाड्यात राहत होतीस की काय?"

तिचा हेतू तक्रार करण्याचा नव्हता. ती फक्त दोन्ही घरातल्या फरकाबद्दल बोलत होती. तिचा नवरा न थकता उल्लेख करायचा त्याप्रमाणे ती स्वतः काही राजवाड्यातून आलेली नव्हती. गच्चीवरच्या खोलीत तिच्यापुरत्या सोयी होत्या. पण ती खोली फारच एका बाजूला. घरापासून अलग पडल्यासारखी होती. तिथे घरातलं कुणीही फिरकत नसे. विणकाम, शिवणकाम, अशा काही निमित्ताने, खोलीत येऊन, त्यांच्या पलंगावर बसून कुणी ना कुणी गप्पा मारल्याशिवाय, नव्या नवरीच्या विचित्र, परकेपणाच्या भावना कशा काय शमणार होत्या? आनंदाची, मजेची देवाण घेवाण होऊन सर्वांमध्ये मिसळणं तरी कसं होणार होतं?

मनातली अस्वस्थता नवऱ्यापर्यंत कशी पोचवावी हे तिला कळत नव्हतं, तुमचं मूळ घर कोणतं? मला सांगा. म्हणजे मी तिथे तरी जाऊन राहते. हे त्याला कसं विचारावं? नवऱ्याशिवाय कुणाला हे विचारू शकणार? विकीला विचारलं की त्याला राग येत असे. ही सगळी माहिती तिला हवी आहे म्हणजे ती जणू आपल्याला फसवायचा प्रयत्न करत आहे अशा पद्धतीने तो तिच्याशी वागत राही.

त्यांचं जेवणखाण खाली होत असे. त्यामुळे तिने आपल्या निष्ठा सोनाच्या स्वयंपाकघराकडे वळवल्या आणि 'सून' म्हणून आपली सेवा तिने सोनाच्या चरणी रुजू करायला सुरुवात केली. या स्त्रीशी चांगले संबंध ठेवले तर घरात आपली जागा पक्की होईल हे ओळखून, स्वतःच्या चांगल्या भवितव्यासाठी आशाने आपण किती उपयोगाच्या आहोत हे पटवून देण्याचं नक्की केलं. ती राजूला सांभाळायची. आजेसासूबाईंचे पाय चेपून द्यायची. आजेसासरे घरी आल्या आल्या त्यांना गरमागरम

चहा नेऊन द्यायची. स्टोव्हजवळ तर ती सोनाच्या बरोबरीने उभी असायची. तिला कोणताही गर्व नव्हता, आढ्यता नव्हती. ती नम्र होती. आज्ञाधारक होती. सर्वांना मदत करायची. त्यामुळे 'मुरलीने अगदी योग्य निवडली' असं सोनाला पुन्हा पुन्हा वाटल्याशिवाय राहत नसे.

लग्नाला महिना होत नाही तोच आशाला दिवस गेले. उलट्या होऊ लागल्या. ती फिकट दिसू लागली. अन्न जाईना. अशा वेळी काय करायचं असतं, त्याची विकीला कल्पनाच नव्हती. अवघं वीस वर्षांचं तर त्याचं वय होतं. शिवाय त्याचं लग्न काही त्याच्या इच्छेने झालेलं नव्हतं. तो वडिलधाऱ्यांचा निर्णय होता. त्यामुळे लग्नामुळे घडणाऱ्या परिणामांबद्दल त्याला जबाबदार धरण्याचा प्रश्नच नव्हता. जणू कुणीतरी स्पष्टीकरण करून समजावून द्यावं, तितक्या स्पष्टपणे आशाला हे सगळं माहिती होतं.

आशाला ज्या पद्धतीने वागवलं जात होतं, त्यावरून विकीची जागा घराच्या उंबऱ्यापाशी आहे तिला कळलं होतं. आपल्या नवऱ्याला कसं वगळलं जातं त्याची, तिला पूर्ण जाणीव झालेली होती. आपल्याला कसा कसा त्रास होतो आहे, ते ती मुद्दाम सोनाच्या आणि आजींच्या पुढे उघड करण्याची दक्षता घेई. पण त्यांचा प्रतिसाद सावकाश येत असे. दिवस गेल्यावर बऱ्याच दिवसांनी "काही गडबड आहे का?" असं त्यांनी तिला विचारलं. जेव्हा तिला गर्भ राहिल्याचं नक्की झालं, तेव्हा बाळंतपणसाठी तिला बरेलीला पाठवण्याचे बेत सुरू झाले. बाळंतपणासाठी मुलीला माहेरी पाठवण्याची रीत आशाला माहिती होती. पण मुलीच्या बाळंतपणासाठी अत्याधुनिक दवाखान्याचा आणि इतरही खर्च करण्याची आईची ऐपत नाही हे ठाऊक असूनही तीच परंपरा पाळण्याचा आग्रह धरला जातो, याच्या मागची अलिप्तता तिच्या लक्षात आली.

आधीपासून "मला सोना माँजीपासून एक दिवसही दूर राहवत नाही. मी त्यांच्यापासून लांब राहूच शकणार नाही." असं म्हणत राहून तिने ती कल्पना हळूहळू दूर सारली.

शेवटी त्यांना तिचं नाव सुतिकागृहात नोंदवावं लागलं आणि तिने जास्त काम करू नये असंही तिला बजावण्यात आलं.

पण जेव्हा तिला मुलगा झाला (विराट) तेव्हा तिच्या अपेक्षेप्रमाणे कौतुक झालं नाही. त्या कुटुंबातला पहिला 'पणतू' तिच्या पोटी जन्मला होता. पण तरीसुद्धा तिचं महत्त्व वाढलं नाही. त्यांनी तिच्या माहेरी भेटवस्तू पाठवल्या नाहीत, की त्याचं थाटात बारसं केलं नाही. फक्त एका सिल्कच्या साडीशिवाय तिला काहीही मिळालं नाही. जर त्यांच्या इतर नातवंडांपैकी कुणाला मूल झालं असतं, (तोही मुलगा) तर ते असेच वागले असते का?

तिने मनातले विचार नवऱ्याजवळ बोलून दाखवले तेव्हा तो एकदम चिडून म्हणाला, "असले विचार कुठून येतात गं तुझ्या मनात? खरं म्हणजे तुझ्या आईनी सगळ्यांना सोन्याचे दागिने आणि नातवाला पैसे पाठवायला हवे होते. पाठवले का तिने? आँ? सोना माँजी तर असं सुद्धा म्हणाल्या, की बरेलीच्या त्या गल्लांमधून कुणाला काय मिळवता येणार आहे?"

हा अपमान आशाला चांगलाच झोंबला. त्याच झटक्यात ती बोलली, "अस्सं? स्वत:ला समजतात कोण त्या?"

"गप्प बस!" नवरा फिसकारला, "ते स्वत:ला कोण समजतात आणि काय करतात, याच्याशी आपल्याला काय घेणं देणं आहे?" त्यांना, ते, आपण, आपलं हे परकेपणा दाखवणारे शब्द आणि त्यामागचं वास्तव आशाला हताश करणारं होतं. लग्न करताना तिच्या ज्या अपेक्षा होत्या, त्यात हे कुठेच बसत नव्हतं. ते गच्चीवरल्या खोलीत राहत होते, तोपर्यंत तिला विकीच्या घरच्या माणसांबद्दल आदर आणि प्रेमाचा देखावा करणंच भाग होतं, पण कधी कधी तोच भक्तिभाव असा विखाराने भरून जाई.

इतकंच नाही, दुसरं मूल होऊच द्यायचं नाही, याचाही तिने पक्का निश्चय केलेला होता. त्यासाठी ती गुपचूप गावातल्या एका प्रसूतीतज्ञ डॉक्टरणीला भेटूनही आली होती. तिला स्वत:चा आणखी पाणउतारा करून घ्यायचा नव्हता. तिचे खरे सासू सासरे असते तर त्यांनी विराटचं कौतुक केलं असतं. त्याला महत्त्व दिलं असतं. तिने आपल्या कुटुंबात मुलाची भर घातली म्हणून तिलाही मान मिळाला असता. 'आला आमच्या इस्टेटीत अजून एक वाटेकरी'. अशा नजरेने कुणी पाहिलं नसतं. हां. पुढे मागे कधी स्वत:च्या घरात राहण्याचा योग आला, तर...

ते आशाचं स्वप्न होतं. स्वत:ची स्वतंत्र जागा असावी, जिथे तिची बहीण आणि आई येऊन तिला भेटू शकतील, चार दिवस राहायला येऊ शकतील. इथे असेपर्यंत तर ती हे मनात देखील आणू शकत नव्हती. असा विचार आला की ती नवऱ्याला घालून पाडून बोलू लागे.

"तुम्ही त्यांचे नाहीत ना?"

"मग ते तुम्हांला चांगला पगार का देत नाहीत?"

"नोकरी तुम्ही त्यांचीच करा, पण आपण राहायला तर दुसरीकडे जाऊ शकतो ना?"

"तुम्ही ऐकताय का मी काय म्हणते ते?"

त्याच्या मामांनी आणि आजोबांनी त्याला पहिल्यापासूनच कसं उपकृत केलेलं होतं आणि म्हणून त्यांच्याशी त्याला जन्मभर कसं निष्ठेने राहायला हवं होतं, ते विकीने बायकोला सविस्तर सांगून पाहिलं. वास्तविक झालेला सर्व नफा पुन्हा

दुकानातच गुंतवण्याची त्यांची पद्धत होती. तरीसुद्धा त्यांनी केवळ त्यांच्यासाठी गच्चीवर खोली बांधण्याचा खर्च केला होता. इतकंच नाही तर स्वतंत्र संडास-बाथरूमही बांधून दिलेलं होतं. घरातल्या इतर कुणालाच असं स्पेशल संडास-बाथरूम नव्हतं. आज त्यांच्यामुळेच ते दोघं दिल्लीत राहू शकत होते. नाहीतर बरेलीतच राहावं लागलं असतं. पण त्याच्या बायकोला त्या छोट्याशा खोलीत राहणं इतकं अडचणीचं आणि गैरसोयीचं व्हायला लागलं होतं, की उपकृततेची भावना पार उपटून निघाली होती.

"इतकी चिटकी, भट्टीसारखी गरम जागा ही, हिच्यासाठी काय एवढं कृतज्ञ वगैरे व्हायचं हो? तुम्हांला माहीत नाही बाळाला घेऊन सारखं वर-खाली करायला किती त्रास पडतो ते. खाली मला जरा पडायला ही जागा नाही. बाळाला खाली झोपवून वर येईन म्हटलं, तर लगेच म्हणतील, 'अशी कशी आई आहेस गं तू?' तिथे जमिनीवर चटई टाकून झोपले, तर तेही त्यांच्या वाटेत येतं. तक्रार करायची म्हणून मी सांगत नाही, पण तुम्हीच सांगा, मी काय करू?" बोलता बोलता बिचारी आशा रडू लागली. तिला स्वत:च्या अवस्थेबद्दल अतिशय वाईट वाटत होतं.

शेवटी विकीने एक छोटा कूलर आणून खोलीत बसवला, अगदी त्याच्यापुढे तोंड ठेऊन बसलं, तर थोडी ओलसर, थंड हवा लागायची. पण त्यामुळे त्यांच्या बाळाला होणारे उष्णतेचे त्रास थांबू शकले नाहीत.

जेव्हा बायको फारच तक्रारी करू लागली, तेव्हा विकीने तिला माहेरी पाठवून देण्याची धमकी दिली.

"तुला काय वाटतं? कुठून आलीस तू? राजवाड्यातून? एखाद्या महाराणीसारखी हेच पाहिजे, तेच नको म्हणून नखरे दाखवतेस ती? इतकं असेल ना, तर जा माहेरी मला गरज नाही तुझी! कळलं नां?"

"मला फक्त इतकंच म्हणायचं आहे, की यापेक्षा खूप जास्त सुखसोयी मिळाव्यात एवढी लायकी आहे तुमची. बस्स!"

"मी सुखात आहे इथं. मी काही तुझ्यासारखा राजवाड्यात जन्मलो नाही. जे आहे ते पुरेसं आहे मला." जिथे राहायचं, त्याच जागेचा तिरस्कार करायला तो अजून शिकला नव्हता. जेवणं होईपर्यंत तर ते खालीच असत आणि ऐन उन्हाळ्यातही त्याला गच्चीवर झोपायला आवडे. मध्यरात्रीनंतर हवेत गारवा येई आणि मग एकांताची मजा मस्त उपभोगता यायची!

आपल्याला आणखी मुलं असावीत अशी विकीची उत्कट इच्छा होती. तो

एकुलता एकच होता त्यामुळे त्याने लहानपणी एकटेपणाचं दुःख भोगलेलं होतं तसं विराटला भोगावं लागू नये असं त्याला वाटे. 'उद्या आपण गेलो तरी त्याला बहीण भाऊ असले पाहिजेत' असा त्याचा आग्रह होता.

"आणि ठेवायचं कुठे त्यांना? माझ्या डोंबलावर?" बायको फणकारायची.

"मी याच्यावर अजून एक खोली बांधीन."

"हो! बांधाल ना. तुमच्या सुखसोयींची खूपच काळजी की नाही त्यांना! खोली बांधायला पैसे कोण देणार आहे तुम्हाला?"

"तेच देतील."

"तेऽऽऽ? वाट बघत बसा." आशा कडवट शेरा मारायची. "ते फक्त तुमचा फायदा घेत राहतील शेवटपर्यंत, आणखी काहीच होणार नाही."

"तुला अक्कल तर काडीची नाही, नुसती सारखी बकबक बकबक करत राहतेस. माहेरी मोठ्या हवेलीतच राहत होतीस!"

तो हुकमी बाण मारायचा. घायाळ झालेली आशा तेवढ्यापुरती गप्प बसायची तिला माहिती होतं त्याला एका मर्यादेपर्यंतच छेडता येतं आणि त्याला माहिती होतं की शेवटी असा अपमान करूनच तिला गप्प बसवावं लागतं. असं असलं, तरी ती त्याच्या मित्रपक्षातली होती इतकंच नाही तर 'तो परिस्थितीचा बळी ठरलेला आहे' असं मान्य करणारी घरातली एकमेव व्यक्ती होती, ही जाणीव सुद्धा त्याच्या जखमांवर मलम लावल्यासारखा परिणाम करत असे.

पण विकीची स्वप्नं बायकोपेक्षा वेगळी होती. त्याला बाबासूट विकण्याचा स्वतंत्र धंदा सुरू करायचा होता. मुलांच्या कपड्यांना कापड कमी लागतं आणि नफा काढायला जास्त वाव असतो. जर मामांनी तिथेच गच्चीवर त्याला शेड उभारून दिली, तर एखादा टेलर बसवून त्याला धंदा सुरू करता येईल. आशा डिझाइन्स वगैरे बनवून देईल. जर चांगला फायदा झाला तर पुढे मागे एखादं बुटिकही उघडता येईल. तयार कपड्यांची फॅशन त्यावेळी नुकती सुरू होत होती. कापड तर तो मामांच्याच दुकानातून होलसेल भावाने घेऊ शकणार होता. त्याने मनातल्या मनात नावही ठरवून ठेवलं होतं 'विराट बाबासूट्स'.

अर्थात हे सगळं घडून यायचं तर त्यासाठी मामांची संमती लागणार होती. धंदा वाढवण्याचा निर्णय हा मोठ्यांनी घ्यायचा असतो. लहानांनी फक्त त्याची अंमलबजावणी करायची. हा धंद्यातला नियम इतकी वर्षं दुकानात काम केल्यामुळे त्याला चांगलाच ठाऊक होता, पण त्याने त्याकडे काणाडोळा केला. अशाच गप्पा मारता मारता त्याने सांगूनच टाकलं की तो एक जोडधंदा सुरू करणार आहे, बाकी सगळं पहिल्यासारखंच राहणार आहे त्यामुळे कुणाला काही उपद्रव होणार नाही.

मामांनी हरकत घेतली, तर इस्टेटीतला हिस्सा घेऊन घर सोडायचं त्याने

ठरवलं होतं. छोट्या विराटच्या भवितव्यासाठी त्याला दूरचा विचार करायलाच हवा होता.

जॉइंट फॅमिलीचे जॉइंट्स कधी ना कधी ऐरणीवर येतातच आणि त्याच्या बाबतीत तर हरकतीशिवाय आणि अटी घातल्याविना त्याला कधीच कुटुंबात सामील करून घेतलं गेलं नव्हतं. तो रात्र रात्र विचार करत राही. कल्पनेतच मामांशी आणि आजोबांशी वितंडवाद घालत बसे. इतकी वर्षं त्याने त्यांच्या दुकानात बिनपगारी काम केलेलं होतं त्याची जाणीव ठेवून त्यांनी त्याला मदत करावी एवढीच त्याची अपेक्षा होती.

अखेर त्याने आपला बेत बायकोला सांगितला. ती तर या सगळ्याला एका पायावर तयार होती. हो. हो. ती नक्कीच डिझाईन्स वगैरे करायला टेलरला मदत करील, त्याच्याकडून काम करून घेईल. आता त्याच्या आणि तिच्या अकलेचे तारे जोडले गेले, मिळून काम करू लागले, पण मामांनी हरकत घेतल्यास काय करायचं ते त्याने तिला सांगितलं, तेव्हा ती चमकली! सावध झाली आणि तिने तो बेत उधळून लावायचं ठरवलं.

"अरे बाप रे! छे छे! मी नाही इथून जायची. हे घर सोडून जाणार कुठे आपण? आणि विराटच्या शिक्षणाचं काय मग?"

"तुला कसा काय शिक्षणाचा एवढा पुळका आला एकदम? आँ? मी तर तुला कधी पुस्तक उघडलेलं देखील पाहिलं नाही आजवर."

"म्हणून काय झालं? मुलाच्या शिक्षणाशी त्याचा काय संबंध? माझा मुलगा शिकेल. चांगला MBA होईल."

"हा हा हा! बाप धड मॅट्रिक पास नाही," विकी विक्षिप्त हसत म्हणाला, "आणि मुलगा डायरेक्ट MBA? खरंच कुठून एकेक कल्पना टाळक्यात शिरतात गं तुझ्या?"

"जे आजूबाजूला पाहतेय त्यातूनच. तुम्हाला दुकानात काम करावं लागत होतं, म्हणून तुम्ही पुढे शिकला नाही, पण अजयचं कॉलेज शिक्षण पूर्ण होत आलंय. विजय पहिल्या वर्षाला आहे. राजूही कॉलेजात जाईल. अगदी निशाला सुद्धा ते कॉलेजमध्ये घालतील. मग जर या घरातल्या मुलीसुद्धा कॉलेजात जाऊ शकतात..."

"बस बस. सारखी आपली बकबक करत राहतेस. जरा गप्प राहायला शीक की!" तरी आशाने आपलं बोलणं चालूच ठेवलं.

"अहो, तुम्हाला त्याच्या शिक्षणाचं काही वाटत नसेल, पण मला महत्त्वाकांक्षा आहे कळलं ना? आणि काय हो, त्यांना एवढे मुलगे असताना तुमच्या मुलाला कोण धंद्यात पार्टनर करून घेणार आहे?"

"नाही घेतलं, तर त्याच्या आजोबांचं दुकान आहेच बरेलीला."

"आजोबा? हूं! आजोबा म्हणे! ते तुम्हालासुद्धा काही देऊ शकले नाहीत तर तुमच्या मुलाला कुठून देणारेत? ते काही नाही. मी या घरातून हलणार नाही. तुम्हाला जायचं असेल, तर जा कुठेही!"

या शाब्दिक चकमकीनंतर मात्र विकीच्या मनाने उचल खाल्ली. कदाचित अगोदर त्याला धीर झाला नसता पण आता त्याला वाटायला लागलं, की आजोबांकडे हट्टच धरायला पाहिजे. "प्लीज, मला गच्चीवर शेड बांधून द्या! मला बाबासूट्स बनवायचेत. मी पण काहीतरी करू शकतो, हे मला दाखवून द्यायचंय. फक्त एकच संधी द्या आजोबा, माझ्या आईचं ते स्वप्न होतं. ती नेहमी म्हणायची, तुझ्या आजी-आजोबांचं तुझ्यावर इतकं प्रेम आहे; माझ्या माघारी तेच तुला सांभाळणार आहेत आणि आजोबा, आता मला माझ्या बायको मुलाकरता जास्त कमवायला नको का?"

विकीने आजोबा एकटे असतील अशी वेळ बोलण्यासाठी निवडली. त्यावेळेस त्यांच्या दिवंगत मुलीची आठवण जास्त परिणाम साधेल, अशी त्याची अटकळ होती पण त्याचं म्हणणं ऐकल्यानंतर आजोबा त्रासल्यासारखे झाले. त्यांनी त्याची नजर टाळली. म्हणाले, "तुझ्या मामांशी बोलून पाहतो. त्यांनाच सगळी मार्केटची कल्पना आहे. या लहान मुलांच्या कपड्यातलं मला तर काहीच समजत नाही आणि तुझ्या बायको मुलाची कशाला काळजी करतोस? त्यांना तर आजही या घरातूनच सगळं पुरवलं जातंय."

विकीने आजोबांचं म्हणणं वाईट अर्थाने मनाला लावून घेतलं. मी एक किरकोळ विनंती करतो आहे, ती सुद्धा ते सरळ मान्य करू शकत नाहीत? हे कुटुंबप्रमुख ना? हेच मदत करायला तयार नाहीत, तर मामा कसले करणार? मला जन्मभर असंच सडत राहावं लागणार!!

संध्याकाळचे साडेसात वाजून गेले होते. दुकान बंद झालं होतं. लाला बनवारीलाल आणि त्यांचे दोन्ही मुलगे गल्ल्यासमोरच्या गादीवर बसले होते. दुकानाचं बाहेरचं शटर अर्ध खाली ओढलेलं होतं आणि फक्त एकच लाईट चालू होता. विकी आणि इतर नोकर घरी गेलेले होते. प्यारेलाल पैसे मोजत होता. यशपाल कीर्द, खतावणी लिहीत होता. अशा वेळेस आजोबांनी नातवाबरोबर झालेल्या बोलण्याचा विषय काढला. "या विकीला झालंय काय? डोकं तपासून घ्यायला हवंय त्याचं!" पाच पाच हजारांचे गठ्ठे करून नोटांच्या बंडलांना रबर लावता लावता प्यारेलाल म्हणाला. "त्या पोराला स्वतःचं काहीतरी सुरू करावंसं वाटतंय, साहजिकच आहे ते. फार झालं तर एखादी शेड बांधून देऊ त्याला गच्चीवर." लाला बनवारीलाल सौम्यपणे बोलले.

"त्याला इथे समाधान वाटत नसेल, तर जा म्हणावं बरेलीला परत." यशपालचा तिटकारा शब्दातून व्यक्त झाला. हे ऐकून प्यारेलाल चकितच झाला. कारण तसा त्याचा भाऊ सौम्य स्वभावाचा होता. तरी पण त्याच्या म्हणण्याला दुजोरा देत प्यारेलाल उद्‌गारला, "गच्चीवर घर बांधणारा हा कोण टिकोजीराव?" अलीकडे लाला बनवारीलालना कमी ऐकू येत असे. त्यामुळे त्यांचा चेहरा निर्विकारच होता तेव्हा प्यारेलालने चढ्या आवाजात बोलायला सुरुवात केली. "बाओजी, आजकाल कोणतंही बांधकाम करायचं, म्हणजे कठीण होऊन बसलंय. ती विकीची खोली रस्त्यावरून दिसत नाही म्हणून बरं नाहीतर, कॉर्पोरेशनची परवानगी, त्यासाठी पैसे चारणं, सगळं करावं लागलं असतं आपल्याला."

"स्वतःचं काही काम सुरू केलं, तर थोडे पैसे जमवता येतील असं वाटतंय त्याला. त्याची भरभराट झालेली पाहावी, हीच त्याच्या आईची पण इच्छा होती ना!"

"आपल्या घरात राहून तो इतका स्वतंत्र कसा काय होऊ शकेल? त्याने दुसरीकडे कुठेही जावं. कोण थांबवतंय त्याला?"

"बहिणीच्या मुलाला कुणी आयुष्यभर थोडंच जवळ ठेवून घेतं?" यशपाल तावातावाने बोलला.

"अरे, असं मागतोय तरी काय तो? त्याला बाबासूट बनवून विकायचेत, त्यासाठी फक्त एक छोटीशी शेड बांधून द्या म्हणतोय गच्चीवर. आपल्याला काय त्रास होणार आहे त्याचा?" आजोबांनी नातवाची बाजू मांडली.

काय त्रास होणार ते मुलांनी त्यांना तिथल्यातिथे दाखवून दिलं. त्यांनी वडिलांना सरळच विचारलं, की यशस्वी एकत्र कुटुंबाचा पहिला नियम तुम्ही विसरलात की काय बाओजी? सगळ्यांचा धंदा एकच आणि तोच धंदा सर्वांसाठी. All for one and one for all. स्वतःच्या पायावर उभं राहण्याचा प्रश्नच येत नाही. विकीने तयार बाबासूटची बाजारात काय परिस्थिती आहे, त्या सगळ्याची व्यवस्थित माहिती काढून प्रस्ताव मांडला पाहिजे. मग आपण तशी शाखा काढायची की नाही त्याचा विचार करू. पण करायचा ठरला, तर तो धंदा सर्वांचाच राहील. शिवाय अजय, विजय आणि राजूचाही विचार आपल्याला करायला पाहिजे. उद्या त्यांच्यापैकी कुणी नाराज झाला, (ते तर अटळच होतं, कारण प्रत्येकजण कुठल्याना कुठल्या बाबतीत असमाधानी असणारच) तर स्वतःला सगळ्यांच्यात सामावून घेण्याऐवजी तोही स्वतःचा वेगळा धंदा काढून मागेल, कारण विकीचं उदाहरण राहणारच ना त्यांच्यासमोर? असे फाटे फुटणं धंद्याला मारक ठरतं. विकीला स्वतःचा वेगळा धंदा काढायचा असेल, तर त्याने सरळ बरेलीला जावं. पण इथे राहायचं असेल,तर आपल्या घराण्याच्या नियमाप्रमाणेच त्याला वागावं लागेल.

हे सगळं बोलणं चालू असताना, अर्ध्या ओढलेल्या शटरखालून यशपाल बाहेरच्या रस्त्याकडे टक लावून पाहत होता. तिथे नेहमीप्रमाणे चिक्कार गडबड होती. पायी चालणारे, रिक्षावाले, स्कूटरस्वार, टॅक्सी, बस आणि त्यातच गाई, कुत्रे आपापल्या चालीने वाट काढत चालले होते. रस्त्याच्या दोन्ही बाजूंना पार्क केलेल्या मोटारींमुळे रहदारीचा मार्ग जास्तच गिचमिड होऊन गेलेला... दुकानासमोरचा इंच न् इंच फेरीवाल्यांनी व्यापलेला. त्यांच्या दुकानापुढेही तीन तीन फेरीवाले दाटीवाटीने बस्तान बसवून होते. नारळपाणीवाला, ज्यूसवाला आणि भेलपुरीवाला. त्यांच्या धंद्यातून रोजच्या रोज निर्माण होणारा कचरा तुडवत स्वत:च्या ग्राहकांना यावं लागू नये. आपल्या दुकानाच्या पायऱ्या तरी स्वच्छ रहाव्यात, यासाठी बनवारीलाल मंडळींना वर्षानुवर्षं त्यांच्याशी संघर्ष करावा लागलेला होता. परंतु आपापल्या उपजीविकेची भ्रांत पडलेल्या त्या फेरीवाल्यांना स्वच्छता, टापटीप यांची पर्वा करत बसायची गरज नव्हती. पोलिसांना हप्ते देऊन आपल्याला इथून न उठवण्याची चोख व्यवस्था त्यांनी करून ठेवली होती. आजच यशपालने त्यांना एक मोठा प्लॅस्टिकचा ड्रम आणून दिला होता. म्हणजे फळांची सालं, नारळाची शकलं, स्ट्रॉ,भेळपुरीचे कागद, कागदी पेले असा सगळा कचऱ्याचा ढीग निदान एकाठिकाणी तरी साठवता येणार होता.

त्याला एकदम जाणवलं, विकीसुद्धा आपल्या दुकानात असाच कचऱ्याच्या ढिगासारखा आहे. बहिणीचा मुलगा आपल्या आश्रयाला येणं हे काही चांगलं लक्षण नाही. नियतीने आपल्याला हा जणू दुर्दैवाचा दणकाच देऊन ठेवलेला आहे.

वडिलांसमोर अनेक कारणांची जंत्री मांडून झाल्यावर तिथे शांतता पसरली. अस्वस्थपणे पायांची चुळबुळ करीत दोन्ही मुलगे शांत बसलेले होते.

"मी जरा विकीशी बोलून घेतो." अखेर शांततेचा भंग करीत प्यारेलाल म्हणाला, "माझ्यापुढे काही लटपट करणार नाही तो."

"नको बेटा," सुस्कारा टाकत बनवारीलाल म्हणाले, "तो माझ्याकडे आलाय ना, आता मीच सगळं बघून घेतो. मी सांगेन त्याला, की तसं काही बांधायला म्युनिसीपालटीवाले परवानगी देत नाहीयेत म्हणून. नाहीतर त्याला वाटेल, आपलीच त्याला पैसे द्यायची इच्छा नाहीये. तो जर बिथरला ना तर फार जड जाईल आपल्याला. घरातले सगळे समाधानात राहिले पाहिजेत."

म्हणजे बघा! विकीला काय वाटेल, याची यांना इतकी काळजी कशासाठी? बाओजींचं आता वय झालंय हेच खरं! वयानुसार बुद्धीही थकत जाते म्हणतात. हा त्याचाच परिणाम, नाहीतर तो विकी समाधानात असणं किवा नसणं हे इतकं महत्त्वाचं आहे का? आम्ही त्याला घरी ठेवून घेतलं, सांभाळलं, अजूनही सांभाळतोच आहोत. या गोष्टीची त्याला वरचेवर जाणीव करून द्यायला नको? यावर दोन्ही

भावांचं एकमत झालं.

विकीला मामांपुढे आजोबांच्या गप्प राहण्याचा रागच आला. कारण त्याला माहिती होतं की जर ते एकटे निर्णय घेणारे असते, तर नक्कीच 'हो' म्हणाले असते. त्या क्षणी त्याला कळून चुकलं, की आपण बनवारीलाल घराण्याचा एक दरिद्री नातेवाईक, केवळ एक आश्रित आहोत. आपल्या मनाप्रमाणे गोष्टी घडवून आणण्याइतकं 'वजन' आपल्याकडे नाही. अजून आजोबा हयात आहेत, तोच ते असं वागताहेत. उद्या हा म्हातारा गचकला, तर ते आपली काय दैना करून टाकतील?

पुढच्या आयुष्याबाबत आशाची खूप मनोराज्यं होती. खोलीत गेल्या गेल्या ती विचारू लागली. "काय म्हणाले बाओजी? काय सांगितलं त्यांनी?" "काही नाही गं, काही विशेष नाही." म्हणत विकीने वेळ मारून नेण्याचा केविलवाणा प्रयत्न केला, पण त्याचा काळा ठिक्कर पडलेला चेहरा, उतरलेली चर्या, यावरून काय घडलं असेल याचा तिला अचूक अंदाज आला. टोमणे मारायचं सोडून ती त्याचं सांत्वन करू लागली. "काही हरकत नाही. अजून पुष्कळ वेळ आहे आपल्याकडे. पुढे काय घडणार आहे ते तरी काय माहिती? आपण वाट पाहिली पाहिजे, अजय-विजय राजू सगळे काम करायला लागले, की दुकानात जागाच उरणार नाही मग सांगतील तुम्हाला स्वत:चं वेगळं काहीतरी सुरू करायला." पण विकी इतका निराश झाला होता, की त्या निराशेपोटीच तो आजोबांकडे पुन्हा गेला. "बाओजी, मला माहीत आहे. मी म्हणजे तुमच्या डोक्यावरच ओझं आहे. मी तुम्हाला भार होऊन राहिलो आहे सगळ्यांना. मला माझा हिस्सा द्या आणि मोकळं करा, मी बरेलीला जाऊन स्वत:चं दुकान टाकीन."

नातवाचं हे बोलणं ऐकून आजोबा व्यथित झाले. इस्टेटीत त्याचा वाटा असण्याचा प्रश्नच येत नव्हता, हे त्याला आत्तापर्यंत कळायला हवं होतं, त्यांनी त्याला जेवू खाऊ घालून लहानाचं मोठं केलं, शिक्षण दिलं, लग्न करून दिलं, त्याच्या बायको मुलालाही पोसत होते. त्याने निदान त्याचं तरी समाधान मानायला हवं होतं.

"हे बघ बेटा, मी तुझ्या मामांशी बोलेन. काही झालं, तरी माझ्या मुलीचा मुलगा आहेस तू. आमचंच रक्त खेळतंय तुझ्या अंगात." आजोबा दुटप्पीपणाने बोलले.

पण आता पूर्ण पुरुष झालेल्या त्या मुलाला चांगलंच ठाऊक होतं, की मुलीकडे गेलेल्या रक्ताच्या धारा फक्त कुजबुजू शकतात. त्यांना मुख्य प्रवाहात येण्याचं भाग्य मिळत नाही.

त्या रात्री जेवणाचेवेळी, विकी प्लॅस्टिकच्या टेबलक्लॉथवर मांडलेल्या आपल्या ताटाकडे नुसता बघत बसला होता. घरातले पुरुष जेवायला बसले होते. सोना त्यांना वाढत होती. विकीची बायको स्वयंपाकघरात चपात्या भाजून आणून देत होती. विराटचं जेवण आधीच उरकलं होतं. तो पलीकडेच होमवर्क करत बसला होता.

चपात्या देण्यासाठी रसोईपासून डायनिंग टेबलपर्यंत हेलपाटे घालत असताना सर्वांना ऐकू जाईल अशा आवाजात आशाने सांगितलं, "या टेस्टमध्ये विराटला खूप छान मार्क पडले बरं का! टीचर म्हणाली, तो चांगला पुढे जाईल." "अरे वा! बरं झालं बाई!" सोना म्हणाली. "नाही तर त्याचा बाबा! अभ्यास करायला एवढा त्रास द्यायचा, विचारूच नकोस, सारख्या शिक्षकांच्या तक्रारी. हा आपला शाळेतून पळून यायचा आणि दुकानात जाऊन बसायचा." "खरंच, त्यांचं सारं लक्ष दुकानातच आहे. लहानपणापासून तिथेच काम करत आलेना! अर्थात घरातला सर्वांत मोठा नातू म्हटल्यावर इतकं काम करायलाच पाहिजे म्हणा." आशाने शेरा मारला. पुरुषमंडळी काही न बोलता, शांतपणे जेवत होती.

जेवणं झाल्यानंतर तीन जिने चढून त्यांच्या गच्चीवरच्या खोलीत जाताना विकी रागारागाने म्हणाला, "विराटबद्दल खाली सगळ्यांच्या समोर एक शब्दसुद्धा बोलायचा नाही कळलं तुला? तू सारखी आपली बोलत राहतेस. कुणी धड ऐकतसुद्धा नाही ते."

"का बरं? तो त्यांचा नातूच लागतो ना, काही असलं तरी?"

"हं! नातू का फातू! आता आपण लवकरच इथून जाणार आहोत. तेव्हा कळेल त्यांचं प्रेम किती टिकतं. बघू ना, त्याला भेटायला कोणकोण येतात ते!"

"अरे वा! कुठे चाललोय आपण? त्यांनी तुमचा हिस्सा द्यायचं कबूल केलं?" आशाच्या मनात आलं, 'नवरा काही मूर्खासारखा वागून बसला नसला म्हणजे मिळवलं!'

"मी सांगून टाकलं! बापरे, काय जड आहे गं पोरगं आपलं!" विकी कण्हत म्हणाला. झोपलेला विराट त्याच्या खांद्यावर होता आणि आशाने स्कूलबॅग, वॉटरबॅग, टिफीन हे सगळं धरलेलं होतं. शेवटी एकदाचे ते खोलीत पोहोचले आणि विकीने विराटला पलंगावर ठेवलं.

"काय? काय सांगून टाकलं तुम्ही?" आशा वाकून मुलाच्या पायातले सॉक्स काढू लागली.

"मी म्हटलं, मी बरेलीला परत जातो."

तिचा नवरा नेहमी नेमका बोलण्यातच मार खायचा. बाकी अगदी साधा, चांगला माणूस; पण नीट बोलता न येण्याचा त्याला जणू विकारच होता. आता हेच पाहा ना, तो 'जातो' म्हटल्यावर आख्ख्या फॅमिलीला किती आनंद झाला असेल,

हे ती कल्पनेनेच जाणू शकत होती.

छे छे! त्याच्या वतीने तिलाच बाओजींशी बोलायला मिळालं असतं तर....? बिछान्यावर बसल्याबसल्या तिने मोठ्ठा उसासा टाकला.

लग्न होऊन सासरी आली, तेव्हा तिला किती उमेद वाटत होती सगळ्या गोष्टींची! एका लहानशा शहरवजा गावातली ती मुलगी, गोरेपणाशिवाय काय होतं तिच्याजवळ? पण नशीब असं, की तेवढ्याच भांडवलावर, दिल्लीच्या एका मोठ्या व्यापारी घराण्याच्या नातवाला ती पसंत पडली. मुरली तरी तेव्हा असंच म्हणाला होता. त्यावेळी तिच्या आईला कितीतरी आनंद झाला होता! तो सगळा आता मूर्खपणा वाटू लागला. तिच्या सारख्या लोकांनाच असं जाळ्यात अडकवलं जातं, याबद्दल आता तिची खात्रीच पटली होती. खरं म्हणजे तिच्या गावातल्या मुलाशीच तिचं लग्न झालेलं होतं, ती दिल्लीच्या करोलबागेतल्या एका मोठ्या व्यापारी कुटुंबाच्या हवेलीसारख्या घरात राहत होती, ते तिचा नवरा त्यांचा नातलग होता म्हणून पण त्यामुळे तिच्या लग्नाआधीच्या जीवनक्रमात कोणताही फरक पडलेला नव्हता.

माणसांची दाटी, गैरसोयी, आर्थिक चणचण आणि दुय्यम दर्जा बरेलीतही तिचं जगणं असंच होतं आणि दिल्लीतही तिचं जगणं याच गोष्टींनी भरलेलं होतं. सकाळपासून रात्रीपर्यंत ती रसोईत असायची. भाज्या चिरत, चटण्या कुटत, साफसफाई करत, स्वयंपाक करत, चहापाणी आणि नाष्ट्याचे पदार्थ बनवत. तिचं वय होतं तेवीस वर्षांचं पण लवकरच तारुण्य सरून ती म्हातारी दिसू लागणार होती. तरी पण दिल्लीमध्ये काही वेगळं घडण्याची निदान शक्यता तरी होती आणि या घरात त्यांच्या प्राथमिक गरजा तरी पुरवल्या जात होत्या. समजा एकट्या विकीबरोबर राहावं लागलं आणि पैसाही पुरेसा नसला, तर काय होईल याची कल्पना करणं देखील तिला नकोसं वाटत होतं.

"हे बघा, तुम्हाला कुठे जायचं तिथं जा." आशाने जाहीर करून टाकलं. "मी काही सोना माँजींना सोडून यायची नाही. इथलं सगळं एकटीने करणं त्यांना एकटीला शक्यच नाही."

"अगं, तूच तर इथल्या गैरसोयींचा पाढा वाचत असतेस ना सारखी माझ्या डोक्याशी?"

"मला फक्त तुम्हाला तुमचा वाटा मिळण्यात रस आहे. इथून निघून गेलात तर कसा काय मिळेल तुम्हाला तो? दृष्टीआड ते सृष्टीआड! काहीही होवो. मी काही इथून हलायची नाही." दुसऱ्या दिवशीसाठी विराटची स्कूलबॅग, ड्रेस वगैरे जुळवून ठेवता ठेवता आशा म्हणाली.

विकीने वैतागाने करकचून दात ओठ आवळले. का माझी बायको अशी

अवसान घातकीपणा करते? पहिल्यांदा मला बोलून बोलून इतकं घायाळ करून ठेवलं, की मला वाटायला लागलं, आपण पुरुष असून काय असे नेभळटपणे वागतो? आता मर्दासारखं वागायला लागलो, तर हरकती घ्यायला सुरुवात केलीय. खरंच या बायका म्हणजे खरोखर शाप असतात शाप! लग्नाच्या आधी तो किती सुखी होता! मामांच्या दुकानात काम करत होता आणि सुदैवाने सगळं भविष्य धुक्यात होतं!

असा विचार करत करतच त्याने झब्बा पायजमा घातला आणि झोपण्यासाठी पलंगावर चढला, पण त्याला झोप येईना. हा त्याच्या बायकोचाच दोष होता. सारखी काही ना काही मुद्दे काढत राहायचं पण कशातच समाधान नाही. यात लुडबुड, त्यात लुडबुड, या घरात काय कमी आहे हिला? कोणतं सुख मिळत नाही? लेटेस्ट फॅशनचे कपडे घालायला मिळतात, दुपारी टीव्ही बघण्यासाठी भरपूर वेळ मिळतो. फक्त एका मुलाचं सगळं करावं लागतं पण तोही किती शांत नी हुशार आहे! हिला ना घराबाहेर जाऊन काम करावं लागत, ना काही आणण्या नेण्याचं बघावं लागत. ते सगळं तर घरातले पुरुषच करतात आणि स्वयंपाकसुद्धा ही एकटी नाही करत सोना माँजी असतेच बरोबर. लग्न झाल्यापासून आता जरा चांगली दिसायला लागली आहे. थोडी अंगाने भरली आहे. फिकट पिवळसर रंग जरा उजळला आहे. छातीही मस्त भरलीय. जरा खेळायला मजा तरी येते. आता केसांना तेल लावत नाही. चेहऱ्याला कशी छान बटांची महिरप दिसते आणि मग खांद्याच्या खालपासून वेणी घालते.

माझ्या कुटुंबाशिवाय कुठे हिची एवढी रया राहणार आहे? या सगळ्या विचारांनी त्याच्या डोक्यात नुसता गुंतागुंता झाला. शेवटी तो उठून बसला. अंधारातच चाचपडून बायकोजवळ सरकला आणि तिच्या कुर्त्याशी झटू लागला. तिने मुकाट्याने अर्धवट झोपेत कुर्त्याची बटणं आणि सलवारीची नाडी मोकळी केली.

त्यांना आता न बोलता सगळं उरकायची सवयच झालेली होती कारण शेजारी विराट झोपलेला असे.

१०

एव्हाना लाला बनवारीलाल त्र्याहत्तर वर्षांचे झाले होते चाल मंदावली होती, पावलं अडखळू लागली होती, आठवण दगा देऊ लागली होती. अधूनमधून डोकं जड होई. त्यांची मुलं म्हणायची, ''बाओजी, आता कशाला दुकानात यायची दगदग करता? घरीच राहायचं आणि आराम करायचा!'' पण याही वयात धंद्याची काळजी आणि कळकळ त्यांना स्वस्थ बसू देत नव्हती. त्यापेक्षा त्यांना मरण परवडलं असतं. रोज सकाळी दुकानात जायचं, देवाच्या फोटोपुढे उदबत्ती लावायची, कापडांचे तागे काढताना होणारे धडाधड आवाज ऐकायचे, गिऱ्हाइकांसमोर उलगडताना होणारी साड्यांची सळसळ ऐकायची, आपले नातू एखादं कापड किवा साडी ऐटीत डाव्या खांद्यावर पांघरून कशी दिसेल ते ग्राहकांना दाखवताना दुरून कौतुकाने न्याहाळायचं आणि संध्याकाळी दिवसभराची कमाई मोजायची हे सगळं थांबवणं, म्हणजे त्यांच्या लेखी जिवंतपणी मरण भोगण्यासारखचं होतं. पुढे जेव्हा शरीर अगदी चालेनासंच होईल, तेव्हा करता आला असता आराम! ते दुकान म्हणजे त्यांनी आयुष्यभर केलेल्या कष्टाचं फळं होतं. आता म्हातारपणी त्याचा आनंद नाही चाखायचा तर मग केव्हा?

दुर्दैवाने, त्यांचे विचार तरुण पिढीला पटेनासे झाले होते. कर्तव्य आणि व्यवसायाचा विचार हे एकमेकांना कुठवर रेटत राहू शकणार? त्यांची मुलं दोन्हीमध्ये तयार होती. त्यांना तसंच शिकवलं गेलं होतं, पण नातवांच्या वेळेला हा संघर्ष स्पष्टपणे पुढे आला. प्रथम अजय आणि पाठोपाठ वयात आलेला विजय आजूबाजूला बघत होते. सगळीकडे उभ्या राहिलेल्या सुंदर 'पॉश' दुकानांपुढे त्यांचं दुकान अगदी जुनाट मेणचट दिसू लागलं होतं.

हल्ली दुकानांनी जणू पंचतारांकित हॉटेलचंच रुपडं धारण केलेलं होतं. काचेचे दरवाजे, दरवाजापुढे गणवेशातला रुबाबदार दरवान, आतमध्ये दिव्यांची झगमगती झुंबरं आणि जिकडेतिकडे चकाचक मार्बलचा वापर केलेला, कापडांच्या ताग्यांवर स्पॉटलाइट्स टाकलेले, सगळं मोहात टाकणारं वातावरण; आणि वातानुकूलन तर

इतकं जबरदस्त की एखाद्या हिलस्टेशनला गेल्यासारखंच वाटलं पाहिजे. बाहेर शोकेसमध्ये इम्पोर्टेड मॅनेक्विन्स उभ्या केलेल्या. म्हणजे ग्राहकांना त्यांच्याकडे पाहता पाहता कल्पनाविश्वातून अलगद प्रत्यक्षात उतरून खरेदी करायला सोपं. पण या सर्वापेक्षा मोठा बदल दुकानात ठेवलेल्या मालात झालेला होता. भारतीय आणि युरोपीयन फॅशनचे तयार कपडे लोकप्रिय होत चालले होते आणि कापडधंद्यात आलेली ही लाट ओसरण्याची चिन्हं दिसत नव्हती. ती दिवसेंदिवस वाढतच जाणार होती.

व्यापाराची घट्ट बांधलेली बंधनं तोडून पाश्चात्य कपड्यांच्या कंपन्या भारतीय बाजारपेठेत घुसू लागल्या होत्या. १९८०च्या दशकाच्या शेवटी शेवटी बेन्टन आली. तिच्या पाठोपाठ रँग्लर, लेव्हीस, काल्व्हीन क्लेईन येतच राहिल्या. 'बनवारीलाल क्लॉथ शॉप'ला मार्केटमध्ये टिकून राहण्याकरता अगदी युरोपीय फॅशनचे जरी नाही, तरी निदान भारतीय पद्धतीचे तरी तयार कपडे ठेवायलाच हवे होते. कारण भारतातल्या बायकाही आता तयार कपड्यांकडे वळू लागल्या होत्या.

पण लाला बनवारीलालांच्या दृष्टीने कापडं, त्यांचे पोत, विणी या सार्वकालिक गोष्टी होत्या. कापडांचे तागे आणि साड्यांचे गठ्ठे हे त्यांचे जन्माचे सोबती होते. अजयने वडिलांच्या लक्षात आणून दिलं, की हे १९८० साल आहे. 'साडी आयुष्यभरासाठी' हे समीकरण आता जुनं झालं आहे. ते काही 'आयुष्यभरासाठी' चालणार नाही. पण त्याचा प्रयत्न फुकट गेला. शिवलेले कपडे तेवढ्यापुरतेच असले तरी ते खरोखर वापरायला सोयीस्कर असतात. धुवायला सोपे, प्रवासात, कामात, चालायला सर्वांत सुटसुटीत. सुरुवातीला तरुण स्त्रिया आणि पुढेपुढे वयस्कर स्त्रियासुद्धा सर्रास तयार कपड्यांकडे वळू लागल्या आहेत. पूर्वी सलवार कमीझ हा 'पंजाबी ड्रेस' समजला जाई पण आता भारतभरातल्या स्त्रिया सलवार-कमीझ वापरतात आणि ज्या आधुनिक आहेत, त्या पँट्स, जीन्स, टॉप्स आणि टी शर्ट्स घालतात.

"बाओजी," आदरपूर्वक पण स्पष्ट शब्दात अजय म्हणाला. "करोल बागेतल्या सगळ्या दुकानांनी आता तयार कपडे ठेवलेत. आपलं गिऱ्हाईक जातंय तिकडेच."

"आपली गिऱ्हाईकं बांधलेली आहेत बेटा, ती अशी दुसरीकडे जाणार नाहीत आणि उद्या तयार कपडेही खपेनासे झाले, तर तू काय करणारेस? पुढच्या वर्षी ही जाऊन दुसरी फॅशन येईल. त्याचं काही सांगता येत नाही त्यापेक्षा साड्यांचं पाहा. सर्वांसाठी एकच साइझ, बेतायचं नाही की शिवायचं नाही. फिटिंग नसल्यामुळे तक्रारीचा प्रश्नच नाही. सगळं कसं साधं सरळ आणि सुंदर!"

"बाओजी, आपण 'मार्केट लीडर्स' असायला पाहिजे. 'फॉलोअर्स' राहून काय फायदा?"

''आपण आहोतच 'मार्केट लीडर्स!'' आजोबांचा आवाज कापला. ''तुला आठवतं? साड्यांसारख्या मॅचिंग शाली आपण प्रथम प्रिंट केल्या आणि मग सगळे आपल्यासारखं करायला लागले.''

थोडावेळ शांतता पसरली. ही घटना आठ वर्षांपूर्वीची होती पण म्हातारबुवांशी 'काळ कसा झपाट्याने बदलतो आहे' यावर कोण वाद घालणार? त्यांचं चालूच होतं...

''आपल्या नववधूच्या साड्या साऱ्या दिल्लीत प्रसिद्ध आहेत.''

''हो ना.'' प्यारेलाल म्हणाला, ''आणि त्या 'कुमारसन्सचे' लेहंगे प्रसिद्ध आहेत. आजकाल नवऱ्यामुली जास्त करून लेहंगेच वापरतात.''

''एकच साईझ. फक्त थोडं अल्टरेशन केलं की सगळ्यांना फिट बसतात. शिवाय एम्ब्रॉयडरी, टिकली काम, मण्याचं काम, दोऱ्याचं काम यात नफ्याचं मार्जिन भरपूर राहतं.''

आजोबांनी यशपालकडे बघितलं आणि फक्त त्याच्याशीच बोलल्यासारखं बोलले, ''अस्सं! साड्या आउट ऑफ फॅशन झाल्यात काय? अरे, रोजच्या दिवसाला आपण अन्न खातो, ते कशाच्या जिवावर कमावलंय आपण? ऑं? बस झालं! इतर काही करायला आता जागा नाही आपल्याकडे.''

यशपाल गप्प होता. त्याला कळत होतं, की प्यारेलाल आणि अजय ह्यांचच म्हणणं बरोबर होतं. ''आता किती वर्षं नुसतं साड्याच विकत बसणार आपण?'' परंतु काळजीत पडल्यासारखे त्याचे वडील डोळ्यांची अस्वस्थ उघडझाप करीत बसले होते. त्या दोघांच्या सहज बोलण्यामागचा तर्कशुद्ध विचार आणि यशपालची नाराजी त्यांना समजलेलीच नव्हती, हे स्पष्ट होतं.

''खरं म्हणजे, आपण तयार कपड्यासाठी स्वतंत्र विभाग बांधला पाहिजे.'' प्यारेलाल हे बोलला खरं, पण आपण अजून एक वादाचा मुद्दा काढत आहोत, याची भीतीयुक्त जाणीव मनात होतीच. काही बांधायचं, म्हणजे लाच देणं वगैरे सगळं आलंच आणि असल्या भानगडीत पडायला बनवारीलाल नाखूष असत. तोच धागा पकडत अजय म्हणाला, ''या सगळ्यांनी दुकानं वाढवली आहेत, ती कायदा पाळून; असं वाटतंय की काय बाओजींना? जमिनीचा इतर कारणांसाठी वापर करणं बेकायदेशीर आहे पण म्हणून अडून बसलेत का कुणी? बघा बघा! त्या पलीकडल्या 'बन्सल अॅन्ड सन्स' कडेच बघा. तिसरा मजला चढवतायत वर, त्यामुळे दुकानाची जागा दुप्पट आणि नफाही दुप्पट होणार. त्यांच्या दुकानात केव्हाही पाहा, पोलीस चक्क चहा पीत बसलेले असतात.''

''आणि म्युनिसिपालटीवाले? अरे, किती जणांना जबरदस्तीने तोंड बंद करायला लावणार तुम्ही?'' कापऱ्या आवाजात आजोबांनी विचारलं.

''जबरदस्ती? अहो बाओजी, म्युनिसिपालटीचे लोक 'कमाई'ची संधीच शोधत असतात. पार वरच्या ऑफिसरपासून खालच्यापर्यंत सगळ्यांना बांधकाम पूर्ण होईपर्यंत खूष ठेवण्याचा खुला रेट किती होता माहितीये? फक्त पन्नास हजार रुपये महिना! जर डबल जागा मिळवायची असेल साड्या आणि तयार कपड्यांचा स्टॉक ठेवायला, तर हा भाव स्वस्तच पडेल आपल्याला!''

आजोबांनी काही न बोलता, गादीवरची पांढरी चादर नीट करायला सुरुवात केली. त्यांच्यासमोर गोदरेजची जुनी, फिक्या हिरव्या रंगाची गल्लापेटी ठेवलेली होती. तिला वर स्टेनलेस स्टीलचं हँडल होतं. याच पेटीत ते नोटा आणि चिल्लर ठेवत असत. आयुष्यभर ते अशाच छोट्याशा गल्लापेटीपुढे गादीवर बसत आलेले होते. तिकडे अनारकल्लीमध्ये ती पेटी लाकडी होती तर करोल बागेत जुन्या पद्धतीची स्टीलची. त्यांनी एक खोल उसासा टाकला आणि म्हणाले, ''माझ्यानंतर तुम्हाला पाहिजे तसे बदल करा तुम्ही..''

यशपालने भुवया चढवून भावाकडे पाहिलं. इथलं सर्व काही त्यांच्या वडिलांनी कमावलेलं होतं. जर कोणताही बदल करण्याची त्यांची इच्छा नसेल, तर मुलांना त्यांच्यापुढे मान तुकवणं भाग होतं. त्याच्या भावाने स्वत:तर हे लक्षात ठेवायलाच हवं होतं; पण मुलांनाही या गोष्टीची नीट जाणीव करून द्यायला पाहिजे होती.

कारण तेच भावावर दबाव आणत होते. मार्केटमध्ये शिरल्या शिरल्या त्यांना सगळंच काबीज करावंसं वाटतं होतं.

पुढचं वर्षभर बनवारीलाल कुटुंबातल्या पुरुष मंडळीत या विषयावर बोलायचं नाही अशी जणू अघोषित बंदी होती. सगळे मनातून अस्वस्थ होते. विजय अजून कॉलेजमध्ये शिकत होता पण अजयने रोजच्या रोज हा विषय काढून बापाच्यामागे लकडाच लावला होता. त्यामुळे प्यारेलालची दुकानात चिडचिड होत असे आणि त्याने वैतागलेला यशपाल घरी आल्यावर चिडचिड करीत असे.

'बनवारीलाल क्लॉथ शॉप' मधली माणसं दिवसभर काहीना काही चरत राहत. दुपारच्या जेवणापूर्वीचा नाश्ता, संध्याकाळचा नाश्ता, जास्त काम पडलं की काहीतरी मागवायचं, कुणी भेटायला आलं की काहीतरी मागवायचं वगैरे वगैरे. तसे ते आठवड्याचे सहा दिवस भरपूर कामही करीत. खाद्यपदार्थांची ऑर्डर दिली, की आता काय खायला मिळणार याबद्दलच्या चर्चा त्यांच्यात सुरू होत. आलेलं पॅकेट फोडताना त्या खमंग वासाने त्यांची भूक प्रज्वलित होई आणि मग मैत्रीच्या भावनेने, विश्वासाच्या वातावरणात खाणं होई.

ताज्या खुसखुशीत कचोऱ्या, त्याच्याबरोबर चिंचेची चटणी; छोले-कुलचा, त्याबरोबर कांद्याचं लोणचं आणि हिरव्या मिरच्या; कुरकुरीत समोसे आणि नमक पारा, तळलेले बटाट्याचे लच्छे, तळलेले काजू आणि खारं-गोड बॉम्बे मिक्स्चर असे पदार्थ मागवले, की त्या चविष्ट तिखट पदार्थांबरोबर काहीतरी गोड पाहिजेच. लाडू, बर्फी, जिलेबी नाहीतर कुल्फी. त्यांचं दुकान करोल बागेच्या अगदी मध्यावर होतं. आजूबाजूला हरतऱ्हेची मिठाई आणि खाऊच्या दुकानांचा गराडा. त्यामुळे शेजाऱ्यांशी प्रेम आणि सलोखा ठेवण्याकरता त्यांची एवढी विक्री तर त्यांना करणंच भाग होतं. 'जळात राहून माशांशी वैर' कसं करणार?

एक दिवस दुकानातच गल्ल्यावर बसले असताना, लाला बनवारीलालना शरीराची उजवी बाजू जड-जड झाल्यासारखी वाटू लागलं. यशपाल म्हणाला, "जरा वेळ पडा तुम्ही बाओजी." दिवाळी जवळ आलेली होती. दुकानात प्रचंड गर्दी, त्याला वाटलं ते थकले असतील. म्हणून ते मागच्या बाजूला जाऊन झोपले.

तासाभराने यशपाल त्यांना बघायला म्हणून गेला, तर तिथे जणू वेगळाच माणूस दिसला. चेहरा वाकडा, तोंड उघडं, लाळ गळत असलेली... त्यांना उठूनही बसता येईना. अर्धवट बेशुद्धच होते. ताबडतोब हॉस्पिटलमध्ये पोहोचवायला पाहिजे होतं. लालाजींना पॅरॅलिसीसने गाठलं. झटका जोरदार होता. यशपालला कळून चुकलं, त्याचे वडील आता पुन्हा पहिल्यासारखे होणं शक्य नाही!

त्या कुटुंबाला दोन दोन रुग्णांची काळजी घ्यावी लागत होती. लाला बनवारीलाल आणि त्यांची बायको.

"त्यांना असं कसं झालं होऽऽऽऽ?" असा प्रश्न विचारत, सकाळ-दुपार-रात्र म्हातारी रडत राहायची. रोज सकाळी, ताजा झेंडूचा हार देवीच्या फोटोला घालताना ती रडत-रडत देवीची करुणा भाकायची. भेटायला येणाऱ्यांजवळ रडायची, घरातल्या माणसांपुढे रडायची. तिला दिसणाऱ्या प्रत्येकाशी ती रडतच बोलायची. ते तिला जवळ घेऊन धीर द्यायचे. माँजी इतकी वयस्कर झालेली, मनाने हळवी आणि शरीराने अशक्त, असं करता करता तिलाच काही झालं... तर? या वयात झालेली दुखणी बरी तरी होतात का? सगळे तिची समजूत घालण्याचा प्रयत्न करायचे. "आपण काय करू शकतो सांगा बरं! ज्याच्या त्याच्या कर्माचे भोग असतात. ते भोगूनच संपवावे लागतात. तुमच्या आणि माझ्या खूप मनात असलं, तरी आपण नाही वाटून घेऊ शकत. धीर धरा. तुम्हीच असं केलं तर मुलाबाळांनी कुणाच्या तोंडाकडे पाहायचं? वाटेल बरं लालाजींना!"

लालाजींना ICU मधून बाहेर आणून वॉर्डमध्ये ठेवण्यात आलं. आता घरातली माणसं ICU च्या दाराबाहेर थांबण्याऐवजी त्यांच्या कॉटजवळ बसू लागली. २४ तास त्यांच्याजवळ घरचा कुणीतरी माणूस बसलेला असे. आळीपाळीने दुकान,

घर, हॉस्पिटल या चक्रात फिरतच दिवस संपत होते.

दहा दिवसांनंतर त्यांना घरी आणलं, पूर्णपणे पिळून काढल्यासारखं शरीर वाकडं झालेलं होतं. एक कर्तबगार व्यावसायिक, यशस्वी व्यापारी संपला होता. खंदा कुटुंबप्रमुख लुळा पांगळा होऊन पडला होता.

पन्नास वर्षं, यशपालला वडिलांच्या छत्रछायेत वावरण्याची सवय झालेली होती. आता त्याला एकदम आपलं सर्वस्व हिरावून घेतल्यासारखं, पोरकं पोरकं वाटू लागलं. त्याचे बाओजी कायमचे मुके आणि परावलंबी झाले होते. त्यांची अवस्था पाहून त्याच्याही मनात असहाय्यतेची भावना निर्माण झाली. ती त्याला सहन होईना. "एका इतक्या चांगल्या माणसाला असं कसं झालं? या जगात न्यायच नाही का?" त्याने कळवळून सोनाला विचारलं.

"खरंच बाओजी फार मोठ्या मनाचे, कधी कुणाला दुखावलं नाही त्यांनी!" तिचंही तेच मत होतं. तिचं मन एकदम मागे गेलं. लग्नानंतरची दहा वर्षं तिने अपत्यहीन म्हणून काढली होती. त्या दहा वर्षांत अपमान आणि अवहेलना करून त्यांच्या बायकोने सोनाचं जगणं मुश्किल करून टाकलं. पण त्यांनी मात्र पोटच्या मुलीसारखी तिची काळजी घेतली. ती त्यांची स्वत:ची मुलगी नव्हती, सून होती. त्यांच्या खऱ्या मुलीची तर फारच दयनीय अवस्था झाली. तिच्या सासरच्यांनी तिला कायम उपेक्षित ठेवलं आणि वर तिच्या आत्मसंयमनाची सत्वपरिक्षा घेत राहिले. सासरच्या माणसांनी खरोखर तिचा 'अंत पाहिला'.

एकदम रागापोटी तिच्या मनात आलं, यांच्याऐवजी माझ्या खाष्ट सासूला का नाही आला ॲटॅक? या रोगाला आमच्या घरातलं एक माणूस हवंच होतं, तर तिला धरायचं होतं. त्या वाचाळ म्हातारीला आम्ही खुशीनं झोपवून ठेवलं असतं.

आपण आपल्या सुनेच्याच मनातल्या भावना बोलून दाखवतो आहोत, हे म्हातारीला माहिती नव्हतं. पण ती दिवसातून हजारवेळा देवापुढे बसून म्हणायची, "त्यांना असं मुकं, लुळंपांगळं करून ठेवलंस, त्यांच्याऐवजी मला का नाही ही शिक्षा दिलीस आई? त्यांना बरं वाटू दे. त्यांचा रोग मला दे!" दररोज सकाळी यशपाल वडिलांना स्पंजिंग करायचा. दुकानात जाण्यापूर्वी त्यांच्या जवळ जायचा. त्याच्याकडे फक्त केविलवाण्या नजरेने पाहणाऱ्या, बोलू न शकणाऱ्या वडिलांना म्हणायचा, "बाओजी, आता तुम्ही लवकरच बरे होणार आहात. मग आपण बरोबरच जात जाऊ हं दुकानात! तुमची गिऱ्हाईकं वाट पाहतायत तुमची! सारखे विचारत असतात. तुम्ही नसता, तर करमत नाही कुणालाच." त्यांच्या डोक्यावर हलकेच थोपटून तो निघून जाईपर्यंत वृद्ध बापाची करूण नजर त्याला पाहत राही.

लाला बनवारीलाल अपंग झाले होते, निरुपयोगीच. पण सुदैवाने अजूनही इतरांच्या मदतीने का होईना ते उठून बाथरूमला जाऊ शकत होते. एका छोट्या

कोठीघराचं रुपांतर संडासामध्ये करण्यात आलं. तिथे कमोड बसवून घेतला. त्यांचे चार नातू आळीपाळीने त्यांना तिकडे नेऊन आणीत. लहानांनी मोठ्यांची सेवा करायची, हा कुटुंबाचा नियमच होता. त्यामुळे मुलांना या गोष्टींची सवय होती. अशा समंजस सवयी, कुटुंबाच्या बांधणीत सिमेंटसारखे काम करतात.

त्यांच्या पत्नीचा शोक संपत नव्हता. सतत सुरकुतल्या हाताने जपमाळेचे मणी ओढत ती बडबडत राही. "देवा, कधी बरं वाटणार आहे त्यांना? या डॉक्टरांचं काही खरं नाही. काही समजत नाही त्यांना, त्यापेक्षा एखाद्या चांगल्या वैद्याकडे न्या. एखादा हकीम तरी शोधा. होमिओपॅथीचं सुद्धा औषध लागू पडतं अशावेळी. ही इंग्रजी औषध फार जहरी. बघा बघा! हॉस्पिटलमधून घरी आल्यापासून किती अशक्त झालेत ते. चालता येत नाही, बोलता येत नाही. मलई खाऊ देत नाहीत, पोळीवर तूप घ्यायचं नाही. नुसती उपासमार चाललीय त्यांची! अशानं कशी शक्ती येणारे त्यांना?"

तिची दया येऊन, भेटायला येणारे काहीजण 'कोलेस्टेरॉल', 'रक्तवाहिन्या कठीण होतात' वगैरे गोष्टी तिला समजावून सांगण्याचा प्रयत्न करीत. पण लवकरच थकून जाऊन तो प्रयत्न ते सोडून देत. घरच्या माणसांनी तर तिला सांगायचं कधीच सोडून दिलं होतं. एकतर म्हातारीला ऐकू येत नसे. त्यामुळे तिच्याशी ओरडूनच बोलावं लागायचं आणि दहाव्यांदा ओरडताना मूळ वाक्यातले निम्मे शब्द गळून जायचे.

सोनाला तर म्हातारीचं चिरकं, वरच्या पट्टीतलं, कुजकं बोलणं मुळीच ऐकवत नसे. त्यामुळे तिने सोयीस्कर बहिरेपणा स्वीकारला होता. सुरुवातीला सासूबद्दल वाटणारा तिरस्कार आता इतकी वर्षं मध्ये गेल्यावर वितळून वाहून गेलेला होता. पण तिला सासरच्या माणसांपैकी सगळ्यात आवडणारे सासरे असे गंभीर आजारी झाले आणि तिचा तो सासूवरचा जुना राग उफाळून वर आला.

सोनाच्या मनात सुशिलाबद्दलच्या काही तक्रारी पूर्वीपासून होत्या. त्यामुळे सुद्धा या रागात आणि विरोधात भर पडलेली होती ती खालच्या रामरगाड्यापासून दूर राहून वरच्या मजल्यावर आरामात चिंतामुक्त जीवन जगत होती आणि सोनाला मात्र वडीलमाणसांच्या सगळ्या खस्ता खाव्या लागत होत्या. बिचारी आशा थोडीफार मदत करत होती, तेवढाच काय तो आधार तिला होता.

सहा महिन्यांनी लाला बनवारीलालना दुसरा मोठा ॲटॅक आला आणि त्यातच त्यांचा अंत झाला.

कुटुंबप्रमुखाचं निधन झाल्यामुळे, सर्व संबंधित माणसं सांत्वनाला येत होती. अनेक कापड व्यापारी, जवळचे आणि लांबचे नातेवाईक, त्यांना श्रद्धांजली द्यायला

करोल बागेतल्या घरी येऊन जात होते. जुन्या काळातल्या व्यापारी माणसात असणारे सर्व गुण त्यांच्यात एकवटले होते. प्रामाणिक, कष्टाळू, दीर्घोद्योगी व्यावसायिक म्हणून लोक त्यांना ओळखत होते. कितीही कसोटीचे प्रसंग आले किंवा मतभेद झाले, अंतर्विरोध असला, तरी त्यांच्या प्रेमामुळे आजतागायत कुटुंब एकसंध राहिलं. संपूर्ण आयुष्यात त्यांना एकही शत्रू नव्हता. त्यांच्यासाठी अनेकांनी अश्रू ढाळले ही त्याचीच साक्ष होती.

ते तडकाफडकी गेले. घरातल्या माणसांचा विश्वासच बसत नव्हता. ते इतक्या लवकर जातील असं कुणालाही वाटत नव्हतं. त्यामानाने त्यांनी कुणाला काहीच जास्त त्रास दिला नाही. फक्त सहा महिन्यांच्या कालावधीत त्यांनी वेदना भोगल्या, तेवढ्यात त्यांचं पूर्वजन्मीचं वाईट कर्म संपलं होतं. याचाच अर्थ मृत्यू आणि पुन्हा जन्म यांच्या दुष्टचक्रात ते सापडणार नव्हते. त्यांना मुक्ती मिळणार होती.

बायकोच्या आसवांना खळ नव्हती. लग्न झालं तेव्हा ती होती बारा वर्षांची आणि ते पंधरा वर्षांचे. तब्बल साठ वर्षांच्या सहजीवनानंतर आज ती एकटी झाली होती. तळमळून विचारत होती, "का? का निघून गेले ते माझ्याआधी? म्हातारपणी रंडकी झाले! मारून टाका मला." तिच्या मुलांसमोर म्हातारी हात पसरून भीक मागत होती, "तुमच्या पाया पडते. मला मारा. जीव घ्या माझा. म्हणजे सुखाने त्यांच्याजवळ जाऊन राहीन."

त्यांनी तिच्या हातातल्या काचेच्या रंगीत बांगड्या फोडल्या. तिच्या म्हाताऱ्या, हडकुळ्या, कातडी लोंबणाऱ्या मनगटावर दोन सोन्याच्या पातळ बांगड्या तेवढ्या उरल्या. बाकी रंग त्या क्षणापासून संपले. त्यांनी तिच्या पायातली जोडवी ओढून काढली. मंगळसूत्र तोडलं. तिच्या कपाटातल्या सगळ्या रंगीत साड्या काढून तिथे पांढऱ्या साड्या ठेवल्या. तिनेच त्यांना सांगून हे सगळं हट्टाने करवून घेतलं. सगळ्या जगाला तिची नवी भूमिका कळली पाहिजे. गरीब बिचारी म्हातारी विधवा तिच्या कपड्यांइतकीच रंगहीन आणि बिनमहत्त्वाची! त्या दिवशी तिच्या आयुष्यातून सर्व रंग निघून गेले होते!

आजोबांना जाऊन महिना झाला. घरातलं वातावरण अजूनही उदास होतं. रूपा बहिणीला भेटायला रोज येऊन जात होती. निदान आपली निशातरी माँजींच्या या दुःख प्रदर्शनापासून दूर आहे याबद्दल दोघींना मनातून बरं वाटत होतं.

"माँजींबद्दल मला खरोखर काळजी वाटायला लागली आहे." एका संध्याकाळी यशपाल बायकोला म्हणाला. "खरंच, तिला यातून बाहेर काढायला काही करता येईल का आपल्याला?"

"हो ना. मला पण बाई त्यांची काळजीच वाटते." कर्तव्यदक्षता दाखवण्यासाठी बायकोने नवऱ्याला दुजोरा दिला.

"आपण निशाला परत घरी आणलं तर?"

चहा देता देता सोनाचा हात थबकला. "परत आणायचं? कशासाठी?"

"आठवतंय, माँजीला ती किती आवडायची लहान असताना? तीच तिला भरवायची, अंघोळ घालायची, स्वत:जवळ झोपवायची. पण आता माँजीला तिची गरज आहे."

म्हणजे आता निशाच्या उमलत्या वयात तिला थेरडीच्या चक्रमपणाला तोंड द्यावं लागणार. सोना नवऱ्याला म्हणाली, "निशा कशी झोपेत दचकून उठायची, ओरडायची, रडायची, आठवतं तुम्हाला? म्हणून तर तिला आपण रूपाकडे पाठवली. ते बरंच झालं. तिथे राहिल्यामुळे तिच्या अभ्यासात काय सुंदर प्रगती झालीय!"

पण सोनाचा हा प्रयत्न दुबळा ठरला.

"हे बघ सोनू, या गोष्टीला अकरा वर्षं झाली. आता काही ती झोपेत दचकून उठत नाही. भीतीचं काही कारणच उरलेलं नाही. उलट आजीला मदत करायला आवडेल तिला. किती लळा होता तिला आजीचा!" त्याने सावकाश जेवण संपवलं आणि बायकोच्या समाधानासाठी ढेकर देत तो उठला.

"पण अजय आणि विजय नाही का आजीसोबत जास्त वेळ घालवू शकणार?"

"अगं, ते मोठे झालेत आता! दाढी मिशावाले पुरुषच आहेत ते आता. माँजी काय बोलणार त्यांच्याबरोबर? ते सगळं राहू दे. तू आपली निशाला परत आण आता!" तिला इतका आग्रह करावा लागल्यामुळे वैतागलेल्या यशपालने तो विषय तिथेच संपवला.

त्या रात्री सोनाला झोप लागली नाही. यापूर्वीही तिच्या बिछान्याने, तिने जागवलेल्या अनेक रात्री बघितल्या होत्या. आजची रात्र तिने रूपाचा विचार करण्यात जागवली. आज तिच्या जखमांना रूपाच्या दु:खाचं निमित्त मिळालं. रूपाचही काही म्हणणं असेल. त्याचं काय? मुलीला परत आणलं तर तिला काय वाटेल? माझी मुलगी म्हणजे काय रबराचा चेंडू आहे, प्रत्येकाच्या गरजेप्रमाणे इकडून तिकडे फेकायला? आणि इथे माझा राजू आहे की! तो राहील आजीजवळ आणि करेल तिची करमणूक. तो आहेच तितका गुणी!

११

दुसऱ्या दिवशी सोना खोल खोल विचारात, द्विधा मनस्थितीत वावरत होती. तिला निशाला घरी आणायचं होतं पण मग रूपाचं काय? त्याहून महत्त्वाचं म्हणजे निशाच्या अभ्यासाचं काय होणार? निशा मुलगी होती आणि तिने कितीही डोकंफोड करून अभ्यास केला, तरी शेवटी तिचं लग्नच करून द्यायचं होतं, हे जरी खरं असलं तरी आत्ता निदान तिच्या एका अपत्याच्या हुशारीबद्दल तरी ती प्रौढी मिरवू शकत होती!

राजू मात्र अभ्यासात सातत्याने अधोगती दाखवत होता. तसं म्हणावं तर त्याला दुकानातही फार गोडी असल्याचं दिसत नव्हतं. त्यामुळे विकीला जशी शिक्षणातून सूट मिळाली तशी त्याला मिळण्याचीही शक्यता नव्हती. त्याला फक्त क्रिकेट खेळायला आणि गल्लीतल्या पोरांबरोबर हुंदडायला आवडायचं. सोनाने नेहमी त्याला त्याच्या चुलत भावांपासून दूर ठेवलं. तिला वाटायचं ते त्याला चुकीचं वागायला फूस देतात. पण त्याचाही काही उपयोग झाला नाही.

''ए सोड ना गं मम्मी! या अभ्यासाच्या बोलण्याने मला फार वैताग येतो. समजा नाही मी एस.एस.सी. पास झालो तर काय फरक पडणारे? विकीने कुठे शाळेचं शिक्षण पूर्ण केलं?''

''विकी निदान दहावी तरी पास आहे आणि त्याची बायको त्या बरेलीच्या गचाळ गल्लीत राहणारी. त्याचं ठीक आहे पण आजकाल चांगल्या घरातल्या मुलींना निदान बी.ए. तरी झालेला नवरा हवा असतो.''

''मग मी नाही लग्न करणार!'' चौदा वर्षांचा राजू फुरंगटून म्हणाला.

सोनाने उसासा टाकला. राजूच्या केसातून हात फिरवत त्याला जवळ घेतलं आणि छातीशी धरत म्हणाली, ''अरे माझ्या राजा, आता म्हणतोयस तसं; पण एकदा बायको आली, की जाशील मला विसरून. मग म्हणशील कोण आई न् कोण मम्मी?''

''प्लीज मम्मी.'' तिला थांबवत राजू म्हणाला.

''अरे, तुला काय माहीत, आईचं हृदय काय असतं ते? वर्षानुवर्षं तुझ्यासाठी

सगळ्या सुखांवर पाणी सोडलंय मी.''

सोनाने हे वाक्य सतत घोकलेलं असलं तरी त्याचा प्रभाव अजून टिकून होता. त्यामुळे ते ऐकून नेहमीप्रमाणे राजू अस्वस्थ झाला. त्याने आईच्या पदरात डोकं खुपसलं. याच जागी तर त्याने लहानपणी सुखेनैव अमृतपान केलं होतं ना!

''तुझी बहीण कशी शाळेत चमकतेय बघ! आणि तुला काय होतं रे?''

सोनाच चालूच होतं.

''काही फायदा नाही मम्मी त्याचा! मला कंटाळा येतो अभ्यास करायचा. आपला तर भेजाच सुकून जातो बाबा अभ्यासानं. निशाचं काय, ती मुलगी आहे. कुठं जायचं नाही अन् यायचं नाही. घरात बसल्या बसल्या काय करणार? म्हणून वाचत असेल नाहीतर लिहीत असेल.''

आता मात्र सोनाला वाटलं की त्याला खरंच प्रोत्साहनाची गरज आहे. निशा परत आली की तिचं पाहून पाहून कदाचित हाही लागेल अभ्यास करायला. ती आता अकरावीत गेलीय आणि हा नववीत दोघांच्याही पुढच्या वर्षी बोर्डाच्या परीक्षा असतील.

सोनाला ही बातमी आधी रूपाला सांगायची होती. त्या दोघी बहिणीच होत्या एकमेकींच्या. दोघींची घरं रिक्षाने गेल्यास फक्त दहा मिनिटांच्या अंतरावर होती. जायला एक रुपया, दोन रुपये, तीन रुपये, चार रुपये असे वाढता वाढता आता पाच रुपये लागत. वर्षं लोटली, तसतशा किमती वाढत गेल्या.

शुक्रवारी नेहमीप्रमाणे निशाला घेऊन रूपा आली. थोड्यावेळाने निशा तिची पुस्तकं घेऊन अंगणात जाऊन बसली आणि रूपा बहिणीजवळ बोलत बसली. दोघी पलंगावर मांडी घालून बसल्या होत्या आणि आपापलं विणकाम करत गप्पा मारत बसल्या होत्या.

''आता कसं आहे?'' असं म्हणून कुजबुजत रूपाने डोळ्याने सोनाच्या सासूकडे इशारा केला. दु:खाच्या आघाताने विद्ध झालेली म्हातारी पलीकडे बसलेली होती. तिच्या अंगाला कायम लघवीचा मंद वास येत असे.

सोनाचा चेहरा एकदम आक्रसला. ''तसंच आहे!'' ती पुटपुटली.

''बिचारी माझी दीदी!'' रूपा पुटपुटली.

लवकरच रूपा दु:खी होणार आहे आणि तेही या थेरडीमुळेच असा विचार आल्यामुळे सोनाच्या मनातल्या वठत चाललेल्या तिरस्काराला नवा अंकुर फुटला.

''यांना फार काळजी वाटायला लागलीय त्यांच्या आईची!''

''बरोबर आहे. शेवटी आईच आहे ती त्यांची!''

''अगं, कुणाचा विश्वास बसत नाही; पण ते घरात असले ना, की ही बया दसपट मोठ्या आवाजात विव्हळायला सुरुवात करते. ते बिचारे दुकानातून दमून

आलेले असतात. आता तर तिथे बाओजीही नाहीत. तुला सांगते, त्यांचा घरात पाय का दारात पाय, की लगेच हिचं रडगाणं सुरू होतं. हिचा दमा, छातीतली धडधड, हिचं पोट, हिचे सांधे, हिची शी, हिचा वात, हिचा पोटशूळ, गॅस, पायातले पेटके, डोळ्यांपुढे अंधारी; एक का दोन? तिला होणाऱ्या सगळ्या त्रासांचा मुलापुढे पाढा वाचते. काळजी वाटल्याशिवाय राहणारे का त्यांना? पण मी म्हणते ते काय करू शकणार आहेत? ते काय डॉक्टर आहेत का? ही म्हातारी जशी शोषून घेतेय त्यांचं आयुष्य! एवढ्यात कसे थकल्यासारखे, वयस्कर दिसायला लागलेत, बघितलंस ना? फक्त पन्नास वय आहे त्यांचं. दिसतात मात्र शंभरीला आल्यासारखे. अगं तुला सांगते, काल दुकानात गेले होते ना मी, तर एका गिऱ्हाइकाला वाटलं, मी त्यांची मुलगीच आहे म्हणून!''

तिच्या या सांगण्यात व्यथा होती आणि आनंदही. आपल्या नवऱ्याला आपले वडील समजलेलं कुणालाच आवडत नाही, पण त्यातून आपल्या तारुण्याला मिळालेली दाद सुखावतही असते.

सोनाचं सुंदर दिसणं हा रूपाच्या आवडीचा विषय नव्हता. त्यामुळे यावर तिने काहीच प्रतिक्रिया दिली नाही. एक सेकंद वाट पाहून सोनाच पुढे बोलू लागली.

''आता त्यांनी नवीनच डोक्यात घेतलंय. ते म्हणतात, निशा परत आली तर आईला जरा बरं वाटेल.''

यानंतर मध्ये अनेक सेकंद शांततेत गेले.

मोठ्या प्रयत्नाने हातातल्या विणकामावर नजर खिळवून ठेवत निग्रहाने रूपा म्हणाली, ''ती तुझीच आहे दीदी!'' बोलताना आपला हात कापू नये, गळ्यात दाटलेला हुंदका बाहेर फुटू नये, यासाठी तिचा आटोकाट प्रयत्न चालला होता.

''माझी कसली अन् तुझी कसली! ती आपली मुलगी आहे रूप!''

तसं नव्हतं. अटीतटीचा प्रसंग आल्यावर नक्कीच तसं नव्हतं. एका मावशीचा अधिकारच काय असतो भाचीवर? ती म्हणू शकते का? 'मी देणार नाही तिला, ती माझी आहे' म्हणून?

तिच्या नवऱ्याचंच बरोबर होतं. उसन्या आणलेल्या भाचीवर एवढा जीव लावून बसू नकोस म्हणून सांगत होता तो. बोलून चालून तो एक पुरुष होता. विचार करू शकणारा. त्याला जग कळलं होतं; पण ती बिचारी पडली एक स्त्री. प्रेम करणारी, माया लावणारी आणि लावून घेणारी.

''आणि तिच्या अभ्यासाचं काय?'' रूपाने विचारलं. ''तिचे काका रोज संध्याकाळी बसून तिचा अभ्यास घेतात. परीक्षेच्या वेळेला तू पाहायला पाहिजेस, संपूर्ण पोर्शन कसे घोटून घेतात ते.'' ही तर जुनीच गोष्ट होती.

आपल्या इतर कटकटीत गुंतलेली सोना, अशा मुद्यांकडे फारसं लक्ष देत नसे.

रूपा पुढे सांगू लागली.

"ते म्हणतात, एक चांगली डिग्री हातात असेल, तर स्वतःच्या दोन पायांवर ठाम उभं राहण्याची वेळ आली, तर तुम्हाला आधार मिळतो."

"मला माहितीय गं! भाईसाहेबांचे विचार खरोखर चांगले आहेत." सोना घाईघाईने म्हणाली. "पण समजा, उद्या काही बरं वाईट घडलंच; देव न करो थूः थूः (इथे सोनाने वाईट नजर उतरवण्यासाठी जमिनीवर थुंकल्यासारखं केलं) तर निशाला आपण सगळे आहोतच की! तिचे भाऊ आहेत, काका-काकू आहेत. आगेमागे कुणीच नसल्यासारखं, नोकरीसाठी वणवण करून तोंड काळं करून घ्यायची काय गरज आहे तिला? कमनशिबाचा घाला पडला, तरी ती काय रस्त्यावर थोडीच पडणार आहे?"

"आता जमाना बदललाय दीदी! तुला काय म्हणायचंय? आजकाल नोकरी करणाऱ्या सगळ्या बायका, त्यांना आपलं म्हणणारं कुणी नाही म्हणून नोकरी करतात?"

"ते काही मला ठाऊक नाही." सोना वैतागून म्हणाली. बोलता बोलता तिने एक इंचाने वाढलेलं विणकाम गुंडाळून ठेवलं. "आम्ही आपली जुन्या मतांची माणसं आहोत. आम्ही परंपरेला धरून वागतो आणि कर्तव्य महत्त्वाचं मानतो." अशाप्रकारे कर्तव्याचं निमित्त करून निशाला आईवडिलांच्या घरी परत आणण्यात आलं.

तिकडे तिच्या विरहाने व्याकुळलेल्या घरात, दोन जीव मुकेपणाने शोक करत होते. घरात आवाज नाही, बडबड नाही, गाणं नाही, पोरगी अभ्यास करताना, खाताना, खेळताना, झोपताना, नटताना बघण्याचा आनंद नाही. फक्त नवरा बायको आणि सोबतीला टी.व्ही. तिला काय काय वाटत होतं ते नवऱ्याला रूप सांगणार तरी कोणत्या तोंडानं? त्याने लगेच म्हटलं असतं, 'तरी मी तुला सांगत होतो... ' आणि मग त्याचं म्हणणं बरोबर ठरून हिचा मूर्खपणा सिद्ध व्हायला काय वेळ? त्याच गोष्टीला घाबरून ती गप्प होती. तो एवढंच म्हणाला, "तो दुकानदार बाप तिचा अभ्यास घेणार आहे का?"

"तुम्हाला माहिती आहे, ते असं काही करत नाहीत. त्यांच्याकडे वेळतरी आहे का?"

"हं! आणि माझ्याकडे दुसरं काही नाही फक्त वेळच आहे. म्हणून तर इतकी वर्षं कोर्टकेस लढवतो आहे."

"खरंच, आपण जिंकणार म्हणे? सगळं केवळ तुमच्या प्रयत्नामुळे झालं." रूपा घाईघाईने म्हणाली, "तुम्ही त्यादिवशी सांगत होता, तो हल्ली तारखांना

हजरच राहत नाही ना? एकोणीस वर्षं झाली! कुणी झालं तरी किती दिवस लावून धरणार?''

जगातल्या एकंदर अन्यायाचाच प्रेमनाथला वीट आलेला होता.

''तिची अकरावीची परीक्षा होईपर्यंत तरी त्यांनी वाट बघायला पाहिजे होती.'' शेवटी तो म्हणालाच. ''महत्त्वाचं वर्ष असतं हे!''

निशाच्या पहिल्या इयत्तेपासून त्याचं हे वाक्य रूपा ऐकत आली होती. पहिल्यांदा प्राथमिक ज्ञान पक्कं झालं पाहिजे. मग आत्मविश्वास आला पाहिजे. मग तो पक्का व्हायला हवा. तेव्हा कुठे खरं कौशल्य प्राप्त होतं. हायस्कूलमध्येही हेच चक्र पुन्हा फिरलं पाहिजे.

निशाच्या अभ्यासावर रूपाच्या नवऱ्याचं पूर्ण लक्ष होतं आणि त्यामुळे तिची प्रगती व्हावी हे फक्त निशाच्याच नशिबात होतं. राजूच्या नव्हतं.

परंतु निशा व्यापारी कुटुंबातली मुलगी, तिचं फक्त लग्न होणार आणि पुढे मुलंबाळं होणार, शिक्षणाचा तिला काय उपयोग होणार होता, देव जाणे!

अकरा वर्षांनंतर निशा परत घरी राहायला आली. 'या घरची कन्या' म्हणून तिने आपली जागा घेतली. आता दर आठवड्याच्या शेवटी भेटायला येणं आणि कायमचं राहणं, यातला फरक तिच्या लक्षात येऊ लागला. इथे तिच्या शिक्षणात कुणाला फारसा रस नव्हता. तिचे लाड केले जात नव्हते. तिने जास्त वेळ स्वयंपाकघरात घालवावा अशी अपेक्षा होती.

सोळा वर्षांची झाली तरी निशाला स्वयंपाकातलं काहीच विशेष करता येत नव्हतं, हे लक्षात आल्यावर तिची आई हादरलीच! कुणीही जेवायला बसलं, तरी त्यांना वाढायला निशाने आपल्याला मदत केली पाहिजे, अशी आईची आपल्याकडून अपेक्षा आहे, हे लक्षात आल्यामुळे निशाही चक्रावली!

''काय गं? या रूपाचा विचार काय होता? मला वाटलं, तिला येत असलेलं सगळं ती तुला शिकवतेय म्हणून!'' सोना करवादली. ''तुला तर दहा बटाटे सोलायला अर्धा तास लागतो. यापुढे स्वतःच्या घरी गेल्यावर कसं करणार तू?''

''मावशी म्हणते, स्वयंपाकघरातलं काम शिकायला पुढे सारं आयुष्य असतं पण शिक्षणाचा काळ फक्त एकदाच येत असतो आणि तो आहे सध्याचा.''

निशाने स्वतःची आणि मावशीची बाजू मांडायचा प्रयत्न केला.

''मावशी, मावशी! त्या मावशीने तुझं टाळकं बिघडवून ठेवलंय! मुलीच्या जातीला शिक्षणाची काय गरज आहे एवढी? एकदा शिकलेला स्वयंपाक आयुष्यभर

उपयोगी पडतो.''

''काका पण असंच म्हणतात.''

''ते म्हणणारच गं! स्वतः कुठल्यातरी सरकारी खात्यात कारकुनी करतात आणि बायकोने कष्टाने मिळवलेला पैसा वकिलाच्या डोंबलावर घालतात. आता पटापट हे आलं कापून दे मला. एकदम बारीक आगपेटीतल्या काड्यांसारख्या सळ्या झाल्या पाहिजेत.'' आलं कापायलाच मुळात किती कठीण! त्यात एका नवशिक्या मुलीच्या हातात भरपूर गाठी असलेला तुकडा देऊन सळ्या कापायला सांगणं काही ठीक नव्हे. सडपातळ सळ्या नाहीत, पण कशातरी कुरतडलेल्या पेन्सिलच्या तुकड्यासारखे तुकडे तिच्या हातून तयार झाले.

झालं! ते पाहून आईच्या तळपायांची आग मस्तकाला पोहोचली. तिच्या बहिणीच्या डोक्यात काय खूळ भरलेलं आहे, तेच तिला कळेना. अशा अती लाडाने मुलं नीट वाढत असतात का? ही माझी पोर तर आता कोणत्याच कामाची राहिलेली नाही.

''मावशीनं तुला बिघडवून ठेवलंय! कार्टे, आलं तुझ्या लक्षात? काही कामाची राहिली नाहीस तू! तू असताना, आलंसुद्धा मलाच कापून घ्यावं लागेल का? चल, आता सॅलडसाठी या एवढ्या काकड्या कापून ठेव. इकडे बघ, असं करायचं, थोडा टवका काढून तिचं डोकं घासून घासून कडूपणा काढून टाकायचा. मग धुवून सालं काढायची. नंतर गोल चकत्या कापायच्या. तशाच चकत्या कांद्याच्या, टोमॅटोच्या करून ठेव आणि या हिरव्या मिरच्याही ठेव उभ्या चिरून.''

निशा काहीच बोलली नाही. काळ्याकुट्ट भावनांनी तिचं मन भरून आलं. ती जेव्हा 'मावशी हे करू? मी तुला ते करून देऊ?' असं विचारायची, तेव्हा मावशी नेहमी म्हणायची, ''अगं बेटा, इन मिन तीन माणसांचा तर स्वयंपाक, त्यात काय मदत करणार तू? (मध्यंतरीच्या काळात रूपाचे सासरे वारले होते). जा बस जा, काकांबरोबर बोलत.'' आणि काकातरी असे कसे वागले? तिचा अभ्यास जर त्यांना इतका महत्त्वाचा वाटत होता, तर त्यांनी तिला आईबाबांच्या घरी का पाठवलं? इथे तिची शाळेची डायरी, निबंधाच्या वह्या, परीक्षेचे पेपर्स, कुणी काहीच बघायला मागत नव्हतं. ती नापास झाली असती तरी त्यांना काहीच वाटलं नसतं. मात्र तिला आलं नीट कापता येतं की नाही याची त्यांना काळजी होती आणि ती आशा! कायम रसोईतच असते. मम्मीच्या पुढेपुढे करत. निशाच्या पाठीमागे चेष्टा करून हसायचं आणि पटापट सोना माँजीला अगदी हवं तसं आलं चिरून द्यायचं. जेवणातले पदार्थ योग्य चवीचे, चांगलेच तयार केले पाहिजेत ही महत्त्वाची गोष्ट आहे, हे तिला माहीत होतं. तिच्या वडिलांना चवीतले अगदी बारीक फरकही समजायचे. कुठल्याही पदार्थाचा पहिला घास त्यांनी खाईपर्यंत तिच्या आईला धास्तीच असे. काही बिघडलं

असेल, चवीत फरक असेल, तर ते ताबडतोब भुवया उंचवून सांगायचे, ''आज भाजीच्या फोडणीत हिंग जास्त घातलंय?'' ''वरणाला हळद कमी पडलीय.'' ''जिरे थोडे कमी भाजायला हवे होते.'' हे ऐकून सोनाला वाईट वाटायचं. कुठल्याही प्रकारची टीका तिला अजिबात सहन होत नसे.

निशाची मावशी आणि काका शनिवार रविवारी घरी येत पण निशा त्यांच्याशी फार बोलायची नाही. असंच एकदा प्रेमनाथने तिला बोलतं करण्यासाठी विचारलं, ''मग काय म्हणते तुझी शाळा? परीक्षा जवळ येतायत ना?'' या प्रश्नाला तिच्याऐवजी तिच्या आईनेच उत्तर दिलं, ''गेल्या दहा वर्षांत तिने इतका अभ्यास केलाय, की एम.ए.ची परीक्षा सुद्धा सहज देईल ती.''

घरी गेल्यावर आपल्या नवऱ्याकडून अशा बोलण्यांबद्दल काय काय ऐकावं लागेल याची रूपाला पूर्ण कल्पना होती.

तिथे मात्र तो मवाळ स्वरात म्हणाला, ''तिच्या शिक्षकांच्या तिच्याकडून चांगल्या अपेक्षा आहेत.''

ताबडतोब सोना रागाने फटकारल्यासारखं म्हणाली, ''नसायला काय झालं? इकडे मात्र स्वयंपाक करायचा म्हणजे काय करायचं, हे सुद्धा तिला माहीत नाही!''

रूपा अस्वस्थ होऊन मध्ये पडली, ''दीदी, अगं ती हुशार मुलगी आहे. आता आपलंच बघ. आपण आयुष्यभर 'रांधा, वाढा, उष्टी काढा' हेच करत आलो ना? काय मिळवलं आपण?''

''रूप, इतरांचं जाऊ दे. पण निदान तू तरी तिच्या डोक्यात अशी खुळं भरवशील असं वाटलं नव्हतं मला. काहीही झालं तरी बाईचा जन्म आहे तिचा. घराकडे पाहायचं, नवऱ्याला सांभाळायचं, मुलांची काळजी घ्यायची आणि सगळ्यांना स्वतःच्या हाताने शिजवून खाऊ घालायचं. एवढं तरी करायला पाहिजे का नको तिने? उद्या तू म्हणशील, तिने या सगळ्यासाठी मोलकरीण ठेवावी.''

''दीदी, माझ्या म्हणण्याचा तसा अर्थ नव्हता.'' रूपाने पटकन खुलासा केला.

''माझी पोरगी अजिबात कामाची राहिली नाही! पुरती कामातून गेली!'' सोनाने संतापून मोठ्या आवाजात बजावलं.

त्याक्षणी सोनाच्या मनात आलं, खरंच आपली बहीण बेअक्कल आहे. आपण आपली पोटची पोर अकरा वर्षं हिच्याकडे ठेवली; केवढा मोठा त्याग केला! आणि हिने काय केलं? तर पोरीला असं लाडावून पाठवलं. घर संसार, घरातली कामं, रितीभाती मुलींनी कसं वागलं पाहिजे, कशाकशाची म्हणून माहिती नाही तिला! त्या पेपरमध्ये हिला शून्य मार्क!

त्यांच्या जवळच आशा बसली होती. शांत बसून वाट पाहत होती, आता दोघी बहिणी निशावरून कशा भांडतात याची! खरं तर सोना मॉंजीचंच बरोबर आहे.

प्रत्येक मुलीला स्वयंपाक करता आलाच पाहिजे. पण निशा सर्वसामान्य थोडीच आहे? माझा नवरा तर नेहमी सांगतो, की निशा म्हणजे या घरची लाडात वाढलेली राजकन्याच आहे! बिचारी सोना मॉंजी! तिला आता स्वयंपाकातलं ए पासून झेड पर्यंत सगळं या लाडोबाला शिकवावं लागणार. निशाची गंमतच आहे! रसोईत आली, की सारखी आपली बावरलेली अन् गोंधळलेली! काय करायचं त्या सुंदर दिसण्याला? त्याच्यामुळे स्वयंपाकातला मूर्खपणा थोडाच झाकला जाणारे? पण लग्नाची वेळ आली, की फक्त रूपच पाहिलं जातं ना!

"बहेनजी," प्रेमनाथ सोनाला थांबवत म्हणाला, "तुम्हाला तर माहिती होतं आम्ही सोनाला कशाप्रकारे वाढवतो आहोत ते. जर तुम्हाला त्यातलं काही आवडत नव्हतं, तर तेव्हाच का नाही तसं सांगितलंत?"

सोना एकदम सावरली, "ठीक आहे भाईसाहेब, तुम्ही तुमच्याकडून होईल तेवढं उत्तम तिला दिलंत एवढं नक्की!"

रूपाने चटकन विषय बदलत संभाषणाची गाडी दुसऱ्या रूळावर नेली.

तिथून घरी परत येताना रूपा-प्रेमनाथ गप्प गप्पच होते. "या सोनू दीदीला झालंय तरी काय? काही समजत नाही." रूपाने एकदा बोलण्याचा प्रयत्न केला पण प्रेमनाथने काही न बोलता निर्विकार मुद्रेने त्यात स्वारस्य नसल्याचं सुचवलं. तिथे गेल्यानंतर निशा सुकल्यासारखी झालीय, जास्त बोलत नाही, हे पाहून तिचा नवरा व्यथित झालाय, हे रूपाने ओळखलं. तिला वाटलं, बहिणीने निशाला घेऊन जाण्याचा विषय काढला, तेव्हा आपण जास्त विरोध करायला हवा होता का? पण त्यावेळी तिला ते योग्य नव्हतं वाटलं.

नवऱ्याच्या अल्सर असलेल्या सडपातळ पोटाभोवती एक हात टाकून रूपा स्कूटरवर बसली होती. उदास होणं एवढा एकच पर्याय तिला समोर दिसत होता. रात्री जेवताना तिने विषय काढला, "मला वाटतं, पुन्हा एकदा निशाला परत इकडे आणण्याविषयी दीदीचं मन वळवून पाहू का मी?"

"हो, पाहा ना आणि तू तिला स्वयंपाकात कसं 'ढ' करून ठेवलंयस, तेही ऐकून घे पुन्हा एकदा. काही गरज नाही परत बोलवायची."

"मी त्यांना सांगीन, की फक्त तिचं शाळेचं शिक्षण पूर्ण होईपर्यंत राहू द्या तिला इथे. तिला काकांच्या मार्गदर्शनाची गरज आहे."

"ते तिच्या आई वडिलांनी ओळखायला पाहिजे."

"अहो, ती म्हातारी सासू दीदीला चांगलाच त्रास देत असली पाहिजे. सारख्या तिच्या तब्येतीच्या तक्रारी, प्रत्येक गोष्टीतले दोष काढणं चालूच असतं."

"असं! आणि जे काम तुझ्या दीदीला झेपत नाही, ते ती एवढीशी पोर करू

शकणार आहे का? जाऊ दे ना. त्याचं त्यांच्यापाशी. जास्त संबंधच ठेवला नाही की झालं.'' रूपाला वाटलं, तो हे गंभीरपणे बोललेला नव्हता. त्याची तशी बोलायची एक पद्धत आहे इतकंच.

आपण अगदी उठून अमेरिकेला जरी राहायला गेलो, तरी बहिणीच्या कुटुंबाशी काय संबंध आहे, असं थोडंच म्हणू शकतो?

पण त्यांच्या म्हणण्यात एक तथ्य आहे. निशा कशी काय त्या कटकट्या म्हातारीला सांभाळू शकेल? कदाचित सांभाळीलही. आपण तिला फारच जपलं आजपर्यंत म्हणून आपल्याला वाटत असेल की ती लहान आहे म्हणून.

प्रत्यक्षात निशावर कोणतीही जबाबदारी टाकलेली नव्हती. तिच्या आजीची तर नक्कीच नाही.

रात्री तिला आजीशेजारी झोपावं लागे. रात्रभर तो लघवीचा वास घ्यावाच लागे. दिवसा आजीचं मोठ्याने पादणं आणि त्याहून मोठ्याने ढेकरा देणं, तिला नकोसं होई. वर तिची आई सारखं आजीला सांगत राहायची, ''बघितलंत का? तुमच्या बरोबर राहायला आलीय हो निशा! अभ्यास ठेवला बाजूला आणि मावशी काकांना सोडून आली. त्यांना तिथे हिच्या आठवणीने करमत नाही पण ही नाही जात. इथेच राहते तुमच्याजवळ.''

हल्ली आजीच्या डोळ्यातून सतत पाणी यायचं. जाड चष्मा लावलेली, ओघळल्या तोंडाची म्हातारी आजी, निशाच्या डोक्यावर आपल्या थरथरत्या हाताने थोपटायची. दोन्ही हात तिच्या माथ्यावर ठेवून, कापऱ्या आवाजात तोंड भरून आशिर्वाद द्यायची, ''जुग जुग जियो मेरी बच्ची! दूधो नहाओ, पूतो फलो!'' असं म्हणून आजी हाताने जप माळेचे मणी ओढायला सुरुवात करी आणि मनातल्या मनात, नवऱ्याच्या मागे स्वतः जिवंत राहिल्याचं दुःख उगाळू लागे.

''तुझ्या वडिलांना वाटतंय, या परत हसत्या बोलत्या होतील म्हणून.'' सोना हळूच लेकीला सांगायची. ''आता तू आलीयेस घरी, पडलाय काही फरक? कळेल तुझ्या वडिलांना किती वेडी आशा धरून बसलेत ते!''

निशा वारंवार मावशीकडे परत राहायला जाण्याचं स्वप्न बघायची. सगळे तिला सांगायचे, की हेच तुझं घर आहे; इथे तुझी आत्ता गरजसुद्धा आहे पण तिला इथं चैन पडत नव्हतं. पुस्तक उघडलं की तिला काकांची आठवण यायची. जेवायला बसली की मावशीच्या हातचे पदार्थ आठवायचे. झोपताना तिकडची शांतता आठवायची. शाळेतून आली, की मावशीच्या घरी तिची कशी दखल घेतली

जायची, चौकशी केली जायची, गप्पा व्हायच्या ते आठवायचं, काम करताना तिकडे मिळणारी शाबासकी आठवायची.

तिचे गोरेपान, नितळ, मऊ हात खडबडीत होऊन गेले. त्यावर भाजल्याचे डाग पडले. बदललेल्या परिस्थितीचे निदर्शकच होते ते. सर्वांत वाईट गोष्ट म्हणजे तिच्या मनात एक पोकळी निर्माण झाली आहे आणि ती भरून काढायला पाहिजे, याची घरातल्या कुणालाच सुतराम जाणीव नव्हती.

निशाला स्वयंपाकात तरबेज करण्याबरोबरच, स्वतः करत असलेल्या प्रत्येक पूजेत, व्रत-वैकल्यात सामील करून घेण्यासाठी तिची आई विशेष प्रयत्न करू लागली.

"मावशी बरोबर करत होतीस ना ही पूजा?" या आईच्या प्रश्नाला निशा नेहमी 'हो' असंच उत्तर द्यायची. "मावशीच्या घरी हे केलंस का? नि ते केलंस का?" या आईच्या प्रश्नांचा तिला आता कंटाळा येऊ लागला होता. कारण त्यातून पुढे तिला कसल्या कसल्या सक्त ताकीदी, तिच्याबद्दल तक्रारी, नाहीतर ती कशी वागली आणि आदर्श मुलीने कसं वागायला पाहिजे, याची तुलना; हेच नेहमी ऐकायला मिळायचं.

मावशीकडे राहिल्यामुळे निशाच्या संस्कारात ज्या त्रुटी राहून गेल्या, त्या भरून काढण्याचा सोना प्रयत्न करू लागली. तिला आता परंपरेत चांगली मळून, मुरवून आदर्श पत्नी होण्यासाठी योग्य उमेदवार बनवायलाच हवं होतं. सेवा आणि आदरातिथ्य हे तिच्या अंगात असं काही बाणायला हवं, की त्या तेजाने तिचं वाईट कर्म जळून खाक झालं पाहिजे. सासरच्या घरात सदैव एखाद्या दीपस्तंभासारखी ती अखंड प्रकाश देत राहिली पाहिजे.

जेष्ठाच्या महिन्यात, उन्हाळ्याच्या मध्यावर, घरातल्या सगळ्या बायका वडाच्या झाडाखाली पूजेकरता एकत्र आल्या. वडाचं झाड म्हणजे वडाच्या झाडाची एक मोठी फांदी तोडून, कुंडीत उभी केलेली. हवा खूपच गरम, त्यामुळे पूजेच्या वेळेला एक मोठा स्टँडिंग फॅन थोड्या अंतरावर ठेवलेला होता. त्याच्या अतिशय वेगाने येणाऱ्या चक्राकार कृत्रिम वाऱ्यामुळे ती वडाची फांदी सुकून मान टाकू पाहत होती. आणखी काही तासांनीच ती मरून जाणार होती.

प्रथम देवांना अंघोळ घालून, पूजा करून, भोग चढवला गेला आणि त्यांची आरती केली गेली. घरातली थोरली सून म्हणून सोनाच हे सर्व करीत असे. आशा, सुशिला आणि निशा तिच्याभोवती बसलेल्या होत्या. म्हातारी सासू वऱ्हांड्यातल्या खाटेवर बसून दुरूनच हा सोहळा बघत होती.

यानंतर कहाणी वाचण्यापूर्वी ती म्हणाली, "बायांनो ही सती सावित्रीची कहाणी काया-वाचा-मने ऐका आणि सासरच्या घराला दीपस्तंभाप्रमाणे प्रकाश देत राहा."

सोनाने कहाणीच्या पुस्तकातून कहाणी वाचायला सुरुवात केली.

वट सावित्रीची कहाणी

आटपाट नगर होतं. तिथे एक राजा राज्य करीत होता. त्याचं नाव अश्वपती. मूलबाळ नसल्यामुळे त्याचं आयुष्य वैराण झालं होतं. हे दुःख त्याच्या जीवनात भरून राहिलेलं होतं. तो मनोभावे देवीची प्रार्थना करी. पाणीसुद्धा न पिता कडक उपवास करी. 'हे कृपावती देवी सावित्री, मला फक्त एक पुत्र दे!' तो देवीची विनवणी करी. अखेर सावित्री देवी राजाला प्रसन्न झाली. "हे राजा," ती म्हणाली. "पुत्रयोग काही तुझ्या नशिबात नाही पण यानंतर तुला जी मुलगी होईल, ती माहेर आणि सासर, दोन्ही कुळांचा उद्धार करील, तिला माझंच नाव दे." इतकं बोलून देवी अदृश्य झाली.

यथावकाश राणी गरोदर राहिली आणि तिला तेजस्वी कन्यारत्न प्राप्त झाले. मुलीचे डोळे, मिटलेल्या कमळांच्या पाकळ्यांप्रमाणे लांब आणि सुंदर होते. तिची अंगकांती सोन्यासारखी तेजाळलेली होती.

चंद्राच्या कलेप्रमाणे सावित्री दिसामासाने मोठी होऊ लागली. ती इतकी रूपवान आणि गुणवान होती, की तिच्या वर्णनास शब्दही अपुरे पडावेत! राजाला काळजी वाटायला लागली. तिच्या योग्यतेचा वर शोधायचा तरी कुठे?

सावित्री उपवर होताच राजा तिला म्हणाला, "बाळे, तुझ्या रूपगुणांची ख्याती ऐकून, लग्नासाठी मागणी घालायला देखील लोक घाबरत आहेत. त्यापेक्षा तू स्वतः पुढे होऊन स्वतःसाठी वर का शोधून काढत नाहीस?"

राजाने सुंदर सुंदर कपडे, जड जवाहीर बरोबर देऊन, आपल्या विश्वासू सरदारांना सोबत देऊन तिला वरसंशोधन करायला पाठवलं. जगाच्या पाठीवर कुठे ना कुठे तरी, हिचा वर वाट पाहत बसलेला असणारच.

असेच एकदा नारदमुनी फिरत फिरत राजाच्या दरबारी आले. राजाने मनापासून त्यांचं स्वागत केलं. नारद मुनींनी विचारलं, "राजा, तुझ्या पदरात एक अविवाहीत कन्या आहे. तू तुझं कर्तव्य नीट पार पाडत नाहीस, असं दिसतं."

"काय सांगावं महाराज, तिच्या योग्य कुणी वरच सापडत नाही बघा." राजा अजिजीने बोलता झाला, "त्याच कारणाने, चार शहाणी माणसं बरोबर देऊन, मी कन्येलाच मनपसंत वर निवडण्यास पाठवलं आहे."

नारदमुनी राजकन्येची वाट पाहत तिथेच थांबले. अखेरीस ती परतली.

"कुणाची निवड केलीस बाळे?"

"बाबा, जंगलात राहणाऱ्या सत्यवानाची."

नारदमुनी म्हणाले, "नारायण, नारायण! राजाऽ, अरे काय करून ठेवलं रे तुझ्या कन्येनं हे? सत्यवान सत्यवचनी आहे, देखणा आहे, सद्गुणांचा पुतळाच जणू! परंतु आजपासून एका वर्षाने त्याचा मृत्यू ठरलेला आहे! नारायण नारायण!"

एवढं बोलून नारदमुनी निघून गेले. अश्वपती मुलीला म्हणाला, "बाळ, आता तुला दुसरा पती निवडायला पाहिजे."

परंतु सावित्रीने नकार दिला म्हणाली, "बाबा, बरं असो की वाईट; सत्यवानाचा मी पती म्हणून मनोमनी स्वीकार केलेलाच आहे. तो अल्पायुषी ठरणार, म्हणून आता मी त्याचा त्याग करू शकत नाही आणि मी तर म्हणते बाबा, जर त्यांच्या आयुष्याचे दिवस कमीच उरले असतील; तर माझा उद्याच त्यांच्याशी विवाह लावून देणं योग्य नव्हे का?"

झालं! कन्येच्या निग्रहापुढे राजा काय बोलणार? त्याने मौल्यवान नजराणे बरोबर घेतले आणि लेकीला घेऊन जंगलात गेला. तिथे एका झाडाखाली आंधळा 'द्युमत्सेन' बसलेला होता. त्याला चरणस्पर्श करून राजाने विनंती केली, "मी माझी कन्या, तुमच्या पुत्राला, सत्यवानाला विवाहपूर्वक देऊ इच्छितो."

द्युमत्सेनाने आक्षेप घेतला. "आम्ही असे निर्धन. महालात वाढलेल्या राजकन्येला आम्ही काय सुखसाधनं देऊ शकणार?"

पण राजाने आग्रहच धरला. "तिने सत्यवानाला मनोमनी पती मानलं आहे. आता त्यांचा विवाह झालाच पाहिजे."

अखेर सावित्रीचं सत्यवानाशी लग्न लावून, अश्वपती राजवाड्यात परतला. उलटणाऱ्या एक एक दिवसागणिक सावित्री अधिकाधिक भयभीत होत होती.

वर्षभर प्रार्थना आणि उपवासाने तिने आपलं अस्तित्व शुचिर्भूत करण्याचा निश्चय केलेला होता. महिन्यातून एक पूर्ण दिवस ती देवी सावित्रीचा जप करण्यात घालवत असे.

एक वर्षाची मुदत संपायला तीन दिवस उरले, तेव्हा सावित्री तपश्चर्येला बसली. तिसऱ्या दिवशी सकाळी नवऱ्याला म्हणाली, "आज आपण जंगलात जाऊ नका."

"पण आज मला जंगलातून लाकडं, फळं आणि कंदमुळं आणायलाच हवीत."

"मग मला पण तुमच्याबरोबर न्या."

सत्यवान पत्नीचे ऐकणारा पती होता, तसाच आज्ञाधारक पुत्रही होता. तो म्हणाला, ''मी काही एकटा मुखत्यार नाही. तू तुझ्या सासू सासऱ्यांना विचार.''

त्याप्रमाणे सावित्री सासऱ्याकडे गेली. पायाला हात लावून नमस्कार केला आणि नवऱ्यासंगे रानात जाण्याची अनुज्ञा मागितली.

''बेटी, आधीच तू उपासाने अशक्त झाली आहेस. पुन्हा कधीतरी जा.'' द्युमत्सेन म्हणाला.

''मामंजी, नाहीतरी रात्रीशिवाय मी काही खाणार नाहीच आहे, मग घरी बसून तरी काय करू? त्यापेक्षा त्यांच्यासंगे रानात तरी जाते. आज सारखी हुरहुर लागलीय. वाटतंय, त्यांना एकटं सोडू नये म्हणून!''

सुनेने असं म्हटल्यावर सासऱ्याने परवानगी दिलीच.

सावित्री आणि सत्यवान जंगलात गेले. सत्यवान लाकडं तोडू लागला. सावित्री एका झाडाखाली बसून राहिली. लाकडं तोडून झाल्यावर मोळी बांधता बांधता अचानक सत्यवान सावित्रीकडे येऊन म्हणू लागला, ''प्रिये सुंदरी, माझं मस्तक तुझ्या मांडीवर घे. डोक्यात खूप वेदना होऊ लागल्या आहेत. जणू कुणीतरी हजार सुयांनी मेंदू कुरतडतो आहे!''

हे ऐकून सावित्रीचे हात पाय थंड पडले. तिला कळलं, नवऱ्याची घटका भरली! तिने आकाशाकडे पाहिलं तो काय? साक्षात नरकाचे राजे यमराज तिच्यापुढे उभे होते. आपल्या तपःसामर्थ्यामुळे तिने त्यांना स्पष्टपणे पाहिलं.

''मी तुझ्या नवऱ्याला न्यायला आलोय सावित्री, त्याला सोड.''

सावित्री कशीबशी धीर एकवटून म्हणाली, ''यमदेवा, आपल्याकडे या कामासाठी कितीतरी दासदासी असतील. तरी पण आपण स्वतः येण्याचे कष्ट का बरं घेतलेत?''

''तुझा नवरा सत्यवान सामान्य माणूस नाही. म्हणून त्याचे प्राण घेण्यासाठी मी जातीने हजर झालो.'' आपल्या बोटाने यमराजाने सत्यवानाला स्पर्श करून, त्याचा आत्मा काढून घेतला. त्याबरोबर त्याचं प्राणहीन कलेवर सावित्रीच्या मांडीवर पडल्याचं तिने पाहिलं.

यमराज निघाले, त्याचबरोबर नवऱ्याचं शव हलकेच मऊ गवतावर ठेवून सावित्रीही त्यांच्या पाठोपाठ चालू लागली. बरेच मैल चालल्यावर यमराज म्हणाले, ''मुली तू अत्यंत सात्विक आणि शुद्ध असल्यामुळे माझ्यामागे लांबवर येऊ शकलीस, पण आता मात्र तुला परत जावंच लागेल!''

सावित्री म्हणाली, "आपल्या पती मागोमाग चालताना स्त्रीला कोणताही रस्ता लांबचा वाटत नाही."

यमराज : तुझा पती आता जिवंत नाही. त्याचे प्राण सोडून, तू कोणताही वर मागून घे.

सावित्री : माझे सासरे अंध आहेत, त्यांना शंभर पुत्र व्हावेत आणि ते त्यांनी पाहावेत.

यमराज : तथास्तु! आता जा माघारी.

तरीही सावित्री यमराजाच्या मागून चालतच राहिली.

यमराज : आता काय पाहिजे तुला? सत्यवानाचे प्राण सोडून काहीही मागून घे.

सावित्री : माझ्या सासऱ्यांना त्यांचं गेलेलं राज्य परत मिळू दे आणि त्यांचं पुढलं आयुष्य ईश्वरचिंतनात, सुखासमाधानाने जाऊ दे.

यमराज : तथास्तु!

तरी पाठीमागे येणं चालूच.

यमराज : आता काय?

सावित्री : माझ्या वडिलांना शंभर पुत्रांची प्राप्ती व्हावी. म्हणजे त्यांचीही राजवट टिकून राहील.

यमराज : तथास्तू! आता जा.

तरीसुद्धा सावित्री सावलीसारखी यमाच्या मागेमागे जातच राहीली. आता मात्र यमराज थांबलाच. वळून तिच्याकडे बघत म्हणाला, "अगं बाई, आणखी काय पाहिजे तुला?"

"मलाही शंभर पुत्र व्हावेत."

"तथास्तु!!"

तरीसुद्धा सावित्री यमाच्यामागे चालत राहिली. पुढे... पुढे... पुढे... एका मर्त्य स्त्रीने देवाच्या राज्यात इतकं दूरवर येणं काही योग्य नव्हतं. यमराजाला कसंही करून तिला झटकून टाकायचंच होतं. आता मात्र तो विजेसारखा कडाडलाच. "आता काऽऽय?" कहाणी ऐकणाऱ्या सर्वजणींनी पुढे काय होणार, म्हणून श्वास रोखून धरले.

"देवा यमराजा, आपण मला शंभर पुत्रांचं वरदान दिलं. मी धन्य झाले! पण मी पतीव्रता आहे. पतीशिवाय मला शंभर पुत्र कसे होणार?"

हे ऐकताच मृत्यूचा देव यमराज निरुतर झाला. अखेर नाइलाजाने गरजला. "बरं बरं. घे तुझा नवरा परत. तू जंगलात जा. तिथे तो तुझी वाट पाहत असेल."

सावित्री जंगलाकडे धावत सुटली, पाहते तो काय? झाडाखाली गवतावर झोपवलेला सत्यवान उठून गोंधळल्या नजरेने इकडे तिकडे पाहत बसलेला!

"सावित्री, प्रिये, मला आत्ता फार भयंकर, अगदी विचित्र स्वप्न पडलं गं!" सावित्री हसली. त्याचं ऐकून घेतलं आणि मग खरी हकीकत त्याला सांगितली पण त्याचा काही विश्वास बसला नाही. दोघं घरी परतले, तो द्युमत्सेनाची दृष्टी परत आली होती. त्याला दिसू लागलं होतं. तेवढ्यात एक दूत धावत आला. त्याने सांगितलं की, सावकाराने कर्ज माफ करून राज्यावरचा ताबा सोडला आहे. आता द्युमत्सेन पुन्हा राजा झाला आहे, तरी त्याने राज्याचा ताबा घ्यावा.

आता मात्र सत्यवानाचा अविश्वास संपला. आपली बायको किती सामर्थ्यवान आहे, याचा त्याला साक्षात्कार झाला. तो जसा सावित्रीच्या नवऱ्याला झाला, तसा कहाणी ऐकणाऱ्या प्रत्येकीच्या नवऱ्याला होवो.

ही साठा उत्तराची कहाणी पाचा उत्तरी सुफल संपूर्ण!

कहाणी संपली. सोनाने भरल्या डोळ्यांनी कहाणीचं पुस्तक मिटून ठेवलं. तिनेसुद्धा सावित्रीप्रमाणेच कुटुंबासाठी पुष्कळ त्याग केलेला होता.

मन लावून कहाणी ऐकणाऱ्या आपल्या मुलीला ती म्हणाली, "कळलं बेटा? तूही सावित्रीसारखं व्हायला हवंस!"

१२

आईवडिलांच्या घरी राहायला परत आल्यापासून निशाचा अभ्यास घसरू लागला. तिथे तसं वातावरणंच नव्हतं. एवढ्या मोठ्या घरात एकही जागा अशी नव्हती, की जिथे माणसं आणि आवाज नसतील. ती सगळ्या माणसांपासून जरा लांब व्हरांड्यात जाऊन बसेल, तेव्हाच कधीतरी तिची पुस्तकं बाहेर निघायची. पण तिथूनही समोरच्या बागेत खेळणारी मुलं दिसायची, त्यांचे आवाज ऐकू यायचे आणि माशांसारखे मोठ्या मोठ्या आकाराचे डास गुणगुणत घिरट्या घालताना नजरेस पडायचे.

व्हायचं तेच झालं! अकरावीच्या वार्षिक परीक्षेत तिला दोन दोन 'लाल रेघा' मिळाल्या.

राज्यशास्त्र आणि अर्थशास्त्र या दोन्ही विषयांची परीक्षा तिला पुन्हा द्यावी लागणार होती. तरच पुढे बारावीची परीक्षा देता आली असती.

हे कळल्यावर यशपाल म्हणाला, "हं! मॉंजीबरोबर जरा जास्तच वेळ घालवते आहे वाटतं ती. खरंच, आपली पोरगी फारच प्रेमळ आहे, पण तिने असं एकदम या टोकाकडून त्या टोकाकडे जायला नको आहे. ते काहीही असलं, तरी ती घरी परत आल्यापासून मला तर खूप आनंद झालाय बुवा! तीही किती आनंदात दिसते ना आताशा सोना?"

"अहो, कसला आनंद न कसलं काय? मुलीच्या जातीने कुठेही गेलं तरी आनंदातच राहायला पाहिजे!" बायकोने तत्परतेने बजावलं. त्याचा तो आईबद्दलचा भ्रम दूर करणं अशक्य आहे, हे तिला चांगलंच माहिती होतं. जसं घडावं असं त्याच्या मनात असे, ते घडत आहे असं समजूनच तिचा नवरा वागत असे.

"शिवाय स्वयंपाकातलं काहीच येत नाही अजून तिला! ही आशा पाहा. निशापेक्षा दहा पटीने भराभर कामं उरकते. स्वयंपाकातली ग्रॅज्युएटच आहे ती. हे खरं शिक्षण!"

निशा दोन विषयांत नापास झाल्याचं समजल्यावर प्रेमनाथला स्वत:च्या मनाशीच जोरदार संघर्ष करावा लागला. प्रगती पुस्तकावर चक्क लाल रेघा? आणि तेही

निशासारख्या मुलीच्या? त्याने शिकवलेलं सगळं गेलं कुठे? आताशी त्या अजयचा साखरपुडा झालाय तर इतकं, पुढे त्याचं लग्न झाल्यावर तर ही पोरगी अभ्यास सोडूनच द्यायला बसलीय.

"नाहीतर तुम्ही तिकडे जाऊन शिकवता का तिला?" रूपाने मूर्खासारखा प्रश्न केला.

निशा या घरात राहिली काय नि त्या घरात राहिली काय, रूपाचं तिच्यावरचं प्रेम तसंच होतं. पण प्रेमनाथच्या पितृवत प्रेमाला सातत्याची शाश्वती हवी होती. त्याने एक दीर्घ उसासा टाकला आणि भगवद्‌गीता हातात घेतली. अलिप्ततेच्या गुणवर्णनाची यादीच होती त्यात आणि होती कर्तव्याची महती. आता या दोन्हींचा समतोल राखण्यासाठी त्याला प्रयत्नांची पराकाष्ठा करावी लागणार होती. सवयीने ते जमू लागलं, तर आयुष्यभर त्याला ते उपयोगी ठरणार होतं.

आपल्या काकांच्या मनात इतके निराशेचे विचार घोळत आहेत, याची निशाला काहीच कल्पना नव्हती. ते घरी आले, की ती त्यांना टाळत असे. कारण आपण दोन विषयात नापास झालो आणि त्यांना मान खाली घालायला लावली, याची बोच तिच्याही मनात होती.

राजूला तर तिच्यापेक्षा बरेच कमी गुण मिळाले होते, पण त्याला त्याचं काहीच विशेष वाटत नव्हतं. निशा जर पहिल्यापासून इथेच राहत असती, तर तीही अशीच नापास झाली असती आणि तरीसुद्धा रात्री सुखाने झोपली असती. पण आता तिला इतरांच्यात मिसळायला, गप्पा मारायला, आवडू लागलं होतं. भाज्या कापण्यात ती अजून तरबेज झाली नसली, तरी बऱ्यापैकी शिकत चालली होती.

आजोबांच्या वर्षश्राद्धानंतर अजयचं लग्न झालं. मुलगी मीरतची होती. गावाकडची, जुळवून घेणारी, लाजरी मुलगी. गोड, घरेलू आणि सर्वांची काळजी घेणारी तर होतीच पण सासरच्या घराण्याशी निष्ठा ठेवायची, त्यांच्या सुखाला प्राधान्य द्यायचं, असे संस्कार तिच्यावर करण्यात आलेले होते. स्वतःचीच पाठ थोपटून घेताना सुशिला म्हणाली सुद्धा, "माझी सून काही दिल्लीची बिघडलेली उद्धट मुलगी नाही" म्हणून.

असं काही कुणी बोललं, की आशा ताबडतोब, स्वतःबद्दल जागरूक होत असे. कारण शेवटी तीही या घराण्याची सूनच होती. तिलाही अशा प्रकारची विशेषणं लावली जातच होती.

निशा लग्नाच्या तयारीत मनापासून भाग घेत होती.

"मुलांच्या बोर्डाच्या परीक्षा होईतोवर थांबले का नाहीत हे लोक?" मावशी

आणि काका मदतीसाठी आले, की प्रेमनाथ वारंवार तक्रार करीत असे.

"आज्जी आता खूपच थकल्यात आणि अशक्तही झाल्यात ना! त्यांना नातसून पाहायची होती. म्हणून लवकर केलं."

"म्हणजे आता अजयचं लग्न होईपर्यंत त्यांनी मरायचं नाही का?"

"असं नाही, पण त्यासाठी लग्न लांबवलं नाही."

"पण त्याचं वय फक्त एकवीस आहे आता!"

यावर रूपाने काहीच उत्तर दिलं नाही. एवढा हुशार तिचा नवरा, त्याला इतक्या उघड असलेल्या गोष्टी कशा दिसत नाहीत, हे एक नवलच आहे! अहो तरुण मुलांचं लग्न नाही करून दिलं, तर त्यांनी आपल्या देहाच्या भुकांचं काय करायचं? एकदा जवानीची आग शमली, की मग जीवनातल्या मुख्य गोष्टींकडे वळायला ते मोकळे होतात. उद्योगधंदा, पैसा कमवणं आणि कुटुंबाची देखभाल, हे अगदी 'सूर्यप्रकाशात कैरीच्या फोडी वाळून जातात' यांच्याइतकंच स्पष्ट सत्य होतं. रूपाच्या डोक्यात सध्या लग्नाच्या तयारीचेच विचार चाललेले असत. पक्वान्नं काय काय करायची, कपडे कोणकोणते शिवून घ्यायचे, या सगळ्यामध्ये तिची भूमिका कोणती? वगैरे. तिच्या बहिणीचं तिच्यावाचून पान हलत नसे, हे तिला माहीत होतं. त्यामुळे पुढचे काही आठवडे लग्न समारंभात मिरवण्याची ती वाटच पाहत होती.

लग्नाची तयारी करताना सोनाने निशाच्या कपड्यांकडे विशेष लक्ष पुरवलं. मुलगी आता सतरा वर्षांची झाली होती. आता कपड्यांचा उपयोग तिचं सौंदर्य खुलवण्याकरता करून घेण्याची वेळ आली होती. अनेक वर्षांपूर्वी सोना दिल्लीला एका लग्नासाठी आलेली असताना तिच्या आईनेही असंच तर केलं होतं!

"ऐकलं का, दीदी निशाच्या लग्नाचा विचार करतेय." रूपाने नवऱ्याला सांगितलं. नवरा कडवट चेहऱ्याने म्हणाला, "मी तुला सांगितलं ना. तिथे त्या पोरीचं लक्ष अभ्यासात लागणं शक्य नाही."

"काय हो असं करता? तुम्हांला सुद्धा अजिबात तिची काळजी नाही हं!" रूपा म्हणाली. आपलं निरीक्षण तिला एकदा नोंदवायचंच होतं. "आपण त्यांच्या घरी गेलो की तुम्ही तिच्याकडे बघत सुद्धा नाही. मी पाहून ठेवलंय तिला खूप वाईट वाटतं या गोष्टीचं."

"माझा काय संबंध काळजी घेण्याचा? मला काय मूर्ख समजलीस का? उधार उसनवार आणलेलं कधीच तुमचं स्वत:चं होऊ शकत नाही. तू पण हे लक्षात ठेव."

"बहिणीची मुलगी म्हणजे उधार आणलेली वस्तू आहे का?" रूपा रागाने म्हणाली, "तुमच्या बहिणीच्या मुलांना मात्र तन-मन-धन, सगळं द्यायला तयार असता तुम्ही!"

"हे बघ रूप, तुझ्या बहिणीच्या मुलीसाठीसुद्धा मी काही कमी नाही केलं. तिला जेऊ खाऊ घातलं, सांभाळलं, तिच्यासाठी घाम गाळला, दररोज संध्याकाळी इतकं दमून आल्यावरही मी न चुकता तिचा अभ्यास घेत असे. तिला पैशाची गरज असती ना, तर तेही दिले असते मी!" प्रेमनाथ ठामपणे म्हणाला, "पण आज माझा तिच्यावर काडीइतकाही हक्क नाही. तिच्या आईच्या मूर्ख टीकेला मी उत्तर देऊ शकत नाही. काय तर म्हणे अकरा वर्षं तिने मुलीला आमच्याकडे ठेवण्याचा त्याग केला होता त्याग! माणसाला आपल्याला वापरून घेतल्यासारखं नाही वाटणार?"

रूपा गप्प राहिली. त्याचं म्हणणं खरं होतं. अशा वेळेला माणसाला, 'आपल्याला वापरून घेतल्यासारखं वाटणारच.'

घरामध्ये चाललेली तयारी आशा मत्सराने पाहत होती. ती सुद्धा निशासारखीच तरुणी होती पण तिच्याकडे पाहण्याची दृष्टी किती वेगळी होती! तिचे कपडे किती हलक्या दर्जाचे, गळ्यातली सोन्याची साखळी किती पातळ, गळ्यात घातली तर दिसायचीच नाही. तिला साखळी तरी कसं म्हणायचं? सदासर्वदा आपलं निशा निशा निशा!

पण आशा तिच्या नवऱ्याकडे तरी तक्रार करू शकत होती. "सोना माँजींना फार काळजी पडलीय निशाच्या लग्नाची! ते सगळे म्हणतात ती सुंदर आहे, सुंदर आहे; पण नक्कीच काहीतरी दोष असला पाहिजे ना तिच्यात?"

त्याबरोबर नवऱ्याने तिला फटकारले. "अरेच्चा! तुला काय करायचंय? त्या निशाचं लग्न होईल, ती या घरातून जाईल, सगळं चांगलं होईल. निदान माझ्या मागची तुझी भुणभुण तरी जाईल. निशा हे करते, निशा ते करते."

चकीत झाल्यासारखी आशा म्हणाली. "अं? रोजच्या रोज मी भुणभुण लावते काय? अहो, ती स्वयंपाकघरामध्ये मूर्खासारखी वागली की तिची फजिती होते, तेव्हा फक्त मी तुमच्या कानावर घालते!"

"तुला त्या निशाचं वेड लागलंय. सारखी तिच्याचबद्दल बोलत असतेस तू आताशा! मला वीट आलाय त्याचा." असं संतापाने म्हणून विकीने घसा खाकरला आणि गच्चीच्या कठड्यावर थुंकला.

"तुम्हांला वीट आलाय?"

"हो हो वीट आलाय मला."

"अन् माझं काय हो? माझे कान किटायची वेळ आलीय. ती किती चांगलीय, ती किती सुंदरय, ती अशीच, ती तशीच."

"तू सारख्या तक्रारी सांगतेस ना, मग मला त्याच्या उलट सांगावंच लागतं."

असं त्यांचं 'तू तू मी मी' रात्रभर चालूच राही.

इकडे सोनाने आपल्या नवऱ्याला सांगितलं, "एखाद्या चांगल्या घरातल्या मुलाला निशा आवडली, तर आपली काळजीच मिटेल." हे शब्द ऐकून पित्याचं हृदय गलबलून आलं, आता तर कुठे मुलीबरोबर राहाणं म्हणजे काय, हे त्याला समजत होतं. तर लगेच तिची लग्न करून जायची पण वेळ आली?

"ती लहान आहे गं अजून!" यशपाल म्हणाला.

"अहो काहीतरीच काय?" मुलीची आई ठसक्यात म्हणाली.

"मी या वयाची होते, तेव्हा तुम्ही मला पसंत सुद्धा केलं होतं."

"त्यावेळेला वेगळं होतं. तो जुना काळ होता." यशपाल मवाळपणे म्हणाला.

"ते काही नाही. ती आता लग्नाच्या वयात आलीय. जर कुणाला पसंत पडली आणि पत्रिकाही जुळल्या तर काय प्रश्न आहे?"

"आताच तिच्या गळ्यात जबाबदाऱ्या टाकायची काही गरज आहे का?" यशपाल म्हणाला. निशाच्या आईने आपला राग मनातच ठेवला. अनुरूप मुलगा समोर येईपर्यंत नवऱ्याला पटवण्यासाठी मध्ये बराच वेळ होता.

अजयचं लग्न झालं. पण त्यामध्ये निशाचं काही कुठे जमलं नाही. ती खूप सुंदर दिसली. गुलाबी, लिलॅक, मॅजेन्टा, असे रंग तिला एकापेक्षा एक खुलून दिसत होते. तिच्याबद्दल काही जणांनी चौकशी केली, हे खरं होतं; पण ते सर्वजण किरकोळ दुकानदार होते. नाव घेण्यासारखं मोठं स्थळ कोणतंच नव्हतं. मग निशाचं रूप आणि त्याचं मोठं घराणं लक्षात घेता, उगीच किरकोळ लोकांशी संबंध कशासाठी जोडायचा?

अजयच्या लग्नानंतर बरोबर एक महिन्यांनी एका सकाळी झोपलेल्या अवस्थेतच आजीला मरण आलं.

"बाओजींच्या माघारी ती काही जास्त दिवस या जगात राहू शकली नाही. आमच्या सगळ्यांवरच्या मायेसाठी तिने केवळ अठरा महिने कशीबशी तग धरली." आपलं मुंडन केलेलं डोकं हालवत यशपाल बायकोला सांगत होता. "फार धीराची बाई होती, फार धीराची."

बायकोने त्याच्याकडे पाहिलं. खरोखर अतिशय सज्जन होता यशपाल. नेहमी प्रत्येकाच्या चांगल्या बाजूकडे बघायचा. एक कर्तव्यदक्ष नवरा आणि प्रेमळ मुलगा होता तो. अवघ्या दीड वर्षाच्या अंतरानं त्याचे आई वडील दोघंही पंचतत्वात विलीन झाले. दीड वर्षात दोनदा त्याने मुंडन केलं आणि गंगेत अस्थी विसर्जनासाठी दोनदा तो हरीद्वारला जाऊन आला.

बोर्डाचे निकाल जाहीर झाले. कसेबसे सर्व मिळून ४५% मार्कांनी राजू दहावी पास झाला. निशाला काकांच्या शिकवण्याचा चांगलाच फायदा झाला. घरात लग्न समारंभ असूनही कला शाखेच्या विषयात ती बारावीला ७०% गुण मिळवू शकली. ही गोष्ट तिच्या आई-वडिलांना सगळीकडे पेढे-मिठाई वाटण्याइतकी अभिमानास्पद होतीच. भाचीची चांगली तयारी करून घेतल्याबद्दल प्रेमनाथचे विशेष आभार मानायला ते विसरले नाहीत.

यानंतर आला तिच्या भवितव्याचा विचार. त्यांचं कुटुंब, दैव आणि पूर्वसंचित यावर विश्वास ठेवणारं होतं. पूर्वजन्मीची पापं माणसाला या जन्मात फेडावी लागतात. पूर्वसुकृताची चांगली फळं या जन्मात चाखायला मिळतात आणि परमेश्वराचा वरदहस्त प्रत्येकावर असतो, या गोष्टींवर त्यांची दृढ श्रद्धा होती. निशाला ७०% गुण मिळाले याला कारण तिचं पूर्वसुकृतच असावं असंही त्यांना वाटलं. निशाच्या कुंडलीत मंगळ होता. जर तसाच मंगळाचा मुलगा मिळाला नाही, तर लग्नाच्या वेळी आणि वैवाहिक आयुष्यात तिच्या वाट्याला दुर्दैवं आणि दारिद्र्य ठरलेलं! त्यामुळे तसा मुलगा मिळेपर्यंत वाट पाहावी लागणार, मग त्या काळात तिने काय करावं?

पुढे शिक्षण? जास्त नाही, थोडं शिक्षण घ्यावं. तिचे गुण बघता, फॅशनेबल कॉलेजात प्रवेशच मिळाला नसता. पण त्यांना त्याची गरजही नव्हती. त्यांना शिक्षणाव्यतिरिक्त बाकी फॅशन्स किंवा इतर फालतूपणा नसलेलं मुलींचं कॉलेज पाहिजे होतं. म्हणजे काही वेडीवाकडी खुळं तिच्या डोक्यात शिरली नसती.

घरातल्या मोठ्या माणसांनी निशाच्या भवितव्याबद्दल बऱ्याच चर्चा केल्या. स्वत:चे अनुभव विचारात घेतले. तिने मिळवलेले गुण, मुलगी म्हणून तिचं पुढचं आयुष्य, या सर्वांचा विचार केला.

"आजकाल मुलींनी कमीत कमी बी.ए.तरी व्हायला पाहिजेच." सुशिला म्हणाली. तिने लग्नाच्या वेळी बी.ए.ची पदवी आणि हुंडा असं दोन्ही स्वत:बरोबर आणलं होतं. "समजा, सासरच्यांना तिचं कॉलेजमध्ये जाणं पसंत नसेल, तर तिला कॉरस्पाँडन्स कोर्सही करता येईल."

"नको बाई! जास्त शिकलेल्या मुलींच्या बाबतीत लोकांना नसते संशय येतात. मुलींच्या डोक्यातही वेगवेगळ्या कल्पना शिरलेल्या असतात. त्यामुळे सासरी जमवून घेणं त्यांना अवघड जातं." स्वत:चा बारावी पास शिक्षणाचा अनुभव आठवून सोना म्हणाली.

"शिक्षण घेणं काही वाईट नाही." आशाने आपलं मत नोंदवलं.

"कॉलेजची मुलं दिवसभर फक्त उनाडक्या करत असतात." विकीने लक्षात

आणून दिलं. "कॉलेजमध्ये जाऊन वेळ फुकट घालवण्यापेक्षा काही शिकायचं असेल तर सरळ कामाला सुरुवात करावी."

त्यावर त्याची लहान गावातून आलेली बायको म्हणाली. "अहो, काहीतरीच काय बोलता? मुली कशाकाय बरं सर्व्हिस करायला जातील?"

"निशाला आधीच घरातलं काही काम करता येत नाही आणि त्यात कॉलेजमध्ये गेली, तर पूर्ण हाताबाहेरच जाईल!" सोना काळजीयुक्त स्वरात म्हणाली.

"तसं काही नसतं हो, आता आपली सीमा बघा ना. बी.ए. झालेली आहे. तरी पण घरच्या सगळ्या कामात इतकी हुशार आहे." स्वत:च्या नव्या सुनेचं कौतुक सांगत सुशिला म्हणाली.

अजयची बायको सीमा फक्त लाजली, हसली. बोलली काहीच नाही. ती नवी नवरीच होती. त्यामुळे तिने घेतलेला विनयाचा घुंघट अजून उतरला नव्हता.

"शिकलेल्या मुलीच्या आयुष्यात पुढे मागे काही बरं वाईट घडलं, तर ती पूर्णपणे इतरांवर अवलंबून राहत नाही." रूपाने आपलं मत मांडलं. तिला माहिती होतं, की तिचे विचार तिच्या बहिणीला खटकतात आणि सोना स्वत:च्या पद्धतीने त्याचा गैरअर्थ लावून घेईल. पण तिला बोलल्याशिवाय राहवलं नाही. सध्याच्या काळात सुद्धा, मुलींनी शिक्षण घ्यावं का नाही, यावर इतकं ऊहापोह करू शकतात माणसं? आणि निशा तर हुशार मुलगी होती. तिच्यासाठी रूपाच्या नवऱ्याने अपार कष्ट घेतले होते आणि ही माणसं ते सगळं वाया घालवायला बघत होती. "तिला पुढे न शिकवणं ही अत्यंत शरमेची गोष्ट आहे." रूपा भावनाविवश न होता काळजीपूर्वक बोलू लागली, "तिला इंग्लिश ऑनर्स करू दे. जास्त अभ्यास नसतो. फक्त गोष्टीची पुस्तकं वाचावी लागतात." तिच्या बहिणीने तिला हसून कोपरखळी मारली आणि अर्थातच मावशीच्या निर्णयाने सर्वांच्या मतावर मात केली. हे सांगायची आवश्यकता नाही.

इंग्लिश ऑनर्स करण्याची कल्पना निशालाही आवडली. इसवी सन आणि घटना पाठ करायचा तिलाही कंटाळाच आला होता. थोडा रमत गमत अभ्यास करायला मजा येणार होती. शेवटी सर्वांच्या मते दुर्गाबाई कॉलेज नक्की झालं, हे मुलींचं कॉलेज होतं आणि तिथे सर्व मध्यमवर्गातील मुलींचा भरणा असे. लग्नाची वाट पाहणाऱ्या मुलीसाठी हे कॉलेज आदर्श होतं.

१३

निशाने मोठ्या आत्मविश्वासाने दुर्गाबाई कॉलेजमध्ये प्रवेश केला. शाळेत तिला इंग्लिशसाठी फार मेहनत घ्यावी लागत नसे. इथेही तसंच असेल असा तिचा अंदाज होता. पण इथे अभ्यास केला काय नि नाही काय; काहीच फरक पडणार नव्हता हेही ती जाणून होती. कारण काही मिळवलंच पाहिजे अशी निकड नव्हती.

तिच्या घरच्यांचा तिला कॉलेजमध्ये घालण्याचा उद्देश स्पष्ट होता. 'टाईमपास' म्हणून तिला कॉलेजमध्ये घातलेलं होतं. तिच्या उच्च शिक्षणाचा तिने पुढे उपयोग करावा असा हेतू नव्हता. नोकरी करण्याचा प्रश्नच नव्हता आणि लग्न थोड्याच दिवसात जमणार होतं. ती विवाहाच्या उंबरठ्यावरच उभी होती.

कॉलेजमध्ये तिची जवळची मैत्रिण होती प्रतिभा. शेलाटी, काळी, उंचच उंच मुलगी, नेहमी चमकदार गुलाबी कपडे घालायची. सपाट छाती आणि तेल लावलेले चकाकते केस. तिच्या घरची गरीबी होती. म्हणूनच कदाचित, तिची महत्त्वाकांक्षा तीव्र झाली असावी. तिने एन.सी.सी.त भाग घेतलेला होता. त्यामुळे शिक्षण झाल्यानंतर तिला सरकारी खात्याची नोकरी मिळवता आली असती. तिला पोलिसात भरती व्हायचं होतं. तिची अशी समजूत होती, की B.A. with English Honours या पदवीमुळे इंटरव्ह्यूच्या वेळी चांगली 'छाप' पाडता येईल. मात्र अशी स्थिती असणं ही तिला फार शरमेची गोष्ट वाटायची.

"आपल्या स्वतंत्र देशात, भारतीय भाषांना बरोबरीचं स्थान का दिलं जात नाही?" तिने बाणेदारपणे विचारलं. "कुणाला इंग्लिश येत नसेल, तर त्यांनी काय करायचं? त्यांना पोलीस खात्याची नोकरी नाकारली जाईल?"

"मला माहिती नाही." निशा म्हणाली. तिच्या दृष्टीने कोणतीही नोकरी चंद्रावर जाण्याइतकीच कठीण होती. तिला अभ्यास करून करून खूप कंटाळा आला होता. म्हणून तिने English Honours घ्यायचं ठरवलं होतं. आपली भाची इतक्या सहजपणे शिक्षणातल्या प्राविण्याची टिंगल करते, हे प्रेमनाथला कदापिही आवडलं नसतं. निशालाही थोडं अपराधी वाटतच होतं पण तिने खंबीरपणे तिकडे दुर्लक्ष केलं.

निशा आणि प्रतिभा दोघीजणी कॉलेजमध्ये नेहमी एकत्रच भटकायच्या. कधी कधी धडा वाचलेला नसला, तर तासाला दांडी मारायच्या.

''शी बाई! किती वाचावं लागतं! टीचरना वाटतं, आपण चोवीस तास अभ्यासच केला पाहिजे!'' प्रतिभा तक्रार करायची.

''माझ्या आईला बरं नसतं गं! सकाळी लवकर उठून सगळ्यांचा स्वयंपाक करून ठेवायला लागतो आणि घरी गेल्याबरोबर रात्रीच्या जेवणाची तयारी. रविवारी सगळे घरी असतात. धडे वाचायला वेळच कुठे मिळतो? हे आपल्या टीचरनी समजून घ्यायला पाहिजे!''

हिच्यापेक्षा आपण खूप कमी काम करतो, हे सांगायची निशाला लाज वाटली. ती पुटपुटत म्हणाली, ''माझी भाभी आहे ना घरी. तीच बरचसं काम उरकते.'' तिने आशाबद्दल सांगितलं.

''नशिबवान आहेस तू निशा!'' प्रतिभा म्हणाली, ''मला तीन तीन भाऊ आहेत, पण कुणाचंच अजून लग्न नाही झालेलं.''

सगळ्या मुलीच असलेल्या कॉलेजच्या, 'बोअरिंग' वातावरणाला निशा लवकरच सरावली. कॉलेजमध्ये युनिफॉर्म घालावा लागत नसे आणि तिला पाहिजे तेव्हा तासाला दांडी मारून प्रतिभाबरोबर कँटिनला जाऊन बसता येत असे. या दोन गोष्टी सोडल्या, तर तिच्या दृष्टीने शाळा आणि तिचं DBC (दुर्गाबाई कॉलेज) दोन्हीत काहीही फरक नव्हता.

घरून कॉलेजपर्यंत जाताना मात्र तिला खरोखर आपण मोठं झाल्यासारखं वाटत असे. कारण आयुष्यात पहिल्यांदाच ती करोल बागेच्या बाहेर एकटी जाऊ लागलेली होती. सकाळी तिला 'युनिवर्सिटी स्पेशल' पकडावी लागे. ही खास 'कॉलेजगोअर्स' साठी उपलब्ध करून दिलेली बससेवा होती. यात मुलं आणि मुली यांची वेगळी व्यवस्था केलेली नसे. सर्व प्रवासी तरुणच असत. (फक्त काही जुनाट प्राध्यापक सोडून. पण ते काय, असून नसल्यासारखे होते!)

पहिल्या प्रथम तिच्या लक्षात आले, ते त्याचे लांब केस आणि गॉगल्स. तो उंच, सडपातळ होता. सावळा रंग आणि निळ्या सावळ्या दाढीच्या खुंटामुळे शोभून दिसणारा चेहरा. आपण तिच्याकडे पाहतो आहोत हे तिला कळावं, म्हणून त्याने गॉगल्स काढले. त्याबरोबर तिने नजर दुसरीकडे वळवली. त्याच्या आगाऊपणाला ती वैतागली.

काही दिवसानंतर त्याने विचारलं, ''तू कोणत्या कॉलेजात जातेस?

तिने उत्तर दिलं नाही. त्याला उगीच वाटायला नको, की ती त्याला उत्तेजन देतेय म्हणून.

दुसऱ्या दिवशी त्याने पुन्हा तोच प्रश्न विचारला.

तिसऱ्या दिवशीही त्याचीच पुनरावृत्ती.

एव्हाना तिला मूर्खासारखं वाटायला लागलं होतं. ते दोघं एवढ्या भरलेल्या बसमध्ये होते, सौजन्य म्हणून, एका साध्या प्रश्नाचं उत्तर द्यायला काय हरकत आहे?

DBC. तिने एका शब्दात उत्तर दिलं. मध्ये बराच वेळ गेला. त्याला वाटत होतं, ती ही तोच प्रश्न आपल्याला विचारील, पण तिने नाही विचारला. मग स्वत:ची अपेक्षा स्वत:च पूर्ण करत तो म्हणाला, "मी KCE मध्ये आहे."

बस काश्मिरी गेटला पोहोचली. 'Bye!' असं हलकेच पुटपुटत तो उडी मारून उतरून गेला.

कॉलेजमध्ये गेल्यावर तिने प्रतिभाकडे चौकशी केली. KCE म्हणजे काय गं? प्रतिभाला या प्रश्नात चांगलंच स्वारस्य दिसलं.

KCE म्हणजे खालसा कॉलेज ऑफ इंजिनिअरिंग! का गं विचारतेस? कुणी भेटला काय KCE मधला?"

"बापरे! तू इतक्या लवकर कल्पना कशा करू शकतेस?

"निशा Be careful हं!" प्रतिभाने तिला सावध केलं. "ती पोरं नेहमी पोरींना गटवायच्या मागे असतात. त्यांच्याकडे मुली नाहीत ना, त्यामुळे सगळे सतत भुकेलेच!" जोरजोराने मान हलवत निशा म्हणायला लागली, "मी काही एवढी मूर्ख नाही!"

घरी आल्यावर, दुपारी अंगणात कुणी नाही असं पाहून, ती सिंकवर टांगलेल्या आरशात स्वत:कडे निरखून पाहू लागली. तिच्याकडे पाहताना रोज त्या मुलाला हेच सगळं दिसतं ना? दुसऱ्या दिवशी सकाळी कॉलेजला निघताना ती काळजीपूर्वक तयार झाली. कुणी बघत नसताना तिने आरशाकडे चोरटा कटाक्ष टाकला. 'अय्या! किती सुंदर दिसतेय मी!' रंग गोरा, डोळे आईसारखेच, पिंगट रंगांचे केस, काळे, लांबसडक, दाट. मध्येमध्ये करड्या रंगाची छटा असलेले. तरीपण आपल्यात काहीतरी कमी आहे. काय बरं?

बसमधून जाताना ती बघायची, तिच्यापेक्षा अर्ध्यानेही सुंदर नसलेल्या मुली सगळ्यांचं लक्ष वेधून घेत असत, अगदी तिचंसुद्धा! तिने पुस्तकं एकत्र केली. घरातून निघताना तिच्या मनात विचार आला, 'बघत असतील सगळे त्यांच्याकडे. म्हणून काय झालं? मी थोडीच कुणाला म्हणते, माझ्याकडे बघा म्हणून? कुणी

बघितलं काय अन् नाही बघितलं काय? आपण आपलं कॉलेजला जायचं, तासांना बसायचं आणि कॉलेज सुटलं की घरी यायचं.'

तिने बस पकडली. सगळ्या सीट्स आधीच भरलेल्या होत्या. पाठीमागून पाहताना लांब केस, उंच मान, किंचित उतरते खांदे... कुठे बसलाय ते शोधून काढायला तिला जरा वेळ लागला. तेवढ्यात बसमध्ये आणखी विद्यार्थी चढले आणि तिला पुढे सरकावं लागलं. बसला एकदम जोराचा गचका बसला. पडू नये म्हणून तिने त्याच्याच सीटवर पटकन हात ठेवला. त्याने वळून पाहिलं आणि तिच्या हातातली पुस्तकांची जड बॅग घेतली. त्याने दाखवलेल्या जवळकीने ती गोंधळली आणि त्याच वेळेला तिला बरंही वाटलं.

तिने खाली पाहिलं तिचा हात अजून त्याच्या सीटच्या बारवरंच होता, त्याच्या केसांपासून काही सेंटीमीटर अंतरावर. काश्मिरी गेट येताच तो उठला आणि त्याने त्या सीटवर तिला बसण्यासाठी नजरेने इशारा केला. ती तिथे बसली आणि आपली बॅग मांडीवर ठेवून सरळ पुढे बघू लागली.

पावसाळा संपत आला होता. पण दिवस अजूनही गरमच होते. कधी नुसतंच कोरड्या ढगांनी भरलेलं आकाश, तर कधी घुसमटून टाकणारं उष्ण-आर्द्र वातावरण. वीज गेली की वर्गात बसणं असह्य व्हायचं. तिथल्या वासावरून, गर्दीने गच्च भरलेल्या बसमधला वास आठवायचा आणि मग तिथेच रेंगाळत राहिल्यावर, एखादीचं मन अभ्यासावर कसं लागावं?

फक्त अखंड नजरानजर आणि क्वचित एखाद्या शब्दाची देवघेव, असे काही आठवडे गेले. आता तो जेव्हा तिच्या हातातून जड पुस्तकांची बॅग घेई, तेव्हा तिला लाज-संकोच वाटेनासा झाला. कधी शेजारच्या सीटवर जागा मिळाली, तर आपलं अंग चोरून घ्यायचीही तिला गरज भासत नव्हती.

एक दिवस तो म्हणाला, माझं DBC जवळ थोडं काम आहे, मी पण तुझ्या स्टॉपलाच उतरणार आहे.

दोघं बसमधून उतरून अरुंद गल्लीतून चालू लागले. खालच्या फरसबंदीचे दगड मधेमधे फुटलेले होते. जोडीने पावलं पडत होती. ती त्याचा प्रत्येक तपशील मनात टिपून घेत होती. तो सरळ पुढे बघून चालला होता. मजेत गाणं गुणगुणत होता. गॉगल्स व्यवस्थित डोळ्यांवर लावलेला होता.

ते चालत होते, खालची धूळ चपलांमध्ये शिरत होती. घामाने कपडे भिजले होते. दररोज घरापासून बसस्टॉपपर्यात आणि पुढे बसस्टॉपपासून कॉलेजपर्यंत, तसंच परत येतानाही, त्वचा काळी पडू नये म्हणून ती छत्री वापरायची. ती तिने आजही काढली.

"खूप गरम आहे ना?"

तिने फक्त मान हलवली.

"कोल्ड्रिंक पिणार?"

'चालेल' सांगायला तिला फारच लाज वाटत होती.

"इथे जवळच एक कॉफी हाऊस आहे, लांब नाहीये, चल जाऊ तिथे."

ती त्याला इतक्या दिवसांपासून पाहत होती. त्याच्याबरोबर कोल्ड्रिंक घेण्यात काय वाईट होतं? काहीच नाही! ती त्याच्यामागून कॉफी हाऊसकडे चालू लागली.

कॉलेजकडे परत येताना तिला खूप धीट, मॉडर्न झाल्यासारखं वाटत होतं. जणू काही ती एखादं धाडसी कृत्य करून आलेली होती. आयुष्यात पहिल्यांदा, ज्याचं आपल्याशी कोणतही नातं लागत नाही, अशा पुरुषाबरोबर तिने गप्पा मारल्या होत्या. प्रतिभाला कधी एकदा सगळं सांगेन असं तिला झालं होतं, तास संपून दोघी कँटिनमध्ये जाऊन बसेपर्यंतही तिला दम निघत नव्हता. पण सगळी हकीकत जेव्हा प्रतिभाने खोदून खोदून विचारून घेतली, तेव्हा असं लक्षात आलं की काहीच 'खास' असं घडलेलं नव्हतं.

सगळं संभाषण सुरेशलाच करावं लागलं होतं. त्याने प्रश्न विचारले आणि हिने प्रत्येक प्रश्नाचं एक किवा दोन शब्दात उत्तर दिलं. असाच त्या भेटीचा सारांश निघाला.

"तू फर्स्ट इयरला आहेस का?"

"आधी कधी पाहिलं नाही तुला या बसला?"

"मग काय, आवडतंय का कॉलेज?"

"तुम्ही राहता कुठे?"

"तू कसला अभ्यास करतेस?"

"वडील काय करतात?"

तिने त्याची विशेष काहीच माहिती विचारलेली नव्हती. 'छे! वेड्या पोरीनं चांगली संधी गमावली!' प्रतिभा वैतागली. तिचं मत पडलं, की तान्ह्या बाळाने सुद्धा निशापेक्षा चांगली कामगिरी केली असती. 'अहा रे! तान्हं बाळ काय माझ्याइतकं आकर्षक दिसलं असतं? आणि आम्ही आँखों आँखों में काय बोललो ते हिला काय माहीत?'

निशाने ताबडतोब विषय बदलला. प्रतिभाने कबूल केलेल्या नोट्स आणल्यात की नाही?

पण प्रतिभा एवढ्या लवकर हार मानणाऱ्यातली नव्हती. तिने निशाला पुढचा History-subsidary चा तास चुकवायला भाग पाडलं. या घटनेबद्दल आणखी

बोलायची गरज होती. मधे मधे सुटलेले संभाषणाचे धागे जोडायला पाहिजे होते. शांत रहाण्याचे अर्थ शोधायला पाहिजे होते.

"मऽग? आवडला तुला तो?" प्रतिभाने कडक स्वरात विचारलं.

निशाने मान हलवली. नक्की काय उत्तर द्यावं ते तिला समजलं नाही ती नुसतीच कँटिनच्या प्लॅस्टिक प्लेटमधला पदार्थ चमच्याने फिरवत बसली. हिरव्या फुलांची प्रिंट असणारी ती प्लेट फुटकी होती. पण लांबच्या कँटिनमधल्या सगळ्या प्लेट्स अशाच होत्या.

"नाव काय त्याचं?"

"सुरेश."

"च्! सुरेश काय? फक्त 'सुरेश'वरून कसं ओळखायचं त्याला?"

"कुमार."

"कुमार? म्हणजे जात लपवायचीय काय त्याला?"

"नसेल त्याचा विश्वास जाती-पातीवर! आपल्या वर्गात नाही का, किती तरी नुसत्या अमुक-तमुक कुमारीच आहेत?"

हे खरं होतं. थोडी माघार घेतल्यासारखं करून पुन्हा प्रतिभाने विचारलं. "ठीक आहे. कोणत्या गावचा तो? घरी कोण कोण असतं?"

"ए, मला कसं काय माहिती असणार हे सगळं? मी काय लग्न थोडी करणार आहे त्याच्याशी, म्हणून ताबडतोब अशी प्रश्नोत्तरं सुरू करू?"

"तुला जर 'मॉडर्न मुलगी' व्हायचं असेल तर सगळी सविस्तर माहिती कळून घेणं आवश्यक आहे."

"हाऽऽइतकं सोपं आहे की काय ते?"

"मग अशा भानगडीत न पडणंच बरं." प्रतिभाने बजावलं.

"ओऽफो! कसल्या भानगडीत पडते मी?" निशाही उसळली. "तुला काय वाटतं, एक मुलगा मुलगी एकमेकांचे मित्र असू शकत नाहीत?"

"बरं बरं! इतकी भडकू नकोस." प्रतिभा म्हणाली. "मला सांग तो दिसतो कुणासारखा?"

"संजय दत्त."

प्रतिभा चेकाळलीच, "अरे वा! इतका आवडला तुला तो? अगदी फिल्ममधल्या हिरोसारखा वाटला?"

निशाही खिदळत उत्तरली, "मग? मला दिसलं ते सांगितलं तुला! ते खरं समज असं कुठं म्हटलंय मी?"

दोन आठवड्यांनी निशाने स्वत:बरोबर बळेच प्रतिभालाही कॉफी हाऊसमध्ये

नेलं. त्या भेटीत खूप मजा आली. प्रतिभाने गुलाबी सॅटिन सूट घातला होता. त्यावर टिकल्या लावलेली नेटची चुन्नी होती. निशाला माहीत होतं, तिच्या वडिलांच्या दुकानातही असं स्वस्त किमतीचं सुटाचं कापड मिळत असे. अचानक तिच्या मनात आलं, सुरेश आपल्या मैत्रिणीशी कसा वागेल?

आणि खरंच तो तिच्याशी खूप छान वागला. तिला आय.पी.एस. ऑफिसर व्हायचं होतं, हे कळल्यावर त्याने त्या गोष्टीवरून तिची थट्टा केली. ''अरे बाप रे! पोलीस व्हॅन चालवत तू ग्राउंडवर डेमॉन्स्ट्रेशन करशील तेव्हा कसली टेरर दिसशील!'' प्रतिभा खूप हसली. नंतर निशाला सांगत होती की तिच्या माहितीतली सगळी मुलं खूप गर्विष्ठ आहेत. हा सुरेश मात्र अजिबात तसा वाटला नाही.

निशा सुरेशच्या भेटी होतच राहिल्या. पण अजूनही, 'माझं जरा इकडे काम आहे. येणार कॉफी घ्यायला?' या बहाण्याखालीच. शेवटी एक दिवस तिने विचारलं, ''कसलं काम असतं इकडे तुझं?''

तो हसून म्हणाला, ''माझं काम ना? हे काय माझ्यासमोर बसलंय!''

त्याक्षणी दोघांच्याही लक्षात आलं, की आपण प्रेमाच्या वाटेवरचा आणखी एक मैलाचा दगड ओलांडला आहे. त्याने तिच्या दंडाला हलकेच स्पर्श केला. तिने हात मागे घेतला नाही.

तो तिच्या प्रत्येक गोष्टीची स्तुती करीत असे. तिला वाटायला लागलं, आपण खरंच कुणीतरी विशेष आहोत! सुरेशने तिला 'सुंदर' म्हटलं की तिला ते स्वतःचं भूषण वाटायचं. तिची आई सुंदर होती हे तिला आठवत नसे. तिच्या कपड्यांची त्याने स्तुती केली की ते 'बनवारीलाल क्लॉथ शॉप'चं श्रेय नसून तिचंच असल्याचं समजत होती. तिचं बोलणं हुशारीचं आहे असं तो म्हणाला, की काकांनी इतक्या मेहनतीने आपल्याला घडवलं हे ती विसरून जाई. त्याने केलेली स्तुती तिच्या डोक्यात भिनत होती.

एक दिवस कॉफी हाऊसमध्ये बसलेले असताना तो कितीतरी वेळ तिच्याकडे बघत होता.

''काय रे?'' तिने विचारलं.

''तू कधी केस कापण्याचा विचार केलायस?''

''केस कापण्याचा? माझे केस?''

ते केस तिचे एकटीचे नव्हते. ती कुटुंबाची मौल्यवान ठेव होती. पारंपरिक सौंदर्याचं प्रतिक! जन्मल्यापासून आत्तापर्यंत प्रेमळ हातांनी तेल लावून, न्हाऊ, माखू घालून वाढवलेले, जपलेले. लहानपणी त्यांची वाढ होण्याकरता मस्तकाला,

डोक्याला मालिश आणि पुढे केसांना तकाकी येण्यासाठी रोज तेलाचा हलकासा हात फिरवणं.

"तू खूप सुंदर दिसशील. अगदी सुरैयासारखी. तुझे डोळे तिच्यासारखे आहेत."

"मला नाही माहीत!" ती लाजली.

"तू केस कापलेस ना, तर अगदी सुरैयाच दिसशील. मी सांगतो ना तुला!" त्याने आग्रह केला. सुरैया ही एके काळजी सुप्रिसद्ध सिनेतारका. तिच्यासारखं दिसणं काही सोपं नव्हतं. पण त्याच्याशी वाद घालायला निशाला खूप लाज वाटत होती. ती गप्पच बसून राहिली. ते पांढऱ्या जाड कपाच्या कडांवर मोठ्याने आवाज करत, कॉफी ढवळत होता. त्याचे तेल न लावलेले, कोरडे कुरळे केस मानेवर रुळत होते. तिच्या नजरेलाही त्यातल्या सुंदर लहरी जाणवल्या.

"तू विचार कर यावर."

"बापरे! माझ्या घरचे उखडतीलच! म्हणतील, कॉलेजात जाऊन बिघडलीस तू!" तिची खात्रीच होती.

सुरेशच्या ताबडतोब लक्षात आलं, घरची माणसं कशी असतील ते.

हे बोलणं झाल्यावर, आपल्या दिसण्याबद्दल निशा जास्त विचार करू लागली. नुसता गोरा रंग आणि नाक डोळे सुंदर असून उपयोग नाही. आपण चार जणीत उठून दिसायला हवं. कापू का केस? घरात वादळ उठेल चार दिवस. ते सहन करायचं. पण ते शमल्यावर मग मी कशी सुंदर, एकदम 'चमको' दिसायला लागेन!

आपल्या मनातला बंडाचा विचार मजबूत करण्यासाठी ती वर्गातल्या एकेक मुली नजसमोर आणून पाहू लागली. सळसळीत मोकळे केस, थोडेच वळवलेले, कुणाचे कुरळे. ब्लो ड्रायरने वाळवलेले, कुणाचे सरळसोट, कुणाच्या बटा, चेहऱ्याला महिरपीसारख्या शोभणाऱ्या फ्लिक्स कापलेल्या, वेलींच्या तंतूसारख्या नाजूकपणे वळवलेल्या! नाहीतर तिचे स्वतःचे केस. जाडच्या जाड घट्ट लांब वेणी, त्याला रबरबँड लावलेला. कधीच केस मोकळे सोडणं नाही. शी! अगदीच कुरूप!! अजिबात कल्पकता नसलेले!!

तिने वेणी सोडली आणि एकेक पेड उलगडून थोडे थोडे केस घेऊन कचाकच कापून लांडे करू लागली. स्वतःचं इतके दिवस जपलेलं सौंदर्य छिन्नविछिन्न करताना तिच्याही नकळत तिचे हात कापत होते. तिने केसांची फक्त थोडीच लांबी कमी केली. त्यामुळे वरवर पाहता तिच्या दिसण्यात काही फरक वाटत नव्हता. पण तिचं मन मात्र आत्ताच, आपले आकर्षकपणे कापलेले केस मानेभोवती रुळत असल्याचं चित्र पाहण्यात रंगून गेलं होतं.

सुरेशशी तिच्या नियमित भेटी होऊ लागल्या.

"त्याच्या घरच्यांची, घराण्याची, कुणाचा मुलगा आहे, काय आहे, काही चौकशी केलीस का तू?" एक दिवस प्रतिभाने विचारलं.

"तो इंजिनियरींग करतोय. म्हणजे पुढे 'फॅमिली बिझनेस'मध्ये जाता येईल ना?" निशाने सुरेशचं शिक्षण, पुढचे बेत याबद्दल आत्मविश्वासाने सांगितलं. लग्नासाठीच्या जाहीरातीत छापतात तसं. "त्याचं काश्मिरी गेटला ऑटो स्पेअर पार्ट्सचं दुकान आहे."

"काय नाव दुकानाचं?"

"ते कसं काय विचारायचं गं? त्याला वाटेल, माझा त्याच्या सांगण्यावर विश्वास नाही म्हणून!"

हे खरंच होतं. प्रतिभाला वाटलं, आपण उगाच जास्त संशय घेतो. आपण या रोमँटिक विषयात कच्चे आहोत. "खरंच निशा!" प्रतिभा सुस्कारा टाकत म्हणाली. "अगदी तुझ्यासारखीच फॅमिली आहे ना त्याची? तुमच्या लग्नाला कुणी हरकत घेऊ शकणार नाही. बरं जात कोणती आहे म्हणे त्याची?"

निशाने तिच्याकडे रोखून पाहिलं.

"अंग म्हणजे त्याने स्वतःला 'कुमार' म्हणायला सुरुवात केली, त्याच्याआधी म्हणतेय मी!" प्रतिभाने घाईघाईने खुलासा केला.

"तो स्वतःला 'कुमार' म्हणतो ना! मला नाही विचारायची त्याची जात न् पात! माझ्यासारखा तोही धंदेवाईक कुटुंबातला आहे. तेवढं बस झालं मला."

"खरंय बाई निशा तुझं!" दोघांमध्ये इतका सारखेपणा निघाल्यावर ती तरी सुस्कारा टाकून असं म्हणण्याखेरीज काय करणार? "काय लक्की आहेस तू! मी जर काही केलं असतं ना, तर माझ्या आईबाबांनी जीवच घेतला असता माझा!"

निशाने मान हलवली. "मग? मी काही दुधखुळी नाही म्हटलं!" तिच्या मनात विचार चालू होते. तिच्या वडिलांनी सुद्धा प्रेमात पडूनच लग्नाचा निर्णय घेतला होता. तिने पाहिलेल्या सगळ्या सिनेमांमध्ये हेच तर होतं. मुला-मुलींची कौटुंबिक परिस्थिती भिन्न किवा परस्पर विरुद्ध. श्रीमंत-गरीब, हिंदू-मुस्लीम, हिंदू-ख्रिश्चन,वरच्या वर्गातले-खालच्या वर्गातले, शिकलेले-अशिक्षित अशा लाखो तरुण तरुणीचं मीलन होतं. प्रेम म्हणजे या सामाजिक दऱ्यांवर बांधलेला जणू पूलच असतो. दोघे एकमेकाला पसंत आहेत ना? एकमेकाला योग्य आहेत ना? मग आणखी काय हवं? शुद्ध मन आणि हृदयातून उमललेलं प्रेम असलं, की इतर कशाचीच आवश्यकता नाही.

हिवाळा आला. निशा-सुरेशची जोडी युनिवर्सिटीच्या हिरवळीवर मुक्तपणे भटकताना दिसू लागली.

अशाच एका दुपारी दोघे हिरवळीवर बसले होते. तिच्या कानाजवळच्या कुरळ्या केसांना कुरवाळत तो म्हणाला, "चल, आपण ब्यूटी पार्लरमध्ये जाऊ या. तिकडे कमलानगरमध्ये मस्त पार्लर आहे."

"कांऽऽऽ? मी चांगली नाही दिसऽऽत?" निशाने रोखून बघत प्रणयातल्या लटक्या रुसण्यानं विचारलं.

"तुला आणखी सुंदर दिसायला आवडणार नाही?" त्याने नाजूकपणे लाडी गोडी लावत म्हटलं.

त्याक्षणी तो तिला बळजबरीने निवड करायला भाग पाडत होता. बाहेरचा माणूस की कुटुंबातली माणसं? आधुनिक फॅशन की जुन्या रीतीभाती? स्वातंत्र्य की समाज? ती पॅरालिसिस झाल्यासारखी हिरवळीवर बसून राहिली. उठेच ना.

"अगं असं काय करतेस? फारच त्रास व्हायला लागला घरी, तर पुन्हा वाढवायचे केस. हं, आता चल बरं!" सुरेशने युक्तिवाद केला आणि त्याचा हात धरून ती उभी राहिली.

मोटरसायकलवर सुरेशच्या मागे बसून, कमलानगर मधल्या Metamorphosis कडे जाताना निशा तिच्या मनाशी म्हणत होती, आता मी जीवनाच्या अशा एका टप्प्यात प्रवेश करायला जात आहे की जिथून परत येणं मला अशक्य आहे.

"वाऽऽ! काय सुंदर केस आहेत! कसले लांब, दाट आणि वळणदार!!" तिच्या ओल्या केसातून भराभर कंगवा फिरवताना न राहवून, ती केस कापणारी मुलगी म्हणाली, "तुला कसे काय कापावेसे वाटले गं, इतके सुंदर केस?"

तिच्या शब्दांनी एकदम जाग आल्यासारखी निशा म्हणाली, "फार तोकडे नका कापू हं!" निशाने आपला घसा खाकरून आवाज मोठा करण्याचा प्रयत्न केला. तिथे ती एकटीच होती. ते पार्लर फक्त स्त्रियांसाठीच होतं. त्यामुळे सुरेशला आत प्रवेश नव्हता. तो पार्लरच्या बाहेरच घोटाळत होता. "सुरैयासारखे कापा." शेवटी तिने मनाचा हिय्या करून सांगितलंच.

"सुरैयासारखे? अच्छा! म्हणजे स्टेप्स? किती लांब ठेवू?"

निशाने साधारण अर्ध्या पाठीपर्यंत लांब केस ठेवले. ती पार्लरमधून बाहेर आली. सुरेश तिथे उभाच होता. त्याने खूपवेळ हसत हसत तिच्याकडे टक लावून पाहिलं. आणि मग पसंतीदर्शक शीळ घातली. निशा सुरेख लाजली. त्यासरशी आत्ताच ब्लो ड्रायरने वाळवलेले मोकळे केस तिच्या चेहऱ्याभोवती रुळू लागले.

पण स्वत:च्या बदललेल्या रूपाचा आनंद घेण्याअगोदर तिला तिच्या घरच्या लोकांच्या प्रतिक्रियेला तोंड द्यावं लागणार होतं. ती गोष्ट सोपी नव्हती. बसमधून घरी

जाताना, कोणकोण कितपत रागावेल, त्या सगळ्या कल्पना तिने करून पाहिल्या. त्यात कुत्सित कटाक्षापासून घराबाहेर हाकलून देण्यापर्यंत अनेक कृतींचा समावेश होता.

घराच्या पुढच्या गेटमधून ती आत येत असतानाच त्याची सुरुवात झाली.

'कुणाच्या परवानगीने केस कापलेस? अचानक इतकी स्वतंत्र झालीस तू? स्वत:ची स्वत:च मुखत्यार आहेस का? आँ? घरी कुणी मोठी माणसं नाहीत? एकटी आहेस का जगात? पैसे कुठून आणलेस? इतका वेळ कसा काय मिळाला? ब्युटी पार्लर कसं काय शोधलंस? एवढं सगळं एकदम कसं काय सापडलं तुला? बेशरम कार्टे, बोल कुणाच्या नादानं केलंस हे?'

सोनाने खसकन् तिचे केस सोडले. मोकळे केले. रागाच्या भरात हिसडा देऊन पुन्हा घट्ट बांधून टाकले आणि तसं करत असतानाच सोनाला एकदम रडू कोसळलं. आपण इतकी वर्षं जोपासना केलेल्या सुंदर लांबसडक केसांचं, मुलीने आपल्या हाताने वाटोळं केलेलं पाहून आईचा जीव कळवळला!

पण अखेर त्या माऊलीने मुकाट्याने घडल्या घटनेचा स्वीकार केला आणि स्वत:चीच समजूत घालून घेतली, की जाऊ दे. निदान कार्टी आता त्या सुरैया नटीसारखी तरी दिसायला लागली ना; हे एक बरंच झालं! पत्रिकेतल्या मंगळाचा त्रास जरा कमी होईल आणि लग्नाच्या बाजारात हिचा भाव थोडा वाढेल तरी.

कॉलेजची दुसरी टर्म संपत आली होती. या वर्षाचा अभ्यास निशाला खूप अवघड वाटत होता. ती एकदम नर्व्हस होऊन गेली. इंग्लिशचा पोर्शन तर तिच्या कल्पनेपेक्षा इतका वेगळा आणि अगम्य वाटत होता, की त्याच्यामागे लागण्यापेक्षा, त्या परकीय पुस्तकाशी झगडत बसण्यापेक्षा, तो विषय सोडून द्यावा की काय, असं तिला वाटत होतं. शिक्षकांनी शिकवलेलं तिला फारसं समजलेलं नव्हतं आणि स्थूलवाचनाला असलेल्या कादंबऱ्यादेखील तिला मुळीच समजत नव्हत्या.

कॉलेजला गेल्यावर पहिल्याच वर्षी स्पष्ट झालं, की निशा ही साहित्याचा अभ्यास करण्यासाठी योग्य विद्यार्थिनी नाही. तितकी तिची भाषेची तयारी झालेली नाही. लिहिताना व्याकरणाच्या चुका व्हायच्या, निबंधात विचार नीट मांडता येत नाहीत म्हणून शेरे मिळायचे. तिला या वर्षी मिळालेले जास्तीत जास्त गुण होते दहा पैकी चार. इंग्रजी भाषा आणि साहित्य यांनी तिला जन्मात इतकी कधी पिडलेलं नव्हतं. काय करावं तेच तिला कळत नव्हतं.

"हा तुझा दोष नाही. आपल्या देशातल्या शालेय शिक्षण पद्धतीचा दोष आहे." त्यांच्या एक शिक्षिका भर वर्गात तिच्या उतरलेल्या चेहऱ्याकडे अनुकंपेने बघत म्हणाल्या, "शाळेत फार फार तर दोनशे शब्दांचा वर्णनपर निबंध लिहायचा आणि

कॉलेजमध्ये आल्यावर लगेच विश्लेषणात्मक लिहायला लागायचं, म्हणजे अवघडच जाणार. तुझी अशी अवस्था झालीय याचं मला अजिबात आश्चर्य वाटत नाही.'' आणि अचानक आपल्या म्हणण्याला पुष्टी देण्याकरता बाईंनी उपरोधाचा आधार घेतला. ''पण इंग्लिश हा मुख्य विषय म्हणून तुम्ही घेतला आहात, त्यामुळे भाषा शुद्ध लिहावीच लागेल. त्याला इलाजच नाही.'' असं म्हणून छद्मी हसत, एक पाऊल आपटत त्या मुलींकडे काही वेळ बघत राहिल्या.

सौ. दास गुप्ताबाईंच्या बोलण्यातला टोमणा समजून काही मुली हसल्या. मात्र निशासारख्या काहीजणी अस्वस्थ झाल्या. निशा जमिनीकडे पाहत होती. वर्गात पाणउतारा झाल्यामुळे तिची कानशिलं तापून लाल झाली होती.

ते सगळंच इतकं निराश करणारं होतं, की लायब्ररीत जाऊन, ऑस्टन, डिकन्स,प्लेटो वाचून डोक्याचं खोबरं करून घेण्यापेक्षा, सुरेशच्या सहवासात वेळ घालवणं तिला बरं वाटलं. कारण तिथे कसलाही ताण नव्हता. होती फक्त स्तुती आणि खुशामत. पण आता परीक्षेच्या उंबरठ्यावर उभं राहिल्यानंतर तिला अपराधी वाटू लागलं होतं. ती घाबरली होती.

शाळा सोडून कॉलेजमध्ये आल्यावर तिला प्रथमच दिवसाचे इतके तास घराबाहेर राहावं लागत होतं. वर्षाच्या सुरुवातीलाच सुरेश भेटल्यामुळे तिने स्वातंत्र्याचा पुरेपुर आनंद लुटला होता. आता ती जर परीक्षेत चांगले मार्क मिळवू शकली, तरच 'अभ्यास करता करता ती तिच्या आवडीच्या गोष्टीही करू शकते' हे सिद्ध होणार होतं.

त्यादिवशी तिने सुरेशला सांगितलं, ''आता मला अभ्यास करायचा आहे, त्यामुळे मी काही तुला भेटू शकणार नाही. मला कमीत कमी सेंकड क्लास तरी मिळवलाच पाहिजे.''

''अरे याऽऽर, इंग्लिशचा तर अभ्यास आहे! ठरवलं तरी त्यात कुणी नापास होऊ शकत नाही.'

''असं तुला वाटतं!'' निशाने ठणकावलं.

''भडकू नको याऽऽर!''

निशाने उत्तर दिलं नाही. याला काय माहितीय साहित्यात किती क्लिष्ट गोष्टी असतात त्याची? खरं म्हणजे अजून तिलासुद्धा नीट ठाऊक नव्हतं ते.

''पण यार मला एक कळत नाही. इंग्लिशमध्ये अभ्यास करायला असतं काय?''

कमलानगरमधल्या त्यांच्या नेहमीच्या 'साउथ इंडिया कॉफी हाऊस'मधल्या परिचित अंधारात बसल्यावर सुरेशने पुन्हा विचारलं. घोंगावणाऱ्या माश्यांचं पार्श्वसंगीत साथीला होतंच.

"शट अप!!" असं म्हणता म्हणताच तिच्या डोळ्यांत पाणी जमा झालं, त्याक्षणी ती इतकी सुंदर दिसली, की थट्टा सोडून तिला मदत करावी असं सुरेशला वाटलं. (असं होईल हे माहिती असतं तर ती अगोदरच रडली असती). यानंतर मात्र त्याने तिचं म्हणणं सहानुभूतीने ऐकलं आणि तिला होणारा त्रास कमी कसा करता येईल याचा तो विचार करू लागला.

दोन दिवसांनंतर बसमध्ये त्याने तिला सांगितलं, "आज मी तुझ्यासाठी खरोखर महत्त्वाची वस्तू आणली आहे." कॉफी हाऊसमध्ये त्याने तिला प्लॅस्टिक पेपरमध्ये गुंडाळून आणलेले कागद दाखवले. तिच्याकडे झुकून तो म्हणाला, "सेंट स्टिफनची ट्युटोरिअल्स, सर्वांत बेस्ट. याची पोरं टॉपर्स असतात हां!"

ती गोंधळली. "पण तू कुठून मिळवलीस ती?"

"रविवारच्या बाजारातून. दर्यागंजच्या कट्टयावर बसतात विकायला."

"काय? ट्यूट्स? ट्यूट्स विकतात ते रविवारच्या बाजारात?"

"विकतात ना. फक्त कुणाकडे जायचं, ते आपल्याला कळलं पाहिजे."

निशाने त्या झेरॉक्स केलेल्या नोट्स चाळायला सुरुवात केली. काही ठिकाणी शाई फुटलेली होती. काही ठिकाणी हस्ताक्षर नीट कळत नव्हतं. ते ट्युटोरिअल्सचे कागद अनेक जणांच्या हातून गेलेले, पुन्हा पुन्हा प्रती काढलेले दिसत होते. पण बाकी सगळ्या गोष्टींपुढे हे काही विशेष नव्हतं. प्रत्येक ट्युटोरिअलच्या शेवटी १०पैकी ६, दहा पैकी ६.५ असे मार्क दिलेले होते. क्वचित १०पैकी सातही होते.

"बाप रे! इतके मार्क्स!" निशाने सुस्कारा टाकला.

"अगं टॉपर्स ने लिहिलेत ते! आहेस कुठे!" सुरेश गर्विष्ठपणे म्हणाला. "चल आता. चिंता सोड बरं!"

मॅन्सफील्ड पार्क, मेयर ऑफ कॅस्टरब्रीज, डेव्हिड कॉपरफिल्ड, वुदरिंग हाईट्स, मिल ऑन द फ्लॉस, अँटिगॉन, दि ओडिसी, दि बायबल, पॉट ऑफ गोल्ड.

फर्स्ट इयरच्या कोर्समधलं सगळं होतं त्यात.

"थँक्यू सुरेश!" अखेर ती म्हणाली.

"चल! आता तुझं टेन्शन गेलं ना?"

"तरीपण, अजून खूप अभ्यास करावा लागेलच म्हणा!" ती म्हणाली. 'आपल्यावर ही वेळ आली' अशा विचाराने ती वैतागलीच होती. पण आता संपूर्ण सिलॅबसच्या नोट्स आपल्या हातात आल्या, त्याही व्याकरण शुद्ध लिहिलेल्या, म्हणून तिला कृतज्ञताही वाटत होती.

"त्यात काय अवघड आहे? तू अभ्यासात पक्कीच आहेस नाहीतरी!"

घरी आल्या आल्या ती त्या नोट्स घेऊन अभ्यासाला बसली. आता काय, तिच्या हातचा मळ होता. ती दर्यागंजमधून आणलेली ट्युटोरिअल्स पाठ करायची,

नुसती घोकंपट्टी करायची! ती ते आनंदाने करू लागली. कॉलेजचा अभ्यास करताना, प्रथमच तिला इतका उत्साह वाटत होता.

एप्रिलच्या दुसऱ्या आठवड्यात परीक्षा, ट्युटोरिअलमधले बहुतेक सर्व प्रश्न आले. शेवटचा पेपर दिला, त्या दिवशी 'उत्तम काम झालं' अशा विश्वासात निशा घरी परतली.

सुट्यांमध्ये सुरेशशी संपर्क साधणं फारच अवघड होतं. 'आपण पकडले जाऊ' या भीतीच्या सावटाखालीच निशा सुट्टीच्या दिवसांत वावरत होती. त्याला भेटायचा तर प्रश्नच नव्हता. चोरट्या फोनवर काय जुजबी संभाषण होईल तेवढंच. घरातल्या फोनवर आपण चार शब्द कुजबुजत जरी बोललो, तरी ते मोठ्यांदा प्रतिध्वनीत होऊन आपले वडील, आई, भाऊ, काका-काकू, चुलत भाऊ सगळ्यांपर्यंत पोहोचतील असं तिला वाटत असे. म्हणून ती फोन करण्यासाठी बाजारातल्या सार्वजनिक फोनवर जाऊ लागली. तिथून त्याच्याशी बोलताना सुद्धा तिच्या प्रत्येक शब्दाला 'कुणी बघणार तर नाही?' या भीतीची झालर लावलेली असे. ती कॉलेज सुरू होण्याची मोठ्या आतुरतेने वाट पाहत होती.

जुलैमध्ये परीक्षेचा निकाल जाहीर झाला आणि स्वत:सहीत सगळ्यांना निशाने थक्क करून सोडले. तिला फर्स्ट क्लास मिळाला होता. घरी समाधान पसरलं. खास करून प्रेमनाथला फार बरं वाटलं. तिच्यासाठी केलेली विषयाची निवड योग्य ठरली होती. सगळ्या अपेक्षा पूर्ण झाल्या. 'हम भी कुछ कम नहीं!' हे निशानं सिद्ध केलं होतं.

कॉलेजमध्ये मात्र तिच्या प्राध्यापकांचा यावर विश्वासच बसायला तयार नव्हता.

"कसं काय त्या मुलीने जमवलं असेल हे?"

"बघा! म्हणजे परीक्षेतलं यश हा काही विद्यार्थ्याच्या हुशारीचा मापदंड ठरू शकत नाही. हेच दिसतं ना यावरून?"

"मी म्हणते आपलीच चूक आहे. आपण जास्त काटेकोरपणे पेपर तपासायला हवेत. तरच हे हुशारीचे मापदंड अचूक ठरू शकतील."

"अहो कसला काटेकोरपणा, अन् कसलं काय घेऊन बसलात! मागच्या वर्षी त्या दौलत रायबरोबर पेपर तपासले, तर ती म्हणाली, व्याकरणाच्या चुकांचे मार्क कापणं म्हणजे उच्च वर्गीयांचं समर्थन करणंच आहे. सरकारी कॉलेजमधल्या गरीब विद्यार्थ्यांना कसं काय जमणार व्याकरण शुद्ध लिहायला? मूठभर उच्चवर्गीयांच्या मुलांसाठी त्या बहुंख्य मुलांना का उगीच भुर्दंड? त्यामुळे 'मिडटर्म' मध्ये फेल झालेल्या विद्यार्थ्यांना पण आम्हाला पास करावं लागलं!"

इंग्लिश डिपार्टमेंटच्या बारा शिक्षकांना काही हे बरं वाटत नव्हतं. निशासारख्या

मुलीला फर्स्ट क्लास! म्हणजे पुढे विचारच खुंटला!

"आता अशी फुगून जाईल बघा पोरगी! मला चांगली माहिती आहे ती. तिला थोडफार शिकवलंही होतं मी. वर्षाच्या शेवटी शेवटी अभ्यास करायला लागली होती. व्याकरणाच्या वगैरे चुका कमी झाल्या होत्या. शांत मुलगी आहे, बिचारी शिकायला उत्सुक असते." दासगुप्ता टिचर म्हणाल्या.

"हे विद्यार्थी स्वत:विषयी फार अवास्तव कल्पना घेऊन कॉलेजात प्रवेश करतात. तसं पाहिलं तर काय मोठं शिक्षण मिळतं हो शाळेत यांना? धडेच्या धडे पाठ करतात, स्वतंत्रपणे लिहितासुद्धा येत नाही आणि सिडने शेल्डन आणि डेनियल स्टिल यांच्या पलीकडे यांचं वाचनही गेलेलं नसतं."

"खरं आहे."

पहिल्या वर्षाच्या निकालामुळे स्वत:वर खुश झालेल्या निशानं दुसऱ्या वर्षात प्रवेश घेतला. आता तिला एकोणिसावं वर्ष लागलं होतं. त्यामुळे घरातली मोठी माणसं तिच्यासाठी नवरामुलगा शोधण्याचा विचार गांभीर्याने करू लागली होती. तिचं सौंदर्य अन् बुद्धिमता, यामुळे पत्रिकेतला मंगळ थोडाफार झाकता येईल, अशी त्यांची अटकळ होती. वरच्या मजल्यावरचा विजय लग्नायोग्य झाल्यामुळे त्यालाही पुष्कळ मुली सांगून येत होत्या.

सुरेशला काही फारसे चांगले मार्क पडले नाहीत. "म्हणून काय झालं?" तो म्हणाला. "मला काय, फक्त पास व्हायचं; की माझे वडील लगेचच मला स्वत:बरोबर बिझनेसमध्ये घेणार आहेत."

निशाला हे ऐकून इतकं छान वाटलं! असं बोलणं तिच्या चांगल्या सवयीचं होतं. तिच्या घरी तरी काय, 'फक्त पास होणं' एवढंच सगळ्या पुरुषांचं ध्येय असायचं कधी कधी तर तेही नाही.

एव्हाना सुरेशची निशाबद्दलची ओढ, ही 'तळमळण्याच्या' पातळीला पोहोचली होती.

"अरे याऽऽर, आपण लग्न करून टाकू या ना!" तो एक दिवस म्हणाला.

"माझ्या आईबाबांचंसुद्धा लव्ह मॅरेजच झालंय!" त्याच्या प्रिय मैत्रिणीने लाजत लाजत सांगायचं धाडस केलं.

तिने स्वत:च्या आईवडिलांचा उल्लेख करताच, सुरेश उदास स्वरात म्हणाला, "तुझ्या आईवडिलांना मी पसंत पडणार नाही."

"का नाही पसंत पडणार?" तिने त्याच्या देखण्या चेहऱ्याकडे अर्थपूर्ण कटाक्ष टाकला. आव्हान देणारे लाल ओठ, गालांवर वाढणारे दाढीचे काळे खुंट! तिला

वाटलं, याचं सौंदर्य मर्दानी आहे. ती उघड म्हणाली, "इतका देखणा तर आहेस!"

"पण श्रीमंत नाही."

"आम्ही तरी कुठे आहोत श्रीमंत?"

"करोल बागेतलं 'बनवारीलाल शॉप' दिल्लीतल्या सर्वांना माहिती आहे."

"पण तुमचंही दुकान आहे ना?"

"आहे, पण आपलं छोटंसं."

"माझे आईबाबा म्हणतात, मुलगा कर्तबगार असला म्हणजे झालं."

"म्हणजे नक्की काय?" विवाहेच्छू तरुणाने प्रश्न केला.

निशाला उत्तर सुचेना. 'कर्तबगारीचा' अर्थतर सर्वांनाच माहीत असतो. तरीपण तिने सांगायचा प्रयत्न केला.

"मला वाटतं, तू जर परीक्षेत चांगलं यश मिळवलंस तर चांगला फरक पडेल."

"तू म्हणजे अशी बॉस आहेस ना याऽऽर!" असं म्हणत त्याने लाडात येऊन तिची ओढणी तिच्या चेहऱ्यावर सरकवली.

"आपलं भविष्य चांगलं असावं, असं नाही वाटत तुला?"

"हं! समजा मी अभ्यास करून फर्स्ट क्लास मिळवला, तर तुझे वडील संमती देतील आपल्या लग्नाला?"

"माझे बाबा मोठ्या मनाचे आहेत. फार दयाळू अंतःकरण आहे त्यांचं. त्यांची बहीण वारल्यानंतर तिच्या मुलाला त्यांनी लहानाचं मोठं केलं. त्याचं लग्न करून दिलं. आता त्याच्या बायकोला आणि मुलालाही सांभाळताहेत."

"काय त्याचं नाव?"

"विकी!"

"विकी?"

"मी तुला सांगितलंय विकीबद्दल. नाही का गच्चीवर राहतो, दुकानात काम करतो. जेवायला आणि टी.व्ही. बघायला खालीच असतो आमच्या बरोबर."

सुरेशने निशाकडे रोखून बघितलं, "तुला आवडत नाही ना तो?"

निशा अवाक झाली. "कोण म्हणतं असं?"

"आरशात स्वतःचा चेहरा बघ, म्हणजे कळेल. तुझा चेहराच बोलतो सगळं."

"तसा बरा आहे तो. पण मी लहान असताना मला सारखा त्रास द्यायचा. मग मी शिकायला मावशीकडे गेले."

सुरेशला उत्सुकता वाटली. "त्रास द्यायचा म्हणजे काय करायचा?"

"सारखा माझ्याशी खेळत राहायचा. मला होमवर्क सुद्धा करू द्यायचा नाही. मग तिकडे गेल्यावर काकांनी माझी चांगली तयारी करून घेतली. त्यांच्यामुळेच

मला शाळेत इतके चांगले मार्क मिळत होते.''

''मला माहितीय याऽऽर, तू एकदम स्कॉलर आहेस! पण काय गं, तो त्रास द्यायचा म्हणजे नक्की काय करायचा? आणि बाकीचे भाऊ?''

''ए, म्हणजे मी आपलं सारखं भावांबद्दल सांगत बसू की काय? कारण घरामध्ये एकूण चार भाऊ आहेत माझे!''

''तो विकी लहानपणापासून तुमच्याच घरात राहतोय का?''

आता मात्र निशा चिडली, ''हे बघ. मला विकीबद्दल काही एक बोलायचं नाही. कळलं तुला?''

नंतरच्या हिवाळ्यातही त्यांची मैत्री चालूच राहिली. त्यांची मैत्री झाल्यापासून हा दुसरा हिवाळा आलेला होता. आपण थोड्या अभ्यासावरही फर्स्ट क्लास मिळवू शकतो, हे कळल्यावर निशा आता बरेच तास चुकवू लागली. युनिवर्सिटीच्या हिरवळीच्या आजूबाजूला पुष्कळ फेरीवाली हिंडत असायचे. आता सुरेश-निशाची जोडी त्यांच्याकडून पदार्थ विकत घेऊन खाण्याची मजा लुटू लागली. सुरेश निशासाठी मसाला लावलेले कच्चे पेरू आणायचा. हिरवी मिरची आणि ताजी कोंथिंबीर पेरलेली भेळ पुरी तर ते नेहमीच खायचे. क्वचित चवीत बदल म्हणून रिक्षाने कमलानगरला जाऊन डोसा किवा चणा-भटुऱ्यावर ताव मारून यायचे.

ते नेहमी सिनेमाला जायचे. त्या वेळी 'हम आपके है कोन' हा सगळ्यात 'सुपर डुपर हिट' सिनेमा म्हणून गाजत होता. 'मदर इंडिया' नंतर इतका चाललेला हिंदी सिनेमा हाच होता.

दहा वर्षांत बॉक्स ऑफिसवर सगळ्यात जास्त गल्ला या चित्रपटाने जमवला. कौटुंबिक नाटकच ते. त्यात १४ गाणी होती. 'दीदी तेरा देवर दिवाना' हे गाणं कित्येक आठवडे टी.व्ही आणि रेडिओ कार्यक्रमात टॉपला राहिलं. त्यातली जांभळी कशिदकारी केलेली साडी नेसलेली माधुरी दिक्षीत आणि तिच्या उघड्या पाठीवर बाहेरून नेम धरून गलोलीने कागदाचा बॉल मारणारा सलमान खान पाहिला नाही, असं एकही कुटुंब शोधून सापडलं नसतं. या गाण्याच्या चालीने भक्तीगीते गाणाऱ्यांपासून राजकीय प्रचार करणाऱ्यांपर्यंत सगळ्यांना सारखंच मोहित केलेलं होतं आणि ते 'आपलंच' असल्याप्रमाणे सगळे त्याचा वापर करत होते. हे गाणं ऐकलं, की निशाच्या मनात तिच्या आणि सुरेशच्या प्रेमाचा विचार येई आणि ती हळूच कुणाच्या नकळत ओळख पटल्यासारखं हसू हसत असे.

त्या दिवशी थिएटरच्या अंधारात तो तिच्या कानात कुजबुजला होता, ''तू पण माधुरी दिक्षीत इतकीच सुंदर आहेस!'' अंधारात ती त्याच्या हाताच्या दाबण्याला तसाच दाबून प्रतिसाद देऊ शकत असे. सौंदर्य आणि प्रेम नेहमीच एकत्र असतात.

पडद्यावर ती तेच पाहत होती. प्रत्यक्ष तिच्या घरातलं उदाहरणही होतंच. तिच्या आईच्या सौंदर्याने वडील असे काही मोहात पडले, की घरच्यांच्या विरोधाचीही त्यांनी त्यावेळी पर्वा केली नाही.

सुरेश आणि निशा एके दिवशी, युनिवर्सिटी जवळच असलेल्या 'बत्रा' थिएटरला गेले. सगळी कॉलेज युवक-युवतींची जोडपी आलेली होती. इथेसुद्धा त्यांनी सुरैय्याचा सिनेमा पाहिला. याचं अर्ध शुटिंग युरोपमध्ये आणि अर्ध पंजाबच्या मोहरीच्या शेतात झालेलं होतं. सिनेमाचं नाव होत 'प्रेम' सिनेमाच्या संपूर्ण गोष्टीने प्रभावित झालेल्या निशाला वाटलं, 'प्रेम' म्हटलं की त्यात सगळं काही येतं. लंडनमध्ये राहणारी मुलगी लग्नासाठी भारतात येते. तिचं लग्न भारतात राहणाऱ्या, वडिलांच्या मित्राच्या मुलाशी ठरलेलं असतं. लग्नापूर्वी एकदा युरोप हिंडून घेण्यासाठी म्हणून ती मुलगी युरोपच्या सहलीला जाते. तिथे तिची एका तरुणाशी गाठ पडते, प्रेम जमतं.

पण तिच्या वडिलांनी शब्द दिलेला असतो. त्यांचा शब्द म्हणजे कायदाच जणूकाही. तो पाळला गेलाच पाहिजे. आईला मुलीच्या भावना कळतात, पण पत्नी म्हणून, नवऱ्याचा मान राखणं, त्यांची प्रतिष्ठा सांभाळणं हे तिचं प्रथम कर्तव्य ठरतं. असंख्य वादावादी, मारामाऱ्या, दमदाटी आणि रडारडीनंतर समस्या सोडवली जाते. शेवटी हिंदू कुटुंब अबाधितच राहतं.

ती गोष्ट पटणारी, वास्तवदर्शी होती. गाणी तर अक्षरश: तरुणांवर जादू करणारी होती. या सगळ्यात वाहून गेलेल्या निशाला वाटत होतं, माझ्याही गोष्टीचा शेवट असाच आनंदी होईल. माझं प्रेम असंच सफल होणार! सगळी त्या गोष्टीची आणि गाण्याची मोहिनी होती. एव्हाना सुरेशचे हात तिच्या सर्वांगावर मुक्तपणे फिरू लागले होते. ती खिळल्यासारखी खुर्चीत पहुडलेली... अनावर इच्छेने डोकं जड झालेलं... हृदय प्रेमाने ओथंबून आलेलं... सीटवर बसल्या बसल्या जमेल तेवढा Intimate scene करून झाला आणि इंटरव्हल आलं. थिएटरमधले दिवे लागले.

दोघं एकमेकात अशी गुंतून गेलेली होती, की खुर्च्यांच्यामधला हाताचा दांडा म्हणजे केवळ नाममात्र औपचारिकता उरली होती. सुरेश बोलला, "I love you, yaar!" निशाने त्याच्याकडे बघितलं आणि लगेच नजर वळवली. त्याचे डोळे एवढे मोठे आणि पाणीदार होते, की निशाला वाटलं आपण त्यात बुडून जाऊ. तिचं अवघं शरीर तापलं होतं. अचानक तिच्या मनात आलं, आपल्या वडिलांना आपली निवड पसंत पडेल का?

एकामागून एक सिनेमे वासनेच्या धुंदीत पाहून संपत होते. प्रत्येक वेळेला सुरेशची धिटाई एकेका पायरीने पुढे जात होती. इंटरव्हलमध्ये क्वालिटी आइस्क्रिम, पॉपकॉर्न, चिप्स, चिकन, पनीर आणि व्हेजिटेबल पॅटिस, समोसे, ब्रेड पकोडा,

सॉफ्ट ड्रिंक्स, चहा आणि कॉफी सुरेश हळूवारपणे तिला या सगळ्यांतून निवड करायला सांगायचा.

एकदा निशाला तिच्या वर्गातली एक मुलगी दिसली. तिही तिच्या मित्राबरोबर आलेली होती. निशाने तिला पाहून न पाहिल्यासारखं दाखवलं. त्या मुलीनेही निशाला पाहताच मान फिरवली.

परत येताना स्कुटर रिक्षात दोघे एकमेकांना खेटून बसत. मांडीवर मांडी टाकून. एकंदरीत 'सिनेमाला जाणं' हा दोघांचाही आवडता कार्यक्रम होऊन बसला होता.

दुसऱ्या वर्षाच्या शेवटी निशा कपड्यांच्या बाबतीतही जास्त धीट झाली. सलवार कमीजची जागा आता जीन्स आणि टी शर्टने घेतली.

एव्हाना तिच्या मैत्रिणी, सुरेशच्या आणि तिच्या प्रकरणावर उघड शेरेबाजी करू लागल्या होत्या.

"काय गं निशा, आजकाल नुसती गप्प गप्प असतेस? काय चाललंय काय तुमचं? सांग तरी आम्हाला." मैत्रिणी चिडवायच्या.

"सांगण्यासारखं काहीच नाहीये गं." निशा लाजत लाजत सांगायची.

"हं! सुनिताने पाहिलं तुला बसमध्ये. एका मुलाबरोबर होतीस. तोच का गं तो? आता आम्हाला कळलं तू तासांना का दांड्या मारतेस ते!"

"काय गं, तुम्ही दोघं लग्न करणार आहात?"

"बघू आता, कसं कसं होतय ते!" आपले कापलेले केस उडवत निशा उत्तर द्यायची. ती आता नियमित ब्युटी पार्लरमध्ये जाऊन स्वत:चे केस 'स्टेप बाय स्टेप' ट्रिम करून घ्यायची आणि फक्त केस धुण्याच्या आधी तेल लावायची. नंतर अजिबात नाही.

"एऽ, तुझ्या घरी माहीत आहे?"

"मी सांगते ना, तसं माहीत असण्यासारखं वगैरे काही नाहीये बाई आमचं दोघांचं!" स्वत:वरच खुश झालेली निशा लाजत लाजत सांगायची.

तिच्या लक्षात आलं होतं, की तिला आता पूर्वी कधीच नव्हत्या इतक्या मैत्रिणी मिळाल्या होत्या आणि त्या तिच्याभोवती घोटाळत असायच्या.

१४

लाला बनवारीलाल मृत्यू पावले. याचा दुसरा अर्थ, दुकानाच्या वरची पंधराशे चौरस फुटाची जागा होण्याच्या दृष्टीने बोलणी सुरू करायला हरकत नव्हती. घरमालकाने त्यांना तसं सांगितलंही होतं, की शेजारचा दुकानदार ती जागा मागतो आहे. तुम्हाला त्याच्या आधी घ्यायची असेल तर विचार करा.

नशिबाची उरफाटी तऱ्हा बघा. बनवारीलाल जेव्हा हयात होते, तेव्हा हाच घरमालक 'पंधरा लाखात देतो, वरची जागा घ्या' म्हणून मागे लागलेला होता. आता कुठल्याही प्रकारची हरकत घ्यायला ते नव्हते, तर आता तो पंचवीस लाख मागत होता. साठ टक्के ब्लॅक, चाळीस टक्के व्हाईट, खुली ऑफर होती, जागा घ्यायची तर घ्या!

"रक्त पितोय साला..." प्यारेलाल कडवटपणे भावाजवळ बोलला.

"काय करणार? रिअल इस्टेटच्या किमतीच फार वाढत चालल्यात." यशपाल त्याला शांत करण्यासाठी म्हणाला. "त्यापेक्षा दिल्लीच्या बाहेर जागा होणं त्यातल्या त्यात बरं पडतं, पुष्कळ जाहिराती येत असतात बघ हल्ली, 'ग्रीनवुड' 'मीडवेल' 'हिलव्ह्यू' 'सन्नी एकर्स' पण सगळ्या इथून कित्येक मैल दूर!"

प्यारेलाल इतक्या दूरच्या जागेचा विचारही करू इच्छित नव्हता. त्याच्या भावाचं मन कधी कधी बिन महत्त्वाच्या तपशीलाभोवती उगाचच घोटाळत राहत असे. पण त्याचं मन मात्र, धंद्याच्या दृष्टीने बिनमहत्त्वाच्या विचाराकडे वळायलाही तयार नसे.

त्याच्या मनात स्वत:च्या धाकट्या मुलाचा विचार आला. तो आता २१ वर्षांचा होता. नुकताच ग्रॅज्युएट झाला होता. आता त्याचं लग्न करावं लागणार होतं. करोल बागेतल्या एका मोठ्या फर्निचर दुकानदाराच्या मुलीसाठी विचारणाही झाली होती. जर ते वरच्या जागेच्या किंमतीएवढा हुंडा द्यायला तयार असतील तर हे लग्न जमवायला हरकत नव्हती.

एक आठवड्यानंतर प्यारेलालने त्याच्या बायकोला सांगितलं, "हे बघ. तुला एक मुलगी बघायला जायचं आहे."

सुशिलाला माहिती होतं, काहीतरी हेतू मनात ठेवूनच नवरा अशा गोष्टी बोलत असतो. त्यामुळे ती काही न बोलता वाट पाहत राहिली. प्यारेलालने चहा कपातून बशीत ओतला आणि मिशी ओली होणार नाही अशा बेताने तो पिऊन टाकला.

"बंसलांची मुलगी."

सुशिला एकदम सावध झाली. "कोणते बंसल?"

"फॅन्सी फर्निशिंग्जवाले."

ते ऐकून सुशिलाचं मन धावत सुटलं! बंसलांची मुलगी? तब तो मेरे बेटे का लाईफ बन गया! खरंच किती गुणाचा आहे माझा विजय! लहानपणापासून कधी कोणत्याही गोष्टीत त्याचा मला त्रास झालेला नाही. आजही मोठ्या माणसांचा मान राखून सगळं करत असतो तो, त्याला चांगली मुलगी मिळालीच पाहिजे. पण बंसलांची मुलगी घरात आणायची आणि इथे तर फक्त एकच बाथरूम आहे! काय करावं? हां गच्चीवर बांधता येईल म्हणा! पण विकी...? खरं म्हणजे त्याने केव्हाच जायला पाहिजे होतं बरेलीला!

"त्यांची मुलगी कशी काय सांगून आली?"

"मुलीच्या काकाने विजयला दुकानात पाहिलं."

"हो का? आणि मग?"

"त्यांना आवडला तो."

"बरं...?"

"आता तुम्ही जायचंय मुलीला बघायला!"

प्यारेलालची खात्री होती. अगदी मोठं काहीतरी व्यंग किवा तशीच काही समस्या नसेल, तर त्याची बायको बंसलांच्या मुलीला नापसंत करणार नाही. एकदा सोना आणि सुशिला मुलीला पाहून आल्या की मग त्या दोघा भावांना पुढची बोलणी सुरू करता आली असती.

घटना घडायच्या असल्या, की कशा पटापट घडून येतात पाहा! यशपाल मनातल्या मनात नवल करत होता. पुढच्याच महिन्यात ठरवल्याप्रमाणे सगळं घडून आलं. मुलगी पाहिली, तिकडच्यांनी मुलगा पाहिला, देणं घेणंही ठरलं, आता फक्त मुलाची आणि मुलीची भेट व्हायची राहिली होती. पण त्यात कुणालाच काही अडथळा येण्याची शक्यता वाटत नव्हती.

न आवडण्याचं काही कारणच दिसत नव्हतं. दोघेही तरुण होते, घराणी तोलामोलाची होती, शिक्षण मिळतं जुळतं होतं, मुख्य म्हणजे दोन्ही कडेच्या कुटुंबीयांची संमती होती. आणखी काय हवं? सगळं अनुरूपच होतं.

मुलीची प्रत्यक्ष भेट झाली तेव्हा विजय जमिनीकडे नजर लावून बसला होता. त्याने अगोदरच सांगून टाकलं होतं, जी मुलगी घरच्यांना पसंत असेल, तिच्याशीच

तो लग्न करणार.

मुलीचं नाव होतं रेखा, ती घरीच राहून पत्राद्वारे B.A. करत होती म्हणजे कॉलेजमध्ये जाऊन बिघडण्याचा प्रश्नच नाही. हे कुटुंबीयांना आवडलं. त्याशिवाय तिने 'कुकरी'चा क्लास लावलेला होता. कॉंटिनेंटल व्हेजिटेरियन डिशेस बनवायला शिकत होती.

"हल्लीच्या मुलींना 'फॅन्सी होम मेकिंग'ची आवड असते ना!" मुलीची आई सांगत होती.

"बघा ना. हे ट्विस्टेड चीझ स्ट्रॉज, वर चिली फ्लेक्स घालून तिनेच बनवलेत. एगलेस केकवर कॅडबरी जेम्स लावण्याची कल्पनाही तिचीच, बरं का!"

मुलीच्या स्वयंपाकातील कौशल्याची वाखाणणी झाली. तिने हातात इतक्या बांगड्या घातल्या होत्या, की मनगटं नीट दिसतच नव्हती. तिने गर्द लाल सॅटिनचा कुडता घातला होता. पोक काढून चालण्यातून नम्रता सूचित होत होती. कुडत्याच्या ताणलेला शिवणीवरून आतल्या मांसल देहाची कल्पना येत होती. मुलगी रंगाने काळी होती. दात मात्र छोटे, एकसारखे. ओठ जाड, भरलेले. ठेंगणी ठुसकीच होती. नंतर सुशिला म्हणाली, "आपला विजय तरी कुठे इतका उंच आहे?"

मे महिन्यातील लग्नाची तारीख नक्की केली. या महिन्यात भारतभर लग्नांची धामधूम असते. कारण याच महिन्यात सगळ्यात जास्त विवाहमुहूर्त असतात. ग्रहस्थिती विवाहास अनुकूल असते म्हणे!

विजयचं लग्न हा सुशिलाच्या आयुष्यातला मोठा महत्त्वाचा क्षण होता. त्या दिवशी तिचा मुलगा कुटुंबाची प्रतिष्ठा, पत आणि संपत्ती यात मोठी भर घालणार होता. आता 'घरात येणारी सून' याच विषयाभोवती तिचं सगळं संभाषण फिरू लागलं. ती कशी गोड आहे, अजिबात 'बिघडलेली' नाही, आतापासून सासूच्या तब्येतीची कशी काळजी घेते, वगैरे वगैरे.

"इतकी घरेलू आहे, अगदी माझ्या सीमासारखी. ती पोरगी सुद्धा कधी तोंड वर करून एक शब्दही बोलत नाही बरं का!"

हे सगळं ऐकत असताना निशाच्या मनात यायचं, आता लवकरच माझ्याही लग्नाची वेळ येणार आहे. मी पण खुशी खुशीत बोलेन, हसेन, गाईन, नाचेनही! मला शांत आणि गंभीर राहण्याची गरजच काय? मी तर माझ्या प्रियकराच्याच घरात प्रवेश करणार आहे. त्याची पत्नी म्हणून! (इथे ती स्वत:शीच लाजे) आमचं नातं तर आधुनिक असणार आहे. स्त्रियांनी न बोलता, गुपचुप जगण्याचे दिवस गेले आता! आणि शांतता म्हणजे विध्वंसक कार्याची खूणच! (?) हे तिच्या प्राध्यपिकांनी शिकवलं होतं, कारण त्यांनी सगळा वेळ स्त्रियांना मुकाट सोसावा लागणारा 'लिंगसापेक्ष' छळ आणि 'बोलकी शांतता' हे शिकवण्यातच घालवलेला होता.

आता विजयनंतर घरात तिच्याच लग्नाचा नंबर होता. सुरेशने, तिच्या प्रियकराने आता त्वरेने काहीतरी करायलाच पाहिजे होतं.

खरं पाहिलं तर मुलगी ही आईबापांची नसतेच. 'कन्या धन परक्याचे!' तरी पण तिचं दान करताना त्यांना ओशाळवाणं वाटू नये, खाली पाहावं लागू नये अशी निशाची इच्छा होती.

अतिशय वाजत गाजत बंसल आणि बनवारीलाल घराणं जोडलं गेलं. विजयच्या विवाहाची तयारी कित्येक महिने चाललेली होती. शिंपी आणि कशीदाकाम करणाऱ्यांना बोलावण्यात आलं. अंगणात अखंडपणे शिवण मशीनची घरघर चालू होती. खाटेवर जुन्या साड्यांत गुंडाळून, किंमती कापडांचे तागे ठेवलेले होते.

यावेळी सोनाने निश्चय केला होता, की या लग्न समारंभात विजयपेक्षाही फायद्याचं ठरणारं स्थळ निशासाठी शोधून काढायचंच. विजयची होणारी बायको रूपाने सामान्य होती. पण तिच्या मुलीकडे सौंदर्य होतं, इतक्या सुंदर मुलीकडे पाहून पैसेवाली माणसंच पुढे येणार. दोघांनाही सौदा फायद्याचा होणार आणि मग 'आयुष्यभराचा आनंद' हेच त्याचं फलित होणार!

विजयचं लग्न आठवडाभर गाजत होतं. पहिल्यांदा साखरपुडा, मग संगीत, नंतर मेहेंदी, मग रात्रभर चालणारे विवाहविधी, मग नव्या सुनेचा ग्रहप्रवेश आणि शेवटी स्वागत समारंभ.

अशा रीतीने बनवारीलाल कुटुंबाची दुसरी सून घरात आली. त्यांच्याच जातीची, त्यांच्याच समाजातली, त्याच भागात राहणारी. दोघांचं वैवाहिक जीवन सुखाचं व्हावं, यशस्वी व्हावं या करता मानवी पातळीवर जेवढं करता येणं शक्य होतं, तेवढं करण्यात आलं. बाकी पुढचं सगळं देवाच्या हातात होतं.

प्रत्येक कार्यक्रमात निशा अधिकाधिक सुंदर दिसली. सोनाच्या मते, यापूर्वी ती इतकी सुंदर कधीच दिसली नव्हती. तिच्या अपेक्षेप्रमाणे तिला काही जणांनी मागण्याही घातल्या आणि ताबडतोब कुंडली पाठवायला सांगितली. देवा सगळं चांगलचं घडू दे! म्हणून सोना मनोमन प्रार्थना करत राहिली.

रेखाचा हुंडा आला, त्यातून दुकानाच्या वरची जागा खरेदी करण्यात आली. आता पुन्हा एकदा दोन पिढ्यांमधली मतभिन्नता प्रकर्षाने पुढे आली. आजोबा

असताना जे करता आलं नाही ते आता अजय-विजयला करावंसं वाटत होतं. त्यांना 'पॉश' दुकान पाहिजे होतं. तर प्यारेलाल आणि यशपालला ती पैशांची उधळपट्टी वाटत होती. त्यांच्या मते दुकान हे दुकानासारखं असायला पाहिजे. त्यातल्या मालावरून त्याचा दर्जा ठरतो. 'अव्वाच्या सव्वा' केलेल्या सजावटीवरून नाही.

"अहो बाबा, काका, आजूबाजूच्या दुकानांकडे नजर टाका जरा. कारंजी, काचेची दारं, खास प्रकाशयोजना, भिंतीवर म्युरल्स, अत्याधुनिक शो केसेस! आम्ही तर अशा स्पर्धेत मार खाऊन जागेवरच बसून राहू. पुढे धावायची वेळच येणार नाही."

तरुण पिढी सातत्याने, जोमाने प्रयत्न करत राहिली आणि शेवटी यशस्वी झाली.

अजयच्या मित्राचा भाऊ आर्किटेक्ट होता. त्याला बोलावलं. त्याने जागेची पाहणी करून सांगितलं, दुकानाचं बांधकाम जुन्या पद्धतीचं आहे. पण त्याचा कायापालट करता येईल. मध्यवर्ती वातानुकूलन करायचं, वरती छान कलात्मक नक्षीचं फॉल्स सिलींग, भिंतीवर आरसे, छताला सोनेरी काचेचं मोठं झुंबर लावायचं. टॉयलेटला पूर्ण टाईल्स लावून टाकायच्या (टॉयलेटची सोय असेल तर गिऱ्हाईकं जास्त काळ दुकानात थांबतात). एक छोटं किचनेट करायचं (कोल्ड्रिंक ठेवायला आणि चहा, कॉफी बनवायला) मागे स्टीलचा नागमोडी जिना बसवायचा. दुकानाच्या पुढच्या भागात मोठी शोकेस, त्यात फॅशनेबल मॅनेक्वीन्स, त्यांच्याभोवती जत्रेतल्यासारखे रंगीबेरंगी लाईट्स, बस. एवढं केलं की त्याचं दुकान करोल बागेतलं 'बेस्ट दुकान' होऊन जाईल. हे सगळं करण्याची त्याची स्वतःची फी फक्त तीस हजार रुपये होती. शेवटी 'नमस्कार, आभारी आहोत, कळवू तुम्हाला' असा त्याला निरोप देण्यात आला.

यशपाल आणि प्यारेलाल नाइलाजानेच आर्किटेक्ट बोलावयाला तयार झाले होते. पण तीस हजार रुपये? काय वेड लागलंय की काय त्या माणसाला? त्याला अजयने आणलेलं होतं. त्यामुळे त्याला कमी पैशात पटवायचं काम अजयवर सोपवण्यात आलं.

अजयने त्याला सांगितलं, की तुझी स्वतःची फी थोडी कमी कर. तर आमचं काम नेहमी तुलाच मिळत राहील. शिवाय वर बांधकाम करण्यासाठी MCD ला चारा घालत राहावंच लागणार होतं.

आर्किटेक्ट अजयला म्हणाला, "काय शेट, आम्हाला पण घर संसार चालवावाच लागतो ना!" पण मनात मात्र म्हणत होता, MCD ला लाच म्हणून महिना ५०हजार रुपये द्यायला हे तयार आहेत, पण माझ्या कलेचे, मेहनतीचे आणि अकलेचे पैसे द्यायला मात्र खळखळ हं?"

शेवटी आर्किटेक्ट तडजोडीला तयार झाला. म्हणाला, "माझी फी वीस हजार लावतो, पण बांधकामाचं कॉन्ट्रॅक्टही मलाच दिलं पाहिजे." त्याचे डिझाइनर आणि कॉन्ट्रॅक्टर असे दोन्ही व्यवसाय होते. अजय म्हणाला, "फार फार आभारी आहे. विचार करून सांगतो."

एवढे पैसे मागतोय? त्याला काय वाटलं, आम्ही मूर्ख आहोत? तो काय बांधकामाला परवानगी देणं, NA करून देणं अशी उपयोगी कामं करून देतो की काय? उगीच आपला कडेकडेने पैसे काढायला बघतोय, त्याला म्हणावं वीस हजार घे. कॉन्ट्रॅक्ट वगैरे काही मिळणार नाही.

अजयने घरच्यांशी युक्तिवाद सुरू केला, "आपणही विचार करायला पाहिजे, तो कसा काय जमिनीचा वापर वगैरेची कामं करणार? ते तर देव पण नाही करू शकणार. लावू दे ना त्याला त्याचा कॉन्ट्रॅक्टर, नाहीतरी आपण थोडेच प्रत्येक लहान सहान बाबतीत देखरेख करू शकणार आहोत? जर काही गफला केलाच त्याने, तर राहिलेले पैसे देऊ नका त्याला."

यशपालला वाटलं, आज बाओजी असते, तर प्रत्येक लहान सहान गोष्ट त्यांनी स्वतःच्या देखरेखीखाली करवून घेतली असती. पण जुन्या कामाच्या रिती, तरुण मुलांना सांगून काय उपयोग होणार? आर्किटेक्ट आणि कॉन्ट्रॅक्टरवर पैसे वाया घालवतायत. यांना शो पाहिजे शो! पण प्यारेलाल काहीच म्हणत नाही मग आपण तरी कसं बोलणार?

प्यारेलाल काही बोलला नाहीच. दोन्ही बाजूंनी बळेबळेच वीस हजारवर बोली पक्की केली. त्यात डिझायनिंग आणि बांधकाम दोन्हीचा समावेश होता आणि बांधकाम सुरू झालं. दुकानाच्या पुढे बांधकामासाठी बांबू, परात उभारण्यात आली. त्यावरून दिवसभर डोक्यावर सिमेंटच्या गोण्या, दगड, इलेक्ट्रीक फिटिंगचं साहित्य, आरसे, कमोड, बेसिन असं काय काय घेऊन तोल सांभाळीत कामगार वर चढत, पुन्हा खाली येत.

बांबूची परात उभारलेली दिसल्याबरोबर एक पोलीस आला. त्याने आत दुकानात जाऊन बांधकामाची परवानगी घेतली आहे का? याची चौकशी केली तो परवानगीचं पत्र बघायला मागू लागला. त्याच्यासाठी तत्परतेने चहा मागवण्यात आला. प्यारेलाल मानभावीपणे म्हणाला, "हवालदार साहेब, तुम्ही आमच्या वडिलांसारखे. तुमच्यापुढे आम्ही काय बोलणार?"

पोलीसही सज्जनपणाचा आव आणत म्हणाला, "पोरांनो, देव तुम्हाला सुखी ठेवो. पन् आम्हाला बी पोट हाय. त्ये भरायला चाकरी करावीच लागती. आन् चाकरी करायची म्हटली, म्हंजे सायबाला नाराज करून कसं चालणार? माझी ड्युटी या

लाइनवर हाये. तवा मला नजर ठिवावीच लागती. चला दावा पाहू त्ये कागुद!''

आता कसं करायचं? प्यारेलाल आतल्या आत रडू लागला. त्याला माहिती होतं, बेकायदा बांधकामाला मंजुरी मिळवणं अवघड नाही, तर अशक्यच होतं. सरकारी ऑफिसात देव आला, तरी त्यालाही ते लोक परत पाठवतील! हा क्लिअरन्स आणा, ती NOC आणा, याचा हात ओला करा, त्याला खुश करा. आख्खं आयुष्य जातं यांची कृपा मिळवता मिळवता. आणि मग आम्ही दुकान कसं चालवायचं? आम्हालाही मुलंबाळं आहेत. त्यांना खाऊ-पिऊ घालायला, शिक्षणाला आम्हालासुद्धा पैसा लागतो.

बाप म्हटलेल्या पोलिसाला हे पटलं, पण त्याच्या हातात काही नव्हतं. 'ज्युनिअर इंजिनिअरला पाठवतो' असं सांगून तो निघून गेला.

ज्युनिअर इंजिनिअर आल्यावर अशाच प्रकारचं संभाषण झालं. आता तो सांगत होता, कायदा म्हणजे कायदाच असतो. तो मोडता येत नाही. शिवाय त्याच्याही हातात काही नाही. वरिष्ठांना जाब द्यावा लागतो. पण बांधकाम चालू असेपर्यंत दर महिन्याला पन्नास हजार रुपये मिळणार असतील, तर याच गोष्टीचा दुसऱ्या बाजूने विचार होऊ शकला असता. शेवटी त्याला पण मुलंबाळं होती. त्यांचं शिक्षण, खाणं-पिणं, कपडालत्ता, सरकारी नोकरीतल्या तुटपुंजा पगारात या सर्वांचा मेळ घालायचा म्हणजे...

तो गेला आणि दुसऱ्या दिवशी पुन्हा हवालदार आला. त्याचा पगार तर इंजिनिअरच्या मानाने अगदीच किरकोळ. पुन्हा मुलंबाळं, त्यांचं शिक्षण, कपडालत्ता... शेवटी त्यालाही दर आठवड्याला काही पैसे द्यायचं ठरलं. अर्थातच ते हजारात नसून शेकड्यात होते.

एकदा असं 'मिटर' चालू झाल्यानंतर बांधकामाचा वेग पाहण्यासारखा होता. आर्किटेक्टला दम देण्यात आला. कसंही करून एका महिन्यात परात निघाली पाहिजे.

त्यानेही उत्तर दिलं. ''तुम्ही त्याची काळजीच करू नका हो, ते माझ्यावर सोडून तुम्ही खुशाल आपल्या दुकानदारीत लक्ष घाला. अहो, वेळेवर काम करून द्यायचं, हीच आमची खासियत आहे.''

आता वीस मजूर कामाला लावण्यात आले. ते तिथेच राहायचे आणि १८-१८, २०-२० तास काम करायचे. त्यांच्यासाठी सतत, चहा, जेवण, चहा, जेवण त्या बांधलेल्या परातीवरून वर पाठवलं जाई.

दुकानात बसल्या बसल्या प्यारेलाल एखाद्या बहिरी ससाण्यासारखं लक्ष ठेवून असायचा. तो आर्किटेक्ट, सुपरवायझर, सब कॉन्ट्रॅक्टर्स, मजूर सगळ्यांकडे पाहत असायचा. ''महिन्याच्या वर एक दिवस लागू दे यांना, मग सांगतो!'' असं पुटपुटत

राहायचा.

त्या वर्षी ज्युनिअर इंजिनिअर पोलीस यांना भरपूर दिवाळी बोनस द्यावा लागला. त्यांच्या स्टाफला तर नेहमीप्रमाणे द्यावाच लागला. त्यामुळे प्यारेलालचा 'मूड' आणखी खराब झाला. सर्वांनी शुभेच्छा दिल्या.

"दिपावली शुभचिंतन! बनवारीलाल कुटुंबीयांची अशीच भरभराट होवो! दुकानावर सतत लक्ष्मीच्या कृपेची बरसात होवो!" पण लक्ष्मी प्रसन्न होण्यापूर्वीच त्या ज्युनिअर इंजिनिअरची बदली झाली. ज्याची भीती वाटत होती, तेच घडलं. म्हणतात ना, भित्यापाठी ब्रह्मराक्षस!

आयुष्य तुम्हाला बडवत असतं, लाथा घालत असतं. तुमची परीक्षा घेत असतं. यातून निभावून जायचं असेल, तर काही गोष्टी आपल्याला मिळू शकणार नाहीत, याचा पूर्ण स्वीकार करावा लागतो आणि त्याच वेळेला आपल्या स्वत:च्या प्रयत्नांवर विश्वास ठेवून वाटचाल करावी लागते. म्हणूनच करोल बागेत, दुमजली दुकान सुरू झाल्यानंतर, यशपालने 'आहे त्यात समाधान' हेच धंद्याचं धोरण कायमसाठी ठरवलं.

बदलून आलेल्या ज्युनिअर इंजिनिअर ने जाहीर करून टाकलं 'बेकायदा बांधकाम' "बेकायदा कसं काय? आम्ही आधीच्याच खोल्यात फक्त स्वत:च्या सोयीसाठी बदल करून घेतो आहोत." कुटुंबीयांनी प्रतिवाद केला.

"कागदपत्र दाखवा."

इथे घोडं अडलं! कुठून आणणार कागदपत्रं? ती काय निर्माण करता येणार होती? पण तो त्यांचा बाप होता. त्यांना त्याचं कृपाछत्र हवं होतं आणि त्याला त्यांची कृतज्ञता! (?) त्याच्या अगोदरच्या अधिकाऱ्यानेच तसा पायंडा पाडून ठेवलेला होता.

पण हा ज्युनिअर इंजिनिअर 'त्यातला' नव्हता. तो कशानेही बधला नाही. दुसऱ्याच दिवशी त्यांच्या दुकानाला सील ठोकण्यात आलं. दुकानाला मोठं कुलूप आणि त्यावर सरकारी हुकमाचा कागद चिकटवलेला. त्यांनी कायदा तोडला हे कागदावर आलं. याचा अर्थ त्यांचं दुकान आता कोर्टाच्या कारवाईखाली गेलं. म्हणजे पुढच्या पिढ्यांची वाट लागणार!

झालं! हादरलेला आर्किटेक्ट, प्यारेलाल, यशपाल आणि अजय, तो अख्खा दिवस म्युनिसिपालटीच्या ऑफिसमध्ये होते. शेवटी संध्याकाळी असि. इंजिनिअरची भेट झाली. त्यांनी स्वत:ची बाजू मांडली. दयेची भीक मागितली. काहीतरी गैरसमजूत झालेली आहे. आमची केस कोर्टात जायला नको होती. त्यांच्या रोजी रोटीचा आणि मुलांच्या भवितव्याचा प्रश्न होता.

असि. इंजिनिअर समंजस माणूस होता. त्याच्याकडून होईल ते सगळं करण्याचं

त्याने आश्वासन दिलं. नवीन आलेला ज्युनिअर इंजिनिअर अजून बच्चा होता. ऑफिस कसं चालतं, याची त्याला काय कल्पना? शेवटी दोन दिवस आणि वीस हजार रुपये घालवल्यानंतर दुकानाला लागलेली कुलपं निघाली. तरी त्यांना सांगितलं गेलं की तुम्हाला फार स्वस्तात सौदा पडला. हे जाणून त्यांनी सोयिस्करपणे आभारही मानले. कारण जर प्रकरण कोर्टात गेलं असतं, तर नुसता खटला उभा राहावा यासाठीच त्यांना 'अनेकांना' चारा घालावा लागला असता आणि सुनावणीसाठी आणखी तेवढेच पैसे ओतावे लागले असते. यात कित्येक वर्षं गेली असती. केवळ मूर्ख लोकच न्याय व्यवस्थेवर विश्वास ठेवून वाट पाहू शकतात.

रूपाच्या नवऱ्याचं उदाहरण म्हणजे कोर्टाच्या निरुपयोगीपणाचा पुरावाच होता. त्यामानाने बनवारीलालना दोन दिवस आणि वीस हजाराचा सौदा फायद्याचा ठरला असंच म्हणावं लागलं. स्वतःच्याच घरात ठेवलेला भाडेकरू काढण्यासाठी प्रेमनाथला तब्बल वीस वर्षं कोर्टात भांडावं लागलं आणि तेवढ्या अवधीत तो वकील भाडेकरू मात्र पन्नास रुपयांचं क्षुल्लक भाडं भरून, भरपूर कमाई करत राहिला आणि घरमालक दारिद्र्यात पिचत राहिला.

बांधकाम कबूल केलेल्या एक महिन्यात पूर्ण झालं नाही. पुढेही चालू राहिलं. आर्किटेक्टने सांगितलं, की मधले दोन दिवस दुकानाला सील ठोकलं गेलं. तेवढ्या वेळात त्याच्या मजुरांनी दुसरीकडे कामं पकडली. अतिशय नाइलाजाने कडवटपणे प्यारेलालने आणखी पन्नास हजार काढून दिले. काय करणार? त्यांच्या बेकायदा बांधकामाकडे पुढचा महिनाभर डोळेझाक करण्याची तेवढी किंमत त्याला मोजावीच लागली. दोन महिन्यांनी दुकानाच्या छताला भगदाड पाडून त्यातून वरच्या मजल्यावर जाण्याकरता स्टीलचा जिना बसवण्यात आला आणि अशा तऱ्हेने एक लाख वीस हजार रुपयांची फोडणी बसल्यावर कुठे ती बांबूची परात खाली उतरवण्यात आली. आता फक्त वरच्या मजल्याची अंतर्गत सजावट बाकी होती.

जिन्या भोवती जाड प्लॅस्टिकचा पडदा टाकण्यात आला. त्याच्या आड कामगारांच्या फेऱ्या चालू होत्या. ते चोवीसतास काम करत होते. जमिनीला संगमरवरी फरशा बसवण्यात आल्या. काचेची कपाटे आणि विक्रेत्यांना उभं राहाण्यासाठी ग्रॅनाईटचे काउंटर्स बनवण्यात आले. गिऱ्हाईकांना गाद्यांवर बसून माल दाखवण्यासाठी जास्त जागा लागते. त्यामुळे उभं राहून चटपटीतपणे माल दाखवण्यासाठी सोय केली गेली. त्याबरोबर विक्रेत्यांच्या वाढणाऱ्या दमणुकीच्या प्रश्नाकडे अर्थातच कानाडोळा करण्यात आला.

ही नवी पद्धत होती. खाली बसून आरामात तागे उलगडून दाखवणं हे जुन्या काळातल्या गिऱ्हाईकांसाठी ठीक होतं. कुणालाच घाई नव्हती. विक्रेत्यानेही सावकाश

माल दाखवायचा आणि गिऱ्हाईकाने तब्येतीत विचार करून, खरेदी करायची की नाही त्याचा निर्णय घ्यायचा. चहा, कॉफी, कोल्ड्रिंक पाजत गिऱ्हाईकं पटवायची म्हणजे विक्रेत्याची परीक्षाच असे.

आठ लाख खर्चून वरच्या मजल्याचं इंटिरिअर डेकोरेशन पूर्ण झालं. आर्किटेक्ट त्याचे राहिलेले पाच हजार घ्यायला आला तेव्हा त्याच्या तोंडाला पानं पुसण्यात आली. त्याच्या दिरंगाईमुळे त्यांना म्युनिसिपालटीच्या डोंबलावर इतके पैसे घालावे लागले होते. त्यामुळे आता त्याला एक पैसासुद्धा देण्याची त्यांची तयारी नव्हती.

आर्किटेक्टने बराच वाद घातला. पण त्यांनी ताकास तूर लागू दिली नाही. मालकांच्या खाजगी उपयोगासाठी बनवलेल्या क्युबिकलमधून बाहेर पडताना आर्किटेक्टला वाटलं, त्या कॉन्ट्रॅक्टरकडूनच कमिशन काढलं पाहिजे. या मख्खीचूस दुकानदारांच्या हातून काहीच सुटायचं नाही. हे फक्त पैशाकडे पाहतात.

१५

दुर्दैवाची गोष्ट अशी की, विजय आणि रेखाच्या वैवाहिक जीवनात, देवाने 'कटकटी' लिहून ठेवलेल्या होत्या. वरच्या मजल्यावर 'फक्त एकच बाथरूम असणं' ही गोष्ट कलहाचं बीज ठरली आणि पुढे त्या बीजाने असं काही अक्राळ विक्राळ रूप धारण केलं की तो कलहवृक्ष एवढ्या मोठ्या घरात देखील भावेनासा झाला.

रात्री दोघांचं शारीरिक मीलन झाल्यानंतर उठून चोरपावलाने उघड्यावरच्या बाथरूम मध्ये जाणं नववधूला गैरसोयीचं वाटत होतं का? की उघड्यावर असलेला वॉशबेसिनवर हात धुताना आणि दात घासताना सर्वांनी पाहणं तिला नको वाटत होतं? तिला संडासला जायचं असेल आणि त्याचवेळी नेमकं अजय, सीमा किवा सासू-सासऱ्यांपैकी कुणी आत गेलेलं असेल, तर संडासच्या दारावर टकटक करणं तिला विचित्र वाटत असेल का?

बेसिन, संडास आणि बाथरूम हे तीन वेगवेगळ्या कोपऱ्यात असल्यामुळे तिला जमवून घ्यायला त्रास पडत असेल का? तिला काय वाटत होतं त्याचे प्रतिध्वनी खालच्या घरात येऊन आदळायच्या आधी वरच्या मजल्यावर घुमले.

"आपला घरात साधी लघवीला जाण्याची पण व्यवस्थित सोय नसताना कुणी सांगितलं होतं माझ्या लग्नाची घाई करायला?" विजयने तक्रार केली. याच विजयला लग्नाच्या आधी लघवीला जाण्याबद्दलची कोणतीही समस्या नव्हती.

सुशिलाही दुपारी सोनाकडे तक्रार घेऊन आली. "अजय-सीमा आणि त्याचं बाळ एका रूममध्ये, आम्ही दोघं एका रूममध्ये, विजय आणि रेखा एका रूममध्ये आणि शेवटच्या खोलीत डायनिंग टेबल, सोफा, फ्रीझ, टी.व्ही. तिथे तर पाय ठेवायलाही जागा नाही. सगळ्यात मोठा प्रॉब्लेम झालाय बाथरूमचा. रेखाला 'हवं-नको' झालंय ना! तिला सारखं जावं लागतं. नेमकं त्याच वेळेला दुसरं कुणी गेलेलं असलं की हिला कळा यायला लागतात हो! फारच मोठा प्रॉब्लेम येतो. खाली तुमचं आपलं बरंय. त्यामुळे तुमच्या नाही लक्षात यायचं. तुम्ही फक्त चारच माणसं. शिवाय अंगण, वऱ्हांडाही मिळतो वापरायला."

सोना थोडीच गुपचुप ऐकून घेणार?

"अगं सुशिला, तू आशा आणि विराटला विसरलीस का? दिवसभर ते खालीच असतात. फक्त रात्री झोपण्यापुरतेच गच्चीवर जातात." सोनाने थंडपणे सुनावलं. "एके काळी नऊ नऊ माणसं खालच्या चार खोल्यांत राहत होती. पण 'आपलंच कुटुंब आहे' ही एकोप्याची भावना होती ना! सगळे एकमेकांना सामावून घेत होते." सोनाने हे सगळं सुरू केल्यानंतर सुशिलाने एक मोठी जांभई दिली आणि झोपायला वर निघून गेली. तिला सोनाच्या रडगाण्याचा प्रत्येक स्वर पाठ होता आणि पुढच्या द्रुतलयीतल्या ताना ऐकण्याची तिची इच्छा नव्हती.

अखेर एक दिवस यशपालशी बोलता बोलता प्यारेलालने हा मुद्दा काढलाच. "विजय म्हणतो, आता आपण मोठ्या घरात राहायला गेलं पाहिजे. आता कुटुंब वाढतंय ना, लहान जागेत फार अवघड होऊन जातं."

हे ऐकून यशपालचा आपल्या कानांवर विश्वासच बसायला तयार नव्हता. "लग्नामुळे पोराचं डोकं फिरलंय," तो म्हणाला, "एकमेकांना सहन करणं, सामावून घेणं फार महत्त्वाचं आहे. कायम फक्त स्वत:चाच विचार करणारी माणसं आयुष्यात फार पुढे जाऊ शकत नाहीत. मी वळवतो त्याचं मन." यशपाल विजयशी बोलायला तयार होता पण मुलातर्फे प्यारेलालनेच त्याला नको सांगितलं. त्या ऐवजी कधी कधी खरोखर कशी पंचाईत होऊन जाते, अडचण खरीच आहे हे तो पटवू लागला. पुढे असंही म्हणाला की विजय जर मोठ्या घरात राहायला गेला तर आम्हालाही त्याच्याबरोबर जावं लागेल. तो एकटाच वेगळा राहणार हे त्याची आई सहनच करू शकणार नाही.

"अरे मग एका जोडप्याने खाली राहायला या की." यशपालने उपाय सुचवला.

"भाईसाब, तुमचं मन खरोखरच खूप खूप मोठं आहे हो! पण असं पाहा, आता रेखाला दिवस गेलेत, मला सासू म्हणून सतत तिची काळजी घ्यावी लागते आणि अजय सीमाची मुलगी तर आजी शिवाय झोपत देखील नाही. त्यामुळे मी मुलांपासून वेगळं राहणं शक्यच नाही."

"मग याच्यावर तोडगा काय काढायचा?"

यशपालने चांगुलपणाने विचारलं. प्यारेलालच्या डोक्यात होतं, ते त्याच्या स्वप्नातही येणं शक्य नव्हतं. हे घर पाडायचं आणि इथेच नव्या पद्धतीचं घर बांधायचं. नव्या पद्धतीच्या घरामध्ये हे अंगण, वऱ्हांडा नसेल, त्या ऐवजी जास्तीच्या बेडरूम्स असतील आणि प्रत्येक बेडरूमला स्वतंत्र संडास-बाथरूम असेल.

फक्त काही काळापुरती छोटीशी तडजोड करण्याचा प्रश्न आहे. त्यासाठी अख्खा वाडा पाडून टाकायचा? हा कुठला जहाल तोडगा? त्याला तणाव कमी करायचा आहे, की वेगळं होण्याचा प्रस्ताव मांडायचा आहे? नक्की काय? नुकताच

कुटुंबप्रमुख झालेला यशपाल संभ्रमात पडला. जर आपण सर्व एकमेकांबरोबर साधं एकत्र सुद्धा राहू शकत नसलो, तर सगळ्यांच्या मनासारखं करत करत व्यवसायाची आणि जीवनाची वाटचाल कशी करू शकणार आहोत?

यशपालला प्रकर्षाने वाटलं, 'आज बाओजी हयात असायला हवे होते. त्यांनी विजयवर अंकुश ठेवायला प्यारेलालला भाग पाडलं असतं.'

प्यारेलालने मोठ्या कौतुकाने, धाकट्या मुलाच्या सासुरवाडीचा बिल्डर बोलावला होता, तो आता या प्रकरणावर चर्चा करायला येऊ लागला. वास्तविक अशा कुणाचा सल्ला घ्यायला यशपालचा सक्त विरोध होता. कारण पर्यायाने त्याचा अर्थ, नवीन घर तुम्हाला बांधायचंच आहे, असा होतो.

"एकदा नुसतं बोलून घ्यायला काय हरकत आहे? ते आपल्या घरचेच आहेत. नुसतं बोलण्यासाठी फी वगैरे नाही द्यावी लागणार त्याना." प्यारेलालने लक्षात आणून दिलं. शिवाय हेही सांगायला तो विसरला नाही, की आजूबाजूला नुसती नजर टाकली तरी मोठ्या भावाच्या लक्षात येईल, की जुनी घरं पाडून तिथे फ्लॅट सिस्टिम बांधायची, असं भविष्यात प्रत्येक घराचंच होणार होतं.

यशपाल काहीच बोलला नाही. एकत्र कुटुंबात तडजोड करणं नेहमीच महत्त्वाचं असतं. पण नेतृत्व कणखर असेल तर ती कमी वेळा करावी लागते. यशपालला पुन्हा वडिलांची आठवण आली.

प्यारेलाल बायकोला सांगत होता, "खरंच, माझा मोठा भाऊ इतका धीमेपणाने, काळजीपूर्वक निर्णय घेणारा नसता ना, तर फार बरं झालं असतं. अरे तुमची जर कोणतच धाडस दाखवायची तयारी नसेल, तर धंदा करणार कसा तुम्ही?"

नवऱ्याचं हे बोलणं ऐकताना सुशिलाच्या अंतरात्म्याला, जखमेवर थंडगार मलम लावल्यासारखं वाटत होतं. अखेर स्वत:ला काय वाटतं त्याचा विचार करून, स्वत:चं मत बनवण्याइतका तिचा नवरा परिपूर्ण झाला तर! नाहीतर इतकी वर्षं वडिलांचे सावध, जपणारे हात त्याला मागे खेचत होते. थोरल्या भावाविषयीच्या सद्भावनेने मन व्यापलेलं होतं. त्यांना पूर्ण समाधान देण्यात तो धन्यता मानत असे. त्यात जी काही गोगलगायीच्या गतीने प्रगती होत असे, त्यातच तो समाधानी होता.

पण त्यात त्याचा काही दोष नव्हता. तो पडला धाकटा, तो कसा कोणते निर्णय घेऊ शकणार? आता कसं, त्यांची मुलं मोठी झाली, घरात सुना आल्या, नातवंडं झाली. आता तो स्वत:च खऱ्या अर्थाने एक कुटुंबप्रमुख झालेला होता. भविष्यात डोकावून पाहताना, सुशिलेला दोन घरं स्पष्टपणे वेगळी दिसली. वरच्या मजल्यावर बांधकाम केल्यापासून दुकानाचे दोन विभाग झालेलेच होते. त्यामुळे

नैसर्गिकपणेच विभाजन झालेलं होतं. दिवसापासून रात्र वेगळी होते ना, तितकं स्पष्ट आणि साहजिक.

संध्याकाळी घरी आल्यावर यशपाल सोनाला सांगत होता, ''तो म्हणतोय बिल्डरशी बोलू या म्हणून. पण मला वाटतं त्यांची बोलणी अगोदरच झालेली असावीत.''

''मी म्हणते, त्याला भेटू द्या की बिल्डरला, भर म्हणावं त्याची फी.''

''नाही, पैशाचा प्रश्न नाही म्हणा, तो रेखाचा नातेवाईकच आहे.''

सोना गप्प झाली. नेहमीप्रमाणे याही वेळेला नशिबाचा मुक्काम वरच्या मजल्यावर होता.

''तो इथे बिल्डिंग बांधणारच, नाहीतर इथून जातो म्हणेल.''

''जाऊ द्या जायचं असेल तर.''

''हं! इतकं साधं सरळ नाही ते!'' यशपालने उसासा टाकला.

''दुसरीकडे जागा घ्यायला पैसे लागतील. ते दुकानातूनच घेणार ना तो?''

''तुम्ही सारखे त्याच्याच बाजूने विचार करत असता. तो कधी तुमचा विचार करतो का?''

''तसं नाही, त्याचं वाढतं कुटुंब आहे. तो म्हणतो, त्याचे आणि दोन मुलांचे मिळून तीन पंचमांश हिस्से होतात आणि मी आणि माझा एक मुलगा मिळून दोन पंचमांश भाग आपल्याला.'' सोनाचे डोळे आणि तोंड एकदमच विस्फारलं गेलं.

''शिव शिव शिव! जगाच्या पाठीवर एवढा लोभीपणा कुठेच पाहिला नव्हता. हे तर शुद्ध धमक्या देऊन पैसा उकळणं झालं. इतकी लबाडी? एक सांगायचं आणि भलतंच करायचं!'' ती कडकपणे म्हणाली.

''आणि काय हो, मग फक्त दोन पंचमांशच का? विकीचं काय? आपण लहानपणापासून त्याला सांभाळलं! आता त्याच्या बायको मुलालाही पोसतो आहोत. आपल्याला त्याचा अर्धा वाटा तरी मिळायलाच पाहिजे!''

''तो म्हणेल, तो बहिणीचा मुलगा आहे आणि बाओजीसुद्धा त्याला कधीही इस्टेटीतील हिस्सेदार समजत नव्हते.''

सोना दात ओठ खात गप्प बसली. तिने जाणलं, की ही विकीची विकेट कच्ची आहे. पक्क्या गोलंदाजी पुढे टिकाव धरू शकणार नाही.

''काय आहे, त्याच्या मुलांची नुकतीच लग्नं झाली आहेत. त्यांच्यात तारुण्याची रग आहे. उसळतं रक्त आहे. त्यांना हजार गोष्टी हव्या असतात. त्यालाही जडच जात असणार.''

''प्रत्येक वेळेला तुम्ही दुसऱ्याच्या बाजूने विचार का करता? आमची बाजू

तुम्हाला दिसत कशी नाही?'' सोनाने कळवळून विचारलं.

''मी माझ्या भावाशी भांडावं अशी तुझी इच्छा आहे का?'' सोनाची खरोखर अगदी तशीच इच्छा होती. पण बोलणार कसं? त्यांची बाजू पडती होती. वरच्या मजल्यावरची पाती बलदंड होती. दोन दोन लग्न झालेले मुलगे. शिवाय त्यांच्या दोन मजबूत सासुरवाड्या आणि इथे खाली? एकच मुलगा राजू, बिचारा आताशी बारावीत शिकत होता. मोठा झाल्यावर तोही वडिलांना मदत करील. तो ही म्हणेल 'मला हे पाहिजे ते पाहिजे.' पण सध्या तिच्या नवऱ्याची कोणत्याही भांडणात विजयी होण्यासारखी परिस्थिती नव्हती. हे तिने जाणलं होतं.

दुसऱ्या दिवशी संध्याकाळी दुकान बंद करून आल्यानंतर, पडलेल्या चेहऱ्याने यशपालने सोनाला सांगितलं, ''आता मला नाही वाटत, आपल्याला काही म्हणायला वाव राहिलाय म्हणून! तो म्हणतो तसं केलं नाही, तर तो निघून जाईल.''

''जाऊ दे की! आपलं काय बिघडणार आहे?'' उत्तर नाही. कलियुग बरं, हे कलियुग! आपल्याच रक्ताचे लोक, आपलं रक्त पिऊ पाहतात! कुठेही काही शुद्ध, पवित्र असं राहिलेलंच नाही.

''अहो कुठे जाणार आहेत? नुसता दम देतायत झालं! काही लक्ष देऊ नका तुम्ही!'' सोनाने आणखी एक उलटा टाका घातला. पण यशपाल आपल्याच विचारात मग्न होता. बाओजी गेले आणि आपलं घर बदलतच गेलं. प्यारेलाल सदोदित अस्वस्थ आणि चिडचिडलेला असतो. त्याला नेहमी काही ना काही हवंच असतं. बाओजी मुद्दामच त्याच्या काही मागण्या नामंजूर करत असले पाहिजेत. ते होते, तेव्हा यशपालच्या जिवाला कधीच असा घोर लागला नव्हता.

तयार झालेले घराचे आराखडे घेऊन प्यारेलाल प्रथम सोनाकडे आला. अचानक दुपारच्या वेळी घरात येऊन तो सोनाला म्हणाला, ''भाभी, हे बघा घराचे प्लॅन्स घेऊन आलोय. म्हटलं, सर्वांत आधी तुम्हाला दाखवावेत.''

दिराला पाहून घाईघाईने डोक्यावर पदर घेत सोना म्हणाली, ''देवरजी, मला खरंच बिझिनेसमधलं काही कळत नाही.'' असं म्हणताना ती उत्सुकतेने त्याच्या हातातल्या निळसर कागदाच्या गुंडाळीकडे बघत होती.

''अहो, बिझिनेसचा काही संबंध नाही यात. हा आपल्या घराचा प्रश्न आहे. बघा तरी, केवढी जागा बांधून देतोय तो माणूस आपल्याला! मी त्याला साफ सांगितलं, म्हटलं सगळ्यात मोठा आणि चांगला प्रशस्त फ्लॅट पाहिजे माझ्या भैय्या आणि भाभीला. आमचा आपला साधारण असला तरी चालेल.''

प्यारेलाल बसला, त्याने सनमायका लावलेलं टेबल पुढे ओढून घेतलं आणि त्यावर तो नकाशा पसरला. ''मला तर यातलं काही समजत नाही हो देवरजी,''

कसनुसा चेहरा करत सोना म्हणाली.

"मी सांगतो ना समजावून, बघा हं! तुम्ही पहिल्या मजल्यावर. तसे १४०० स्क्वेअर फूटच बांधू शकतो, पण हा बिल्डर आपल्याला १६५० देतो आहे. फार हुशार बिल्डर आहे. आपल्या रेखाचा चुलताच आहे. तिच्या वडिलांचा सख्खा भाऊ. हे बघा. प्रत्येक बेडरूमला जोडून संडास-बाथरूम, कुणाचीही गैरसोय नको व्हायला. काय?" असं म्हणून प्यारेलाल माफक हसला. पण सोना हसत नाही असं पाहून पुन्हा त्या कागदावरचे चौकोन दाखवू लागला.

"हे बघा. इथे हे मॉडर्न किचन, त्यातही इथे फ्रीजची जागा म्हणजे दरवेळी एक टोमॅटो जरी हवा असला तरी पळा दुसऱ्या खोलीपर्यंत, असं करायला नको आणि छोटंसं देवघर वेगळंच, म्हणजे किचन मध्ये घामाघूम होत तुम्हाला आरती करायला नको. इकडे या बाजूला छोटी गच्ची, इथून समोरचा पार्क दिसतो. मला माहितीय भाभी तुम्हाला मोकळी हवा आवडते. आपलं संध्याकाळच्या वेळेला इथं खुर्ची टाकून बसायचं आणि सगळ्या नातवंडांना पार्क मध्ये खेळताना बघायचं.

"यांचा आर्किटेक्टही फार हुशार आहे बरं का! छतावर मस्तपैकी फुलांचं डिझाईन असेल, प्रत्येक रूममध्ये काचेचं झुंबर, खाली दुकानातल्यासारखा चकचकीत मार्बल, पण हे सगळं ते अगदी स्वस्तात करून देणार आहेत. आपल्या रेखाचे चुलतेच आहेत ना? त्यांनी तयार केलेलं एक घर बघून आलो ना मी, तुम्हाला बघायचं असेल तर एक दिवस जाऊ आपण, मी घेऊन जाईन तुम्हा दोघांना, कधी जायचं बोला!"

सोनाला आता कुठे स्वत:चा गायब झालेला आवाज सापडला! "नाही नाही देवरजी, त्याची काही गरज नाही. तुम्हाला आवडलंय ना, मग आमचीही पसंती त्यातच आली. ज्यात तुम्हाला आनंद, त्यातच आम्हालाही." तिने त्या नकाशाकडे पुन्हा टक लावून पाहून घेतलं.

तिला काहीच समजलं नाही. ती काय करणार त्याचं? पण दिराचे शब्द मात्र साजुक तुपासारखे सुखवत तिच्या कानात शिरले. त्यांचा नक्कीच उपयोग झाला.

तिला वाटायला लागलं, आपण मासिकातल्या किचनच्या जाहिरातीत असते, तशी सुंदर झुळझुळीत साडी नेसून, हसऱ्या चेहऱ्याने, प्रफुल्लीत मनाने काम करणारी गृहिणी होणार आहोत.

आता प्यारेलाल त्याचं स्वत:चं स्वप्न उलगडून दाखवू लागला. नव्या घराला चार मजले आणि एक तळघर असेल. त्यापैकी वरचे दोन मजले आणि तळघर बिल्डर घेणार होता आणि खालचे दोन मजले आणि पन्नास लाख रुपये त्यांना मिळणार होते. दोन्ही भावांना १०-१० लाख आणि उरलेले ३० लाख दुकानात घालायचे, म्हणजे त्यांची सगळ्या बाजूने चांदीच चांदी होणार होती.

"मला यातलं खरंच काही कळत नाही देवरजी, तुमचे भाऊच सगळं ठरवतील."

"अरे भाभी, तुम्ही एकदा ठरवलं ना की बस्स! त्याचं मी बघून घेतो. तुम्हाला आवडलं पाहिजे. तुम्ही खुश राहिला पाहिजेत. माझ्या वहिनीला गैरसोयीत दिवस काढावे लागलेले मला अजिबात सहन होणार नाही."

❧

हे सगळं चाललेलं असताना आशा अक्षरश: जिवाचे कान करून सगळं ऐकत होती. तिने वरच्या मजल्यावर चाललेली बोलणी ऐकली, खालच्या मजल्यावर चाललेली बोलणी ऐकली आणि तिला स्पष्टपणे कळून चुकलं, की नव्या घराच्या आराखड्यात त्यांना राहायला जागा असणार नाही.

"तुम्हाला काय वाटतं, काय होईल हो?" ते घामाने नहात, गच्चीवर पडले असताना तिने नवऱ्याला विचारलं. रात्री वीज गेलेली होती. एकुलता एक गरम हवा देणारा पंखा पुतळ्यासारखा स्तब्ध होता, झाडाचं पान देखील हालत नव्हतं. रस्त्यावरच्या दिव्याच्या उजेडात गंजलेल्या पिंजऱ्यातली, पंख्याची हिरवी पाती चकाकत होती.

"मला कसं कळणार ते?" विकी वैतागून म्हणाला, "विजय आणि अजय फार लाडावलेले आहेत."

"मला वाटतं, रेखाला तिच्या वडिलांसारखी 'पॉश हवेली' पाहिजे असेल. पण आपलं लग्न कोणाशी झालंय, त्याचा काही विचार नको का? अर्थात इतका काळा रंग असल्यावर कोण पत्करणार होतं म्हणा!"

विकीने नापसंती दर्शविण्यासाठी डुरकल्यासारखा आवाज काढला. कुणी कसं दिसलं, तरी त्याला काय करायचं होतं? ती रेखा कशी दिसते, त्यामुळे तिचा लग्नाच्या बाजारातला भाव कमी की जास्त, यातलं तो काहीही सांगू शकत नव्हता. ती समोरच्याला भेदरवून टाकणारे कपडे घालते आणि तिच्या अंगाला इतर काही ग्राहक स्त्रियांप्रमाणे मोहक वास येतो, एवढंच त्याला माहिती होतं.

आशाला नवऱ्याच्या गप्प राहण्यामुळे निर्माण झालेली पोकळी, बडबडीने भरून काढायची सवयच झालेली होती. ती आपल्या घाबरून थरथरणाऱ्या विश्वासाला टेकू देण्यासाठी सांगत होती, घर नवं झालं तर आपलंही कसं चांगलंच होईल; फक्त नक्की काय होईल ते अजून स्पष्ट झालेलं नाही.

विकीचं जीवन दुकान, घर, जेवणाचं टेबल, टी.व्ही आणि पलंग या पाचच गोष्टींभोवती फिरत होतं आणि त्यात तो समाधानी होता. तो कधीच उद्याचा विचार करत नसे, पण आशाचं तसं नव्हतं, तिचं लग्न ठरलं. पहिल्या प्रथम बातमी

कळली, की दिल्लीच्या व्यापारी घराण्यात आपण लग्न करून जाणार त्याक्षणी तिच्या मनात उमललेल्या स्वप्नांचे धागेदोरे, इतक्या अडचणींत ही अजून टिकून होते. इतकी वर्षं ते स्वप्न, ते संधीची वाट पाहणं, जणू मनाच्या तळाशी सुप्तावस्थेत पडून होतं. आता नशिबाचं चक्र फिरेलसं वाटल्याबरोबर ते पुन्हा वर येऊन लसलसू लागलं.

तब्बल दहा वर्षं तिने गच्चीवरच्या पिटुकल्या खोलीत, त्रासात घालवली होती. या अवधीत आजूबाजूची किती तरी घरं पाडून तिथे राजवाड्यासारख्या आधुनिक इमारती उभ्या राहिलेल्या तिने पाहिल्या होत्या. बाहेरच्या भिंतींना देखील टाईल्स किवा चकचकीत गिलावा, चमकत्या काचा, कमानी! त्यावेळेला तिला वाटायचं, आपलंही घर असंच पाडून नवीन बांधायचं ठरलं, तर आपल्याला राहायला नीट जागा तरी मिळेल पण मग खेदाने ती असा विचार करायची की अशा प्रकारे घर पाडून पुन्हा बांधणं, ही कल्पनाच आपला कुटुंबातल्या मोठ्या माणसांना पटण्यासारखी नाही.

पण आता रेखा लग्न होऊन या घरात आली आणि न पटणारी कल्पना पटली!

"नवं घर बांधलं, तर एक फ्लॅट आपल्यासाठी देतील नाही का?" अखेर तिने विषय काढलाच.

विकीने पुन्हा फक्त नापसंती दर्शक आवाज काढला.

"ते बघा तिकडे. पाहिलंत?" पलीकडे काही अंतरावर नुकत्याच उभ्या राहिलेल्या गुलाबी हॉटेलकडे बोट दाखवत ती म्हणाली "पाच मजले!"

"ते पकडले जातील. दंड भरावा लागेल त्यांना. करोल बागेत फक्त तीनच मजले बांधायला कायद्याने परवानगी आहे."

"कायद्याने?" असं म्हणत आशा हसली. तिलाही माहिती होतं, 'कायदा' शब्द कसा हास्यास्पद झालाय तो. त्याच्या दंडावर चापटी मारत ती म्हणाली, "इतकी वर्षं धंद्यात राहूनही भोळे सांबच राहिलात हो तुम्ही! तुम्हाला काय वाटलं? आपल्या दुकानाच्या वर मजला चढवताना मामाजींनी काय कायदेशीर मंजुरी घेतली होती? सोना माँजी सारख्या तक्रार करायच्या, त्या म्युनिसिपालटीच्या लोकांना आणि पोलिसांना गप्प करण्याकरता, किती पैसे चारावे लागतायत म्हणून! ठाऊक आहे तुम्हाला?"

"हे बघ, या सगळ्याशी आपल्याला काय घेणं-देणं आहे? आँ? दुकान त्याचं, धंदा त्यांचा, त्यांना देऊ दे लाच नाहीतर अख्ख्या पोलिसखात्याला खुश ठेवू देत. त्यांना चहा, कापड, डिस्काऊंट काय लागेल ते देऊ देत. मला काय करायचंय? मला पगार मिळतोय, कसलं काही टेन्शन नाही, रात्री मस्तपैकी सुखाने झोप घेता येते. बस्स झालं!"

“अहो, तुम्ही उगाच का भडकताय? ते जर घर पाडणार असतील तर नव्या घरात आपल्याला एक फ्लॅट मिळाला पाहिजे. बस्स, एवढंच म्हणायचंय मला!”

“हो, हो, ज्यांनी आपल्याला गच्चीवर एक छोटीशी शेड नाही बांधून दिली, ते काय फ्लॅट बांधून देणारेत?”

“त्यांनी नाही दिला, तर कुठे जायचं आपण?”

“तो त्यांचा प्रश्न आहे. ते आपल्याला हाकलून तर देऊ शकत नाहीत.”

“आपण गच्ची मोकळी करून द्यायची नाकारू शकतो. हे आपलं घर आहे, मूलभूत हक्क आहे आपला त्यावर!” विकीने बायकोकडे पाहिलं, ती गोड हसली. खरंच! गच्चीवर हक्क प्रस्थापित करण्याचं त्याच्या कधीच डोक्यात आलं नसतं, तिचं बरोबरच होतं. ‘मोठा मासा लहान माशाला खातो’ या न्यायाने चालणाऱ्या या जगात, स्वत:शिवाय दुसरं कोण स्वत:ची काळजी घेणार? ती स्वत:च घेतली पाहिजे. इतकी वर्षं त्याचं शोषण झालेलं होतं. तो बरेलीहून ‘बोअर’ होऊन परत दिल्लीला आल्याचं कुणालाच आवडलं नव्हतं. तेव्हापासून त्याला फक्त राहणं, जेवण खाण आणि किरकोळ पगार यावरच ठेवलं गेलं होतं, बनवारीलाल पुत्रांना सगळं यथेच्छ मिळत होतं. त्या बाजूचं त्यांचं रक्त मलईसारखं घट्ट होतं. विकीच्या बाजूला मात्र केवळ गुलाबी पाण्याचे काही शिंतोडे येत होते.

चाणाक्ष बायकोच्या हे लक्षात आलं होतं. त्याने तिच्याकडे कौतुकाने पाहिलं. तिला आत्ता, याक्षणी बक्षिस दिलं पाहिजे. त्याने विराट जागा होणार नाही अशा बेताने हलकेच तिला स्वत:कडे ओढून घेतलं. तिच्या कानात कुजबुजला. “तुझी कमाल आहे हं! किती विचार करतेस! बघू या आपण काय होतं ते.” आशाला समजलं, तिचे शब्द योग्य जागी रुजले आहेत. विकीने तपास केला. होय, भाडेकरू म्हणून त्याला जागा न सोडण्याचा हक्क होता, पण जर तो स्वत: भाडेकरू असल्याचं कोर्टात सिद्ध करू शकला तर. तो भाडेकरूच तर होता नाहीतर मग कोण होता? कुटुंबाचा सदस्य? नक्कीच नाही. सख्ख्या नात्यातल्या माणसाला इतक्या हलक्या दर्जाची वागणूक देणाऱ्या माणसांची, सहानभूतीने विचार करण्याइतकी सुद्धा लायकी नाही.

विकी तसा मनाने चांगला होता आणि आजोबांविषयी त्याच्या मनात आदर होता; त्यामुळे तो इतकी वर्षं गप्प बसला. आजोबांच्या कडक शिस्तीमुळे, सगळ्यांनाच त्यांचा दरारा वाटे. ते असताना त्याला क्वचितच कधी वाटलं असेल, की त्याला भेदभावाने वागवलं जातंय म्हणून. हे खरं होतं की तो गच्चीवरच्या एका लहानशा गैरसोयीच्या खोलीत राहत होता. पण घरात कुणालाच तशी भरपूर जागा नव्हती. सगळे एकत्र जेवायचे, बसायचे, टी.व्ही बघायचे. तो आणि त्याची बायको गच्चीवर

झोपत होते म्हणून काय झालं? या गोष्टीचे काही फायदेही होतेच. त्यांना एकांत मिळत होता. ते बाहेरही झोपू शकत होते. पहाटेचं थंड दव अंगावर घेऊ शकत होते आणि रोजच्या रोज उगवत्या सूर्याचं दर्शन घेत होते.

जसा जसा सोनाचा दीर, घरासंबंधीची एकेक प्रगती तिला मुद्दाम येऊन सांगू लागला, तसं तसं एका मॉडर्न घराची मी स्वामिनी होण्याचं सोनाचं स्वप्न अधिकाधिक स्पष्ट होत गेलं. यशपालही आता 'कलियुग' वगैरे न म्हणता, भावासोबत बिल्डरबरोबरच्या मिटिंगमध्ये भाग घेऊ लागला.

बिल्डरला त्यांच्या मागण्या काय आहेत ते जाणून घ्यायचं होतं. आता इथे एक छोटा प्रश्न आला. त्यांच्या मागण्यांमध्ये विकीचा समावेश करायचा की नाही? नवीन फ्लॅटसंबंधी दोघा भावांमधली वाटणी अगदी स्पष्ट होती, दोघांना पहिल्या आणि दुसऱ्या मजल्यावर दोन मोठे मोठे फ्लॅट्स आणि पन्नास लाख रुपये रोख मिळणार होते. तळमजला आणि वरचे दोन मजले बिल्डर स्वत:कडे ठेवणार होता म्हणजे कायद्याच्या उल्लंघनासंबंधीची जबाबदारी त्याची.

पण जर तीन कुटुंबांसाठी जागा द्यायची असेल, तर फ्लॅटचा आकार आणि रोख रक्कम दोन्हीमध्ये बिल्डरला कपात करावी लागणार होती. पन्नास लाखा ऐवजी तीस लाख रुपये आणि १६५० स्क्वे. फुटाच्या दोन फ्लॅट ऐवजी ७०० स्क्वे. फुटाचे तीन फ्लॅट्स. प्यारेलालने आठवण करून दिली. "भैय्या, आपण पाहिलं घर पाडून नवं बांधतो आहोत, ते जागा वाढवून घेण्यासाठी. कमी करण्यासाठी नाही."

बिल्डर मदत केल्यासारखं दाखवत म्हणाला, "मग असं करा, शेजारच्या बिल्डिंगमध्ये आपलं काम चाललंय. तिथली गच्ची कमी किंमतीत देतो तुम्हाला. फक्त वीस लाख रुपये." वीस लाख रुपये, विकीसाठी घालवायचे? नको नको रेखाच्या काकांना याबाबत त्रास देता कामा नये.

त्यांचं त्यांनीच आपसात ठरवलं, की विकीने उपकाराची परतफेड करायची वेळ आली आहे. बहिणीचा मुलगा त्यांच्याकडे सांभाळायला दिलेला होता. आता योग्य वेळी त्याला निरोप देऊन सत्कार्याची सांगता करू या. करोल बागेत जवळपासच त्याला एक भाड्याचा फ्लॅट घेऊन देऊ, म्हणजे दुकानात जायला यायलाही त्रास होणार नाही. तिथे राहणं त्याला अधिक सोयीचं आणि सुखाचं होईल. नाहीतरी गच्ची उन्हाळ्यात फारच तापते!

मग त्यांनी प्रेमाने विकीच्या पाठीवर हात ठेवत, त्याला हे सांगितलं आणि जाहीर करून टाकलं, की तो आता एक कर्ता-सवरता पुरुष आहे. तेव्हा त्याने संसाराची जबाबदारी घेऊन वेगळं घर थाटायची तयारी करावी. त्याची आई, आजी,

बाओजी असते किवा इतरही कुणी स्वर्गातून त्याला आशीर्वादाचं संरक्षण देणारे आले असते, तर त्या सर्वांनाच असं झालेलं जास्त आवडलं असतं.

विकीला हे पटलं. त्याला वाटलं, इथून दुसरीकडे जायचं, याचा आशालाही आनंद होईल. आपण स्वतंत्रपणे राहावं, असं तिला नेहमीच वाटत आलंय. म्हणजे तिच्या आईला आणि बहिणीलाही तिच्याकडे येऊन राहता येईल.

त्याने आशाला सांगितल्यानंतर ती म्हणाली, ''तुम्ही फार साधे, भोळे-भाबडेच राहिलात हो! या कुटुंबातच काय, जगात तरी तुमचं कसं निभेल अशानं? अहो, ते तुम्हाला किती तिरस्कारानं वागवतात, ते सुद्धा तुमच्या लक्षात येत नाही. मला सांगा, त्यांच्या मुलाला ते अशी ऑफर देतील का कधी?''

विकी काहीच बोलला नाही.

आशाचं सुरू झालं. ''त्यांच्या मुलापेक्षा काय कमी केलंत हो तुम्ही या घरासाठी? तुम्ही त्यांच्याइतकंच काम करता. तुमच्याही अंगात बाओजींचंच रक्त खेळतंय. पैसे मात्र तुम्हाला नेहमीच कमी देत आलेत. त्यांना काय वाटतं? आयुष्यभर आम्ही 'होय मामा, होय मामी, तसंच करतो' असंच म्हणत राहू? त्यांनी कितीही उपेक्षा केली तरी? आम्ही इतके मूर्ख नाही आहोत म्हणावं. पहिल्या नातवाचा वाटा, त्यांना तुम्हाला द्यावाच लागेल. आपण का म्हणून भाड्याच्या घरात राहायला जायचं? 'भाड्याचं घर अन् खाली कर!' असं ऐकून घ्यायला? आपल्याला इथून हलायचंच नाही. काही झालं, तरी हे आमचं पण घर आहेच.''

संताप आणि अधीरपणामुळे आशाच्या आवाजातला गोडवा लुप्त झाला होता. विराट बापाकडे रोखून पाहत होता. विकी जमिनीकडे बघत गुरगुरत म्हणाला, ''जे या जगात नाही आणि कधी घडणार नाही, ते तू प्रत्यक्ष बघितल्यासारखं बोलत असतेस. इथून पुढे, मला जे बरोबर वाटेल तेच मी करत राहणार आहे.''

दुसऱ्या दिवशी संध्याकाळी विकीने मामांच्या कानावर घातलं की तो कुटुंबाला धरूनच राहू इच्छितो. त्यांनाही त्याच्या भावना समजत होत्या. पण जेव्हा कुटुंबं वाढतात. धंद्याचा विस्तार होतो, तेव्हा असा लवचीक दृष्टिकोन ठेवावा लागतो. काय करणार? त्यांची स्वतःची मुलगी निशा नाही, त्यांनी दहा वर्षं दूर ठेवली?

'त्यांनी त्यांच्या मुलीची जबाबदारी दुसऱ्यावर टाकून, स्वतःची सुटका करून घेतली, त्याचे काही फार चांगले परिणाम झाले नाहीत.' विकी मनाशी म्हणाला.

एव्हाना घरातल्या विकीविरोधी भावनेने कळस गाठलेला होता. त्या दिवशी अजय चवताळून विकीच्या अंगावर धावून गेला. त्याला खूप टाकून बोलला. अर्थात त्याच्या या वागण्याला घरातल्यांचा सुप्त पाठिंबा होता. ''तू बांडगूळ आहेस, या घराला लागलेलं! निरुपयोगी, कुठल्याच कामाचा नाहीस. गेला का नाहीस त्या

बरेलीच्या घाणेरड्या गल्ल्यांमध्ये परत? पण नाही. निर्लज्ज माणसा तुला इथेच आमचं रक्त पीत आणि डोकं खात राहायचं होतं. तुला पोसला, मोठा केला; त्यातच आता तुझी बायको, मुलगा. तेही आमच्याच डोक्यावर!''

सुशिला मुलाच्या संतापात तेल ओतत बोलली, ''कलियुग आहे कलियुग! कुणी कुणासाठी काय केलं? ते थोडंच कुणी लक्षात ठेवतं?''

आशाने विकीला ओढत वरच्या मजल्यावर नेलं. तिथे गेल्यावर विकी तावातावाने तारस्वरात ओरडला, ''लहानपणापासून इतके अपमान सोसलेत मी या घरात, आता गेलो ना, की परत तुमची तोंडं पाहायला कधीच येणार नाही. लक्षात ठेवा!''

''फक्त काही दिवसांचा प्रश्न आहे हो, काही दिवसांचा प्रश्न.'' त्याच्या बायकोने सावरून घेण्याचा प्रयत्न केला. ''आज तुमचे दिवस आहेत, उद्या आमचेही येतील.''

दररोज दिवसा, त्याचे मामा त्याचं मन वळवायचा प्रयत्न करीत आणि रात्री आशा त्याच्या डोक्यात अक्कल भरायचा प्रयत्न करी. परीघावर घुटमळत राहणारा विकी आता केंद्रबिंदूपाशी आलेला होता. त्याला स्वत:ची उंची वाढल्यासारखं वाटू लागलं, तो ताठ मानेने चालू लागला. चालण्याचा वेग वाढला.

त्याचं केंद्रस्थानी येणं कुटुंबीयांच्या डोळ्यात सलू लागलं. इतकी वर्षं आम्ही त्याला मुलासारखं वागवलं. बरेलीहून दिल्लीला आणलं. त्याचं लग्न केलं, नोकरी दिली, देखभाल केली आणि त्या बदल्यात त्याचे आमच्याबद्दलचे हे विचार? इतका कृतघ्न आहे विकी?

या उलट विकीने जाहीरच करून टाकलं होतं, की आजपर्यंत माझ्यावर या कुटुंबानं जे उपकार केले, त्याचं आयुष्यभरातही न फिटणारं कर्ज माझ्यावर आहे असं मी समजतो. त्याची कृतज्ञता म्हणून तो आयुष्यभर दुकानात, घरी, त्यांच्या चरणांची सेवा करत राहू इच्छितो.

दरम्यानच्या काळात बिल्डर अस्वस्थ होऊ लागला. त्याने तसा एक बनावट प्लॅन MCD कडून अगोदरच मंजूर करून आणला होता पण आता सत्याला सामोरं जाण्याची वेळ आली होती. बिल्डिंग पाडायच्या आधीच, त्यांना किती मजले पाहिजेत ते निश्चित व्हायला पाहिजे होतं. त्याला लवकरात लवकर काम सुरू करायचं होतं आणि त्यासाठी घर संपूर्ण मोकळं असणं आवश्यक होतं. त्याशिवाय तो कसं पाडणार?

''तुम्ही पाडायला सुरुवात करा हो, म्हणजे विकी आपोआप सोडून जाईल.''

बिल्डर म्हणाला, ''तसं नको. आपण पाडायला सुरुवात केली आणि त्या विकीने स्टे ऑर्डर आणली, तर सगळेच वांधे व्हायचे.''

"छे हो!" त्यांनी सांगितलं, "तो कसला कोर्टात जातोय? आयुष्यात कधी त्याने स्वतःच्या हिंमतीवर काही केलेलं नाही. आत्ताही तसं करणं त्याच्या ताकदी बाहेरचं आहे."

पण बिल्डर तसा धोका पत्करायला तयार नव्हता.

हातघाईवर आलेल्या बनवारीलाल कुटुंबीयांनी, मध्यस्थी करण्याकरता रूपा मावशीला विकी-आशाकडे पाठवलं. गच्ची मोकळी करून देण्याकरता विकीची साधारण काय अपेक्षा आहे, याचा अंदाज तिने घ्यावा असं ठरलं.

रूपाला पाहताच आशाने ओळखलं, की हा तडजोडीसाठी पाठवलेला मध्यस्थ आहे. तिने तिचं प्रेमाने स्वागत केलं. त्यांचा तिच्याशी फारसा सहवास किवा परिचय नव्हता. विराटसुद्धा सारखा विचारत राहिला, ही कोण? ही कोण? म्हणून. रूपा हसली. म्हणाली, "आता माझं वय झालं, आता तुम्हीच मला येऊन भेटलं पाहिजे. नव्या जागेत गेल्यावर आठवण ठेवा बरं का माझी!"

"छे हो! आम्ही नाही जाणार दुसरीकडे भाड्याच्या जागेत राहायला. कुटुंबाचे पैसे कशाला वाया घालवायचे? नव्या घराच्या एका लहानशा कोपऱ्यात आम्ही आपले आनंदाने राहू."

"पण नव्या घराला लहानसा कोपरा-बिपरा नसणार आहे." यावर आशा जे बोलली, ते ऐकून रूपामावशीला धडकीच भरली. तिने सांगितलं, चौथ्या मजल्याच्यावर गच्चीवर ते राहतील. तिथे फक्त ४०टक्के इतकंच बांधकाम करायला परवानगी असते. इतर मजल्यावर ८० टक्के करता येतं, पण त्यांना निम्मी जागा चालेल. इथे नाही का दहा वर्षं, गच्चीवरच्या या पिटुकल्या खोलीतच तर काढली त्यांनी.

रूपा म्हणाली, "नाही, नाही तुझ्या नीट लक्षात आलेलं नाही. वरची जागा त्यांनी बिल्डरला द्यायचं कबूल केलेलं आहे आणि तो तिथे फ्लॅट बांधून विकणार आहे. तरच त्याला काहीतरी कमाई होईल ना यातून?

"मला इतकंच ठाऊक आहे, की आम्हाला मोठ्यांच्या आशीर्वादाचा हात डोक्यावर पाहिजे. त्याशिवाय आम्ही कसं जगू शकणार?"

"मी आपली तुला सावध करायला आले गं बाई! ते अजय विजय कायदा हातात घ्यायची भाषा करत होते! या कलियुगात मोठ्या माणसांचं थोडंच ऐकतात मुलं? त्यातून माणसाचा जीव इतका स्वस्त झालाय, की लाखभर रुपयासाठी कुणीही गुंड एखाद्याला खलास करून देतो. हाक नाही की बोंब नाही! म्हणून म्हणते जपून राहा."

यातील गर्भित धमकी समजेपर्यंत आशा आणि विकीला थोडा वेळ लागला. तोपर्यंत ते शांत राहिले.

मग विकीने ताबडतोब ठणकावलं, "आजकाल काय आहे, पोलिसही हुशार झालेत. सगळं बांधकाम करू देतात आणि मग शोधतात बिल्डरने कोणकोणते बायलॉज तोडलेत ते. आपल्या करोल बागेत फक्त तीन मजलेच वर चढवायला परवानगी आहे. माहीत आहे ना तुम्हाला?" ते ऐकल्यावर रूपाही चमकली.

लगबगीने सावरून घेत आशा म्हणाली, "मी काय म्हणते मावशी, एकमेकांना धमक्या देत बसण्यात काय अर्थ आहे? वेळ वाया जातो आणि दोघांचंही नुकसान होतं. आमच्याकडे तेवढे पैसे असते, तर आम्ही नक्कीच स्वत:साठी घर विकत घेतलं असतं आणि या लोकांना परत कधीच त्रास दिला नसता. तुम्हाला माहितीच असेल ना मावशी, या भागात छोटा फ्लॅट घ्यायला सुद्धा कमीतकमी पंचवीस लाख रुपये लागतात!"

आणखी काही इकडच्या तिकडच्या गप्पा मारून रूपा खाली येऊ लागली. प्रत्येक अरुंद, उंच पायरी उतरताना विकीचा पूर्वेतिहास आठवत होता. ती दीदी या मुलाचा एवढा तिरस्कार करते, ते अगदी बरोबरच आहे. जाण्यापूर्वी सुद्धा आणखी बादलीभर रक्त नक्कीच पिऊन घेईल त्यांचं. तिच्या मताने याचं अशुभ अस्तित्व दूर करण्यासाठी कितीही पैसे घ्यावे लागले, तरी द्यावेत या लोकांनी, पण ते २५ लाख कसले काढतायत? शेवटी ते पडले दुकानदार बनीये!

अशा तऱ्हेने बनवारीलाल कुटुंबाला विकीची अपेक्षा कळली. एखाद्या गुंडाला सुपारी देऊन विकीच्या तंगड्या मोडाव्यात, या विचारावर अजय आणि विजयचं एकमत होतं. 'साला समजतो कोण स्वत:ला? एक पैसा नाही देणार त्याला! बघू तर कसे पैसे काढतो आमच्याकडून ते!'

यशपाल आणि प्यारेलाल दोघांना, विकी हा आपल्या वडिलांचा नातू आणि पर्यायाने आपला नातलग असल्याची आठवण होती. त्यामुळे त्याच्या तंगड्या मोडण्याचा विचार त्यांनी निकालात काढला. पण इथून पुढे त्याची नोकरी आणि अर्थातच पगार बंद करण्याचं त्यांनी ठरवलं. त्याला शिकवणं जरुरीचं होतं. परंतु स्वभावातल्या चांगुलपणामुळे असेल किवा घराण्याच्या संस्कारामुळे असेल, त्याचं जेवण-खाण तोडून उपासमार मात्र ते करू धजले नाहीत.

आशाला हे उलट बरंच वाटलं, रूपा मावशी येऊन गर्भित धमकी देऊन गेल्यापासून विकी आतून हादरलेला होता. ती त्यांची फक्त एक खेळी होती, हे समजण्याइतका तो पक्का नव्हता. त्या सगळ्यांबरोबर दुकानात काम करत असताना तो आणखी घाबरून गेला असता आणि आपल्या बायको मुलाचा विचार न करता भलतंच काही कबूल करून बसला असता. "अहो, पत्ते खेळताना आपण 'पेशन्स'चा डाव खेळतो ना, तसा हा सबुरीचा खेळ आहे. यात वाट पाहणं हेच फक्त महत्त्वाचं

असतं.'' ती विकीला पुन्हा पुन्हा समजावत राहिली होती.

स्वयंपाकघरात काम करताना तिच्या आणि सोनाच्यामध्ये आता अबोला आला. काम करता करता आशा शांतपणे, सौम्य शब्दांत, सोनाची विनवणी करायची. ''मला तुम्हाला सोडून जायचं नाहीय माँजी. तुम्ही माझी दुसरी आईच आहात. तुमच्या आधाराशिवाय माझं काही खरं नाही.'' पण आता वयस्कर होत चाललेली सोना काहीच प्रतिसाद देत नसे.

कधी कधी असेही क्षण आले. सोनाने घेतलेला कठोरपणाचा मुखवटा गळून पडला. तिला वाटलं, दहा वर्षं मी हिला खाऊ पिऊ घातलंय, मुलीसारखंच वागवलंय, तशीच तिची काळजी घेतली आहे. त्या हक्कानं ही कदाचित ऐकेल आपलं, म्हणून तिने शब्द टाकायचं ठरवलं, ''बेटी, तुझ्या नवऱ्याला नीट समजावून सांग. आम्ही काही त्याला दूर नाही लोटत, ही व्यवस्था सगळ्यांसाठीच सोयीस्कर ठरेल.'' पण त्याचा काहीच उपयोग झाला नाही. आशाने तिची नम्र, प्रेमळ विनवणी चालूच ठेवली.

विकीला पैसे द्यावेत, त्याच्याशी रक्कम ठरवावी अशी कल्पना पुढे येऊन, तसा निर्णय होईपर्यंत बरेच आठवडे गेले. फसव्या अलंकारिक वक्तृत्वाला सत्याच्या चाळणीतून जावंच लागलं, तेव्हा कुठे रागाचं रूपांतर तडजोडीत झालं.

अखेर बनवारीलाल कुटुंबाच्या घरातून, दुकानातून आणि जीवनातून, विकीने कायमचं निघून जावं, याची किंमत दहा लाख रुपये ठरली. त्यातून त्याने दिल्लीत दुकान काढावं, बरेलीला जावं, वडिलांकडे जावं; नाहीतर खड्ड्यात जावं. विकीने त्यांना बळजबरीने पैसे काढायलाच लावले. त्याच्या या अपराधाला क्षमा नव्हती.

स्वयंपाकघरात सोनाने आशासाठी चार कडवट अश्रू गाळले. लग्न होऊन आली तेव्हापासून ही पोरगी तिच्या हाताखाली काम करत होती. ती काळजीपूर्वक, विचार करून, काटकसरीने काम करणारी होती. फार हुशार नाही, फार मठ्ठ नाही. पण आवश्यक ते सगळं तिला येत होतं. आता ते रत्न तिच्या हातातून निसटलं होतं. सोनाची सोबतही गेली होती आणि मदतही गेली होती. मुलीने स्वतः अत्यंत विनयशील, आज्ञाधारकपणाचा आव आणून तिची गंभीर दिशाभूल केली होती. या तिच्या कृतघ्न, कावेबाजपणाबद्दल, जिवात जीव असेपर्यंत सोना तिला क्षमा करू शकणार नव्हती.

स्वतःचं सामानसुमान, बायको-मुलगा आणि काळं तोंड घेऊन विकी घराच्याबाहेर पडला. बिल्डरने त्याला १० लाख रुपये दिले. सहा ब्लॅक आणि चार व्हाईट. त्याच्या नातलगांपैकी कुणीच प्रत्यक्ष त्याच्या हातात पैसे देऊ इच्छित नव्हते.

आता घर पाडता येणार होतं. पंचेचाळीस वर्षं ज्या घरात राहिले, ते घर सोडून मंडळी करोल बागेतल्या 'हॉटेल पॅलेस हाईट्स' मध्ये राहायला गेली. त्याचा खर्चही

बिल्डरने द्यावा असं ठरलं होतं.

'हॉटेल पॅलेस हाइट्स' मधल्या तीन खोल्या बनवारीलाल कुटुंबाला देण्यात आल्या. (जेवण खाणही हॉटेलतर्फेच होतं.) नवीन घर बांधून होईपर्यंत हीच व्यवस्था राहणार होती. घरातल्या उरलेल्या लोकांना इतरत्र राहायला जावं लागलं. विजय आनंदाने त्याच्या सासुरवाडीत राहायला गेला. राजूला रूपा मावशीकडे राहायला पाठवायचं ठरलं पण त्याने नकार दिला. त्याच्या दृष्टीने तिकडे अजिबातच काही उत्साहाचं आणि खेळकर वातावरण नव्हतं. तिथे त्याला कसं करमणार? "पण मीच का? निशाला का नाही पाठवत रूपा मावशीकडे?" त्याला वाटलं निदान सोनाला तरी त्याची व्यथा समजेल.

राजू बारावी कॉमर्सला होता. त्याच्या आईची अशी तीव्र इच्छा होती की शाळेच्या या शेवटच्या वर्षांत त्याने चांगले मार्क्स मिळवून पास व्हावं. राजू आणि प्रेमनाथ यांच्यात जवळीक व्हावी या हेतूने ती सांगू लागली, "अरे राजू, तुझ्या बहिणीने बघ बरं, तिकडे राहिल्यामुळे किती चांगले मार्क मिळवले! तू पण..."

"मग पाठव ना तिला पुन्हा तिकडे." राजूने घुश्शात उत्तर दिलं.

"तुझे वडील म्हणतात, आता लवकरच तिचं लग्न होऊन ती जाईल नवऱ्याकडे, तो पर्यंत तिला थोडे दिवस राहू दे आपल्याजवळ!"

बिचारा राजू! लहानपणापासून आजतागायत आईच्या प्रेमात एवढा गुरफटलेला होता, की त्यापलीकडे तो पाहूच शकत नसे. त्यामुळे आईने आपल्या म्हणण्याला नकार दिला, एवढंच त्याला समजलं.

शेवटी राजू आपल्या मौसाजी-मावशीच्या घरी राहायला गेला. त्याच्या आईची आशा आणि त्याची नाराजी दोन्ही त्याच्या सोबत गेल्या. पहिल्याच दिवशी आपल्या सद्सद्विवेक बुद्धीला स्मरून प्रेमनाथने स्वत:ची बाजू स्पष्ट केली. एकवार घसा खाकरून तो म्हणाला, "अरे राजू, तुझ्या बहिणीचा संपूर्ण अभ्यास मी घेत असे. पण मला कॉमर्सच्या विषयांची कसलीच माहिती नाही. माझ्या दृष्टीने ते विषय परकीय भाषेसारखे अगम्य आहेत. तरी पण तुझा अभ्यास घेण्याचा मी माझ्याकडून प्रयत्न करीन."

"चालेल काका, मी करीन माझा अभ्यास, माझी ट्यूशन आहेच." राजू नाइलाजाने आतल्या आत धुमसत म्हणाला.

एक शिक्षक दुपारच्यावेळी, राजूसारख्या मुलांच्या ट्यूशन्स घ्यायचे. ज्यांना

वैयक्तिकरीत्या शिकवल्याखेरीज काही समजत नसे, अशी ही मुलं होती.

राजूने घरी पुस्तक उघडल्याचं प्रेमनाथला कधीच दिसत नसे. "काय रे, तुम्हाला ट्यूशनमध्ये 'घरचा अभ्यास' काहीच करायला सांगत नाहीत? अशी कोणती ट्यूशन आहे ही?" एकदा त्याने राजूला विचारलं.

"नाही, सगळा अभ्यास आम्ही ना, तिथेच करून टाकतो." राजू म्हणाला.

"मी बोलू का तुझ्या टीचरशी? बारावीच्या वर्षी दिवसाला फक्त तीन तास अभ्यास, कसा काय पुरेसा ठरणार आहे?"

"असू द्या हो!" रूपा म्हणाली. "त्याचं तो करतो आहे ना, करू द्या. उद्या नापास झाला, तर तुमच्यावरच ठपका यायचा!"

"अगं, पण त्याला असा अभ्यास करून चांगले मार्क मिळणार नाहीत." काकांनी तळमळीने सांगितलं.

"अहो पण, तुम्ही कशाला काळजी करताय? तो हुशार आहे, बरोबर जमवेल सगळं, त्याला काय पी.एच.डी. थोडीच करायचीय?"

त्याबरोबर राजू, पढावू पोपटासारखा चिवचिवला, "आपल्याला काय, फक्त पास झालं तरी बास. अजय आणि विजयकडे पाहा ना, धंद्यात त्याच्या शिक्षणाचा थोडा तरी उपयोग होतो का?" त्याची ही व्यावहारिक भाषा प्रेमनाथला खटकली. बहिणीपेक्षा फारच वेगळा आहे हा. याच्याकडे बघणं सुद्धा क्लेषदायक आहे! पण काकांना जिची राहून राहून आठवण येत होती, त्या त्यांच्या लाडक्या निशाला सुद्धा हल्ली अभ्यास अवघडच वाटत होता. हॉटेलच्या एका लहानशा खोलीत ती आई वडिलांबरोबर कोंबल्यासारखी राहत होती. तिने वाचायचं ठरवलं असतं, तरी तिथे पुस्तक उघडून बसायलासुद्धा जागा नव्हती. मग ट्यूटोरियल लिहिणं तर दूरच. खायचं-प्यायचं, गप्पा-टप्पा करायच्या आणि आजूबाजूच्या बाजारात फेरफटका मारायचा यातच हॉटेल पॅलेस हाईटमधला दिवस संपून जात असे.

तिचा दुसऱ्या वर्षाचा अभ्यासक्रम सोपा नव्हता. शेक्सपिअर, मिल्टन, स्पेन्सर अशा अभ्यासक्रमातल्या सगळ्या इंग्रजी लेखकांची, साहित्यिकांची सामाजिक पार्श्वभूमी समजून घेण्यात तिला स्वारस्यही नव्हतं आणि तेवढी तिची क्षमताही नव्हती.

तिने सुरेशला कामाल लावलं. "एऽ याही वर्षी मला 'स्टीफन्स ट्यूट्स' पाहिजेत हं!" प्रियेची लडिवाळ मागणी. "त्या ट्यूट्समुळे गेल्या वर्षी मला क्लास मिळाला. ज्या टीचर्स मला म्हणत होत्या, 'काळजी करू नकोस, तशीच वेळ आली, तर तुला पास करून घेऊ' म्हणून, त्यांच्या नाकावर टिच्चून मी चांगले मार्क मिळवले!"

फेब्रुवारी महिना चालू होता. परीक्षा अवघ्या दोन महिन्यांवर येऊन ठेपलेल्या.

निशा नेहमीप्रमाणे तासांना दांड्या मारून सुरेशबरोबर भटकत होती. युनिव्हर्सिटीच्या हिरवळीवर त्यांच्या आवडत्या झाडाखाली बसून, कमरेभोवती कुरवाळणाऱ्या सुरेशच्या हाताचा सुखदायक स्पर्श अनुभवायचा, जिथे सर्वसाधारण लोक जात नाहीत अशा ठिकाणी जाऊन बसायचं, शेंगदाणे खात खात जमेल तसा रोमान्स करायचा.

सुरेश तिच्याकडे प्रेमाने ओथंबलेल्या नजरेनं पाहत राहायचा. त्याला ती प्रथम भेटली तेव्हापेक्षा आता ती खूपच सुंदर दिसू लागली होती. स्टेपकटमुळे तिच्या किंचित कुरळ्या केसांचं सौंदर्य खुललं होतं. नियमीत वॅक्सिंग केलेले गोरे, गुबगुबीत हात, नाजुक गोरी पावलं, काळ्या लेदरच्या सँडल्समधून दिसणारी नेलपॉलीश लावलेली लालचुटुक नखं त्याला अक्षरश: मोहात पाडायची.

त्याचा हात चुकून तिच्या छातीच्या जवळ जरी आला, तरी ती चुळबुळ करीत दूर व्हायची. "किती निरागस आहे ही मुलगी! एखादा अविचारी, धसमुसळा प्रेमिक भेटला असता, तर काय झालं असतं हिचं!"

त्या विचारासरखी सुरेशच्या अंगावर शहारा येई. शेवटी त्यांचं झाडाखाली बसून सृष्टीसौंदर्यांचा आस्वाद घेणं थांबलं. "आता मला थोडे तरी क्लासेस अटेंड करावे लागतील यार! तुला माहीत नाही. अटेंडन्स कमी पडला तर परीक्षेलाच बसू देत नाहीत." निशाची कुरकुर सुरू झाली.

मग त्यांनी दुसऱ्या दिवशी कमलानगरमध्ये दुपारच्या जेवणासाठी भेटायचं ठरवलं. त्याचवेळी तो ट्यूट्स घेऊन येणार होता. निशाला वाटलं, त्यातल्याच काही माझ्या स्वत:च्या म्हणूनही देता येतील.

पुन्हा सुरेशने दर्यागंज मध्ये जाऊन ठराविक दुकानातून ट्यूटोरिअल्स विकत आणल्या. दुसऱ्या दिवशी जेवणाच्या वेळी त्या तिच्या नाकासमोर नाचवत म्हणाला, "घ्या! मॅडम! आज तर फार महाग मिळाल्या!"

"स्टीफनच्याच आहेत ना?"

"जवळ जवळ तशाच आहेत. नेहमी त्याच कशा मिळतील?" सुरेश.

परीक्षा आल्या आणि गेल्या. निशाने तारा, कालायनी, अगस्त्या आणि माया यांचं मनातल्या मनात भरपूर कौतुक केलं. काय एकेक उत्तरं लिहिली होती त्यांनी! वा! त्यांच्यामुळेच निशाची परीक्षा सोपी झाली होती! पण दुर्दैवाने या वेळेला तिने पाठ केलेल्या सर्वच धड्यांवरचे प्रश्न आले नाहीत आणि 'संदर्भासहित स्पष्टीकरण' हा प्रश्न तिला नीट लिहिता आला नाही. पण 'आपण पास होऊ' इतपत तिला खात्री वाटली. ते क्लास मिळवणं वगैरे म्हणजे प्रचंड थकवणारा प्रकार असतो बाई! आता खरं म्हणजे शिक्षण या प्रकरणालाच पूर्णविराम द्यायची वेळ आलेली होती.

उन्हाळा सरला. चोरून प्रेम करणाऱ्यांसाठी कठीण काळ! कुणाच्या नकळत

फोन करणं आणि क्वचित धावत्या भेटी. हॉटेलमध्ये राहात असल्यामुळे यावेळी तिच्यावर पाळत ठेवण्यात आलेली नव्हती. याचा अर्थ निशाला नेहमीपेक्षा थोडं जास्त स्वातंत्र्य मिळत होतं. एकतर स्वयंपाकघरातलं काम नव्हतं आणि 'मैत्रिणीकडे जाऊन येते' 'सिनेमाला जाते' सांगून चटकन् निघता येत होतं.

राजूचा बारावीचा निकाल लागला. नाइलाजाने अभ्यास केलेला त्या मुलाला पन्नास टक्के मार्कस् पडले. चांगला कॉलेजमध्ये प्रवेश मिळणं अवघडच होतं.

"मी कॉलेजमध्ये नाही गेलो तरी काय बिघडणार आहे? मला थोडीच कुठे नोकरी करायची आहे?" राजूचा प्रश्न.

"पाहिलंत? कसा शहाणा आहे तो?" आईचं अनाठायी कौतुक!

"हे पाहा नंतर दुकानच सांभाळायचं आहे, पण त्याच्याआधी निशा दीदीसारखी आणि अजय-विजय भैयासारखी डिग्री मिळवायची. काय?"

यशपालने निश्चयपूर्वक सांगितलं.

"हां! पण तुम्हीच तर सारखे सांगत असता ना पापाजी, की यशस्वी होण्यासाठी डिग्रीच पाहिजे असं काही नसतं म्हणून?"

"उगीच मूर्खासारखं बोलू नकोस." यशपाल वैतागला. "पैसे मिळवण्यासाठी डिग्रीची आवश्यकता नाही, पण समाजात मान मिळवण्यासाठी डिग्री लागते. शिवाय नुसत्या बारावी पास मुलांची लग्न नाही जमत लवकर.

शेवटी राजूने B.A. correspondence करावं असं ठरलं. दोघी बहिणी 'राजूचे शिक्षण' (की शिक्षणाचा अभाव?) या विषयावर बोलत असताना रूपा म्हणाली, "दीदी, राजू पत्राद्वारे B.A. करू शकेल? कारण त्याला अभ्यासाला बसवणं त्याच्या काकांना फार मुष्किल वाटायचं. त्याला अभ्यासाची आवड नाही."

"अगं, त्याला दुकानाची जबाबदारी घ्यायची आहे. खरंच, तो दुकानात वडिलांना मदत करायला लागला ना, तर फार बरं होईल बघ. तुझे जिजाजी पडले प्रामाणिक, साधे-भोळे आणि कामसू. त्यातून धाकट्या भावावर अतिशय जीव आणि तो आपला घेतो यांच्या स्वभावाचा फायदा! तो म्हणाला दुकानाचं डेकोरेशन करायचं, केले यांनी लाखो रुपये खर्च. तो म्हणाला नवं घर बांधायचं, पाडलं यांनी जुनं घर. आता काय माहीत अजून काय काय खर्चात घातलोय ते?"

"तुम्ही पण संमती दिलीच होती की घर पाडायला!" रूपा म्हणाली. तिला वाटलं आपल्या घरात निदान असे अंतर्गत छुपे शत्रू तरी नाहीत.

"ते आपलं, घरात फूट पडायला नको म्हणून! वरच्या मजल्यावरून रोजच्या रोज जागेच्या, बाथरूमच्या तक्रारी! शेवटी इतकं झालं, की 'ह्यांच्या' छातीत

दुखायला लागलं. मनाची शांतता, डोक्याला ताप नसणं हे सगळ्यात महत्त्वाचं; नाही का? शेवटी दिली संमती घर पाडायला.'' हे सांगताना सोनाने पन्नास लाखाची गोष्ट सांगायचं सोयीस्करपणे टाळलं. सख्ख्या बहिणीपासून सुद्धा काही गोष्टी लपवणं आवश्यक असतं!

रूपा विचार करू लागली. कसा असेल सोनाचा नवा फ्लॅट? नव्या पद्धतीचा तर असणारच! छानसं स्वयंपाकघर, उघड्या शेल्फाऐवजी बंद कपाटं म्हणजे धूळ आणि जाळ्याजळमटाची कटकट नाही. झोपायच्या खोली शेजारीच बाथरूम, त्यातच संडास, तिथेच अंघोळ, तिथेच कपडे धुवायचे. म्हटलं तर सगळं आरोग्याला घातक पण सगळीकडे ग्रॅनाईट, मार्बल, चमक नी चकचकाट, जणुकाही गुळगुळीत मासिकातली रंगीत जाहिरातच. पण सोनाला विचारून उपयोग नाही. ती लगेच असा रंग देईल त्याला, की काय करणार, 'फॅमिलीसाठी' मी असल्या घाणेरड्या फ्लॅटला मान्यता दिली.

आणि सध्या तर काय, सोनाला सुट्टीच लागलीय जशी काही. भाज्या सोलणं, कापणं, चकत्या करणं, किसणं सगळं बंद. कणीक मळायची नाही, चहा करायचा नाही, डाळ निवडायची नाही, की तांदूळ निवडायचे नाहीत. फक्त बसून आयतं खायचं. ड्रिंकची ऑर्डर द्यायची, स्नॅक्स मागवायचे आणि मस्तपैकी विणत बसायचं. रांधायचं नाही, वाढायचं नाही म्हणजे, उष्टी काढण्याचाही प्रश्न नाही. किती छान आयुष्य चाललंय! तिच्या नवऱ्याने कोर्टातली केस जिंकली, की त्यांनाही त्यांचं घर असंच पाडून फ्लॅट बांधून घेता येतील. पण वीस वर्षं त्याला नुसत्या तारखांवर तारखा मिळत आहेत. खटला सुनावणीला येतच नाही अजून. पहिल्यांदाच रूपा नवऱ्यावर वैतागली. आपलाच नवरा, ज्यांची कामं कधीच धड मार्गी लागत नाहीत अशा जमातीतला का म्हणून असावा? अरे, लाच द्यावी लागत असेल, तर देऊन मोकळं व्हायचं, त्यात काय? निदान आपले दिवस तरी सुखात नसते गेले?

अखेर बनवारीलाल कुटुंबाचं नवं घर बांधून झालं, भटजी बोलावून हवन करण्यात आलं, पूजा लहानच केली. उगीच बोभाटा करून, कुणाचं लक्ष कशाला वेधून घ्यायचं?

इतरांबरोबर हवन कुंडाजवळ बसलेली असताना त्या वास्तूचे जेवढे म्हणून दोष दाखवता येतील, तेवढे दाखवण्याचा रूपाने जास्तीत जास्त प्रयत्न केला. उन्हाळ्यात इथे प्रचंड उकडेल. हे छत किती खाली वाटतं, मोकळी जागा अजिबातच नाही, किती छोटी बाल्कनी आहे, वगैरे. चकचकीत, गुळगुळीत मार्बल लावलेल्या जमिनीवर घातलेल्या गाद्या, त्यावर पांढऱ्या शुभ्र चादरी, वरती काचेची झुंबरं प्रकाशमान झालेली आणि हवनाचा सात्विक धूर रिकाम्या खोल्यांमधून स्वैर विहार

करत असलेला. अशा वेळेला वाटणारा मत्सर तिच्या दुर्दैवानं तिला परत भविष्याकडे घेऊन गेला. आम्ही पण पैसे देऊन त्या भाडेकऱ्याला घालवू, फ्लॅट बिल्डरला देऊ आणि नव्या फ्लॅटमध्ये वैभवात राहू. नशीब प्रत्येकवेळी तिच्या बहिणीचीच पाठराखण का करतं? आधी मूलबाळ नव्हतं, मग एक मुलगी झाली. मुलगा नाही, मुलगा नाही; एक मुलगाही झाला. जुनं अंधारं घर, गैरसोयीच्या खोल्या होत्या, तर घ्या. आता बांधून झाला पॅलेस!

पण रूपाच्या नवऱ्याइतका हटवादी नवरा जगात कुणाचाच नसेल. प्रत्यक्ष नाक कापून चेहरा विद्रूप झाला तरी चालेल! तो भाडेकऱ्याबरोबर तडजोड करायला तयार होणार नाही. या लोकांनी नाही, नातलग होता तरी विकी बरोबर तडजोड करून, त्याला पैसे देऊन बाहेर घालवला? पण दुसऱ्यांकडे पाहून धडा घ्यायचा नाही, स्वतःच्या हिताकडे जाणून बुजून डोळेझाक करायची, हा तर यांचा धर्मच ना?

इथून पुढे तिने मंगळवारचा उपवास कडक करायचं ठरवलं म्हणजे तरी देवी माँ तिची प्रार्थना ऐकेल! ती सुद्धा एक दिवस अशाच आलिशान फ्लॅट मध्ये राहायला जाईल. खरोखर तसं न होण्याचं काही कारणच नव्हतं. त्यांचा प्लॉट तर केवढा मोठा होता आणि त्यात वाटेकरी कुणीच नव्हतं!

१६

निशा कॉलेजच्या तिसऱ्या वर्षाला होती. "आता तुझ्या घरचे लोक, माझ्या घरी मागणी घालायला केव्हा येणार?" कमलानगरमधील त्यांच्या रोजच्या अड्ड्यांपैकी एके ठिकाणी बसलेले असताना, निशाने सुरेशला विचारलं. रेस्टॉरंटच्या खिडक्यांच्या काचांमधून अंधुक निळसर प्रकाश झिरपत होता. सांडलेल्या थम्स अपच्या थेंबाभोवती काही माशा धिरट्या घालत घोंघावत होत्या.

"काल घरच्यांनी मला पुन्हा स्टुडिओत नेऊन फोटो काढून घेतले. का तर म्हणे आधीचे एवढे चांगले नव्हते आले!"

"साहजिकच आहे. तू पूर्वीपेक्षा आता खूपच सुंदर दिसायला लागली आहेस." फोटो कशाकरता काढून घेतले, त्यातला मूळ मुद्दा टाळून सुरेश बोलला.

"आता तरी तू गंभीरपणे घेणारेस का? नशीब समज मला मंगळ आहे, म्हणूनच अजून केवळ माझं लग्न जमलं नाही. नाहीतर एव्हाना एंगेजमेंट सुद्धा होऊन गेली असती."

"आमच्या असल्या अंधश्रद्धा नाहीत." सुरेश म्हणाला.

कधी कधी निशाला वाटायचं, असतील तरी कशी या सुरेशच्या घरची माणसं? ज्यांचा पत्रिकेवर विश्वास नाही, अशा लोकांना तिच्या घरची माणसं पसंती देतील? त्याची पत्रिका तरी केलेली आहे की नाही?

"ठीक आहे. तसं जरी असलं, तरी त्यांनी अजून माझ्या वडिलांना निरोप कसा पाठवला नाही? येऊन भेटले कसे नाहीत? तू त्यांना आपल्याबद्दल अजून काहीच सांगितलं नाहीस की काय?" हे विचारताना तिने मनातला वैताग स्वरात न येऊ देण्यासाठी, प्रयत्नांची शिकस्त केली. त्याच्या हातात गुंफलेला स्वतःचा हात काढून घेतला आणि त्याच्या पायापासून आपला पायही दूर केला.

"अरेच्या! तुला एवढं भडकायला काय झालं?" त्या घाणेरड्या डाग पडलेल्या टेबलावरून स्वतःचा हात पुन्हा तिच्या हाताकडे नेत सुरेशने विचारलं.

"माझ्या वर्गातल्या पुष्कळ मुलींचे साखरपुडे झालेत. त्या सारख्या मला विचारत असतात. आता तुझी एंगेजमेंट कधी? म्हणून! त्यांना सगळ्यांना तुझ्याबद्दल

माहिती झालंय, सुरेश!''

सुरेश हे ऐकून खुश झाला. ''आणि घरात सारख्या, हा मुलगा, तो मुलगा, हा मंगळाचा, तो नाही; अशा चर्चा चाललेल्या असतात. मला फार टेन्शन यायला लागलंय रे! अजूनही तू तुझ्या आईवडिलांना सांगायला घाबरत असशील तर आपण एकमेकांपासून दूर होऊ या.''

''माझ्या आईवडिलांचं काही नाही गं! प्रश्न तुझ्या आईवडिलांना पटवण्याचा आहे. आमच्याकडे फार पैसे नाहीत. मी तर तुला पहिल्यापासून सांगत आलो आहे.''

''मी पण तुला सांगितलेलं आहे ना, की माझे आईवडिल संकुचित मनाचे नाहीत. त्यांनी सुद्धा प्रेमविवाह केलेला आहे म्हणून?''

''त्यांनी आपल्या लग्नाला संमती दिली नाही, तरी मी तुझ्यावर प्रेम करण्याचं थांबवणार नाही. कधीच नाही. तू तर माझ्या स्वप्नांची मलिका आहेस.'' बोलता बोलता सुरेश खिडकीतून दूरवर पाहू लागला.

त्याच्या चेहऱ्यावर निश्चय दिसू लागला... निशाच्या हृदयाचे ठोके वाढले...

आता ते समुद्राच्या किनाऱ्यावरून चालले होते... मागे संगीताचे सूर वाजत होते... वाऱ्यानं तिचे केस भुरभुरत होते. तिच्या डोळ्यांत पाणी होतं... तिचे रसरशीत, लाल, ओलसर, ओठ थरथरत होते... पांढरे शुभ्र दात चमकत होते... तिचं ऊर धपापत होतं... तरी ती बोलू लागली...

सुरैय्या :- आईवडिलांच्या प्रती माझं जे कर्तव्य आहे, ते सर्वांत प्रथम पूर्ण झालं पाहिजे. त्यासाठी मला आपल्या प्रेमाची आहुती दिलीच पाहिजे. मला विसरून जा. यापुढे आपण भेटू शकणार नाही.

नायक :- कदापि नाही, असं काही होण्यापूर्वी मी प्राणांचा त्याग करीन.

सुरैय्या :- नाही नाही. त्यांच्या आशेच्या राखेवर आपल्याला आपल्या मिलनाचा ताजमहल उभा करायचा नाही.

नायक :- मी नक्की एखादा चांगला मार्ग शोधून काढीन. तुझे आईवडिल आपल्या लग्नाला संमती देतील.

सुरैय्या :- माझ्या करंट्या नशिबात दु:खाचं जिणंच लिहीलेलं आहे.

नायक :- काय? हे मी काय पाहतो आहे? लाडके, तुझ्या डोळ्यांत अश्रू? (तिला जवळ घेऊन हलक्या हाताने अश्रू पुसतो). वेडी मुलगी, रडतेस काय अशी? या डोळ्यात कधी अश्रू येणार नाहीत, याची मी आयुष्यभर काळजी घेईन.

(सुरैय्या मान खाली घालून उभी असते. तो बळेच तिची हनुवटी उचलतो. नजरानजर होताच ती हसते. संगीत मोठ्या आवाजात सुरू होतं. समुद्राच्या लाटा उसळू लागतात. पाणी त्यांच्या पायाला स्पर्शून जातं.)

वेटरने दोघांच्या मध्ये ठेवलेल्या बडीशेप आणि खडीसाखरेच्या बशीत, बिल खुपसलं आणि तो गेला. सुरेशने खिशातून नोटा काढून काळजीपूर्वक मोजल्या. "तुझ्याकडे पाचची नोट आहे का?" निशाने पाच रुपयांची नोट काढून दिली आणि त्या बशीत 'टीप' म्हणून काही नाणी टाकली. सुरेश नेहमी टीप द्यायला विसरायचा. तळपत्या उन्हात बाहेर पडून त्यांनी युनिव्हर्सिटीत परत जाण्यासाठी रिक्षा केली.

"हे बघ!" काही दिवसांनंतर एका भेटीत तो म्हणाला.

"काय?"

त्याने आपली बंद मूठ तिच्या पुढे केली. मोठा काळा हात, बोटांच्या पेरांवर कुरळ्या केसांचे पुंजके, चांदीची अंगठी, मनगटाजवळ शर्टच्या बाहीचे काही धागे लोंबत असलेले, घड्याळाचा स्टीलचा पट्टा... तिने त्याची मूठ उघडली. हातात एक चावी होती. "आपल्या दोघांसाठी!" तिच्याभोवती हात लपेटत तो म्हणाला.

"काय ते?"

"विजयनगरमध्ये माझा मित्र राहतो. त्याच्या रूमची चावी."

"कशासाठी?"

"म्हणजे आपल्याला जरा निवांत दोघांनाच बसून बोलता येईल. नुसतं युनिव्हर्सिटीच्या हिरवळीवर आणि सिनेमा थिएटरमध्ये बसून बोअर व्हायला लागलंय, नाही का?" तो काय म्हणत होता ते तिच्या बरोबर लक्षात आलं.

"मला नाही माहीत!" ती लाजून म्हणाली. "पण असं बरोबर वाटत नाही."

"अगं, तसं काही नाही! तू जेवढा वेळ म्हणशील तेवढाच वेळ आपण तिथे थांबू! अं? चल ना. चल प्लीज...? ऊठ ना गऽऽ!" तो आग्रह करतच राहिला. त्याच्या नजरेतलं आर्जव... प्रेम... पुढे केलेला हात, त्याला ती त्या क्षणी हवी होती... तो जणू तिच्याचसाठी जगत होता... तिला नाही म्हणणं जड वाटलं.

"किती लांब आहे इथून?" रिक्षा युनिव्हर्सिटीच्या मागच्या गल्लीतून धडधडत जाताना तिने नर्व्हस आवाजात विचारलं. त्यादिवशी आकाशात ढग आले होते आणि झुळझुळ वाराही वाहत होता. बायका घराबाहेरच्या बाजेवर बसून विणत होत्या. आजूबाजूला पोरं खेळत होती, सायकलला टोपली लावून काही भाजीवाले आणि फळवाले चाललेले दिसत होते. भरपूर वजनामुळे ते अतिशय सावकाश सायकली चालवत होते. म्युनिसिपालटीच्या मोठ्या कचराकुंडी भोवती टाकलेल्या कचऱ्यात, तोंड घालून गायी आणि कुत्रे कचरा उचकडून खायला शोधत होते, एका दुकानापुढे चारपाच जणाचं टोळकं, बिड्या फुंकत, पत्ते खेळत बसलं होतं.

"दूर नाही. जवळच आहे." तिचा हात धरत सुरेश म्हणाला.

"ते लोक आपल्याकडे बघत तर नाहीत ना?" ती कुजबुजली. तिला माहिती

होतं की, ते दोघं विजयनगरमधल्या एका खोलीवर गुपचुप काहीतरी करायला जात आहेत, हे त्यांच्या चेहऱ्यावरच लिहिलेलं होतं.

"तू त्यांच्याकडे बघू नकोस."

पण तिला ते डोळे सगळीकडेच दिसू लागले. पुरुष तिच्याकडे आणि सुरेशच्या हातातल्या चावीकडे बघत होते. सुयांनी लोकरीचं विणकाम करता करता बायकाही त्यांचाच अंदाज घेत होत्या. जणू काही तिची आई, काकू, मावशी, त्या बाजांवर बसून तिच्या नातलगांसाठी स्वेटर्स विणत होत्या. त्या तिच्याकडे बघून एकमेकींत कुजबुजत होत्या. तिचा धिक्कार करत होत्या. त्यांच्या नजरा विणकामावर नव्हत्या. (तशी गरजच नसते) सगळ्यांच्या नजरा तिच्यावरच खिळल्या होत्या.

एका लहानशा बोळाच्या शेवटी कोपऱ्यावर ते घर होतं. सुरेशने अंगणातल्या दरवाजात चावी घालून, आवाज न करता दार उघडलं. आतमध्ये जिन्याच्या सिमेंटच्या कठड्यावर काही कपडे वाळत टाकलेले होते. वर खोक्याच्या पुठ्ठयाने बनवलेली एक लहानशी खोली होती. जिन्याच्या पायऱ्या इतक्या उंच उंच होत्या की त्यांना अक्षरश: रांगतच वर चढावं लागलं. वर गेल्यावर सुरेशने कुलपाशी खटपट करून कसं बसं ते घर उघडलं.

ते एका बारीकशा कोंदट खोलीत पोहोचले. तिथल्या भिंतीचे पोपडे पडलेले दिसत होते. एका टेबलावर हॉटप्लेट होती. तिथेच ॲल्युमिनियमचं लहान सॉस पॅन आणि इलेक्ट्रिकची किटली ठेवलेली होती. शेजारीच उघडलेला ब्रेडचा पुडा, दोन अंडी, पिकून काळी पडलेली केळी, दूध पावडरचं पॅकेट, चहापावडरची बाटली आणि साखरेचा डबा होता. एका भिंतीला दोन खिळे ठोकून त्याला दोरी बांधून त्यावर एक फुलाफुलाचं डिझाइन असलेलं कापड लोंबत होतं. नीट पाहिल्यावर लक्षात येत होतं की तो, त्या भिंतीतला शेल्फवर लावलेला पडदा होता.

जमिनीवर गादी टाकलेली होती. शेजारी छोट्या स्टूलवर एक मातीचा मोठा दिवा ठेवलेला होता. त्यात सिगरेटची विझवलेली थोटकं, काडेपेटी आणि एक रिकामं सिगरेटचं पाकीट पडलेलं होतं. गादीवर भोकं पडलेली लाल काळ्या चौकटीची चादर टाकलेली होती.

खोलीभर नजर फिरवत निशाने विचारलं, "कुणाची खोलीय ही? आणि मला कशाला घेऊन आलायस इथं?"

"सांगितलं ना. एका मित्राची खोली आहे. इथे राहणारे दोघेही नवराबायको कामावर जातात. ते पेईंग गेस्ट घेत असतात. जर तेवढ्यात नोकर आला, तर त्याला थोडी टिप द्यायची. माझ्या मित्राने सगळं सांगून ठेवलेलं आहे."

असं? याचा अर्थ त्याचा मित्र दलाल, ती वेश्या आणि सुरेश तिचं गिऱ्हाईक...?

शी:! त्याच्या मनात हा अर्थ होता तिच्या प्रेमाचा...? तो तिला गादीकडे नेऊ लागला. तिने त्याला ढकलून दिलं!

सुरेश दुखावला. "काय झालं गं? तुझं माझ्यावर प्रेम नाही?"

"तसं नाही, त्याचा प्रश्न नाही." ती पुटपुटली. तिला फसवून अडकवल्यासारखं अस्वस्थ वाटू लागलं. "यार, तूच विश्वासानं माझ्याबरोबर इथपर्यंत आलीस ना? आणि निशू, तुला आवडत नसेल, तर मी काही सुद्धा करणार नाही." त्याने दोन्ही हातांनी तिला जवळ ओढलं. आजवर ती कधीच त्याच्या इतकी निकट आली नव्हती. गावठी गुलाबासारखा उग्र पुरुषी वास आणि कस्तुरी सारखा मोहात पाडणारा...

"निशू, ए निशू! माझ्याकडे बघना. किती दिवस झाले आपली मैत्री आहे. पण तुला त्रास होईल असं मी काही केलंय कधी? तुझा माझ्यावर विश्वास नाही का?"

"विश्वासाचा प्रश्न नाही."

"मग?"

"आपण लग्न होईपर्यंत थांबायला पाहिजे."

"आपण थांबलोच आहोत डिअर," सुरेश म्हणाला. "मी कुठे तसं काही करतोय?"

त्याने तिची हनुवटी आपल्या तळव्यात घेतली. नजरेत नजर खोल रूतवत म्हणाला, "युगानुयुगं आपण एकमेकांच्या संगतीनेच जगतो आहोत. आपल्याला कुणीही अलग करू शकणार नाही."

तिचा मूड अजूनही गेलेलाच होता.

"हे बघ निशू, आपण गेली दोन वर्षं एकमेकांना ओळखतो. मी कधी तुझा गैरफायदा घेतलाय? त्या युनिव्हर्सिटीच्या हिरवळीवर लोक सारखे बघत बसतात गं. बरं नाही वाटत यार! तुला नाही असं वाटत?"

निशाचे डोळे डबडबले, सुरेश तिच्यावर मनापासून प्रेम करत होता, हे तर उघडच होतं. तिने हलकेच मान हलवली. ती त्याच्या चेहऱ्यावरचे भाव निरखत होती. त्याचा श्वास जलद होऊ लागला. त्याच्या तोंडून भराभर शब्द बाहेर पडू लागले. ती सगळं स्वत:मध्ये साठवून घेऊ पाहत होती. सुस्तीसुमनं... तिचं सौंदर्य, तिची मऊ-नितळ कांती, लुसलुशीत काया, फिल्मस्टारहून सुंदर... साऱ्या जगातली सुंदर मुलगी, हिच्यावरून जान सुद्धा कुर्बान करेन, पुन्हा पुन्हा... वाट पाहत राहीन... आयुष्यभर... आयुष्यभर!

त्याने पुन्हा तिला खाली घेण्याचा प्रयत्न केला. आता मात्र ती विरघळली. तिने मूक संमती दिली. तिला झोपवून तो जवळ बसला. त्याने तिची पावलं स्वत:च्या मांडीवर घेतली. त्या धुळीने भरलेल्या, मळक्या पावलांना हलके, हलके, गोंजारत

तो म्हणाला, "या पावलांनीसुद्धा मला वेड लावलंय गं!" खरंच किती मनापासून हा प्रेम करतोय आपल्यावर! हळूहळू त्याने तिचं सर्व अंग कुरवाळायला सुरुवात केली आणि तिचं मन दुभंगलं. एक भाग शिक्षण आणि आईवडिलांचा आणि एक केवळ त्याच्या जादुई स्पर्शाचा? मग त्याचा एक हात सरपटत तिच्या कुर्त्याच्या बटनांकडे गेला आणि तिचे स्नायू एकदम ताठरले!

"नाही." त्याला ढकलत तिने निषेध केला.

"हां हां! शांत हो. मी काही करत नाही." असं तिच्या गालाल गाल घासत पुटपुटतानाच त्याचा हात आत शिरला. त्याने डोळे मिटले. त्याचा श्वास जड घेऊ लागला. तो कण्हल्यासारखं म्हणाला, "मी तुझ्यासाठी मरायला तयार आहे... तू माझी राजकुमारी आहेस... माझी राणी आहेस... राहिलेलं सगळं आयुष्य तुझ्या शिवाय कुणी नाही. फक्त तू... माझी निशा... माझी याऽऽर!"

तिलाही तसंच काही तरी म्हणायचं होतं पण शब्द ओठाबाहेर येईचनात. एवढी लाडीगोडी लावून झाल्यानंतर सुरेशने तिच्या सलवारीच्या नाडीला हात घालण्याचा प्रयत्न केला. त्याबरोबर सर्व शक्तीनिशी तिने त्याला ढकललं.

"मी नाही इथे थांबत, मी चालले." तिने झटक्यात उठून जाहीर केलं.

"तू माझ्यावर रागावलीस? मी काही वाईट साईट केलं का?" सुरेश विनवू लागला.

"मला ताबडतोब इथून जायचंय.. चल ऊठ!"

"ए निशा, काय झालं काय, तुला एकदम? किती तरी दिवसापासून आपण एकमेकांना ओळखतो आहोत. माझ्यावर विश्वास आहे, म्हणूनच तू माझ्यासोबत एकटी इथे आलीस ना?"

तो हे वाक्य अशा प्रकारे बोलला, जणू काय तिने काही गुन्हाच केलेला होता. तिने मान फिरवली. त्याबरोबर सुरेशने स्वतःला तिच्या अंगावर झोकूनच दिलं आणि रडवलेल्या सुरात म्हणू लागला, "माझं तुझ्यावर प्रेम आहे. मी तुझ्यावर खूप खूप प्रेम करतो, जिवापेक्षा जास्त प्रेम करतो. राणी, का मला दूर लोटतेस? माझी अशी क्रूर थट्टा करू नकोस, निशू... प्लीऽज! निशू प्लीऽज!"

"मीही तुझ्यावर खूप खूप प्रेम करते राजा..." असं म्हणत तीही रडू लागली. तिचे गाल ओले, रुमाल ओला, त्याने जवळ ओढल्यामुळे त्याचा खांदाही ओला झाला पण त्याला विरोध करणं मात्र चालूच होतं. थोड्या वेळाने दोघे तिथून निघाले. रस्त्यावर आल्यानंतर 'माझं घड्याळ राहिलं!' म्हणत सुरेश परत त्या खोलीत जाऊन आला. हे त्याने मुद्दाम केलेलं होतं. त्या अचानक प्रगट झालेल्या नोकराला पैसे देताना निशाने आपल्याला बघू नये आणि तिचं मनःस्वास्थ्य आणखी बिघडू नये म्हणून.

परत येताना निशाने स्पष्ट शब्दांत त्याला विचारलं, ''जर तुला हे सगळं करायची इतकी घाई झालीय, तर तू तुझ्या आईवडिलांना, माझ्या घरी येऊन मागणी घालायला का सांगत नाहीस? एका झटक्यात सगळ्याच गाठी सुटून जातील. आपला मार्ग मोकळा होईल!''

''हो. हो. तसंच करतो.'' असं म्हणताना सुरेशला कळत नव्हतं की ही सारखी 'आई-बाबा, आई-बाबा' का करत असते?

सुरेशने नेहमी नेहमी 'विजय नगरच्या खोलीवर' भेटायचं ठरवू नये असं निशाला मनापासून वाटायचं, पण तो इतकी मिनतवारी करायचा आणि तिथे गेल्यावर त्याच्या प्रेमात तिला आकंठ बुडवून टाकायचा, की त्याला 'नाही' म्हणणं तिच्या जिवावर यायचं. त्यामुळे नंतरच्या काही महिन्यांत ते अनेक वेळा 'त्या' खोलीवर भेटले. भेट संपल्यावर तिला वाटायचं की 'हे' सगळं आपल्याला फारसं पटत नाहीये.

तिथेही तिने स्वत:ला किवा त्याला पूर्ण विवस्त्र कधीच होऊ दिलं नाही. ती मर्यादा त्यानेही राखली. ''लग्नानंतर काही तरी शिल्लक राहू दे ना'' ती म्हणायची. मग तोही अर्ध्या वाटेतून परत फिरायचा. वाईट काम करतानाही चांगुलपणा दाखवायचा.

त्या दिवशी घरी आल्यानंतर निशा आई वडिलांपासून तोंड लपवायचा प्रयत्न करायची. ती कुठे गेली होती आणि काय काय करून आलीय, हे तिच्या चेहऱ्यावरून स्पष्ट उमगत असे. तिच्या अंगाला खाज सुटायची आणि ती वारंवार इतक्या जोराने खाजवायची की, तेवढा भाग रक्ताळायचा.

एकदा तिने ते सुरेशला दाखवलं. ''बघ ना. माझ्या स्किनला काय व्हायला लागलंय.''

''डॉक्टरला दाखवावं लागेल का?''

''मला माहीत नाही, होईल तसंच बरं!''

सुरेशने त्या रक्ताळलेल्या भागाचा मुका घेतला. ''तुला काहीही झालं, तरी माझं प्रेम तसंच राहील.'' तो मर्दाला शोभेलसं वाक्य बोलला. ''मला केव्हाही सांग, तुला डॉक्टरकडे घेऊन जाईन.''

''ए चल! तू ना वेडाच आहेस!'' निशा खुदकन हसली. तिच्या माहितीप्रमाणे बायकांनीच बायकांना डॉक्टरकडे घेऊन जायचं असतं, पुरुषांनी नाही.

१७

निशाच्या कॉलेजचं तिसरं वर्ष संपत आलेलं असताना तिच्या वडिलांना कॉलेजप्रमुखांकडून एक पत्र आलं. त्यांच्या मुलीची हजेरी पूर्ण भरलेली नव्हती. त्यामुळे तिला परीक्षेला बसू दिलं जाणार नव्हतं.

"पण मला हे पत्र कसं काय पाठवलं त्यांनी?" यशपालने विचारलं.

"माहीत नाही पापाजी! पण... पण त्यांनी चुकून पाठवलं असेल तुम्हाला!" थरथर कापत निशा उत्तरली.

"असं? ते विनाकारण अशा चुका कशा करतील? या पत्राचा अर्थ काय? उभ्या वर्षात फक्त सदोतीस टक्के! इतके कमी दिवस हजर होतीस तू?"

तिला त्याचा अर्थ माहीत होता. सुरेशबरोबर कमलानगरच्या रेस्टॉरंटमध्ये बसणं, विजयनगरच्या खोलीवर जाणं. सतत सुरेशच्या प्रेमाखातर, त्याला पाहिजे म्हणून, त्याला आवडतं म्हणून. त्याने सांगितलं म्हणून कॉलेजला दांड्या मारल्या होत्या तिने. ओ शिट्! तिने मान खाली घातली.

"निशा, उत्तर दे!" वडिलांचा कधीच न ऐकलेला कठोर आवाज ऐकून निशा मुळापासून हादरली!

"सॉरी पापाजी!" ती पुटपुटली.

"पण दररोज सकाळी तू तयार होऊन घरातून जातेस, मग तुझी गैरहजेरी का मांडली जाते?"

मनातल्या भीतीने तिला ताबडतोब खुलासा सुचवला.

"अहो पापाजी, आम्ही दोन सेकंद उशिरा गेलो ना वर्गात, तरी टीचर ॲबसेंटी लावतात आणि काही काही टीचर तर होमवर्क केलं नाही ना, की ॲबसेंट मार्क करतात."

पहिल्या वर्षी फर्स्ट क्लास मिळवलेल्या मुलीच्या तोंडी असला थातुर-मातुर खुलासा अजिबात शोभत नव्हता.

"थांब जरा, तुझ्या प्रिन्सिपॉलनाच येऊन भेटतो. म्हणजे नेमकं काय झालंय ते कळेल!"

निशा रडू लागली. रडता रडता म्हणाली, "त्या प्रिन्सिपॉल काय सांगणार? त्या टीचर्सचीच बाजू घेणार. त्यापेक्षा मला तुम्ही मेडिकल सर्टिफिकेट मिळवून द्या ना पापाजी! खूप मुली असंच करतात."

"अरे वा! तू सर्व दिवस कॉलेजमध्ये हजर असूनही आपण मेडिकल सर्टिफिकेट मिळवण्यासाठी पैसे खर्च करायचे? का म्हणून? हे मला पटत नाही. उद्या तुझ्याबरोबर तुझी आई कॉलेजमध्ये येईल."

त्या रात्री निशाला झोप आली नाही. तिने सुरेशला कितीतरी वेळा सांगितलं होतं, की वर्षाच्या शेवटी हजेरी पूर्ण नसेल, तर तिला परीक्षेला बसू देणार नाहीत म्हणून. पण तो कसला ऐकतो आहे! त्याच्या कॉलेजमध्ये तर टीचर्स सुद्धा सगळ्या तासांना हजर नसायचे. हजेरी घेणार कोण? त्यामुळे चेष्टेचेष्टेत त्याने तिची भीती कमी करून टाकली आणि त्याच्या उष्ण श्वासांनी तर ती जाणीव वाफेसारखी उडूनच गेली.

आता मात्र ती व्यवस्थित पकडली गेली होती. कुऱ्हाडीचा घाव केव्हा बसणार? कुऱ्हाड तिच्यासमोर लटकत होती. तीक्ष्ण, धारदार आणि भरभक्कम! सगळं काही करून पुन्हा लपवायला पाहणाऱ्या वाईट मुलीवर ती कोणत्याही क्षणी कोसळणार होती.

निशाच्या अपेक्षेप्रमाणेच प्रिन्सिपॉलबरोबरची आईची भेट निष्फळ ठरली. त्यामुळे मेडिकल सर्टिफिकेट एवढा एकच मार्ग उरला. शेवटी 'कावीळ झाल्यामुळे निशा दोन महिने कॉलेजला जाऊ शकली नाही.' असे सर्टिफिकेट मिळवून ते कॉलेजमध्ये दिल्यामुळे निशा परीक्षेस बसायला पात्र ठरली.

दरम्यान घरामध्ये निशावर प्रश्नांचा भडिमार चालू झाला. प्रश्न, प्रश्न, प्रश्न! हे असं घडलं कसं? कुठे जात होतीस रोज? काय करीत होतीस बाहेर जाऊन? कार्टे, प्रेमाबिमात तर गुंतली नाहीस ना?

"निशा, तुला विचारतेय मी! उत्तर दे." आईने विचारलं. आवाज बर्फासारखा थंड, कोरडा. चेहरा दगडाहून कठोर!

"होय मम्मी!" आईच्या उद्रेकाला थोडं सौम्य करण्याच्या आशेनं निशाने उत्तर दिलं.

"काऽऽऽय? कुणा मुलाबरोबर फिरत होतीस रस्त्यानं? हे... हे धंदे करत होतीस तू बाहेर जाऊन?... अस्सं! म्हणून तू केस कापलेस. म्हणूनच घरी यायला उशीर व्हायचा तुला आणि आम्हाला सांगत होतीस, लायब्ररीत बसून अभ्यास करते म्हणून! आँ? इतकं धादांत खोटं बोललीस तू आमच्याशी? तरीच इतकी सुखात असल्यासारखी दिसतेस आजकाल! बेशरम कार्टे, आपल्या जन्मदात्या आईबापांना

फसवत होतीस तू?''

''नाही मम्मी!''

''नाही मम्मी आणि होय मम्मी. एवढंच बोलता येतं तुला? एवढाच काय तो खुलासा आहे तुझ्याकडे? बोल, बोल ना!''

निशाने तोंड फिरवलं. तिला आईचा चेहरा बघायची इच्छा नव्हती. आईने विलक्षण रीतीने तिच्या कॉलेजजीवनातली उणीव शोधून काढली होती. ती संशयाने आणि आरोपांनी भरून टाकण्याचा तिचा प्रयत्न होता.

निशाच्या तोंडात मारण्यासाठी सोनाचा हात वर गेला.

यशपालने तो वरच्यावर पकडला. ''सोड तिला. मारण्याइतकी लहान राहिलेली नाही ती. आणि लक्षात ठेव. आपल्या मुलीबद्दल मला पूर्ण विश्वास आहे.''

''तुमचा तर साऱ्या दुनियेवरच विश्वास आहे हो!'' सोना फणकारली.

झालं! दोन प्रेमी जीव तातडीने एकमेकांना भेटले. निशाने सुरेशला स्पष्ट बजावलं, की ताबडतोब त्याने त्याच्या घरच्यांना सगळं सांगून टाकावं. तिच्या घरी कळलंय. आता ही परिस्थिती ती एकटीने हाताळू शकणार नाही. आत्ताच सगळं उघड होणं आवश्यक आहे. त्याने सरळ दुकानात जाऊन तिच्या वडिलांना भेटावं.

''तुझे ते गॉगल्स घालून जाऊ नकोस हं दुकानात! आणि चांगली दाढी वगैरे करून जा. माझे वडील साधे आहेत. त्यांना फॅशन बिशन आवडत नाही.''

''आधी पंडिताकडे जाऊन चांगला दिवस पाहतो आणि त्या दिवशी जातो. आपलं सगळं कसं परफेक्ट झालं पाहिजे.'' लग्नेच्छू तरुणाने आश्वासन दिलं.

''तुला माहितीय? मुलं होण्याकरता माझी आई मंगळवारचे कडक उपवास करायची.'' निशा म्हणाली, ''तू असं कर, येत्या मंगळवारी जा.''

''तुझ्या आईसारखं आपल्यालाही पुरेपूर यश मिळावं, अशी आशा वाटतेय मला.''

''नको, नको! तिच्यासारखं नको. तिला दहा वर्षं वाट पाहावी लागली. आपण दहा वर्षांत म्हातारे होऊन जाऊ.''

''दहा वर्षं काय निशू, मी तुझ्यासाठी आयुष्यभर वाट पाहायला तयार आहे.'' रोमिओ बोलता झाला.

''पण आयुष्यभर लग्नाशिवाय राहण्याची माझी तयारी नाही हं!'' निशाने ठेवणीतला तीर मारला.

आता काय होईल? पुढे कसं होईल? बाबा काय म्हणतील? निशाच्या मनावर खूप ताण आला होता. तिने रूपामावशीला छेडून पाणी किती खोल आहे, त्याचा अंदाज घ्यायचं ठरवलं.

''मावशी, तुझं लव्ह मॅरेजबद्दल काय मत आहे गं?'' मावशी भाचीकडे रोखून

पाहू लागली.

"तू हे का विचारते आहेस मला?"

"काही नाही ग. असंच विचारतेय."

"लव्ह मॅरेज फार वाईट. खूप खूप जमवून घ्यावं लागतं. तडजोड करावी लागते. पड खावी लागते. तुझ्या आईचंच उदाहरण आहे ना. लग्नानंतर दहा वर्षांनी तिला चांगले दिवस आले. तोपर्यंत सतत परिस्थितीशी तडजोड करीत, त्याग करतच दिवस काढले तिने."

"तिला मूल लवकर झालं नव्हतं ना, म्हणून झालं असेल तसं!"

"मला तरी कुठे मूल झालं? पण मला तुझ्या आईसारखा छळ नाही सोसावा लागला. बाप रे!" इथे मावशीने शहारल्यासारखं केलं.

"का गं? काय झालं?"

हिच्या आईचं जीवन म्हणजे कसा नरकवास करून टाकला होता सासरच्यांनी, ते कसं सांगणार या पोरीला?

"ते जाऊ दे. तुला कुणी भेटलाय वाटतं कॉलेजमध्ये?" लव्ह मॅरेजचे दुष्परिणाम सांगत न बसता मावशीने विचारलं. भाचीच्या मनातलं गुपित आपल्या बहिणीपर्यंत पोचवण्याची संधीही तिला हवीच होती.

निशाने काहीच उत्तर दिलं नाही.

"कुणी असेल तसा, तर मला सांगायला हरकत नाही हं!" मावशीने भाचीला उत्तेजन देत विचारलं.

"मावशी, तू मला काही मदत करू शकशील याबाबतीत?" भाचीच्या या एकाच प्रश्नाने जणू तिच्या दोन वर्षांच्या कॉलेजजीवनावर प्रकाशझोत टाकला. ते चित्र काही फारसं चांगलं नव्हतं. रूपा आपल्या बहिणीइतकी जलद गतीने नाही, पण हळूहळू त्याच निष्कर्षाला आली.

निशाची बदललेली केशरचना, चेहऱ्यावर आलेलं तेज, सलवार कमीझमधून जीन्स-टीशर्ट मध्ये जाणं, लायब्ररीत तासन तास बसणं, हजेरी पूर्ण न होणं, पहिल्या वर्षापेक्षा दुसऱ्या वर्षीचा घसरलेला रिझल्ट या सगळ्यांवरून हेच दिसत होतं, की तिच्या जीवनात नक्कीच कुणी मुलगा आलेला होता.

"कोण आहे तो?" मावशीने बेधडक विचारलं.

"पापाजींना भेटायला तो मंगळवारी दुकानात येणार आहे."

"एकटाच?"

ही निशा इतकी भाबडी कशी राहिली? लाजत लाजत, खाली मान घालून ओढणीच्या धाग्यांशी चाळा करणाऱ्या त्या पोरीकडे पाहून रूपाचं हृदय गलबलून आलं!

"हो. का? काय झालं? मला त्याच्याशी लग्न करायचंय. त्याच्या फॅमिलीशी

नाही.''

''तू भेटलीयस त्याच्या घरच्यांना? काय करतात ते?''

''आपल्यासारखेच दुकानदार आहेत.''

''कुठे आहे दुकान?''

''काश्मिरी गेटला.''

''त्यांची जात?''

''मला माहिती नाही.''

''त्याने सांगितली नाही?''

''त्याने सांगितली ग. तो सगळं सांगतो मला. पण मी नाही बाई लक्षात ठेवली. ठेवायला पाहिजे होती का लक्षात?''

''किती दिवसांपासून चाललंय दोघांचं भेटणं वगैरे?''

''तसे फार दिवस नाही झाले. कधी कधी माझ्या मैत्रिणी, मी, तो, त्याचे मित्र असे कॉफी हाऊसमध्ये भेटतो तेवढंच.''

''तो काय करतो?''

''इंजिनियरिंगला आहे.''

निशाच्या उत्तरांमधून मुलाबद्दलचा थोडाफार ठळक तपशील कळला. रूपाच्या डोळ्यांसमोर पुढची दृश्यं तरळू लागली. सोनाचा कसा संताप होईल, तिला कशी कमालीची शरम वाटेल. 'विजयच्या लग्नानंतर जशी सुशिलाची मान ताठ आणि उंच झाली, तसंच आपलं व्हावं' या सोनाच्या आशेवर तर सपशेल पाणीच पडणार होतं!

पण या वादळानं उग्र रूप धारण करण्यापूर्वी आणि निशाच्या नशिबाची परीक्षा होण्यापूर्वी एका गोष्टीची खात्री करून घेणं जरूरीचं होतं. मावशीने भाचीला हळुवारपणे जवळ घेत विचारलं, ''बेटी, मला एक सांग. तुझ्या नावाला कालिमा लावण्यासारखं त्याने काही केलेलं नाही ना? पुरुष नेहमीच भोळ्या मुलींचा फायदा घ्यायला टपलेले असतात. म्हणून विचारते.''

निशाचा चेहरा शरमेने लाल झाला. हात-पाय बर्फासारखे थंड पडले. जमिनीकडे लावलेल्या तिच्या नजरेसमोर सुरैय्याच्या पावलांना मोहमयी विळखा घालून परत फिरणाऱ्या समुद्राच्या लाटा दिसू लागल्या. तिने काही न बोलता नकारार्थी मान हलवली.

''ठीऽऽक आहे. बघू या काय होतंय ते. नशीब काही कुणाच्या हातात नसतं.'' रूपाने खोल सुस्कारा टाकला.

मंगळवारी संध्याकाळी घरी आल्याबरोबर यशपालने मुलीकडे रागाने पाहिलं. हे

तर होणारच होतं. तिने स्वतःच स्वतःचा जीवनसाथी निवडल्याबद्दल तिचं ते अभिनंदन थोडंच करणार होते?

चहा होण्याचीही वाट न बघता वडील बोलू लागले.

वडील : आज मला भेटायला एक मुलगा आला होता दुकानात.

आई : कोणता मुलगा?

राजू : काऽय? हिच्याकरता? कोण तो? नाव सांगा. तंगड्याच मोडून ठेवतो.

वडील : तो म्हणाला, तुझी त्याची ओळख आहे. खरं आहे हे?

निशा : होय पापाजी.

वडील : तो सांगत होता, की तुम्ही दोघांनी लग्न करायचं ठरवलंय.

आई : अरेऽऽऽ देवा...!

निशा : (स्वतःला वाचवण्याचा दुबळा प्रयत्न करत) मम्मी, तुम्ही दोघांनी पण तसंच केलं होतं ना?

वडील : हे बघ निशा, मोठ्या माणसांच्या आणि आपल्या जीवनाची अशी तुलना होऊ शकत नाही. आमचं लग्न तुझ्या आजोबांच्या पूर्ण संमतीनं आणि आशीर्वादानं झालेलं होतं आणि... आणि आज, कोण कुठला हा मुलगा, सरळ मला दुकानात येऊन सांगतो, की तुम्ही दोघं लग्न करणार आहात म्हणून? त्या... त्या मुलानं तुला इतकी भुरळ घातलीय?... शीः!

आई : ही कार्टी आई-बापाचा जीव घेऊनच शांत होणार आहे का? दहा वर्षं उपास-तापास, नवस-सायास केले हिच्यासाठी... आणि ही अशी काळजाला जखमा करतेय. बरं तर बरं. तुझे आजोबा नाहीत हे बघायला. आता वरच्यांना कसं तोंड दाखवू मीऽऽऽ? त्या विजयला फॅन्सी फर्निशिंगवाल्यांची मुलगी सांगून आली आणि आमची मुलगी नवरा शोधायला कुठल्या घाणीत गेली?

प्रश्नावर प्रश्न... प्रतिक्रिया... चर्चा मध्यरात्रीपर्यंत चालूच राहिली. सुरेश-निशा प्रकरण, त्यावर मत देण्याच्या, चर्चा करण्याच्या, विचार करण्याच्या देखील योग्यतेचं नाही, हे स्पष्ट झालं.

निशा रडली... सोना रडली... यशपालही रडला. पण निष्कर्ष तोच राहिला.

कुटुंबीयांनी सर्वात प्रथम तिचं कॉलेजला जाणं बंद करायचं ठरवलं. समाजाच्या दृष्टीने ती अजून निष्कलंक होती. तेवढ्या अवधीत त्यांनी आतल्या आतच प्रकरण मिटवायचं ठरवलं.

"इथून पुढे तू घरी बसून अभ्यास करायचा. कॉलेज बंद. तुझ्या म्हणण्याखातर एकदा खोटं मेडिकल सर्टिफिकेट दिलं होतं. तसंच आणखी एकदा देऊ. समजलं?"

ती आणि तिच्या घरातली माणसं यांच्यामधला सहजसंवाद संपला. ती

अपराध्यासारखी, चोरट्यासारखी घरात वावरू लागली. तिची किंमत त्यांच्या पायाखालच्या धुळीहून कमी झाली. तिला वरच्या मजल्यावर जायला बंदी घालण्यात आली. उगीच तिच्या सुशिला चाचीला कोणाचे कान फुंकायची संधी नको.

राजूला या सगळ्या प्रकरणात फारच जास्त रस होता.

"मला नाव कळू दे त्याचं..." तो आव्हान देत म्हणाला, "खरंच च्युत्या दिसतोय साला!"

राजूने सुरेशला च्युत्या म्हटलं? निशा संतापली. तिच्या अंगाचा तिळपापड झाला. तिला तिच्या प्रियकराचे लांब कुरळे केस, गॉगल्स, तिच्या हनुवटीला प्रेमाने घासणारे तीन दिवसांचे दाढीचे खुंट, त्याची लांबसडक बोटं... आणि वळवळणारी, लडिवाळपणे खेळणारी जीभ आठवली. तशी निशा व्याकूळ झाली.

"किती घाणेरडी भाषा वापरतोयस राजू! तुला काही तरी माहिती आहे का त्याच्याबद्दल?" तिने तिरकसपणे विचारलं.

राजू एकदम ताठ झाला. वर्षानुवर्षं त्याला परिचित असलेल्या थंड स्वरात तो म्हणाला, "त्याच्यासारखी पोरं कशाच्या मागे असतात ते चांगलं माहितीय मला!"

"तो जर त्यातला असता, तर लग्नाची मागणी घालायला आला असता का?"

"हां! तू त्याची काळजीच करू नको आता. आम्ही नीट बोलतो त्याच्याशी!"

"आम्ही कोण?"

"मी आणि प्रेमनाथ अंकल."

निशाला वाईट वाटलं. त्यांनी सगळं परस्पर ठरवलं होतं.

जवळचा पण प्रत्यक्ष कुटुंबातला नाही असा प्रौढ माणूस प्रेमनाथ अंकल. म्हणजे सुरेशला, आपल्याला धमकी द्यायला आलेत असं वाटू नये. आणि राजू कशाला जातोय? 'बहिणीच्या शीलाचा रक्षणकर्ता म्हणून त्याची झाडाझडती घ्यायला?'

"आधी मला त्याच्याशी एकट्याशी बोलू द्या प्लीऽऽज! फक्त एकदा. तुमचा विश्वास नसेल तर दुसऱ्या टेबलाशी बसून तुम्ही वॉच ठेवा आमच्यावर." निशा धाकट्या भावाची विनवणी करू लागली.

"विश्वास ठेवायचे दिवस गेले आता." राजूने ठणकावलं.

"आणि तो जर आमच्याशी बोलू शकत नसेल, तर तुझ्याशी लग्न कसं करणार तो?"

"अरे पण, मी विश्वास ठेवण्यालायक आहे की नाही, हे ठरवणारा तू कोण?"

निशा म्हणाली खरी. पण तिला स्वतःला पराभूत झाल्यासारखं आणि अंगातली शक्ती गेल्यासारखं वाटत होतं.

"हे पाहा दीदी, मम्मी पापाजींना पाहिजे आहे, तसंच मी वागतो आहे. पापाजी त्यांच्या पद्धतीने जास्त माहिती काढणारच आहेत." राजू आपल्या कमनशिबी बहिणीकडे वळून म्हणाला. राजूला वाटलं, ही बहीण म्हणजे आपल्या कुटुंबात मधे मधे वळवळणारा किडा आहे.

त्यांनी सूडभावनेने त्याच्या घराण्याचा शोध घेतला. तो पास्वान कुळातला होता. म्हणजे त्याचा वर्ग आणि जात, त्यांच्यापेक्षा इतकी खालची होती, की पूर्वीच्या काळी त्यांच्या मुलीकडे त्याने नुसतं नजर वर करून पाहिलं असतं, तरी लोकांनी त्याचा खून पाडला असता. मैत्री-बित्री तर फार दूरच्या गोष्टी झाल्या. काश्मीरी गेटला त्यांचं मोटार रिपेअरिंगचं गॅरेज होतं छोटंसं, आणि त्याच्या वरती एका खोलीत ते राहत होते.

आपला मुलगा सुरेश दिल्ली युनिव्हर्सिटीतून इंजिनिअर होईल तेव्हा आपल्याला चांगले दिवस येतील, या आशेवर ते जगत होते. सुरेश केव्हा एकदा धंदा हातात घेतो आहे, असं त्याच्या वडिलांना झालेलं होतं. अशा वेळेला जेव्हा बनवारीलाल कुटुंबातर्फे 'श्रीमंताच्या सुंदर मुलीला फूस लावून जाळ्यात ओढलं आणि तिच्याशी लग्न करून त्यांना बदनाम करण्याचा कट रचला' असा आरोप करण्यात आला, तेव्हा ते गोंधळून गेले.

तरीही त्यांनी साफ सांगितलं, की 'आमच्या मुलाला पुष्कळ मुली सांगून येत आहेत. कुणाला जाळ्यात ओढण्याची त्याला गरज नाही. तुमची मुलगीच त्याच्या मागे लागली आहे. तिला अगोदर आवरा. स्वतःच्या मुलीला ताब्यात ठेवता येत नाही, तेव्हा दुसऱ्यांना धडे शिकवायचा प्रयत्न करू नका. आम्हाला दम देणारे तुम्ही कोण?'

इकडे सुरेशने पुन्हा निशाच्या कुटुंबीयांची भेट घेऊन त्यांना हे पटवायचा प्रयत्न केला, की त्याचं प्रेम, त्याचा हेतू शुद्ध आहे आणि हे सिद्ध करण्याकरता तो 'कोणतंही दिव्य करायला तयार आहे. त्याला हुंडा नको, दागिने नकोत, शानदार लग्नसमारंभ नको, काहीही नको. त्याला फक्त निशा पाहिजे. तिला मंगळ असला, तरी तो तिच्याशी आनंदाने लग्न करील.'

हे सालं यःकश्चित पास्वानाचं पोरगं, आम्हाला सांगतंय तोंड वर करून, की तिला मंगळ असला तरी मी पत्करीन म्हणून? शिक्षणाने या साल्यांची टाळकी फिरवलीयत!

हे ऐकल्यावर तर सुरेश किती सज्जन आहे, या विचाराने निशाचं मन जास्तच उचंबळून आलं.

"पापाजी, आजकाल कोण जातीपातीचा एवढा विचार करतं? पण जातीपेक्षाही, तुम्हाला लग्नाच्या बाजारात मला विकायचंय, तेही फायद्याचा सौदा करून!"

हुंदके देत देत निशा आवेशाने बोलत होती. भावनातिरेकानं तिचं शरीर कापत होतं.

"टाका मला एकदाचं विकून म्हणजे तुमचं समाधान होईल. विका नं, विका! आता वाट कशाची पाहताय?"

आता ती तरुण झालीय. मारण्याचा काहीएक उपयोग होणार नाही, हे माहिती असून सुद्धा आईने खाडकन मुलीच्या तोंडात मारली.

दिवस न् रात्र, रात्रंदिवस 'निशाचं लग्न' या एकाच विषयावर घरात चर्वितचर्वण चाललं होतं. काय गरज होती तिला हे सगळं करण्याची? ती किती सुंदर दिसतेय, आकर्षक दिसतेय, भल्याभल्यांचं लक्ष वेधून घेते आहे, हे तिला स्वतःला समजत नाही का? सुंदर रूप, शिवाय भरभराटीला येणारं घराणं...!

निशा बेटी, लाडक्या लेकी, त्या खालच्या जातीतल्या घाणेरड्या मुलाचा विचार मनातून काढून टाक. अगं, आपण इतकं छान घर शोधू तुझ्यासाठी! हा भणंग काय देऊ शकणार आहे तुला? आम्ही पाहून दिलेल्या मुलाशी लग्न केलंस, तर आयुष्यभर तुला आणि तुझ्या मुलांना काही कमी पडणार नाही. तुला सांगून आलेली कितीतरी स्थळं आम्ही नाकारली. त्यातल्या एकेकाच्या पावलांची सुद्धा सर येणार नाही सुरेशला! हा काय तुझं नवरेपण निभावू शकणार?

त्यांचं हे म्हणणं तिला कसं पटणार होतं? 'आपलं लग्न सुरेशशीच होणार' अशी खात्री असल्यामुळेच तिने त्याला स्पर्श करू दिला होता. विजयनगरमधल्या खोलीत शेजारी शेजारी पडलेले असताना दोघांची मनं शुद्ध होती. प्रेमाने ओतप्रोत भरलेली! मात्र, आता सुरेशशी लग्न होणार नाही म्हटल्यावर तिला एकदम कलंकित असल्यासारखं वाटायला लागलं. कुणीही तिला 'छचोर', 'बिघडलेली', 'शीलभ्रष्ट' म्हणू शकलं असतं. पण घरचे लोक या मुद्याला महत्त्व देत नव्हते. याबद्दल तिला त्यांनी साधं काही विचारलं सुद्धा नाही.

त्यांचं वेगळंच चाललं होतं. तो आपल्या जातीचा नाही. आपल्यापेक्षा खालच्या आर्थिक स्तरातला आहे. त्याचं कुटुंब दरिद्री आहे. त्या पातळीवर तू कशी उतरणार? ते शक्यच नाही. विकीच्या आईचं कसं झालं ठाऊक आहे ना? तुझी निवड तर त्याहून वाईट आहे. त्या संबंधाला निदान बाबाजींचे आशीर्वाद तरी होते.

निशा बिचारी घायाळ झाली! म्हणाली, "मी लग्न करीन तर सुरेशशी. नाहीतर कुणाशीच नाही."

"अगं बाई, आता तुला समजावायचं तरी कसं?" तिने हट्टानं फिरवलेल्या पाठीकडे पाहून ते बोलू लागले. "तुला कळत नाही का तू किती मूर्खपणा करते आहेस ते? तू आपल्या हातांनी स्वतःचं आयुष्य खड्ड्यात घालते आहेस!"

तिच्या गप्प राहण्यातून त्यांना उत्तर मिळालं, 'कशाचा काही उपयोग होणार

नाही. तुम्हाला करायचं ते करा.'

निशा दिवसभर घरातच राहू लागली. गुन्ह्याची शिक्षा भोगणाऱ्या कैद्यासारखी. त्यांच्या शब्दांनी तिला जणू बंदिवान केलं होतं. तिच्याबद्दल सगळ्यांना इतका अविश्वास वाटत होता, की तिला एकटीला घराबाहेर पाऊलही टाकायला बंदी घालण्यात आली. फोनला कुलूप लागलं. किल्लीशिवाय, फक्त आलेले फोन घेता येत असत.

हे सगळं तिच्या लक्षात येत होतं, पण ती काही बोलत नव्हती. तिचं जणू स्वत:वरचं लक्षच उडालं होतं. स्वत:ला काय होतं आहे, याची पर्वा करायचं तिने सोडून दिलं. ती धड खात पीत नव्हती. कुणाशीच बोलत नव्हती. बोलण्यासारखं उरलं तरी काय होतं?

"अरेरे! दया करा, दया करा त्या पोरीवर! कशी सुकत चालली आहे तरणीताठी पोर, तुम्हाला दिसत नाही का गं?''

रूपाने सोनाला कळवळून सांगितलं. विनवण्या केल्या. पण सगळं वातावरण रागानं आणि तिरस्कारानं इतकं भरून गेलेलं होतं, की तिथे दयेला किंवा क्षमेला पाय ठेवायला जागाच उरलेली नव्हती.

निशाची परीक्षा जवळ येत चालली तशी नाइलाजाने तिच्या हातात पुस्तकं दिसू लागली. काहीतरी कृती करत असल्याचा तो फक्त देखावा होता. परीक्षेत चांगले मार्क मिळवून करायचं काय? दूरवरच्या भवितव्यात त्याने काही फरक पडणार नव्हता आणि नजीकचा भविष्यकाळ फक्त एक किंवा दोन दिवसांचा होता. ती मरणार की जगणार याची सुद्धा तिला पर्वा उरली नव्हती; त्यामुळे परीक्षा आणि अभ्यास हे तर दूरच्या क्षितिजावरचे बिनमहत्त्वाचे तारे ठरले होते. शिवाय परीक्षेच्या तोंडावर, दर्यागंजच्या कट्ट्यावरून ट्यूटोरियल्स विकत आणून देणारा तिचा 'तो' मदतीला तिच्या जवळ नव्हता.

पण निशाचा आपल्या कुटुंबीयांच्या कठोरपणाबाबतचा अंदाज खोटा ठरला. तिची अशी दयनीय अवस्था घरच्या माणसांना फार दिवस पाहवली नाही. सुरेशच्या घरच्यांशी त्यांच्या काही गुप्तभेटी झाल्यानंतर असं ठरवण्यात आलं, की आता तिला पाहिजे असेल, तर एकदा सुरेशला भेटू द्यावं. आपोआप डोकं ठिकाणावर येईल. काही लोकांना जरा अवघड भाषाच समजते. आणि शिकायला थोडा वेळच लागतो.

दुपारी चार वाजता 'मोती महल'मध्ये भेटायचं ठरलं. अनेक आठवड्यानंतर निशा प्रथमच घराच्या बाहेर पडत होती. तिच्याबरोबर होते राजू आणि प्रेमनाथ. मार्च महिन्याची सुरुवात होती. कोवळ्या पालवीचे नाजूक पोपटी ठिपके झाडांच्या

फांद्यांवर लागले होते. पार्कची शोभा वाढवत होते. त्यांच्याकडे पाहता पाहता ती उमलण्याऐवजी आतल्या आत कोमेजली. नवी सुरुवात, नव्याचा ताजेपणा आता कधीच तिच्या वाट्याला येणार नव्हता. तिने स्टार्च केलेला, चिकनचा आकाशी रंगाचा कुर्ता घातला होता. त्याच्यावर निळ्या आणि पांढऱ्या फुलांचं भरतकाम केलेलं होतं. पण तिच्याबरोबर दोन 'पहारेकरी' असल्यामुळे तिला कैद्यासारखं मळकट आणि ओशाळवाणं वाटत होतं.

"त्याच्या बाजूचे किती लोक येणारेत?" तिने कडवटपणे विचारलं.

"आम्ही त्याला सांगितलंय. तुला ज्यांना कुणाला आणायचं असेल त्यांना घेऊन ये. आमची काही हरकत नाही." तिच्या प्रेमनाथ अंकलनी तिच्याकडे न बघता उत्तर दिलं.

प्रेमनाथ अंकलनाही तिने निराशच केलेलं होतं. परीक्षेत यश कसं मिळवायचं ते त्यांनी तिला शिकवलं होतं. तिने मात्र मिळालेल्या संधीचा उपयोग कुणा मुलाबरोबर फिरण्यासाठी केला होता.

"अंकल, निदान तुम्हाला तरी नाही वाटत ना मी चुकले म्हणून? सांगा ना. वाटतं का? जर तो मुलगा चांगला असेल, तर काय हरकत आहे?"

तो शिक्षणाचा पुरस्कर्ता बोलला, "पण बेटा, लग्नासारखे निर्णय गुपचुप घ्यायचे नसतात. त्याच्या घरच्यांनी येऊन तुझ्या घरच्यांशी बोलायला पाहिजे होतं."

"पण अंकल, जमाना नवा आहे."

अंकल भाचीकडे दुःखाने पाहत होते. "आम्ही दोघांनी प्रथम एकमेकांचा परिचय करून घेतला तर त्यात काय झालं? आणि अजून आमचीच ओळख फारशी झालेली नसताना, मी कसं काय सांगू त्याला, की तुझ्या घरच्यांना माझ्या घरी पाठव म्हणून?"

प्रेमनाथला नवल वाटलं. ही पोरगी एवढे मुद्दे मांडायला शिकली तरी केव्हा?

"मी सांगेन मम्मीला. तू असं बोलत होतीस म्हणून!" राजू दुष्टपणे म्हणाला.

"जा, पळ घरी. सांग तिला आत्ताच्या आत्ता. तुला काय वाटलं? मी घाबरते की काय कुणाला?" निशाने फटकारलं.

"अरे राजू, निशाला काय वाटतं, हे जर समजलं नाही तर आपण कशी मदत करणार तिला?" प्रेमनाथ अंकलनेही राजूला गप्प केलं.

राजू रागारागाने बघत होता. एकीकडे प्रेमनाथ अंकलविषयीचा तिटकारा आणि बहिणीबद्दलचा वैताग या दोन्हींच्या कात्रीत तो सापडला होता. हे अंकल फारच मऊ आहेत बुवा! ती त्यांच्या घरी असताना असेच मऊपणाने वागले असतील. त्यामुळेच निशा दीदी अशी निघाली.

"तुम्ही लोकांनी सुरेशबद्दलचा निर्णय आधीच घेऊन टाकला असेल, तर आता

त्याला भेटण्यात काय अर्थ आहे?'' निशाने अचानक विचारलं. एव्हाना ते मुख्य रस्त्याला लागले होते.

''मॅडम, तुम्हालाच त्याला भेटायची इच्छा होती. आम्हाला नाही.'' राजूने लक्षात आणून दिलं.

''त्या मुलाचं काय म्हणणं आहे, ते बघू ना. तो अजून मोकळेपणी बोललेलाच नाही.'' दोन्ही बाजूने बोलावं तसं प्रेमनाथ बोलले. खरं म्हणजे सुरेशच्या घरी काय काय घडलं, ते त्यांना काहीच माहिती नव्हतं.

''तो स्वत:ला कुमार म्हणवतो. त्यामुळे तो कोणत्या समाजातला आहे, ते काहीच कळून येत नाही.''

यावर निशा काहीच बोलली नाही. 'पूर्वग्रहदूषित' मनाने वावरणाऱ्या लोकांना समजावून काय उपयोग?

त्यांनी एक स्कूटररिक्षा थांबवली. ड्रायव्हरशी बोलून, थोडे जास्त पैसे देऊन, दोनऐवजी तीन जणांना घ्यायला भाग पाडलं. फर्र फर्र असा जोराचा आवाज करीत रिक्षा सुरू झाली. त्या आवाजामुळे आपसात बोलणं खुंटलंच. अर्थात तिघांनाही सुटल्यासारखं वाटलं.

ते ठरलेल्या वेळेआधीच 'मोती महल'ला पोचले. खिडकीजवळ चार माणसांचं टेबल पाहून बसले. आल्या आल्या त्यांच्यापुढे पाण्याचे ग्लास आदळून वेटर चालता झाला. थोड्या वेळाने त्यांनी चहा, सामोसे आणि पनीर पकोडे मागवले. निशा अस्वस्थ झाली. आता इतक्या दिवसांनंतर भेटायची संधी मिळतेय तरी सुरेश उशीर कसा काय करू शकतो?

अखेर तो आला. एकटाच होता. उन्हातून आत आल्यामुळे काही काळ त्याला काहीच दिसत नव्हतं. त्यामुळे नुसताच इकडे तिकडे बघत उभा होता. आज तर तो एकदम हीरोसारखाच दिसत होता. थोडा काळा पण उंच, सडपातळ, रोमँटिक. 'टॉल, डार्क, हँडसम!' कॉलरशी खेळणारे कुरळे केस, सरळ नाक, सुरेख गुलाबी दळदार ओठ.

त्याचं लक्ष वेधण्यासाठी निशा उठून उभी राहिली. राजूने तिला खाली बसवलं.

''तो एवढ्या रिकाम्या रेस्टॉरंटमध्ये तुला शोधू शकत नसेल, तर तो आंधळा असला पाहिजे.'' राजू फिस्कारत हसला.

सुरेशने तिथूनच त्यांना ओळखून हात हलवला आणि त्यांच्याकडे येऊ लागला. त्याच्या हालचाली अतिशय सहज होत्या. जवळ येताच त्याने प्रथम राजूकडे हसून पाहिलं. मग अंकलकडे पाहून मान झुकवली आणि शेवटी निशाकडे चोरटा कटाक्ष टाकला. ती त्याच्याकडे पाहून हसली. ''त्यांनी मला त्यांच्यासमोरच भेटण्याची

परवानगी दिलीय सुरेश! पण आता सगळ्या गोष्टी स्पष्ट होऊन जातील याचा मला आनंद होतो आहे.''

अंकल मनात म्हणाले, 'पोरगी मोठी झाली बरं का!' त्यांनी सुरेशकडे निशाच्या नजरेतून पाहण्याचा प्रयत्न केला. तो अतिशय स्मार्ट दिसत होता. पण अशा तऱ्हेचा स्मार्टनेस फार काळ टिकणारा नसतो. त्यांची भाची खूप दिवसांचा उपास झाल्यासारखी त्याच्याकडे अधाशीपणे पाहून घेत होती. ती सांगत होती, त्यापेक्षा त्यांचे संबंध नक्कीच पुढे गेलेले असले पाहिजेत. त्या कल्पनेने त्यांच्या पोटात ढवळून येऊ लागलं, ते त्यांनी प्रयासानं आवरलं.

सुरेशने मधूनच बोलल्यासारखी तुटक सुरुवात केली. ''तुझ्या घरच्यांना पसंत नसेल तर आपण लग्न करू शकत नाही. मी तुझ्या सुखाच्या आड येणार नाही.''

''माझ्या सुखाच्या? काय बोलतोयस तू? तुझं नि माझं सुख वेगळं आहे का? तूच माझं सुख आहेस सुरेश!''

''असं तुझ्या घरच्या माणसांना वाटत नाही. मी तुझ्या आणि त्यांच्यामध्ये आडवा येऊ इच्छित नाही.''

''काय झालंय काय सुरेश तुला? त्यांनी तुझा अपमान केला का? तू तरी सांग ना मला. असं काय परक्यासारखा बोलतोयस तू?''

यावर सुरेश खिडकीबाहेर बघू लागला.

''वा! तुझ्यापेक्षा तुझा मित्र खूप समंजस आहे हं दीदी! ग्रेट!'' राजू आनंदाने उसळत म्हणाला, ''त्याला माहिती आहे, त्याच्यापाशी राहिलीस, तर तू कधीच सुखी होऊ शकणार नाहीस.''

निशाच्या मनावर मानहानीचा, निराशेचा जणू पहाड कोसळला! गिळता न येण्यासारखं अनावर दुःख तिला होऊ लागलं. तिने कल्पना केली होती, तशी ही भेट नव्हती. सगळं विपरीत घडत होतं.

अत्यंत कोरड्या आवाजात तिने विचारलं, ''सुरेश, माझं मन बदललेलं नाही. तुझं बदललं असेल तर तसं सांग मला.''

त्याने तिच्याकडे इतका कमी वेळ पाहिलं, की मोठ्या मुश्किलीने काही सेकंद त्यांची नजरानजर होऊ शकली.

''बी.ए. झाल्यावर तिचं लग्न करणारेत तिचे आईबाबा!'' प्रेमनाथने सहजपणे सांगितलं.

निशाला वाटलं, हीच वेळ आहे 'आमचं प्रेम अमर आहे' म्हणून सांगण्याची. हीच वेळ आहे कलुषित पूर्वग्रह आणि अधिकार यांना आव्हान देण्याची. सुरेशने स्पष्ट सांगायला पाहिजे की आम्ही एकमेकांना पसंत केलंय. आमचा आनंद आम्ही मिळवतोय. त्यात कुणाला इजा पोचवण्याचा किंवा त्रास देण्याचा आमचा हेतू नाही.

तरीही त्यांनी ऐकलं नाही, तर आपण पळून जाऊन लग्न करू. ती स्वतःच्या चहाच्या कपाकडे बघत, वाट पाहत होती त्याच्या बोलण्याची.

फक्त तिचे डोळे वगळून सुरेशची नजर भिरभिरत होती. साऱ्या हॉटेलभर खराटा फिरवल्यासारखी फिरत होती. प्रेमनाथ अंकलच्या वाक्यावर तो तिऱ्हाईतासारखं म्हणाला, "असं का? अरे वा!" नजरेचं अर्थहीन भरकटणं चालूच. "म्हणजे तुला समजलंय तर." असं म्हणताना प्रेमनाथ अंकलचं अर्ध लक्ष, यापुढे काय बोलून स्पष्ट करायचंय त्याकडेच होतं.

"हे पाहा बेटा, तुमच्या संबंधांबद्दल कोणतेही गैरसमज राहायला नकोत. काय? तिच्या डोक्यात काही चुकीच्या कल्पना आहेत, त्या काढून टाकण्याचा आमचा प्रयत्न आहे. त्यामुळे प्रत्येकालाच कळून येईल की कोण किती पाण्यात उभं आहे ते!"

यानंतर शांतता पसरली. कुणी एकही शब्द उच्चारला नाही. पण शेजारी बसलेल्यांची तोंडं पनीर पकोडे आणि समोसे खाण्यात गुंतलेली असताना निशाच्या डोक्यात असंख्य शब्द माशांसारखे घोंघावत होते. तिने प्लेट बाजूला सारली. खिडकीतून बाहेर बघू लागली. तोंड फिरवल्यामुळे कुणालाही तिच्या डोळ्यात आलेलं पाणी दिसलं नाही.

तिला उठून हॉटेलबाहेर निघून जावंसं वाटत होतं. पुन्हा कधीही सुरेशकडे पाहू नये, दाढीचे खुंट वाढलेला त्याचा देखणा चेहरा पाहू नये, मानेवर रूळणाऱ्या मऊ कुरळ्या केसांना स्पर्श करू नये आणि दळदार ओठांनी झाकलेले पांढरे दात पाहू नयेत असं तिला प्रकर्षाने वाटलं!

सुरेशने घसा खाकरला. "ज्यात सर्वांचं कल्याण आहे, तेच मी करीन. तिच्या घरच्यांचा विरोध असेल, तर मला निशाशी काहीच कर्तव्य नाही. मला स्वतःला तिच्याबद्दल काहीही आणि कितीही वाटत असेल तरी."

राजू त्याच्याकडे रोखून बघत होता.

"माझ्या घरच्यांचंही हेच मत आहे." सुरेशने स्पष्टपणे सांगितलं.

निशा उठली. हॉटेलमधून तडक बाहेर पडली. संध्याकाळच्या मावळत्या उन्हात चालू लागली. ती कुठे चालली आहे, हे तिला कळत नव्हतं. ही भेट म्हणजे निव्वळ एक फार्स होता. तिच्यापुढे सादर केलेला.

नुसता फार्स होता फार्स! आपणच मूर्ख, म्हणून आपल्या हे आधीच लक्षात आलं नाही. सुरेशला असं बोलायला लावण्यासाठी त्यांनी कशाचा वापर केला असेल? पैशांचा... कि नुसत्या दमदाटीचा? ते कसं कळणार? कधीच कळणार नाही. ते सांगणार नाहीत आणि सुरेश...? पण त्याची संमती असल्याखेरीज त्यांना एवढं सगळं घडवता आलेलं नाही. हे नक्की!

ती रस्त्याच्या कडेकडेने झपाझप चालली होती. एकीकडे घरी जाण्यासाठी रिक्षा पाहत होती. तिचा भाऊ तिच्या पाठोपाठच होता. प्रेमनाथ अंकल सुरेशबरोबरचा 'व्यवहार' पूर्ण करण्यासाठी मागे राहिले असावेत असा तिने अंदाज बांधला. आत्ता या क्षणी राजू बरोबर नसता, तर एव्हाना नेताजी सुभाष मार्गावरून धावणाऱ्या अनेक बसेसपैकी एकीच्या चाकाखाली येऊन निशाचा मृत्यू घडला असता. असे अपघात नेहमीच घडतात. तिचा मृत्यूही त्यातलाच एक, नेहमी घडणारा अपघात म्हणून गणला गेला असता. पण तसं व्हायचं नव्हतं.

मार्च महिना उलटला. निशाच्या हृदयाचा जडपणा दिवसेंदिवस वाढत होता. त्यात ओतल्या गेलेल्या शिशाचा भार असह्य होता. घरच्या लोकांनी तिच्यापुढे उभी केलेली भविष्याची सुंदर, रंगीबेरंगी चित्रं व्यर्थ ठरली. त्यांनी मोठेपणाचा आव आणत सुरेशची जात, त्याचा वर्ग, दर्जा याची तिच्यापुढे निंदा, निर्भत्सना करणं चालू ठेवलं. यापुढे तिच्या प्रत्येक हालचालींवर त्यांनी पाळत ठेवली. पण काहीही झालं, तरी ते तिचं लग्न जबरदस्तीने लावून देऊ शकणार नव्हते. या गोष्टीची तिला पक्की खात्री होती आणि एवढ्या प्रचंड विरोधी शक्तीशी मुकाबला करताना ती खात्रीच तिची एकमेव ताकद ठरली.

एकदोनदा तिने स्वतःचा दृष्टिकोन त्यांना समजावून देण्याचा प्रयत्न केला. खरं म्हणजे दोनच मुद्यांना त्यांची हरकत होती. एक तर तो गरीब होता आणि दुसरं म्हणजे खालच्या जातीतला होता. तिचं म्हणणं असं होतं, की तुम्हाला आमच्या लग्नाला संमती द्यायची नसेल, तर देऊ नका. पण आम्हाला आमच्या स्वतःच्या जबाबदारीवर लग्न करू द्या. त्याला का रोखता?

शेवटी आयुष्य तिचं होतं. त्याबद्दलचा निर्णय घ्यायला ती समर्थ होती. सुरेश आणि ती, दोघंही सज्ञान होते, शिकले सवरलेले होते. दोघंही नोकरी करून जगू शकले असते. पण ती काहीही सांगायला लागली, तरी त्याचा संबंध तिचं तरुण वय, भोळेपणा, अज्ञान आणि तिने त्यांना कसं फसवलं, याच्याशी जोडला जाई.

अशा परिस्थितीमध्ये संवादाला स्थान नसतं, हेच खरं. शेवटी निशाने रूपा मावशीला पटवून, तिच्याकरवी सुरेशची चोरून भेट घेतली. करोल बागेतल्या एका रेस्टॉरंटमध्ये. रूपा एका टेबलावर मासिक वाचण्याचं सोंग करत बसली होती. पलीकडे थोड्या दूरच्या टेबलावर सुरेश आणि निशा बसले होते. अर्थात रूपाचं सगळं लक्ष या जोडीकडेच होतं.

जवळ पैसा असणं म्हणजे शापच! बघा काय करून ठेवलंय पोरांचं? निशा किती दुःखी दिसतेय! तो सुरेश इतका देखणा आणि आकर्षक! त्याने नावापुढे आडनाव न लावता नुसतं कुमार लावलेलं लक्षात आलं, तरी तिने त्याकडे उगीच

नाही दुर्लक्ष केलं! आता तो तिच्याशी तावातावाने वाद घालतोय. तीही प्रतिवाद करते आहे. दीदीच्या घरी हे कळलं, तर ते आपल्याशी असलेला नातेसंबंध कायमचा तोडून टाकतील. आपला लोणच्याचा व्यवसायही त्यामुळे धोक्यात येईल. पण निशा मला पोटच्या मुलीसारखी. बिचारी दुर्दैवाने पोळलीय. अशा वेळी लेकरानं डोळ्यात पाणी आणून विनवलं, तर आईला नाही म्हणता येईल?

भेट संपली. घरी गेल्यावर 'गुन्ह्यात' सामील झालेल्या मावशीने विचारलं, "मऽग बेटा? कशी झाली भेट?"

"मावशी, मी ठरवलंय. त्याच्याशी लग्न नाही झालं, तर मी जीव देईन!" निशाने खिन्नपणे उत्तर दिलं.

"कसं काय लग्न करणारेस तू त्याच्याशी? त्याने काही सुचवलंय का तसं?" रूपाने विचारलं. निशाचं सारखं 'स्वत:ला संपवीन', 'जीव देईन' ऐकून ती कंटाळली होती. असे नाटकी संवाद सिनेमात शोभतात. पण आपलं हे जीवन खरं आहे. सिनेमा नव्हे.

"नाही, त्याला माझ्या घरच्यांची भीती वाटते."

"म्हणजे खरोखरच शहाणा दिसतोय मुलगा." रूपाने प्रतिक्रिया दिली.

"त्याला वाटतं, ते त्याला आणि त्याच्या कुटुंबाला काहीही करून त्रास देतील. काय करू शकणार आहेत ते? आपण काय एखाद्या मागासलेल्या खेड्यात राहतो की काय? एका मुलाने मुलीवर प्रेम करण्याचं धाडस केलं म्हणून त्याच्या अख्ख्या कुटुंबाची खांडोळी करून टाकतील?"

शहरातही दहशतीच्या अनेक वाटा असतात, हे रूपाला माहीत होतं. पण यशपाल त्या वाटेने जाईल असं तिला वाटलं नाही. तिने एक दीर्घ श्वास घेतला आणि जीवनातली काही सत्यं, आपल्या भाचीला पुन्हा एकदा नीट समजावून सांगण्याचा प्रयत्न केला.

"निशू बेटा, तू या मुलाशी लग्न केलंस, तर ते त्यांच्या डोक्यावर जन्मभराचं ओझं होऊन बसेल कदाचित. हां, एखादा अनुरूप मुलगा असता ना, तर तुझ्या वडिलांनी नक्की विचार केला असता."

"अनुरूप... अनुरूप! काय कमी आहे गं त्याच्यात? तू सांग बरं मला! एक तरी गोष्ट सांग."

मावशीचे डोळे एकदम विस्फारले. पण तिला माहिती होतं की घरातल्या प्रत्येकाने कारणामागून कारणं सांगून, तो तिला कसा 'अनुरूप नाही' हे दाखवून देण्याचा प्रयत्न केलेला असणार.

"तुझ्या आत्याचं म्हणजेच विकीच्या आईचं काय झालं ते माहितीच आहे तुला."

"एक्झॅक्टली! मोठ्या माणसांनीच जमवलं होतं ना तिचं लग्न?"

"हां. कधी कधी त्यांच्याही हातून अशा चुका होतात. पण याचा अर्थ, जाणून बुजून त्याच त्याच चुका पुन्हा पुन्हा करत राहायचं, असा होत नाही. आणि बेटी, हे तर त्याहून वाईट आहे ग. खूप वाईट!"

"नाहीऽऽऽ! नाहीये खूप वाईट! अजिबात वाईट नाहीये!!!" निशा किंचाळली. या भरून काढता न येणाऱ्या फरकावरच जणू ती प्रहार करू इच्छित होती. "आपण एका मोठ्या खेड्यात राहतो आहोत! मला तुम्ही विहिरीत ढकलून द्या आणि व्हा मोकळे!"

"निशाऽऽऽऽ!" आश्चर्याने थक्क झालेली रूपा म्हणाली, "बेटी काय बोलतेयस तू? ही काय बोलायची पद्धत झाली? तुला दिसत नाही का? त्याला जर खरोखर सगळं व्यवस्थित व्हावं असं वाटत असतं, तर त्याने त्याच्या वडिलांना तुझ्या वडिलांकडे पाठवलं असतं. तुझ्या आईला पाहून तुझे वडील प्रेमात पडले होते, तेव्हा त्यांनी असंच केलं होतं. परस्पर तिचा फायदा नाही घेतला त्यांनी!"

"मला तरी काय माहिती होतं, आपल्या घरातले सगळे जण आमच्या निरागस मैत्रीकडे इतक्या संकुचित दृष्टीने पाहतील म्हणून?"

"पण ती मैत्री निरागस राहिली नाही. पुढे तिने वेगळं वळण घेतलं. घेतलं की नाही?"

"ते माझ्या हातात नव्हतं."

"हे बघ बाळा, तुझ्या आईवडिलांना वाटतं, तुला उत्तमातलं उत्तम स्थळ बघून द्यावं."

निशाच्या मुद्रेवर उपहास पसरला.

"होऽऽऽ! मला काय पाहिजे आहे, ते माझ्यापेक्षा जास्त त्यांनाच माहिती आहे. नाही का मावशी?"

"त्यांनी तुझ्यापेक्षा जास्त जग पाहिलं आहे. कुणासाठी काय योग्य, हे त्यांनाच जास्त माहिती आहे. ते उघड्या डोळ्यांनी पाहतायत. त्यांना प्रेमाने आंधळं केलेलं नाही."

"हं...! मला जो पसंत नाही, त्याच्याशी लग्न करायची ते मला सक्ती करू शकत नाहीत."

या भेटीतून रूपाच्या लक्षात आलं, की सुरेशने हार मानलेली होती. आता केवळ निशाची इच्छाशक्ती तिला पुढे रेटायचा प्रयत्न करीत होती.

१८

एप्रिलच्या दुसऱ्या आठवड्यात निशाची तिसऱ्या वर्षाची वार्षिक परीक्षा सुरू झाली. आजवरच्या आयुष्यात अशी अजिबात तयारी न करता ती एकाही परीक्षेला बसलेली नव्हती. अभ्यासाचं पुस्तक उघडलं की तिला सुरेशचा चेहरा दिसू लागे. पण आता त्या चेहऱ्याशी तिला काय देणं-घेणं उरलं होतं? तिच्या घरातली माणसं तो चेहरा तिच्या मनातून उखडून टाकण्यासाठी प्रयत्नांची पराकाष्ठा करत होती.

सुरेशने तिला जाळ्यात ओढलं होतं. त्याने तिला वापरलं होतं. आणि तिने?... त्याला तसं करू दिलं होतं! फारसा विरोध न करता, तिच्या लाजाळू शरीर-मनाने त्याला प्रतिसाद दिला होता. विजयनगरमधली ती खोली म्हणजे तिच्या 'तारुण्यातलं गुपित' होतं. पण ते हळूहळू 'जवानीतलं पाप' ठरलं होतं. जर का तिच्या कुटुंबीयांना ते माहिती झालं असतं, तर तिला ढकलून देण्यासाठी त्यांनी नक्कीच शहराचे कानेकोपरे धुंडाळून विहीर शोधून काढली असती.

इतकी वर्षं मनाच्या तळाशी गाडल्या गेलेल्या सगळ्या आठवणी ढवळल्यासारख्या वर येऊन तिला सतावू लागल्या. विकीचं तिच्या अंगाशी अंग घासणं, त्याचा तिच्या चड्डीत शिरणारा हात, तिला स्वतःच्या इंद्रियाला स्पर्श करण्याचा आग्रह, तिचा छोटासा हात हातात घेऊन बळेच त्यात आपलं इंद्रिय कोंबणं, आपल्या हाताने तिचा तो हात वरखाली करत राहणं, ती होमवर्क करत बसलेली असताना येऊन तिला कवटाळणं, तिच्या शेजारी झोपून I love you, I love you म्हणत विव्हळणारा सुरेश, प्रणयाच्या उत्कर्षक्षणी तिचा हात आपल्या शिस्नावर दाबणारा सुरेश, मनातून इच्छा दाटून आलेली असताना त्यालाही बरं वाटावं म्हणून आपण होऊन संकोचत, त्याच्या अंडरपँटमध्ये हात घालून त्याचे शिस्न पकडणारी निशा... अशी सगळी दृश्यं एकमेकांत मिसळून तिला दिसू लागली.

विकीचा विचार मनात येताच सुरेश आठवायचा आणि सुरेशचा विचार आला, की तिचं मन मागे जाऊन विकीचा विचार करायला लागायचं. सुरेशच्या मिठीत असताना खूप वर्षांपूर्वी काय घडलं होतं ते जर तिने सांगून टाकलं असतं, तर कदाचित तिची यातून सुटका झाली असती. लहानपणी त्या आतेभावाने काहीतरी

केलं असेल. म्हणून काय झालं? सुरेशने तर तिला प्रेमाने स्पर्श केलेला होता, त्यांच्यात फक्त प्रेम होतं. बाकी कोणतीही गोष्ट मध्ये येण्यासारखी नव्हती.

तिने स्वत:चं मन त्या शुद्ध प्रेमावरच केंद्रित करण्याचा प्रयत्न केला. पण भूतकाळ सर्व शक्तीनिशी मुसंडी मारून वर येऊ पाहत होता. सरपटत सरपटत वर्तमानात येऊन गरळ ओकू पाहत होता. हे इतकं वाढलं, की शेवटी तिला स्वत:पासून किंचाळत दूर पळून जावंसं वाटायला लागलं. या विचारापासून तिची कधीच सुटका होणार नव्हती की काय?

ती कल्पना करू लागली. तिला माहीत असलेलं एक जालीम औषध होतं. संडास साफ करण्याच ॲसिड. बिअरच्या रिकाम्या झालेल्या बाटल्यांमध्ये भरून हे उग्र घाणेरडा दर्प असलेलं पिवळं ॲसिड विकलं जाई. तिच्या मनात आलं, एक चिंधी घेऊन त्या ॲसिडमध्ये बुडवावी. त्या बोळ्याने स्वत:चं अख्खं मन आणि शरीर साफ करून घ्यावं, म्हणजे मनात साचलेली घाण सारखी वर येऊन त्रास तरी देणार नाही. त्यापासून कायमची सुटका होईल.

गेली अनेक वर्षं विकी गच्चीवर राहत होता. तेव्हा त्याच्या धिप्पाड शरीराची तिला कधीही भीती वाटली नाही. पण तिच्या रात्री झोपेविना जाऊ लागल्या, तसे त्याच्याबद्दलचे विचार तिला धमकावू लागले. फक्त तिच्या मनाची एकच खात्री होती, की तिने स्वत:च्या कौमार्यावर आघात होऊ दिलेला नव्हता. त्याच खात्रीला घट्ट पकडून ती जगत होती. रूढार्थानं ती अजूनही अनाघ्रात होती, शुद्ध होती. मात्र तिच्या मनाचा प्रत्येक कण जणू ओरडून सांगत होता, की तू नियमांचं उल्लंघन केलेलं आहेस! इतरांना माहिती होण्याचा प्रश्न नव्हता. तशी गरजही नव्हती. अशा स्थितीत ती अनाघ्रात असली किंवा नसली. काय फरक पडणार होता?

डिअर सुरेश, आपण लग्न करू शकलो असतो, तर या सगळ्या दैत्यांचा नाश झाला असता. तू कितीतरी वेळा मला सांगायचास, "मी तुझ्यावर प्रेम करतो. I love you. आपण जन्मभर एकमेकांजवळ राहणार आहोत." तुला आठवतं? तू एकदा 'मोती महल'मध्ये काय म्हणाला होतास? "माझ्या घरच्यांची तू अजिबात काळजी करू नकोस. एकदा माझी परीक्षा संपली, की आपण बोलू त्यांच्याशी. त्यांना पटवून देऊ. आणि तशीच वेळ आली तर घरातून पळून जाऊ!" हे तुझे शब्दच सांगतात. तू किती चांगला आणि मोठ्या मनाचा आहेस ते.

झोपण्याच्या वेळेपैकी तासचे तास ती प्रेमाच्या आठवणींमध्ये रमण्यात घालवी. पहाट होण्यापूर्वी थोडा वेळ रस्त्यावरील दिव्यांच्या सावल्या नव्या घराच्या संगमरवरावर स्थिर होऊन विसावत. तेव्हा कुठे हळू हळू तिला पेंग येई, लहानपणी घरापुढच्या अंगणात झोपताना अनुभवलेले पहाटेचे थंड वारे, दवाचे थेंब यांच्या सुखद आठवणीत तिचा डोळा लागे.

दिवसा ती अभ्यास करायला बसे. पण वाचलेल्या शब्दांचा अर्थ तिच्या डोक्यात शिरेल तर शपथ! या वर्षी तिची तयारी इतकी कमी झाली होती, की 'काठावर पास' झालो तरी पुष्कळ, असं तिला वाटत होतं. या वर्षी यशस्वीपणे ऑक्सफर्ड युनिव्हर्सिटीत प्रवेश मिळवणाऱ्यांच्या नोट्स तिच्या साथीला नव्हत्या.

पंधरा एप्रिलची सकाळ. पहिला पेपर. विषय होता अठराव्या शतकातील इंग्रजी कविता आणि नाटके. निशा सकाळचा पहिला चहा झाल्यावर त्या विषयाच्या पुस्तकांवर शेवटची नजर फिरवायला बसली. तेव्हा तिच्या लक्षात आलं, राजू पण आज लवकरच तयार होतो आहे.

"तू कुठे निघालायस?"

"तुझ्याबरोबर."

"कशासाठी?"

"ते तुलाही माहिती आहे आणि मलाही."

"तुला कुणी सांगितलं हा भोचकपणा करायला?"

"पापाजींनी. तुला काय वाटलं? मी आपण होऊन तुझ्याबरोबर येतोय? मलाही माझी परीक्षा आहे मॅडम! आता मला अख्खी सकाळ, तुझ्या कॉलेजबाहेर वाट पाहण्यात फुक्कट घालवावी लागणार."

सकाळी आठ वाजता ते घरातून बाहेर पडले. एव्हाना सूर्याने, परीक्षेला निघालेल्या सर्व विद्यार्थ्यांवर आग ओकायला सुरुवात केलेली होती. बसमध्ये शिरल्यावर, समोर दिसलेल्या पहिल्या रिकाम्या सीटवर राजूने निशाला बसवलं आणि स्वतः तिच्या बाजूला उभा राहिला. बसच्या तुटक्या खिडकीतून बाहेरची दृश्यं पाहत तिने त्याच्याकडे दुर्लक्ष केलं. मग आलं काश्मिरी गेट. सुरेशचा स्टॉप. इथेच तिचं भवितव्य राहत होतं. सुरेशच्या रूपाने. उंच, सडसडीत शरीरयष्टी, डार्क गॉगल्स, निळ्या जीन्स, लांब लांब पायातल्या धुळीने भरलेल्या कोल्हापुरी चपला. माझा पेपर केव्हा आहे हे तो नक्कीच शोधून काढेल आणि मला Best Luck द्यायला येईल. बसमध्ये नव्हता, पण कॉलेजच्या गेटवर असणारच. फक्त मित्रासारखं 'हॅलो' म्हणून मला शुभेच्छा कार्ड देईल. तेवढंदेखील मला पुरेसं होईल.

कॉलेजपाशी पोचल्यावर तिने आशाळभूतपणे, गेटजवळ जमलेल्या पोरांकडे पाहिलं. त्यांच्यात तो आहे का, ते चोरट्या नजरेनं पाहून घेतलं. त्यासाठी घरच्यांचा रोष पत्करायलाही ती तयार होती... पण तिचा विश्वास फोल ठरला. तिथे सुरेश नव्हता.

परीक्षा हॉलमधलं वातावरण तिला शिळं वाटलं. खिडक्या बंद होत्या. हवेत

उष्मा आणि धूळ होती. पंखे, कंटाळा आल्यासारखे हळूहळू फिरत होते. सगळीकडे घामाचा वास पसरला होता. थोड्याच वेळात वीज गेली. घामेजलेल्या मुलींच्या आजूबाजूला कुबट वास भरून राहिला. पर्यवेक्षकांनी खिडक्या उघडून टाकल्या. त्याबरोबर उन्हाच्या झळांनी तापलेली हवा आत घुसली.

निशा लिहिण्यावर लक्ष केंद्रित करण्याचा प्रयत्न करू लागली. सुरेश तिथे आला नाही हा विचार तिने बाजूला सारला. पर्यवेक्षकांची पाठ वळताच मुलींची सुरू होणारी कुजबूज तिने कानाआड टाकली. वर्गात लेक्चर्स ऐकताना जेवढं डोक्यात शिरलेलं होतं, तेवढं जरी पेपरमध्ये ओकून टाकता आलं असतं, तरी पुष्कळ झालं असतं. पण तिच्याजवळ तेही पुरेसं नव्हतं. वर्षभर केलेलं प्रेम आणि नंतर त्याची भोगावी लागणारी शिक्षा यामुळे शेवटच्या काही दिवसांत गाईड्स वाचून परीक्षा देण्याची वेळ तिच्यावर आलेली होती. तिच्या डोक्यात अभ्यासापेक्षा 'जीवनात उपयोगी पडणाऱ्या' इतरच विचारांची भाऊगर्दी झालेली होती.

बारा वाजता पेपर संपला. बडबडणाऱ्या पोरींनी कॉरिडॉर्स भरून गेले. प्रतिभा तिच्याजवळ येऊन तिची उलटतपासणी घेऊ लागली. ''काय गं? कुठे होतीस इतके दिवस? दोन-तीनदा तुला फोन केला, तर तू 'घरी नाहीस' म्हणून कळलं. माझे निरोप मिळाले नाहीत का तुला? का अभ्यासात इतकी गढली होतीस? फोन करायलाही फुरसत मिळाली नाही वाटतं?''

याच प्रतिभाला तिने सुरुवातीला आपल्या प्रेमाच्या अद्‌भुत, सुरस कथा ऐकवून तिचं मन रमवलं होतं. त्यावेळी ती स्वत:ला तिच्यापेक्षा भाग्यवान समजत होती. आता कोणत्या तोंडाने ती स्वत:ची परवड वर्णन करून सांगणार होती? त्या धोक्याच्या भोवऱ्यात शिरण्यापेक्षा मैत्री तुटलेली परवडेल. मी तिला काही सांगितलं, तर प्रतिभा प्रतिक्रिया व्यक्त करणारच. ते तर फारच अवघड होईल. शिवाय राजू गेटवर वाट पाहत उभा आहे. थांबायला नकोच. ती कसंबसं पुटपुटली, ''तसं काही नाही गं!'' आणि चालू लागली. आश्चर्याने पाहणाऱ्या मैत्रिणीला तिथेच टाकून गेटकडे अक्षरश: पळतच सुटली.

निशाला फक्त रूपा मावशीकडे जाण्याची परवानगी होती. मावशीकडे गेल्यावर ती म्हणाली, ''मावशी, मी त्याला फोन करणार आहे. नाहीतर मी मरून जाईन मावशी!''

''तसं झालं तर तुझी आई माझा जीव घेईल बाळा!''

''असं काय म्हणतेस गं मावशी? या जगात मला मदत करू शकणारं दुसरं कोण आहे तुझ्याशिवाय? एक छोटासा फोन करण्यानं असं काय बिघडणार आहे

कुणाचं? तुझ्यासमोरच करणार आहे मी फोन. तू ऐक ना इथे उभी राहून!''

शेवटी मावशीला भाचीचा हट्ट पुरवावा लागला. त्या खालच्या जातीच्या पोराची विनवणी करताना ऐकावंच लागलं.

निशा व्याकुळ स्वरात त्याला विचारत होती, ''आज माझा पहिला पेपर होता. गेटवर का नाही आलास? आपल्यातली मैत्री पण आता संपून गेली का रे?''

तिने फोन ठेवल्यावर रूपाने विचारलं, ''काय म्हणाला तो?'' ''त्याला वाटलं, तो Best Luck द्यायला आला, तर मी खूप डिस्टर्ब होईन.''

''बघ! मी म्हटलं नाही, तो सेन्सिबल मुलगा आहे म्हणून?''

''म्हणत होता, परीक्षा संपली की आपण पुढे कसं करायचं त्यावर बोलू. पण सध्या तू अभ्यास कर. परीक्षेत नेहमीसारखे चांगले मार्क मिळव. त्याचा पुढे उपयोग होईल.''

''वा! खरोखरच सेन्सिबल मुलगा!''

''मावशी तू बिझिनेस करतेस ना. तसा मी पण करीन.''

ही तरुण पोरं घटनांचा कसा चुकीचा अर्थ लावतात! निशाला हे समजायला पाहिजे की काही विशिष्ट परिस्थितीतच महिलांनी व्यवसाय केलेला आपल्या समाजात चालतो. (उदा. मूलबाळ नसणं, वैधव्य येणं वगैरे) एरवी सन्मानानं आणि समाधानानं राहायचं असेल, तर उद्योग व्यवसाय करणं स्त्रियांनी शक्य तेवढं टाळावं हेच बरं.

''तुझ्या काकांनी मला नेहमीच उत्तेजन दिलं. की स्वत:ला कामात गुंतवून ठेव. किती मोठं मन आहे त्यांचं! मी उद्योग व्यवसायात गुंतून राहावं आणि जेणेकरून आनंदात असावं, अशीच त्यांची नेहमी इच्छा राहिली.''

''म्हणजे सुरेशसारखंच!''

''काय सारखी 'सुरेश' 'सुरेश' करतीयस गं? तो आज आहे, उद्या निघून जाईल. पण तू आईवडिलांच्या रक्तामांसाची मुलगी आहेस. त्यांच्याइतकं प्रेम तुला जगातलं कुणीच देऊ शकणार नाही.''

निशाने या बोलण्याकडे दुर्लक्ष केलं.

''लग्नानंतर आम्ही दोघंही काम करू. आम्ही काही कुणाची मदत नाही मागत आहोत.''

''बघू या काय काय होतंय ते!'' असं बोलून मावशीने वेळ मारून नेली.

दोन आठवड्यांनी निशाचं कॉलेजजीवन कायमसाठी संपलं. पेपर संपल्यावर प्रतिभाशी काही जुजबी, औपचारिक बोलत बोलत, तिच्या प्रश्नांना तोंड देत, निशा हळूहळू कॉलेजच्या गेटकडे चाललेली होती. दुपारचे सव्वाबारा झाले होते. वरून

सूर्य सर्व शक्तीनिशी तळपत होता. बाहेर तिची वाट बघत थांबलेला राजू म्हणाला, "दीदी, आज तुझी परीक्षा संपली. चल 'सागर'मध्ये डोसा खायला जाऊ. थोडं सेलिब्रेट करू या. मी ऐकलंय, कमलानगरमधलं 'सागर' चांगलं आहे."

तिथे तर ती सुरेशबरोबर अनेकवेळा गेलेली होती. निशाने बळेच होकार दिला. दोघे त्या वातानुकूलित रेस्टॉरंटमध्ये शिरली. पांढऱ्याकाळ्या मार्बल फरशा आणि खिडक्यांना काळ्या काचा लावलेल्या. गल्ल्यापाशी लक्ष्मीचा फोटो, त्याला चंदनाचा हार, वर लाल दिवा लावलेला, पुढे उदबत्तीचा सुगंधी धूर...

त्यांना कोपऱ्यातलं टेबल मिळालं. त्या थंड, धूसर वातावरणात निशा आळसावल्यासारखी बसलेली होती. कॉलेजजीवन संपल्याची जड जाणीव तिला घेरून होती. वस्तुस्थिती तिला निराशेकडे घेऊन चाललेली होती. समजा, आपल्या प्रेमाचा विजय नाही झाला, तर...

इतक्यात पलीकडच्या कोपऱ्यात बसलेल्या जोडीकडे तिचं लक्ष गेलं. तिची वर्गमैत्रीण. स्वतःच्या बॉयफ्रेंडबरोबर बसलेली होती. तिथला निळसर प्रकाश, त्यांच्यापर्यंत जेमतेम पोचत होता. पण मिट्ट काळोखात सुद्धा एकमेकांत पूर्णपणे गुंतलेल्या, खेटून बसलेल्या त्या दोघांना तिनं ओळखलं. त्यांचं वेटर्सकडे लक्ष नव्हतं. आजूबाजूच्या आवाजांचं भान नव्हतं. बाजूच्या टेबलांकडे लक्ष नव्हतं. काचेचे ग्लास आणि चमच्यांच्या मधून त्यांचे हात एकमेकांत गुंफलेले होते.

"दीदी?" एकदम राजू म्हणाला, "बरी आहेस ना? इतकी शांत का बसलीयस?"

निशाने काही न बोलता फक्त त्याच्याकडे पाहिलं.

"त्या च्युत्याचा तर विचार करत नाहीस ना तू?"

तिने मान हलवली.

"अरे एऽऽऽ डोसे कुठायत?" राजू अचानक वेटरच्या अंगावर खेकसला. "आमची ऑर्डर आज दिवसभरात मिळेल का? माझ्या बहिणीला बरं वाटत नाहीये!"

वेटरने संशयाने बघत मान डोलावली आणि खांद्यावरचं फडकं झटकत, रेंगाळत रेंगाळत निघून गेला.

"स्साला!" राजू म्हणाला, "खरोखर फारच वाईट सर्विस आहे इथली. पण मला वाटतं, लोक इथे एकांतात, निवांत बोलत बसायलाच येत असावेत. त्या कोपऱ्यातल्या जोडीसारखे. हो ना दीदी?"

निशाने उत्तर दिलं नाही.

तिच्या मनात आलं, 'काय गंमत आहे!' जेव्हा ती सुरेशबरोबर प्रत्यक्ष तिथे बसत होती, तेव्हा तिला 'आपण किती सुखात आहोत!' असं कधी वाटलं नव्हतं. ते खायचे, थोडा वेळ बसायचे आणि जायचे. आता मात्र प्रत्येक क्षणाला त्याची

इतक्या उत्कटपणे आठवण येत होती, की प्रत्येक श्वासागणिक तिच्या हृदयाचे जणू तुकडे तुकडे होत होते!

परीक्षा संपल्यामुळे निशाच्या घरच्यांना थांबायचं काही कारणच उरलं नाही. त्यांनी ताबडतोब मुख्य प्रश्न ऐरणीवर आणला. मुलीच्या मूर्खपणामुळे आणि आंधळ्या प्रेमापायी तिने त्यांना अडचणीत आणलेलं होतं. आता तर ती स्वत:ला संपवण्याच्या, आत्मनाश करण्याच्या प्रवृत्तीपर्यंत आलेली होती. यातून तिला सावरण्यासाठी त्यांचे जोरदार प्रयत्न सुरू झाले.

"अगं, इतर मुलं कशी आहेत, बघ तरी. तू लग्नाला हो म्हण. बघ आम्ही कसा छान मुलगा निवडतो तुझ्यासाठी. तसं काही आम्ही तुझ्यावर बळजबरी करणार नाही. पण आमचं एवढं तरी तू ऐकलं पाहिजेस. तुझं कर्तव्य आहे ते."

त्यांचे डोळे सतत तिच्याकडे लागलेले असत. जिभा तिच्याशी बोलायला सतत तयार असत. जणू काही तिचे कुटुंबीय एका मनोऱ्याला वेढा देऊन बसलेले होते. त्या मनोऱ्यात ती एकटीच राहत होती. कधी आश्वासनं, कधी धमक्या, कधी भेटवस्तू, कधी प्रेमळ विनंती, कधी केलेल्या उपकारांची आठवण. हळुवारपणे, मायेने; तर कधी चक्क 'ब्लॅक मेल' करत!

"त्या सुरेशची अजिबात इच्छा नाही तुझ्याशी लग्न करण्याची." ते तिला वरचेवर सांगत.

पण तिचा त्यावर विश्वास बसत नसे.

"त्याने त्या दिवशी सर्वांसमक्ष तसं सांगितलं तुला. राजूने ऐकलंय. तुझ्या प्रेमनाथ अंकलनी ऐकलंय. आता आणखी काय पाहिजे तुला?"

"अरे, तुम्ही दम देऊन, अपमान करून, दहशतीने तसं वदवून घेतलंत त्याच्याकडून! नाहीतर इतक्या प्रेमाने आम्ही निवडलं होतं एकमेकांना. तो कशासाठी उगीच सोडून देईल मला?"

"तसं नाही. तो तुला सुखी ठेवू शकणार नाही. त्याच्या घरात तू कधीही सुखी होणार नाहीस हे कळून चुकलंय त्याला."

पण तिचा अजूनही त्यांच्या सांगण्यावर विश्वास बसत नव्हता. तीही माणूस होती. आता सुरेशही माणूस असल्याचं सिद्ध होत होतं.

मला पुन्हा एकदा भेट घ्यायचीय त्याची. प्लीऽज, मला पुन्हा एकदा भेटू द्या त्याला!

आता परिस्थितीचा स्वीकार करण्यापूर्वी, किती वेळ भेटणार आहे ही पोर त्याला...? मावशीला नवल वाटत होतं.

पण कुटुंबीयांचं निशावर निरतिशय प्रेम होतं. तिची सुरेशशी आणखी एक भेट

ठरवण्यात आली.

"दुसऱ्या कुणाशी लग्न करण्याची वेळ आली, तर मी जीव देईन. तू इतर कुणाच्याही बोलण्याकडे लक्ष देऊ नकोस. प्लीऽऽऽज."

दोघं 'मोतीमहल'मध्ये बसले होते. दूरच्या टेबलावर मावशी आणि काका बसलेले होते.

पण सुरेश 'मरण्याच्या मूडमध्ये' नव्हता. तो आपली व्याकुळ नजर इकडे तिकडे फिरवत, प्रियेची नजर टाळत राहिला. मिळालेल्या संधीचा 'आपण मिळूनच जीव देऊ' असं म्हणून त्याने उपयोग करून घेतला नाही. त्याऐवजी आत्तापर्यंत कधीच मैदानात न उतरलेल्या खेळाडूंचा, म्हणजेच स्वतःच्या आईबापांचा त्याने उल्लेख केला.

"पण माझ्या आईवडिलांना हे लग्न पसंत नाही."

"'काऽऽय?"

"होय. ते म्हणतात, तुझ्या घरच्यांना हा संबंध अजिबात पसंत नाही. ते याला इतका विरोध करताहेत. तर तुला हे सगळं निभावून नेणं फारच जड जाणार. शिवाय त्यांचा विरोध पत्करून आपण लग्न केलं, तर त्याचा अर्थ असाही निघू शकतो, की आम्हीच पैशांकडे पाहून तुला नादी लावलं."

कोर्टात आरोपीचा युक्तिवाद संपावा, तसा सुरेश बोलायचा थांबला.

"अरे सुरेश, काय सांगू तुला? माझ्या घरचे लोक काय वाट्टेल ते बोललेत तुझ्याबद्दल. पण मी नाही लक्ष दिलं त्यांच्याकडे!" निशाने संतापून बोलायला सुरुवात तर केली, पण त्याचा प्रतिसाद नसल्याने मग गप्पच बसली. स्वतःच्या प्रेमाबद्दल स्वतःच्या प्रियकरालाच काय सांगायचं? आणि त्याचा उपयोग तरी काय होणार आहे?

दूरच्या टेबलवर बसलेले मावशी-काका तिला डोळ्यांच्या कोपऱ्यातून दिसत होते. या सगळ्याचा शेवट कसा होणार हे माहितीच होतं का त्यांना? असलं तरी ते काय करू शकणार होते? गळफास घेण्यासाठी तिला लांब, मजबूत दोरखंड आणून देणार होते?

"हे बघ निशा, इतक्या सगळ्या माणसांना दुःखी करण्याचा आपल्याला काहीही अधिकार नाही. पुढे तुलाही त्याचा पश्चातापच होईल."

"अस्सं होय? त्यापेक्षा तू आता तुझा विचार बदलला आहेस, असं का सांगत नाहीस स्पष्ट?"

तिचा हात हातात घेण्याचा त्याने प्रयत्न केला, पण तिने स्वतःचा हात मांडीवर घट्ट दाबून ठेवला.

"तू नेहमीच माझ्या स्वप्नांची राजकुमारी राहशील निशा!"

"हं! मला स्वप्नात नाही, प्रत्यक्षात तुझ्याबरोबर राहायचं आहे. काय झालंय काय सुरेश तुला? असा कसा बदललास तू? तुला खाजगीत गाठून काही बोलले का ते? तुझा अपमान केला का?"

सुरेशने नकारार्थी मान हलवली.

"मऽऽऽग?"

"हंऽऽऽ! जाऊ दे. निशू जाऊ दे." सुरेश केविलवाण्या सुरात म्हणाला. त्याने बिल मागवलं. फक्त दोन चहा. टीप न देता नुसते बिलाचे पैसे ठेवून सुरेश निघून गेला. दुरून लक्ष ठेवून असलेल्या तिच्या मावशीकाकांच्या आधारावर निशाला एकटीला टाकून तिचा प्राणाहून प्रिय प्रेमिक चालता झाला.

घरी परतल्यानंतर निशाने रूपामावशीला विचारलं, "किती हजारांचा सौदा केला सुरेशशी? किती रुपयांत पटवलं त्याच्या वडिलांना?"

निशाच्या संतापाने लालबुंद झालेल्या चेहऱ्याकडे बघून मावशी सावकाश, सौम्य स्वरात सांगू लागली.

"त्याच्या वडिलांनी काहीतरी आकडा सांगितला म्हणतात. किती केलं, तरी बिचारे खालच्या वर्गातले गरीब लोक ते! पैशाचा मोह टाळणं फार अवघड! आणि तुझ्या घरच्यांना तर तू लाख मोलाची. प्राणाहून प्रिय! त्यांनी लगेच कबूल केली रक्कम. पोचवूनही दिली. खरंच बाई तू भाग्याची! नाहीतर मुलींना असं इतकं सहज माफ करत नाहीत घरातली माणसं! तुला कृतज्ञता वाटली पाहिजे त्यांच्याबद्दल."

तिच्या तीन वर्षं चाललेल्या मनस्वी प्रेमप्रकरणाची अशा तऱ्हेने वासलात लावणाऱ्या कुटुंबीयांबद्दल निशाला कृतज्ञता वाटणं कदापि शक्य नव्हतं.

"आणि सुरेशचं काय पण? त्याच्याशी बोलले का ते?"

"मला तसं नक्की सांगता यायचं नाही; पण त्याला माहिती असावं हे." ते तिच्या सुरेशशी झालेल्या आजच्या बोलण्यावरून स्पष्ट झालेलंच होतं.

"पण किती दिले?"

"मला माहिती नाही."

"तुला नाही माहिती माझी किती किंमत लावली ते?"

"असं काय म्हणतेस बेटा? तुझी किंमत सूर्याइतकी आहे. चंद्राइतकी आहे. आकाशातल्या ताऱ्यांइतकी आहे. तुझ्या सुखासाठी तुझे वडील वाट्टेल तो त्याग करायला तयार होतील. हे सगळं कळल्यापासून सारखे रडत असतात बिचारे! म्हणतात, 'मेरी इकलौती फूलसी नाजूक बेटी…'"

हे शब्द निशाने आत्तापर्यंत इतक्या वेळेला ऐकले होते, की आत्ता त्यांचा तिच्यावर मुळीच परिणाम झाला नाही.

मनाला झालेल्या यातनांनी रागाला वाट करून दिली. 'राजू म्हणत होता तेच खरं होतं. सुरेश खरोखर 'च्युत्या' निघाला. संभोगाखेरीज त्याला कशाचीच अक्कल नव्हती. त्याचं प्रेम होतं ना? मग भवितव्याबद्दल निर्णय घेताना त्याला माझा विचार घ्यावासा वाटला नाही? माझं भवितव्य ठरवणारा तो एकटा कोण?'

निशाने सुरेशच्या दुकानावर फोन केला. तिथे कुण्या खरखरीत आवाजाने तिला पुष्कळ प्रश्न विचारले. ती कुठून बोलतेय? सुरेशशी काय काम होतं? सगळं विचारून घेतल्यावर त्यांनी मेहेरबानी केल्यासारखं सांगितलं, की तो दिल्ली सोडून निघून गेलेला आहे. तिने त्याच्या घरी फोन केला. तिथेही तिला हेच उत्तर मिळालं.

सुरेश तिच्या जीवनातून निघून गेला होता. आता तिला करण्यासारखं काहीच उरलेलं नव्हतं.

११

आता निशाची प्रत्येक रात्र बेचैनीत जाऊ लागली. अंथरूणात अस्वस्थपणे कूस बदलताना तिच्या हातांची बोटं नकळत त्वचेच्या खाजऱ्या भागाकडे वळत. पहिल्यांदा गुडघ्यामागचा घामेजणारा भाग, नंतर घोट्याभोवतीची जागा. तिथे खूपच वळवळल्यासारखं वाटे. मग ती पाय वर करून हलक्या हाताने चोळायची. कितीही चोळलं तरी समाधान व्हायचं नाही. शेवटी नखं कातडीत रूतवून ती कराकरा खाजवू लागे. अखेरीस रक्त बाहेर येई. तेव्हा कुठे बरं वाटायचं. दुसऱ्या दिवशी सकाळी तेवढ्या भागावर वाळलेल्या रक्ताचा डाग तयार होई.

"हे काय झालं गं निशा?" पलंगावर ऐसपैस लोळत, फिल्मी मासिकाची पानं उलटणाऱ्या लेकीला एक दिवस सोनाने विचारलं.

"काय माहीत?" बेफिकीरपणे त्या वाळलेल्या काळसर डागाकडे बघत निशा उत्तरली, "डास चावला असेल."

"काळजी घे गं बाई! हे माझं बघितलंस? खाजवलं तर चिडलं आणि बरं झाल्यावरही असा डाग पडला." असं म्हणत तिने साडी वर करून दाखवलं. सोनाच्या गोऱ्या मांसल पायावर विरळ काळे केस होते आणि मधोमध कुरुपासारखी खूण होती. भरून आलेल्या जखमेच्या खुणेचा उंचवटा. निशाने कुतुहलाने त्या व्रणाकडे पाहिलं. आईच्या कायम झाकलेल्या पायाकडे पाहिलं आणि मग विनयाने नजर दुसरीकडे वळवली.

निशाला तिसरी खाज जांघेत सुरू झाली. तिथल्या मांसाच्या घडीत सुटणारी खाज असह्य होती. तिने बाथरूममध्ये जाऊन ती जखम नीट बघितली. त्या सुजलेल्या भागाकडे ती गोंधळून पाहतच राहिली. आपल्याला हा कसला तरी रोग तर नाही जडला? तिने त्यावर क्रीम लावलं. पावडर टाकली. पण जखमेत फरक पडला नाही.

काही आठवड्यांनी तसाच एक चट्टा तिच्या पोटावरही आला. ही जागा खाजवायला सोपी होती.

इकडे तिचे हात सर्वांगावर खाजवत, रक्त काढत रेंगाळत होते आणि तिकडे समाजात, बातमी पसरू लागली होती, की... 'बनवारीलाल क्लॉथ शॉप'वाल्यांची एकुलती एक मुलगी विवाहाला योग्य झाली असून त्यांना लवकरात लवकर चांगला मुलगा पाहिजे.'

पण मुलीच्या पत्रिकेत मंगळ! श्रीमंत, सुखवस्तू घरातले मुलगे सांगून यावेत तरी कसे? कारण मुलीला मंगळ म्हणजे नवऱ्यामुलाचा मृत्यू किंवा जीवनभराचं दुःख ठरलेलंच! मात्र मोठा हुंडा, मुलीचं सुंदर रूप आणि व्यावसायिक संबंध भरपूर. त्यामुळे दोन्ही बाजूचे गुरुजी सांगत की समस्येशिवाय कुठलंही कार्य होत नाही. आणि ज्याला उत्तर नाही, असा प्रश्नच नसतो. प्रत्येक अडचणीवर तोडगा हा काढता येतोच.

आपल्या घराण्यातल्या मुलीचं भवितव्य चांगलं घडविण्याची जबाबदारी कुटुंबातील सर्वांनाच आपली वाटते. त्यामुळे या गोष्टीची प्रसिद्धी अख्ख्या समाजात रात्रंदिवस करण्यात आली.

आणि या सगळ्या दडपणाखाली निशाच्या विवाहप्रस्तावाची खिचडी शिजत पडली.

सतत तीन वर्षं सुरेशला 'स्वतःचा पुरुष' मानल्यानंतर आता त्याच्या जागी दुसराच कुणी अनोळखी पुरुष येणार या कल्पनेशी निशाला जुळवून घ्यावं लागणार होतं. तिच्या आईवडिलांच्या दृष्टीने 'चांगला मुलगा' असणार होता तो. त्याला समजून येईल, ती सुरेशमध्ये किती खोलवर गुंतली होती ते? कळेल त्याला, सुरेशने तिला कुठे कुठे स्पर्श केला होता?

जर ती त्याच्याजवळ स्वतःचं मन मोकळं करू शकली, तर ते दोघांच्या भावी आयुष्याच्या दृष्टीने सुखकर होणार होतं. पण कुणा अनोळखी पुरुषावर असा विश्वास कसा टाकायचा? कदाचित सगळं पारडं तिच्याविरुद्ध उलटण्याचीच शक्यता जास्त होती. भोवतालची परिस्थिती तेच सांगत होती. त्यापेक्षा सगळं काही गुपित ठेवणं फार बरं!

समजा, 'मला लग्नच करायचं नाही' असं आईवडिलांना सांगितलं तर? जगात असे लोक असतात. पण कुठे असतात? त्यांच्या सामाजिक वर्तुळात, चुकूनही कुणी असं नव्हतं. काहीजणांना मूलबाळ नव्हतं, काही विधवा होत्या, विधुर होते; पण लग्नच केलेलं नाही...? छे छे! अशक्य! खूप प्रयत्न केल्यानंतर तिला तिच्या कॉलेजमधल्या दोन-तीन प्राध्यापिका अविवाहित असल्याचं आठवलं. पण त्यांची सर्वजण कीव करत. नाहीतर उगाचच त्यांना दुःखी समजून सहानुभूती दाखवत किंवा मग त्यांच्या शीलाबाबत संशय घेतला जाई.

सध्या घरात नजरकैद भोगणारी निशा, बुद्धिबळातल्या राजासारखी होती. तिची

सर्वजण काळजी घेत होते. कारण तिच्याशिवाय डावच खेळता येणार नव्हता. तिच्या बाबतीतल्या हालचाली काळजीपूर्वक ठरवल्या जात होत्या. ती मात्र होती शांत, स्तब्ध, मूकपणे वाट पाहणारी... शक्तीहीन... प्रत्यक्षात तिच्या हातात काहीही नव्हतं.

आणि तो दिवस उगवला. त्या दिवशी वरच्या मजल्यावरच्या विजयमुळे खालच्या मजल्यावरच्या निशाचं नशीब उघडणारी बातमी आली. प्यारेलाल काकांनी सांगितलं, की रेखाच्या नात्यातला एक मुलगा त्यांनी निशासाठी हेरला आहे. बैठक मनासारखी झाली, तर दोन्हीकडचे पंडित मिळून मंगळावर काहीतरी तोडगा काढतील.

सोनाने निशाची 'अलाबला' घेऊन कडाकडा स्वत:ची बोटं कानशिलावर मोडली "मला माहिती होतं, सुरैय्यासारखी उगीच दिसते की काय माझी लेक?"

दुसऱ्या दिवशी रूपाला बोलावणं गेलं. मावशीने आणि आईने मिळून मुलीला नटवलं. दोन्ही हातांत जाड जाड सोन्याच्या बांगड्या, गळ्यात सोन्याचा घणसर हार, मोठ्या पदराची जरीची बनारसी प्युअर सिल्क साडी...

"बाप रे! उकडून उकडून जीव जाईल माझा!" निशाने निषेध नोंदवला. कारण तिच्या आतल्या अंगावरचे चट्टे आत्ताच खाजू लागले होते.

"हे बघ, एकदाचं लग्न होऊन जाऊ दे. मग काय उकडायचं का थंडी वाजायची ती वाजू दे बाई तुला!" आईने दटावलं.

"बस्स. फक्त थोडाच वेळ घालायचंय हे सगळं बेटा!" मावशीने चुचकारलं.

"थोडं फौंडेशन लावायचं का हिला? चेहऱ्यावर दोन पुटकुळ्या आल्यात. खरं कधी येत नाहीत तिला, पण नेमक्या आजच..."

"नको, नको. राहू दे. उगीच त्यांना वाटायचं, आपण मेकअप करूनच हिला गोरी केलीय." रूपा म्हणाली.

"हो ना! काही मुली, तर गोरं दिसण्यासाठी काय काय करत असतात. असं बरोबर नाही, नाही का?"

निशाची हनुवटी उचलत रूपा म्हणाली, "आहा! जणू काही सुंदरसं चाफ्याचं फूलच!" निशाने मानेला झटका दिला. तिला खूप अवघडल्यासारखं आणि संकोचल्यासारखं वाटत होतं. त्या येणाऱ्या मुलाने मला पसंत करावं; म्हणजे माझ्या मागची ही कटकट तरी संपेल एकदाची. जगणं सोपं होऊन जाईल. मुख्य म्हणजे घरच्या माणसांना आनंद होईल.

हे तिचं मनोरथ पूर्ण होण्याइतकी देखणी ती आज दिसत होती का? तिच्याकडे नुसतं पाहून त्याच्या मनात अभिलाषा निर्माण होण्यासारखी? सोन्याने मढवलेली, अवघडल्यासारखी वावरणारी मुलगी... पाच फूट तीन इंच उंच, केसांचा स्टेप कट, मलूल चेहरा, लाल लिपस्टिक... तिच्या जन्माच्या वेळच्या अनिष्ट ग्रहांवर मात

करून त्या माणसाने हिला लग्न करून घेऊन जावं, इतकी प्रभावी दिसत होती?

निशाला बघायला आलेला तो माणूस कसला, अजून मुलगाच होता. सावळा, सडपातळसा, ओठांवर छोटी मिशी, लाजाळू. त्याला मधून मधून तोंड वेंगाडायची सवय होती. निशा सोफ्यावर बसली होती. तिच्या शेजारी मुलाची आई आणि समोर तो मुलगा.

''तुझं शिक्षण कुठवर झालंय बेटा?'' मुलाच्या आईनं सुरुवात केली.

''नुकतंच मी बी.ए. पूर्ण केलं.'' निशा जमिनीकडे पाहत उत्तरली.

''इंग्लिश ऑनर्स.'' सोनाने सांगितलं.

''कोणत्या कॉलेजमधून?'' पुढचा प्रश्न आला.

पाठीशी उभ्या असलेल्या रूपा मावशीने निशाला मागून किंचित ढोसलं. त्याबरोबर आपला चेहरा किंचित उचलून निशा म्हणाली, ''डी.बी.सी.''

''अरे वा! फार छान. चांगलं कॉलेज आहे ते. म्हणजे मुलं मुली एकत्र शिकतात, तिथे नव्हतीस तर तू!''

काही क्षण शांतता पसरली.

रूपाने उसासा टाकत शांततेचा भंग केला.

''काय सांगावं? आजकाल चांगल्या मुली मिळणं इतकं अवघड झालंय! शिकलेल्या पण पाहिजेत, घरचंही सगळं यायला हवं. पण आमची निशा दोन्हीतही हुशार आहे. लहानपणापासून तिने पहिला वर्ग कधीच सोडला नाही. (भाचीच्या भवितव्यासाठी एवढा सोन्याचा मुलामा तर दिलाच पाहिजे.) तरी किती साधी आहे!''

या कोण बोलतायत? अशा अर्थाने मुलाच्या आईने प्रश्नार्थक चेहरा केला. तेव्हा सोना म्हणाली, ''ही निशाची मावशी. माझी सख्खी बहीण.''

मान हलवून बाईंनी पुन्हा निशाकडे मोहरा वळवला.

''तुला घरातलं काय काय करायला आवडतं बेटा?''

निशाने इकडे तिकडे पाहिलं. त्याने बोटांनी खुर्चीवर ताल धरला होता आणि पांढऱ्या चपला घातलेले त्याचे पाय, मशीन मारल्यासारखे हलवीत होता.

रूपा मावशीने पुन्हा एकदा निशाला ढोसलं. यावेळी जरा जास्तच.

''स्वयंपाक करायला.'' हे उत्तर योग्य ठरलं असतं. पण स्वत:च्याच नादात असलेल्या निशाने उत्तरच दिलं नाही. तिचं लक्ष त्या मुलाच्या हालचालीतच गुंतून राहिलं होतं. हात-पाय पुढे-मागे, वर-खाली चालूच. मागून रूपाने निशाच्या पाठीवर थाप मारली. त्याबरोबर निशाच्या हातातली चायना डिश खाली पडली. बदामाची बर्फी, खारे काजू आणि त्यातच काचेचे तुकडे असं विखरून जमिनीवर पडलं. अपशकुन झाला!

त्या बाई हसल्या. मृदूपणाने म्हणाल्या, "होतं असं कधी कधी. नर्व्हस व्हायला होतं. बोटं थरथरतात आणि हातातली वस्तू गळून पडते. काही हरकत नाही."

"काय मग? दोघांना बाहेर व्हरांड्यात जाऊन बोलायचंय का?" सोनाने मुलीची आई म्हणून विचारलं. तिने यासाठी निशाला अगोदरपासून तयार करून ठेवलेलं होतं.

तो मुलगा चक्क लाजला! हातांचा ताल जलद झाला. त्याने पटकन मान हलवली आणि दुसरीकडे पाहू लागला. तशी त्याची आई म्हणाली, "तशी काही आवश्यकता नाही. आमच्या घरचं वळण जुनं आहे. आमचा मुलगा काही आमच्या शब्दाबाहेर नाही. जी मुलगी आम्हाला पसंत, ती त्याला पसंत!"

याचा अर्थ त्यांनी सकारात्मक घेतला. ती माणसं गेल्यावर तसं जाहीरही करून टाकलं. पाहिलंत? निशासारख्या सुंदर मुलीने एक कटाक्ष टाकला, की काम फत्ते! आता काय, हुंडा-मानपान आणि लग्नाची तारीख ठरली, की गुरुजींना विचारायचं. अशुभ योगाचं रूपांतर शुभ योगात कसं करायचं? एखाद्या मंदिरात जाऊन पूजा बांधायची, दान करायचं, ब्राह्मण भोजन घालायचं, गायींना चारा घालायचा, कुत्र्यांना अन्न घालायचं, नवऱ्यामुलाला माळ घालण्यापूर्वी मुलीचं तुळशीच्या झाडाशी लग्न लावायचं; यातलं काहीही सांगितलं, तरी करण्याची त्यांची तयारी होती.

पण निशाचे ग्रह असे सहजासहजी फसवले जाणाऱ्यांपैकी नव्हते. मुलाकडच्यांनी सांगितलं, की आम्ही आमच्या पद्धतीने चौकशी करीत आहोत. निर्णय कळवायला आणखी काही दिवस लागतील.

झालं! चिंता वाढीस लागली. जसजसे दिवस उलटू लागले, तसं प्यारेलालने भावाला सांगून टाकलं. त्याने चांगल्या भावनेनेच निशाचं नाव व्याह्यांकडे सुचवलं. पण निर्णय काय घ्यायचा, हे तेच ठरवणार. ती जबाबदारी माझी नाही.

यशपालला माहिती होतं. उगीच काहीतरी बोलायचं म्हणून त्याचा भाऊ कधी बोलत नाही. त्यामागे काहीतरी निश्चित अर्थ असतो. त्याने मधेमधे, रेखाकडच्या लोकांचा अंदाज घ्यायला कुणाला तरी पाठवलंच असणार. त्यांना नकार कळला असेल. पण नकार कशासाठी? मुलगी पसंत नसेल?... ही शक्यता कमी होती. मग हुंडा...? तोही कमी-जास्त होऊ शकतो. मग काय पत्रिका? त्याही जुळवून घेता येतात. आता भाऊ काय निरोप आणतो याची तो बेचैन होऊन वाट बघत राहिला.

दोन दिवसांनंतर प्यारेलालने यशपालला सांगितलं, की त्या लोकांनी मुलीबद्दल काहीतरी वाईट-साईट ऐकलं आणि तिच्या सौंदर्यामुळे त्यांचा संशय पक्का झाला.

त्यांचं कुटुंब जुन्या वळणाचं होतं. त्यांच्या संकल्पना पारंपरिक होत्या आणि त्यात शुद्ध चारित्र्याला महत्त्वाचं स्थान होतं. प्यारेलालने त्यांना सांगायचा प्रयत्न केला की त्या सगळ्या अफवा होत्या. त्यात सत्याचा अंश नव्हता म्हणून. पण नवा नातेसंबंध जोडताना, दूरान्वयानेही, त्यांना कलंकाची सावलीसुद्धा नको होती. आता काही माणसं असतात अशी संशयी. त्यातून तो मुलगा होता, रेखाच्या आईचा सख्खा चुलत भाऊ. अशा नाजूक नातेसंबंधात माणूस आग्रह तरी किती करू शकणार?

"नाही, नाही. अर्थातच नाही." यशपाल म्हणाला. त्याची मुलगी जिथे द्यायची, तिथे ती पूर्ण पसंतच असली पाहिजे. जबरदस्ती करून उपयोग नाही.

भावांचं हे मत आधीच माहिती असल्यामुळे प्यारेलाल म्हणाला, "मला तर वाटतं, हे प्रकरण इथेच थांबवावं. अरे आपली पोरगी इतकी सुंदर आहे, तिला कमी पडणार आहे का स्थळांची? मागण्या येतील मागण्या! ते जर स्वत:ला एवढे शहाजोग समजत असतील तर गेले खड्ड्यात!"

सोना मात्र या गोष्टीकडे अशा दृष्टीने पाहू शकली नाही.

"झालं तुमचं समाधान मॅडम?" ती निशावर आग पाखडू लागली.

"हे हे तुमचं त्या पोराबरोबर फिरणं असं आडवं आलंय आता. कळलं, लोकांना का घाबरून राहावं लागतं ते? आम्हाला तुझ्यामुळे मान खाली घालावी लागली. बापाचं नाक कापलंस कार्टे. झालं तुझं समाधान? आं?"

यशपाल मध्ये पडला. "प्यारेलाल सांगत होता, की त्यांना खरं म्हणजे हुंडाच जास्त पाहिजे होता. पण रेखाचं सासर ना हे? ते जास्त काही बोलू शकत नव्हते. म्हणून ही सबब पुढे केली त्यांनी."

"तुम्ही म्हणजे अस्से आहात ना, मी मरेस्तोवर तुम्ही सगळ्या जगाबद्दल चांगला विचार करीत राहाल." सोना अर्धवट रागानं, अर्धवट वैतागानं बोलली.

"जाऊ दे गं! त्यांना नाही करायचं ना, आपल्याला दुसरं स्थळ मिळेल."

इकडे निशाच्या मनात खिन्न विचार आला, सुरेशशी करून दिलं असतं माझं लग्न, तर यांचे कित्येक लाख रुपये वाचले असते. आणि वर असा हा मनस्ताप नसता भोगावा लागला.

होता होता वरसंशोधनाचं क्षेत्र मीरतपर्यंत विस्तारलं. मीरत म्हणजे सोना, रूपा आणि सीमाचं माहेर. एका महिन्यात मुलगा शोधून, मुलगी बघण्याचा दिवसही निश्चित करण्यात आला. मुलाला बहिणी नव्हत्या. फक्त एक बराच लहान भाऊ होता. त्या लोकांची फारशी हुंड्याची अपेक्षा नव्हती. फक्त मुलगी पसंत पडली, की त्यांना लग्न मात्र ताबडतोब करायचं होतं.

जून महिन्यातली दुपार. गरम हवा वाहत होती. धूळ आणि उन्हाच्या झळा आत

येऊ नयेत म्हणून नवीन घराच्या खिडक्या बंद केलेल्या होत्या. घरातील प्रत्येक वस्तूवर जड आणि घट्ट उष्णतेचे जणू थरावर थर साचले होते. अशा वेळेला मीरतचे लोक मुलगी पाहायला करोल बागेत आले. मुलगा आणि त्याचे वडील. त्या वडिलांना बघून 'अंगावरून मांस उतू जाणे' म्हणजे काय, याचा प्रत्यय येत होता. पुढे तो मुलगाही वडिलांचीच गादी चालवणार हे उघड होतं. त्या मुलाचे गाल गोबरे होते. मिशांमुळे मांसल चेहऱ्याचे दोन भाग झालेले. मोठ्या पुष्ट ओठांना मिशांनी झाकून टाकलेलं होतं. फताड्या पायात ब्राऊन रंगाच्या चामड्याच्या चपला घातल्या होत्या. गर्द चॉकलेटी रंगाची पँट आणि रेघारेघांचा बेज रंगाचा बुशशर्ट. बुशशर्टच्या खिशातून बॉलपेन डोकावत असलेला... चेहऱ्यावर मुरूम फोडल्याच्या खुणा... कपाळ आणि नाकाचा शेंडा चमकत असलेला... पण असल्या उन्हाळ्यात बहुतेक जणांचं तसंच होतं. तेलकट घामामुळे कपाळ आणि नाकाचा शेंडा चमकतो.

निशाने सरळ त्याच्याकडे पाहिलं. तिच्या लक्षात आलं, की तो तिच्या नजरेला नजर देऊ शकत नव्हता. खरं तर तिचं रूप असं होतं, की बघणाऱ्यांच्या नजरा तिच्यावर खिळून राहत. त्यामुळे त्याचं नजर टाळणं तिला खटकलंच. हा मुळातच लाजरा असावा का? की त्याच्याजवळही लपवण्यासारखं काहीतरी होतं?

त्यांनी तिथल्या तिथे निर्णय सांगितला. मुलगी पसंत आहे! तिला पाहून ते इतके खुश झाले, की ताबडतोब लग्न करून द्या म्हणायला लागले. म्हणत होते, मुलगी घरेलू आहे, घराणं तोलामोलाचं आहे. हा संबंध फार भाग्याचा ठरेल यात शंका नाही."

"निशा, तुला कसा वाटतो मुलगा? जोडी चांगली आहे. तुला एखाद्या रत्नासारखं जपतील त्या घरात. आणि हुंड्याच्या बाबतीतही किती समंजस माणसं! इतरांसारखी हुंड्यासाठी मुलींना छळणारी वाटत नाहीत."

निशा म्हणाली, "काहीतरी गडबड दिसतेय. मुलामध्ये काहीतरी विचित्र असल्याचं जाणवतं."

आता मात्र तिची आई वैतागलीच.

"तू कोण समजतेस गं स्वतःला? आली मोठी ठरवणारी! काहीतरी विचित्र वाटतंय म्हणे! तुला फक्त तो हलक्या जातीचा भंग्याचा पोरगा माहिती आहे. बाकी कोणते असे पुरुष जवळून पाहिलेस गं तू? त्या पोराशी याची तुलना नको करूस!"

तो पुरुष तिच्यावर आशिक झालेला होता, त्याच्या सहवासात तिने बराच काळ घालवला होता. जवळून निरीक्षण केलं होतं. त्यामुळे तेवढा अनुभव तिच्यापाशी नक्कीच होता. या मुलाला पाहून तर तिला किळस आली होती. त्या पलीकडचं काही लक्षात येण्याइतकं तिचं वय नव्हतं नि जगाचा अनुभवही नव्हता. पण घरातल्या प्रत्येक मोठ्या माणसापुढे 'त्या मुलात काहीतरी घोटाळा आहे', 'काहीतरी गडबड आहे' असं ती म्हणतच राहिली. तिला आशा वाटत होती, की आपण

कितीही बदनाम झालेलो असलो आणि आपल्याला 'बिघडलेली' समजत असले, तरी ते आपलं म्हणणं ऐकून घेतील.

शेवटी यशपालने तिच्या म्हणण्याकडे लक्ष दिलं. काहीही झालं तरी निशा त्याची लाडकी मुलगी होती. त्याची मौल्यवान ठेवच होती ती. तिचा गंभीर आक्षेप असताना कुठल्याही मुलावर उधळून टाकण्याइतकी बिनमहत्त्वाची नव्हती ती. आणि मुलाकडच्यांचं घाई करणं त्यालाही संशयास्पद वाटलं होतं. खरं तर, आधीच त्या स्थळाची नीट चौकशी करायला हवी होती. पण अजूनही वेळ गेली नव्हती. मीरतच्या लोकांकडे ते खोदून खोदून विचारणा करू लागले. काही गुपित आहे का? लग्नाची एवढी घाई कशासाठी चाललीय? काय आहे या घराण्याची खरी माहिती?

थोड्याच दिवसांत रहस्य उघड झालं. तो मुलगा, त्यांच्या दुकानातल्या एका पोरसवदा नोकराबरोबर 'नको त्या अवस्थेत' पकडला गेला होता. त्यावर उपाययोजना म्हणून आईवडिलांनी त्याचं ताबडतोब लग्न करून टाकायचं ठरवलं होतं आणि त्याला लग्न करायला बळजबरीने भाग पाडणार होते.

यशपाल म्हणाला, "देवीच्या आशीर्वादाने झालेली मुलगी आहे. तिला देवीनेच वाचवलं आहे. आता तिच्या लग्नाची घाई करायची नाही." त्याची मुलगी म्हणजे एखाद्याच्या रोगावर उगाळून लावायची जडी-बुटी थोडीच होती?

सकाळची वेळ. निशाने नाश्त्यासाठी पुऱ्या तळून घेतल्या. बाऊलमध्ये उरलेली कैरीची गोड चटणी वाढून घेऊन खायला सुरुवात करणार, तोच आईची रडगाण्याची रेकॉर्ड सुरू झाली.

"दहा दहा वर्षं उपास-तापास करून मुलं मागून घेतली, तेव्हा मला काय माहिती होतं, की पुढं त्या मुलांमुळे मला असा त्रास भोगावा लागणार आहे म्हणून?" सोना कडवटपणे म्हणाली.

"काय त्रास दिला गं तुला मी?" निशाने उसळून विचारलं. आत्ता नाकारलेला मुलगा निवडण्याची चूक तिच्या एकटीची नसल्यामुळे निशाचा गेलेला आवाज परत आला होता.

"बरोबर आहे मम्मी! तिने काय त्या हिजड्याशी लग्न करायला हवं होतं का?" राजूने बहिणीची योग्य बाजू घेतली.

"पण असला माणूस माझ्या मुलीला बघायला यावा? हे असलं काहीतरी माझ्याच वाट्याला का यावं?"

"काही नाही गं मम्मी! त्याला वाटत असेल, मीरतमध्ये सगळा बोभाटा झाला आहे, सगळ्यांना माहिती झालंय, तेव्हा आता थोडं लांबचं म्हणजे दिल्लीचं स्थळ

पाहू या. इतकंच!''

''हं! एखादा मुलगा आपल्या मुलीला पाहायला येणार म्हटलं की त्याला आपण चांगलाच समजतो. खरंच, आपण फार भोळे राहिलो बाबा! आपला सगळ्यांवर विश्वास बसतो!'' सोना कुरकुरली.

''या असल्या लोकांपुढे मला दाखवून घ्यायचं नाही. त्यापेक्षा मी एखादा कोर्स जॉईन करते आता.'' धीर करून निशा म्हणाली.

''आता घरकामाचा कोर्स करायचा मॅडम. कळलं ना? त्या आशासारखं ग्रॅज्युएट व्हायचं. घरकामात.''

''पण परीक्षा संपल्यापासून तेच तर करतेय ना मी?'' निशाने विचारलं.

''कार्टे, आईशी वाद घालतेस? लहानपणापासून तुला कध्धी कामाला लावलं नाही. एखाद्या राजकन्येसारखं वाढवलं. इतकी वर्षं लाड केले तुझे, आता चढलीस माझ्या डोक्यावर! चल उठ. हो माझ्यासमोरून चालती. जा जा!''

निशा शांतपणे उठली. टेबलावरच्या प्लेट्स उचलल्या. चायना डिश सिंकमध्ये ठेवल्या. स्टीलची जड भांडी बाईला घासायला खालच्या मोरीत ठेवली. लोणची कपाटात ठेवली. दूध, दही, फळं फ्रीजमध्ये टाकली. खरबुजाच्या बिया भिजत ठेवल्या. डायनिंग टेबलवरचा प्लॅस्टिकचा टेबलक्लॉथ ओल्या फडक्याने पुसून घेतला आणि सगळ्या खुर्च्या टेबलाखाली नीट सरकवून ठेवल्या.

मग तिने चायना डिशेस धुवायला घेतल्या. 'विम'चा ताजा वास दरवळू लागला. तेवढ्यात भांडेवाली बाई आली आणि खालच्या मोरीत बसून भांडी घासू लागली. भांड्यांच्या खडखडाटात नळाच्या पाण्याचा आवाज मिसळला. राखेत नारळाची शेंडी बुडवून ती भांडी घासत होती.

''निसत्या राखेनी कशी काय भांडी निगायची म्हनते मी? पुन्ना तेलकट राह्यलं का माज्याच नावानं वरडायचं.'' बाईची बडबड सुरू झाली.

निशाने मुकाट्याने एका छोट्या स्टीलच्या ताटलीत विमची पावडर काढून तिला दिली.

आज भांडीवाली बाई गप्पा मारण्याच्या मूडमध्ये होती.

''काय झालं वं दीदी? तुमाला पघायला आलेवते ना पावने?''

निशाने उत्तर दिलं नाही.

''पसंत तर पडल्याच असनार तुमी त्यानला. रंग गोरा असला, का पोरी तवाच पसंत पडत्यात.'' असं म्हणून बाईने उघड सुस्कारा टाकला. तिचा स्वत:चा रंग कोळशासारखा काळा होता.

''काहीच जमलं नाही बघ राजो.'' निशाला सांगावं लागलं.

“का म्हुन?”

“मला काय माहीत?”

“आसं? मंग नक्की हुंड्यातच मोडलं आसन!” हे तिचं सामाजिक निरीक्षणातून आलेलं तत्त्वचिंतनपर भाष्य!

“लई हावरट झाल्याती लोकं. इत्का झकास रंग, रूप, शिक्षान आसूनबी दोडांना हुंडं पायजेत हुंडं! चोराची दुनिया झालीय समदी. खऱ्याचा जमाना नाय ऱ्हायला पघा!”

बाईची बडबड चालूच राहिली. निशाने पटापट चायना डिशेस धुवून टाकल्या. साबणामुळे त्वचेला खाज सुटू लागली. त्या क्षणी स्वयंपाकघरात तिच्यावर पहारा ठेवायला दुसरं कुणी नसल्यामुळे तिने मोकळेपणाने अंग खाजवून घेतलं.

यापूर्वी बनवारीलाल कुटुंबातल्या कोणत्याही मुलीसाठी जाहिरात द्यावी लागलेली नव्हती. मुली सांगून आल्या, त्या देखील दूरच्या नात्यातल्याच. त्यामुळे जात, धर्म, विचार, संस्कार एकसारखेच होते. पण निशाच्या बाबतीत शोधक्षेत्र नात्याच्या पलीकडे विस्तारणं आवश्यक होतं. त्यामुळे 'हिंदुस्थान टाईम्स'च्या 'वर पाहिजे' या सदरात 'मांगलिक' विभागात तिची माहिती देण्यात आली.

'व्यवसाय करणारा, ग्रॅज्युएट कायस्थ वर पाहिजे. स्वत:ची प्रॉपर्टी असणे आवश्यक. १६५ सें.मी.च्या पुढे. मुलगी उत्तर प्रदेशीय कायस्थ (लाहोरहून आलेले कुटुंब), गोरी पान, सुस्वरूप, उंची १६० से.मी., प्रतिष्ठित मुलींच्या कॉलेजमधून आर्ट्स ग्रॅज्युएट, गृहकृत्यदक्ष, वय २० वर्षं. मुलीला मंगळ. पत्रिका आवश्यक, त्वरित विवाहाची तयारी. नुकता काढलेला रंगीत फोटो आणि माहिती पाठवावी. फोटो परत पाठवला जाईल. P.O. Box 'हिंदुस्थान टाईम्स'.

बऱ्याच मुलांचे फोटो व माहिती आली. सोना आणि रूपा निवड करायला बसल्या. सगळे मंगळाचे मुलगे– बहुतेकांची ग्रहस्थिती विचित्र.

“नुसते फोटो पाहून निवड करणं अवघडच आहे बाई! फोटो फसवे असतात. कुणाला माहिती या चेहऱ्यामागे काय दडलं असेल?”

निशाने त्यातले काही फोटो उचलले. फोटोवरून कसा काय अंदाज बांधायचा? तरुण, मिशा ठेवलेले, काही गोबऱ्या गालांचे तर काही खप्पड. बरेचसे वर्णन न करता येणारे चेहरे. तिला वाटलं, सुरेशचा फोटो जरी यात असता तरी तो असाच दिसला असता. नुसऱ्या चेहऱ्यांना काही अर्थ नसतो.

पावसाळा सुरू झाला. करोल बागेतल्या दुकानांपुढच्या फूटपाथवर कणसं विकणारे दिसू लागले. फळविक्रेत्यांना कंत्राटाने दिलेली जांभळाची झाडं रोज सकाळी हलवून हलवून रसदार जांभळं गोळा केली जाऊ लागली. जांभळांच्या जोडीला, लाल-जांभळट रंगाची छोटी छोटी करवंदं सुद्धा कागदाच्या कोनमध्ये मीठमसाला लावून विकायला येऊ लागली.

शाळा आणि कॉलेजमधल्या निशाच्या मैत्रिणींची एका पाठोपाठ एक लग्न ठरत होती. पोस्टाने लग्नपत्रिका येत. जणू निशाच्या उदासीनतेला निमंत्रणच मिळत असे. लाल-पांढऱ्या सोनेरी अक्षरातल्या कुंकुमपत्रिका, संगीत, बारात, विवाह समारंभ, बिदाई आणि रिसेप्शन हे सगळं वाचताना जणू तिच्या जखमेत मिठाचे कण भरले जात असत.

किंवा त्या मुली स्वतः यायच्या. पुढच्या हॉलमध्ये सोनाशी गप्पा मारत बसायच्या. होणाऱ्या नवऱ्याची नोकरी, व्यवसाय, कुटुंब, इस्टेट, गाड्या, दागिने, उंची दिसणं यांचं लाजत लाजत रसभरीत वर्णन करीत पुन्हा पुन्हा निशाच्या जखमांमध्ये मीठमसाला भरायच्या.

'आंटी, नक्की या बरं का! अंकलनाही सांगा. आईबाबांना खूप वाईट वाटेल तुम्ही आला नाहीत तर!''

''येऊ बेटा, येऊ हं!'' सोना बळेबळेच हसून म्हणायची, ''आणि तुझ्या मैत्रिणीलाही सांग जरा मनावर घ्यायला.''

''आंटी, निशा तर कित्ती गोरी आणि सुंदर आहे. अहो, माझ्यासारख्यांची सुद्धा लग्न जमतात (खिदळत) मग तिचं तर नक्कीच जमेल. आम्ही कॉलेजमध्ये असताना नेहमी म्हणायचो, की आपल्या सगळ्यांमध्ये निशाचंच लग्न पहिल्यांदा होणार.''

अशा प्रकारची बोलणी आतल्या खोलीतून ऐकताना निशाचा श्वास रोखला जाई. आता ही नको त्या गोष्टीचा म्हणजे 'सुरेश प्रकरणाचा' उल्लेख करते की काय? पण नाही. स्वतःच्या भावी सुखात ती मुलगी इतकी गुंतून गेलेली असे, की निशाचा पुसटसा उल्लेख करून ती पुन्हा आपल्या संसाराच्या स्वप्नात रममाण होई.

अशी मैत्रीण थोड्याच वेळ थांबे; कारण तिला आणखी बऱ्याच ठिकाणी समक्ष आमंत्रण द्यायला जायचे असे. तिने दिलेली कुंकमपत्रिका आणि मिठाईचा बॉक्स हॉलमधल्या टेबलावर पडून असे. प्रत्येकजण तो पाहून प्रतिक्रिया व्यक्त करीत असे आणि साहजिकच स्वतःचं भावी जीवन उजळायला असमर्थ ठरलेल्या निशाच्या लग्नाचा विषय, आरोप केल्यासारखा पुन्हा पुन्हा समोर येत असे.

ऑगस्ट महिन्याच्या सुरुवातीला निशाच्या परीक्षेचा निकाल लागला. ती ४८%

मार्क मिळवून थर्ड क्लासमध्ये पास झाली. कदाचित तिची तेवढीच पात्रता असावी. पण आता मार्कांना काय महत्त्व उरलं होतं? आता तिच्या स्पर्धेचं क्षेत्रच बदललं होतं.

यशपालला आणि त्याच्या बायकोला खूप आनंद झाला! चांगल्या कॉलेजमधून ऑनर्सची डिग्री! पण डिस्टिंक्शन शिवाय. त्याचं काय एवढं? फार फार तर येणाऱ्या स्थळांनी त्याचा विचार करावा.

"मी बी.ए. झालेय. आता मला पुढचा एखादा कोर्स करायचा आहे." निशाने जाहीर केलं.

"ए, तुला त्या शिक्षणाचं कसलं वेड लागलंय गं?" आईने खरडपट्टी काढायला सुरुवात केली. "एवढं बी.ए. केलंस, ते पुरे नाही झालं का? आयुष्यभर काय या नाहीतर त्या कॉलेजमध्येच फिरत राहणार आहेस का?"

निशाने लक्ष दिलं नाही.

"मला फॅशन डिझायनिंग शिकायचं आहे. सगळ्या मुली शिकतात. मग मी का नाही शिकायचं? मी का म्हणून नुसतंच घरी बसून राहायचं, स्थळांची वाट बघत?"

"तू अगोदरच याचा विचार केला असतास ना, तर असं घरी राहून वाट बघायची वेळ आली नसती! कळलं ना?" सोनाने फटकारलं.

"पण दीदी, तुझ्या सासरच्या माणसांना तू बाहेर जाऊन काम केलेलं आवडणार नाही." राजूने आपलं ठाम मत व्यक्त केलं. "मी तर माझ्या बायकोला कामासाठी बाहेर पाठवणार नाही बाबा! ती बाहेर गेली, तर घर कुणी सांभाळायचं?"

"बघ, बघ. लहान असून कसा समंजसपणे बोलतोय तो. नाहीतर तू! निव्वळ मूर्खच राहिलीस बघ!"

"मला कुणीही सासरची माणसं वगैरे नाहीत. कळलं?" निशाचा आवाज चढला.

"शी! शी! कसे काय असे अभद्र शब्द येतात गं तुझ्या तोंडातून?" आईने दटावलं. "असं बोलू नये. हे बघ, एकदा तुझं लग्न होऊन तू सासरी गेलीस, की सासरच्या माणसांना योग्य वाटेल ते कर. आमचं काहीही म्हणणं नाही!"

"मग तोपर्यंत मला एखादा कोर्स करू द्या ना. पुढचं पुढे पाहता येईल."

"नाही." आईने स्पष्ट बजावलं.

इतकं सगळं घडून गेल्यानंतरही आता तुला पुन्हा शिक्षणसंस्थेतच जायचं असेल तर आईचं प्रेत ओलांडूनच जावं लागेल. कुणास ठाऊक, रस्त्यात किती जण तुला पकडायला दबा धरून बसले असतील? हे मनात आलेले शब्द सोनाने गिळून घेतले.

जेव्हा निशाच्या मानेवर, हातांवर करड्या रंगाचे डाग दिसू लागले तेव्हा मात्र डास चावल्याने, घामामुळे झालं असेल, असले अंदाज बांधायचं घरच्यांनी सोडून दिलं. डास चावल्यामुळे किंवा घामामुळे त्वचेवर असे विचित्र चट्टे उमटत नाहीत.

मग त्यांनी निशाला दोष द्यायला सुरुवात केली.

"कार्टे, काय करून घेतलंस गं स्वत:ला?" सोनाने संशयानं विचारलं.

"कुठे काय? मी काहीच केलेलं नाही मम्मी!"

सोनाने निशाचे मानेवरचे केस बाजूला करून पाहिलं. काळे डाग होते. पायांवर खरूज होती. सलवार काढून पाहिलं. खाजवून जखमा झालेल्या होत्या.

"अगं मेलेऽऽऽ इतका त्रास देतीयस, तो कमी नाहीये का?ऽऽ? आँ? किती दिवसांपासून चाललंय हे खाजवणं? सांग. सांग." निशा कोणतंही समाधानकारक उत्तर देऊ शकली नाही.

यशपालला हे कळल्यावर तो एवढंच म्हणाला, "तुला इतकी काळजी वाटतेय, तर तिला डॉक्टरांकडे घेऊन जा."

"कोणते डॉक्टर? कोण बरं करू शकेल हिला?"

"डॉ. गुप्ता सांगतील कुणाकडे जायचं ते. काहीतरी किरकोळच असणार ते. उन्हाळ्यात उद्‌भवतात असले त्वचाविकार."

आई वडिलांची अशी चर्चा चाललेली असतानाच निशाच्या सर्वांगाला खाज येऊ लागली. इतकी अनावर खाज सुटली, की दुसरं काहीही सुचेना. शेवटी कातडी सुजली. आग होऊ लागली आणि व्रणातून पाणी पाझरू लागलं.

"बस्स! बस झालं ते खाजवणं. खाजवून खाजवून म्हशीसारखी काळी कातडी होऊन बसेल. मग कुणी तुझ्याशी लग्न करणार नाही." सोना खेकसली.

दोन गल्ल्या सोडून पलीकडेच डॉ. गुप्तांचा दवाखाना होता. ते त्या कुटुंबाचे स्नेहीच होते. वाजवी फी आकारून ते सर्व दुखण्यांसाठी गोळ्या देत असत. त्याच दिवशी संध्याकाळी दोघी मायलेकी डॉ. गुप्तांकडे गेल्या. वेटिंगरूममध्ये बसून नंबर येण्याची वाट बघत होत्या. मासिकाच्या उलटणाऱ्या प्रत्येक पानागणिक सोना निशाला दोष देत होती. त्या तिथे आल्या होत्या, ते अर्थात निशामुळेच. पण सोनाच्या मते, हे तिच्याही कमनशिबाचे भोग होते. मुलीच्या हट्टापायी तिला इतकं सगळं सोसावं लागणार आहे, हे आधी कळलं असतं, तर तिने इतके उपास तापास नि व्रतवैकल्यं केलीच नसती. पण तिच्या या भावना निशाला बोलून दाखवण्याची आवश्यकता नव्हती. न बोलताही तिला त्या समजत होत्या.

त्या खोलीच्या मधोमध लावलेला पडदा बाजूला करून डॉक्टरांनी दोघींना आत

बोलावलं.

"या. काय म्हणताय? बऱ्याच दिवसांत पाहिलं नाही तुम्हाला? काय निशा, काही गोड बातमी आहे की नाही यंदा?"

ताबडतोब सोनाचं विव्हळणं सुरू झालं. "कसली गोड बातमी घेऊन बसलात डॉक्टर, बघा तिच्या कातडीवर काय उमटतंय ते. दिवसभर खाजवत असते. मी कितीही नको सांगितलं, तरी हिचं आपलं खाजवणं चालूच."

डॉक्टरांसमोर बोलायला निशाला संकोच वाटला नाही. "मी मुद्दाम नाही करत तसं. इतकी खाज सुटते, की खाजवल्याशिवाय चैनच पडत नाही. मला सहन होत नाही. जशा काही अंगावरून मुंग्या चालत राहतात." डॉक्टरांनी निशाची रक्ताळणारी, डाग पडणारी त्वचा पाहिली. काही मलमं आणि ॲलर्जीच्या गोळ्या लिहून दिल्या. निशाच्या आईला सांगितलं, की रात्री झोपताना जुन्या कपड्यांच्या पट्ट्या हिच्या जखमांना गुंडाळून ठेवत जा. आणि त्यांनी एका आठवड्याने बोलावलं.

निशाला डॉक्टरांनी तपासलं, औषधं सांगितली आणि पुढची भेटही ठरवली. निशा आजारी असल्याचं जगाला समजलं. पण तिला आपण आजारी आहोत असं वाटत नव्हतं. फक्त अस्वस्थता, त्वचेला खाज आणि कोरडेपणा होता.

तब्बल वीस वर्षं लोकांनी निशाच्या गोरेपणाचं कौतुक केलेलं होतं. ती जन्मली त्या दिवसापासून तिच्या त्वचेचं उन्हापासून रक्षण करण्यात आलेलं होतं. रोजच्या अंघोळीपूर्वी तेलाचं मर्दन करून, उटणं लावून त्वचेचं पोषण केलं गेलं होतं.

वयात येताना तारुण्यपीटिका येऊ नयेत म्हणून कडू वनस्पतीही लावल्या होत्या. ते सगळं आता जणू उलटून तिच्या अंगावर येत होतं. खाजवून रक्ताळलेला भाग वाळल्यानंतर फिकट करड्या रंगाचे डाग, तिच्या मूळच्या नितळ गोऱ्या कातडीवर अधिकच उठून दिसत. ती आरशात स्वतःचा चेहरा निरखून पाही. तिच्या चेहऱ्यावर अजूनपर्यंत कसलाही डाग नव्हता. पण असं किती दिवस राहील?

तिने हातापायांकडे पाहिलं. हातांवर आणि पायांवर केसांची वाढ झालेली दिसली. तिच्या त्वचेवरच्या केसांना पहिल्यापासूनच जास्त वाढ होती. कॉलेजमध्ये असताना ती नेहमी जवळच्या ब्युटीपार्लरमध्ये जाऊन हातापायांना वॅक्सिंग करून घेत असे. त्यामुळे तिची त्वचा नितळ, मुलायम, स्वच्छ, गोरीपान दिसत असे. विजयनगरच्या त्या बारक्या खोलीत, तिचे पाय कुरवाळताना, त्यावरून हळुवार हात फिरवताना सुरेशला किती मज्जा वाटायची!

आणि आता? त्वचेवरच्या या ओल्या जखमा, हे डाग घेऊन ती कशी काय पार्लरमध्ये जाणार होती? तिथल्या मुलींनी तिच्या अंगाला हात लावायला नकार दिला असता. आमचं कापड, सुऱ्या, वॅक्सिंग मिश्रर सगळ्यांना तुझ्या रोगाचा संसर्ग

होईल. जा इथून. जा, जा, जा!

तिच्या पायावरची लव वाढली. त्याचे खुंट झाले. तेही वाढून त्याचे लांब लांब केस झाले. तिला खाज सुटली की नखांनी खाजवताना कातडीचे थर निघून जायचे. तरी त्या केसांना काहीच होत नसे. याचं तिला आश्चर्य वाटायचं. पण दोन्ही गोष्टींकडे ती दुर्लक्ष करीत असे.

अलीकडे तिला आपल्या कुरूप शरीराची स्वप्नं पडू लागली होती. तिच्या सर्वांगाला तोंडं फुटली आहेत आणि काळ्या केसांच्या घनदाट जंगलातून ती किंचाळत आहेत. ती म्हणजे एक भयंकर राक्षस आहे. काळा, केसाळ, भसाड्या आवाजाचा... तिचं आणखी वाईट रूप होत आहे... तिचं हळूहळू पुरुषात रूपांतर होत आहे.

डॉक्टरांनी सांगितल्याप्रमाणे, रात्री सोनाने एक जुना, मऊ कुर्ता फाडला आणि त्याच्या पट्ट्या कापून निशाच्या जखमांभोवती गुंडाळल्या. "तुला काय वाटतं? मला आनंद होत असेल हे सगळं करताना...?" तो सगळा कुटाणा करताना वैतागलेल्या सोनाने निशाला विचारलं.

निशाने उत्तर दिलं नाही. तिचं गप्प बसणं म्हणजे एक प्रकारे तिच्या अपराधाचा स्वीकारच समजला जाई. त्यामुळेच अशा प्रकारचे तिरकस प्रश्न तिला विचारले जात.

डॉक्टरांनी दिलेलं क्रीम सोना न चुकता मनोभावे निशाच्या व्रणांवरती लावू लागली. नेमाने तिला ॲलर्जीवरच्या गोळ्या देऊ लागली. रोज रात्री कात आणि गुलाबपाण्याचं मिश्रण करून तिच्या आग होणाऱ्या त्वचाभागावर लावू लागली. कापडाच्या चिंध्या कातडीवर बांधून ठेवण्याचा उपयोग होत नव्हता, असं नाही. पण शरीरात खदखदणाणा तो रस लाव्हारसाप्रमाणे दुसरीकडून त्वचेवर येई. सकाळी उठल्यावर बारकाईने निरीक्षण करताना सोनाला तसेच चट्टे दुसरीकडे उमटल्याचं दिसून येई.

"अगंऽऽ का नाही तू स्वतःला आवर घालू शकत? न खाजवणं सुद्धा तुझ्या हातातच आहे बाळा!"

शेवटी रूपा म्हणाली, "दीदी, माझ्याकडे पाठव तिला!" सोनाने वैतागून 'च्‌च्‌' केलं. काही वेळेला या रूपाला ना, नाकासमोरची समस्यासुद्धा दिसत नाही. तिला काय वाटलं? निशाच्या अभ्यासात सुधारणा करायचीय की काय? की प्रेमनाथ अंकल घेतील अभ्यास आणि वाढतील मार्क! का लहानपणीसारखी ती झोपेत घाबरून उठत होती?

“रूप, अगं तू तरी काय करू शकणारेस? तुझ्या घरी राहिल्यामुळे खाज सुटायची थांबणार आहे का? तिच्याकडे सतत चोवीस तास लक्ष ठेवावं लागतं.”

तिने निशाची सलवार उचलून दाखवली, कुर्त्याच्या बाह्या वर करून दाखवलं, मानेवरचे केस उचलून दाखवले. प्रत्येक ठिकाणी छोटे छोटे चट्टे पडलेले, त्याच्या कडा रक्ताळलेल्या आणि वरती पावडर टाकून निशाने छपवण्याचा प्रयत्न केलेला.

“नाही गं! म्हटलं जरा वातावरणात बदल होईल.” रूपाने केविलवाणा खुलासा केला.

“ते काही नाही. आता या दुर्दैवी मुलीला सगळा बदल तिच्या लग्नानंतरच मिळेल. काय सांगू, एखाद्या लहान मुलीसारखी झालीय बघ ती. स्वत:वर अजिबात ताबा राहिला नाही. रात्रंदिवस मी ‘खाजवू नको’ ‘खाजवू नको’ म्हणून तिच्या कानी कपाळी ओरडत राहते, पण पालथ्या घड्यावर पाणी! हिचा आपला नखांनी खरारा चालूच. एवढ्या घोडीसारख्या वाढलेल्या पोरीचे हात बांधून ठेवावे लागतात रात्री, झोपेत खाजवू नये म्हणून! कधी ऐकलं होतंस तू असं?”

रात्री यशपाल आणि ती दोघं त्यांच्या बेडरूममध्ये डबलबेडवर पडले होते. फोमचा बेड.... पलंगाला आणि बाजूच्या टेबलाला मॅचिंग पांढरा सनमायका लावलेला... सोना निशाच्या तब्येतीच्या तक्रारी सांगत होती. “मी काय म्हणतो, तिला अजूनही इतका त्रास होत असेल तर दुसऱ्या डॉक्टरकडे नेऊन दाखव.”

“अहो, पण तिच्या तब्येतीत तसा काहीच बिघाड झालेला नाही. फक्त तिने खाजवायचं थांबवलं पाहिजे. मला तर वाटतं, कधी कधी ती मुद्दामच खाजवत राहते!”

“काहीतरी काय बोलतेस गं तू? कोण असं स्वत:ला मुद्दाम इजा करून विद्रुप करून घेणार आहे?”

“मला ते नाही माहिती! मला जे वाटलं, ते तुमच्या कानावर घातलं.”

“काही काळजी करू नकोस. जसजसा काळ जाईल, तसं होईल तिचं दुखणं बरं!”

“अहो पण कधीऽऽऽ?”

“देवाच्या इच्छेप्रमाणे होतंच असतं सगळं. आपण फक्त वाट पाहायची.” असं म्हणून यशपालने कूस बदलली. भिंतीकडे पाहत पडलेल्या आपल्या बायकोकडे पाठ फिरवून तो झोपी गेला. पाहता पाहता तिच्या सगळ्या काळज्या जणू भिंतीवरून झेप टाकून, तिच्या खांद्यावरती येऊन बसल्या. का हे त्वचारोगाचं झंझट मधे येऊन तिचे दिवस नासवत होतं? तिची मुलं आता लग्नाच्या वयात आलेली होती. त्यांच्या जन्मापासून तिने त्यांना डोळ्यात तेल घालून जपलेलं होतं आणि आता नेमकी

जबाबदारी पूर्ण होण्याच्या वेळेला कसली एकेक खेंगटं मधे येऊ लागलेली होती? देवाच्या मनात माझ्याबद्दल काही किल्मिष आलं आहे की काय? तिने मोठा उसासा टाकला.

एव्हाना तिच्या नवऱ्याला झोपही लागलेली होती. बिच्चारा! नेहमीच दमलेला असतो. तिने दुसरा उसासा बाहेर पडू दिला नाही. निदान नवऱ्याला तरी शांतपणे झोपू द्यावं.

तिकडे, स्वतःच्या घरी रूपा देखील उसासत होती.

"काय झालं?" प्रेमनाथने विचारलं.

तो यशपालसारखा कूस बदलून झोपू शकणारा नव्हता. रूपाने हलका उसासा टाकला, तरी त्याला पटकन जाग येत असे. आणि आता कोणता वाद उपटलाय? या चिंतेत तो जागाच राहत असे.

"आपल्याला निशासाठी काही करता येणार नाही का हो?"

निशासाठी आपण अनेक वर्षं केलेले कष्ट आठवून प्रेमनाथचं तोंड कडू झालं. कशासाठी केलं आपण इतकं सगळं? खरजेने अंग भरून आळशासारखं घरात लोळत पडण्यासाठी? निशा त्याच्या नजरेसमोर सुकत चालली होती, काळवंडत होती. पण तो काही करू शकत नव्हता. हा रोग त्याच्या समजण्यापलीकडचा होता.

"आपण काय करणार?" प्रेमनाथ खेकसला.

"इकडे आणू या नं तिला. बरं वाटेल तिला, इथे आल्यानंतर. मागे कशी, इथे आल्यावर झोपेत ओरडायची बंद झाली होती किनई ती?"

"फार वर्षं झाली त्याला. तेव्हा ती लहान होती."

"अजूनही ती तीच निशा आहे. हळवी, मनस्वी मुलगी! पण ते तिला समजू शकत नाहीयेत."

"हे पाहा रूप, ते तिचे आईबाप आहेत. जर बरं होण्याऐवजी रोग बळावला तर कुणाला दोषी धरतील? आपल्यालाच ना? कुणी सांगितलंय तुला हे विकतचं दुखणं घ्यायला?"

अशा तऱ्हेने निशा तिथेच राहिली. त्यांच्या नव्या घरी. तिच्या नव्या बेडरूममध्ये, आईवडिलांना चिकटून.

निशाला खाजवू न देणं, हे आता त्यांचं कौटुंबिक कर्तव्यच झालं होतं.

"स्वतःवर नियंत्रण ठेवायला शीक. तू जितकं खाजवशील, तितकं जास्त खाजवावंसं वाटेल."

ते तिचे हात धरून ठेवायचे. ती त्यांना झिडकारून टाकायची.

"मला एकटीला राहू दे बरं. जा तुम्ही तिकडे. मला राहवत नाही, तर काय करू? मी काय आनंदाने खाजवतेय का?"

"तुला जमेल ग. राहवेल तुला न खाजवता. तू प्रयत्न तर कर ना! देवाचं नाव घ्यावं. गायत्री मंत्र म्हणत राहावा."

कुणालाच तिचं मन समजत नव्हतं. त्या खाजेच्या, जळजळीच्या, लसीच्या, रक्ताच्या आवर्तात ती एकटीच सापडलेली होती. तिच्या आतला कुरूपपणा जणू बाहेर येत होता. कदाचित सुरेश तिला आवडू लागला, ती त्याच्या प्रेमात पडली, तेव्हा त्याने तिचा एकाकीपणाच हेरला असेल का? की इतक्या वर्षांपूर्वी विकी तिच्याकडे आकर्षित झाला, तेव्हापासूनच हे आत खदखदत होतं?

"अगं कार्टे, तुला कळत नाही का, तुझ्या लग्नावर याचा किती वाईट परिणाम होतोय ते?"

निशाचे दोन्ही हात धरून तिची आई विचारत होती. निशाच्या नखात ताजं रक्त दिसत होतं. हे आता नेहमीचंच झालेलं होतं. निशाने खाली मान घातली. तिच्या हातातल्या बांगड्या किणकिणल्या.

तिच्या रोगाची व्याप्ती वाढत चालल्यावर आईने तिला दोन्ही हातात दोन दोन डझन काचेच्या बांगड्या घालायला लावल्या होत्या. तिच्या हातावरचे खवले दिसण्याऐवजी लोकांना बांगड्यांची मधुर बायकी किणकिण ऐकू येत असे. निशाला मात्र ते आवाज कर्णकटू वाटत. तिचं डोकं उठत असे. एकेकाळी तिला काचेच्या बांगड्या खूप आवडत. ती अत्यंत हौशीने त्या विकत आणी. मासिकांच्या पुंगळ्या करून, त्यावर रंगानुसार लावून ठेवी. आता मात्र तिला त्यांचा तिटकारा येत असे.

असे अनेक महिने उलटले. निशाच्या घरातल्यांना वाटत होतं, खरूज आली तशी जाईल. काहीतरी जादू होईल, आणि एखादे दिवशी निशा झोपेतून उठेल, ती मोत्यासारखी चमकदार अंगकांती घेऊनच. पण शेवटी त्यांना मान्य करावं लागलं, की असा क्षण कधीच येणार नव्हता.

ॲलोपथी उपचारांना मर्यादा असल्यामुळे त्यांना इतर उपचार पद्धतींचा शोध घ्यावा लागणार होता. सुशिलाने सुचवलं, की अजमेरी गेटजवळ एक प्रसिद्ध निसर्गोपचार केंद्र आहे. झालं. बुडत्याला काडीचा आधार सापडला. सोना निशाला घेऊन तिकडे गेली. तिथे त्यांना आशा दाखवली गेली. तो उपचार सोपा नव्हता. त्यांना रोज सकाळी तिथे जावं लागणार होतं. पथ्यपाणी अतिशय काटेकोरपणे सांभाळावं लागणार होतं. तिथल्या डॉक्टरांनी आश्वासन दिलं, "दोनच महिन्यात तिची त्वचा एखाद्या फुलासारखी सुंदर होते की नाही पाहा."

निशाला फळे, फळांचा रस, नुसत्या उकडलेल्या भाज्या, यांचा आहार सांगण्यात

आला. भाज्यांमध्ये तेल, मसाला, मीठ काहीच घालायचं नाही. दोन महिने चहा, कॉफी, बाजारातले खाद्यपदार्थ, पिठीसारखर, पिष्टमय पदार्थ वर्ज्य. दररोज सकाळी केंद्रात गेल्यावर तिचं पूर्ण शरीर वनौषधी घातलेल्या चिखलाने माखून ठेवलं जाई. त्याद्वारे शरीरातील विषारी द्रव्यं बाहेर काढण्याचा त्यांचा हेतू असे.

"आता मी नेहमी पाहते ना. ही ट्रीटमेंट घेतल्यावर पोरी एखाद्या कमळाच्या फुलासारख्या टवटवीत दिसायला लागतात. आणि इतक्या मागण्या येतात त्यांना, की 'हे स्थळ निवडू की ते' असा प्रश्न पडतो बघा!" ती 'मडपॅक' लावणारी बाई म्हणाली.

'हिची स्कीन पण अगदी तशीच होती हो! कमळासारखी टवटवीत." सोना विव्हळत म्हणाली. "काय सांगू, अहो अगदी ही सोळा सतरा वर्षांची होती ना, तेव्हा सुद्धा कधी चेहऱ्यावर पुटकुळी नाही, की मुरूम नाही." इतकासा काळा डागदेखील नव्हता. आणि आता बघा. कुणाला खोटं वाटेल. तुम्हाला सांगते, कुणाची तरी नजरच लागली हो माझ्या लेकराला. इतकी, इतकी सुंदर दिसायची म्हणून सांगूऽऽ!"

"हो हो असेल ना." ती बाई सांत्वन केल्यासारखं बोलली. "हे असं का होतं, ते नक्की सांगता येत नाही. पण कसलीतरी ॲलर्जी असणं, घरात काही मतभेद असणं... अशीच कारणं असतात बघा!"

"आमच्या घरात नाहीत बाई काही मतभेद वगैरे!" सोनाने बजावलं.

त्यावर ती बाई वाद घालण्याच्या तयारीत असल्यासारखी म्हणाली, "हिच्या शरीराच्या संपूर्ण चलनवलनातच बिघाड झालेला आहे. हिला कसला तरी मोठा धक्का बसलेला आहे. हे असले काही विकार होतात ना, त्याला फक्त शारीरिक कारणं नसतात."

यावर सोना गप्प बसली. निशा उत्तर द्यायचा प्रयत्न करू लागली तेव्हा तिला गप्प बसवत सोना त्या बाईकडे वळून पोक्तपणे म्हणाली, "हे बघा, माझ्या लेकीला कसलाही शॉक वगैरे बसलेला नाही. आमच्या घराला किनई, कुणाची तरी नजरच लागली आहे."

ते निसर्गोपचार केंद्र म्हणजे सोनाच्या दृष्टीनं एक डोकेदुखीच ठरू लागली होती. त्यामुळे कधी कधी निशाबरोबर रूपा जात असे. तिला मात्र तिथल्या बाईचं म्हणणं बरचंसं पटत होतं. आजारांमागे भावनिक कारणंही असतातच.

हिचं भावनिक कारण 'सुरेश प्रकरण' तर नसेल...? तसंच असलं पाहिजे. तो मुलगा एवढा काही वाईट नव्हता. भाचीच्या मायेत गुरफटलेल्या मावशीला असंही वाटलं, की कधी कधी जातीतला आणि आर्थिक परिस्थितीतला फरक सुद्धा

नजरेआड करायला काय हरकत आहे? मुलगा-मुलगी दोघेही शिकले सवरलेले होते. आपण काय एखाद्या खेडेगावात थोडेच राहतो आहोत?

तो बिचारा हिच्यावर खरंखुरं प्रेम करीत होता. निशाकडच्यांनीच प्रथम पैसे देऊन गप्प बसवण्याचा विचार केला. दोघांनीही निशाला हे कळू दिलं नाही, ही गोष्ट वेगळी.

निशाच्या घरामध्ये सतत तळणीचे, मसाल्याचे खमंग वास दरवळत असत. अशा ठिकाणी फक्त उकडलेल्या भाज्या खाऊन राहणं तिला फार जड गेलं. मात्र सर्वांगाला औषधी चिखल फासून बसणं तिला आवडत असे. निसर्गोपचार केंद्रातल्या टेबलावर झोपल्यावर, तिच्या अंगाला प्रथम वेगवेगळे सुगंधित थंड पदार्थ लावले जात. आणि मग वरून मातीचा दाट लेप लावला जाई. त्या चिखलाचा कण न् कण तिला सुखावत असे.

परंतु ट्रीटमेंट सुरू होऊन दोन महिने उलटले, तरी अजून ती कमळफुलाच्या जवळपासही पोचलेली नव्हती. एखाद्या दिवशी चिखलाचा लेप लावला नाही, की अंगाला खाज सुटणं सुरू व्हायचं.

"हे डॉक्टर लोक ना, नुसते पैसे खरे करतात. आयुष्यभर त्या निसर्गोपचार केंद्रातच खेटे घालत बसायचं की काय? रोज आपली अख्खी सकाळ तिथे फुकट घालवायची, वर पोरीला गुण नाही तो नाहीच!"

पूर्ण बऱ्या न झालेल्या निशाला, करोल बागेतल्याच एक होमिओपाथ डॉक्टरकडे जाण्याचा रूपाने सल्ला दिला.

दोघी मायलेकी आणि मावशी, त्या मोफत चिकीत्साकेंद्राच्या गर्दीत एकमेकींना खेटून बसल्या होत्या. खूप उकडत होतं. निशाला घाम येत होता. वरती उंच छतापासून एका लांब दांडीला लटकवलेला पंखा सावकाश फिरत होता. पूर्वी तो एक मोठा हॉल असला पाहिजे. आता प्लायवुडच्या पांढऱ्या पार्टिशनने त्याचे दोन भाग केलेले होते. पार्टिशनच्या मधोमध एक लेचापेचा दरवाजा, पोक काढून बसल्यासारखा बसवला होता. तो हुबेहुब मुडदूस झालेल्या लहान मुलासारखा वाटत होता. आत जाण्यासाठी पेशंटने तो उघडला, की उघडताना आणि बंद करताना दरवेळी जमिनीला घासत असे.

'पाह्यलंस दीदी, किती गर्दी आहे? याच्यावरूनच कळतं ना, डॉक्टर चांगला असला पाहिजे." रूपा म्हणाली.

"हे बघ रूप, निशा बरी झाली, तरच मी म्हणेन डॉक्टर चांगला आहे." सोना खिन्नपणे म्हणाली.

"आपण विश्वासाने औषध घ्यायला हवं दीदी!"

"मी खूप ठेवीन गं विश्वास. पण हिचं काय? हिने ठेवला पाहिजे ना त्या डॉक्टरवर विश्वास?"

निशा दरवाजाबाहेर रस्त्याकडे पाहत बसली होती. संध्याकाळची वेळ... रस्त्यावरची रहदारी, फेरीवाले, वाहतूक, प्रदूषण... एकीकडे पाहत होती नि दुसरीकडे खाजवण्याची उबळ आवरून धरत होती. तिला माहिती होतं, आईसमोर खाजवलं, तर ती रागाने वेडीच होईल.

तो डॉक्टर म्हणजे सरकारी नोकरीतून निवृत्त झालेला शीख (सरदार) होता. छातीवर रूळणारी लांब पांढरी दाढी, मिचमिचे डोळे... निशाकडे दयार्द्र दृष्टीने पाहत होता. रोग्यांना बरं करण्याबद्दल त्याची ख्याती होती. त्याने प्रश्न विचारून, पेशंटची कसून तपासणी घेतली. सगळ्या प्रश्नांची उत्तरं सोनाच देत होती.

"तहान लागते का?", "डोक्यावर पदर असतो की उघड्या डोक्याने फिरायला आवडतं?", "कातडीवर ऊन घेऊ शकते का?" "घामामुळे अन्नाच्या स्पर्शाने, थंड हवेत, गरमीमध्ये, थंड पाण्यामुळे, गरम पाण्यामुळे, साबणामुळे, कपड्यामुळे, क्रीममुळे, सेंटमुळे... आग होते? पुरळ उठतं? खाज सुटते?" "सकाळी, दिवसा की रात्री जास्त खाजतं? उन्हाळ्यात, थंडीत की पावसाळ्यात जास्त खाजतं?"

"बरं का डॉक्टर साऽब," सोनाचं विव्हळणं सुरू झालं. "हे सगळं आम्हाला नाही सांगता यायचं. पण हे खाजणं वगैरे आत्ताच सुरू झालंय. तिचं कॉलेज संपल्यानंतर. त्यापूर्वी कधी तिला साधी पुटकुळीसुद्धा आली नाही. तिच्या भावाला पुष्कळ मुरूम वगैरे यायचे. पण देवाने हिला मात्र त्यातून वगळलं. आणि आता पुढे आम्हाला असं हे भोगावं लागतंय बघा. कुठे बोलताही येत नाही. तोंड दाबून बुक्क्यांचा मार!"

"काळजी करू नका, माताजी." डॉक्टरांनी सांत्वन केलं, "सगळं काही ठीक होईल. एकदा तिचं लग्न झालं, की हे सगळं मावळून जाईल. लग्न जमेपर्यंत मुलींना पुष्कळ टेन्शन असतं."

"पण हे असं कशानं आलं असेल हिच्या अंगावर?" सोनाने विचारलं. निसर्गोपचार केंद्रातल्या बाईच्या बोलण्याचा राग अजूनही तिच्या मनात धुमसत होता. "म्हणजे पुढे असं काही व्हायला लागलं, तर टाळण्याच्या दृष्टीने विचारतेय हं मी!"

"अहो माताजी, शरीर आजारी का पडतं, हे कोण सांगू शकणार? ते सगळं ऊपरवाल्याच्या हातात असतं. दोन माणसं उन्हात फिरली, तर एकजण झीट येऊन पडतो. दुसरा ठणठणीत राहतो. असं का होतं? तुम्ही सांगू शकता कारण?"

"नाही डॉक्टरसाब. थँक्यू डॉक्टरसाब!"

"आणि हे पाहा. चहा कॉफी, तळलेले पदार्थ, तिखट, मसालेदार खाणं बंद. औषध घ्यायच्या आधी अर्धा तास आणि नंतर अर्धा तास काही खायचं प्यायचं नाही.

समजलं?''

''होय डॉक्टरसाब. हे सगळं तर ती खातच नाही.''

''फार चांगलं आहे ते. चालू ठेवा.''

''मग आता आम्ही निसर्गोपचार थांबवावेत का?'' निशा आणि रूपाला आशा वाटली. पण ते समजून घेण्याइतके ते डॉक्टर संवेदनाशील नसावेत. त्यांनी पेशंटकडे पाहून विचारलं, ''बेटी, तुला बरं वाटतं का त्यानं?''

त्याला लागणारा वेळ, खर्च, आई आणि मावशीला पडणारा त्रास... निशाला काय उत्तर द्यावं ते कळेना. तिने मान हलवल्यासारखं केलं.

''मग चालू ठेवा. निसर्गोपचाराला होमिओपथीने विरोध केलेला नाही.'' निशाने निसर्गोपचार चालू ठेवले. फक्त तिच्या औषधांमध्ये होमिओपथीच्या साबुदाण्यासारख्या गोळ्यांची भर पडली, इतकंच.

पण होमिओपथीचाही म्हणावा तसा परिणाम होईना. रूपामावशी नेहमी आपल्या भाचीला कशाने बरं वाटेल, त्याच्या शोधातच असायची. तिला तिच्या शेजारणीने तिबेटी डॉक्टर कसा चांगला, हे सांगितलं.

त्याचं असं झालं, शेजारणीच्या बहिणीच्या सासऱ्यांना पॅरालिसिसचा अॅटॅक आला आणि अर्धं अंग लुळं पडलं. अॅलोपथीने काही फरक पडला नाही. त्यांनी किती डॉक्टरांना दाखवलं असेल, त्याची मोजदादच नाही. त्या माणसाचं त्याच्या वडिलांवर इतकं प्रेम होतं, की कुणी एखाद्या डॉक्टरचं नाव सुचवलं, की लगेच त्यांना तिकडे घेऊन जायचा. शेवटी गेल्या वर्षी त्याने त्यांना एका तिबेटी डॉक्टरणीला दाखवलं. ती दरवर्षी हिवाळ्याचे तीन महिने धरमशालाहून दिल्लीत येऊन राहात असे. आणि सांगायची गोष्ट म्हणजे, तिच्या औषधाने शेजारणीच्या बहिणीच्या सासऱ्यांच्या प्रकृतीत जादू केल्यासारखी सुधारणा घडून आली.

''दीदी, प्रयत्न करून बघायला काय हरकत आहे? हिवाळा सुरू झालेला आहे. ती डॉक्टरीण आलेली आहे दिल्लीमध्ये.'' रूपाने उत्साहाने विचारलं.

''हं! प्रयत्न करून बघायला हरकत नाही.'' सोना थंडपणे उत्तरली.

''काय झालंय हो डॉक्टर तिला?'' सोनाने विचारलं. ती प्रसिद्ध तिबेटी डॉक्टरीण निशाच्या मनगटावर बोटांनी दाबून तिची नाडी बघत होती. तिची नजर निशाच्या चेहऱ्यावर खिळली होती.

''ही डिस्टर्ब झालेली आहे.'' तिने ठामपणे सांगितलं.

''कशामुळे?''

''ते मला माहिती नाही. पण हिच्या शरीराची पूर्ण सायकलच बिघडून गेली

आहे. काळजी करू नका. तिला बरं वाटेल. मी देते ती औषधं नियमितपणे तिला द्या. एक महिन्याने परत या.''

त्या डॉक्टरणीने कसल्याशा वनस्पतीपासून बनवलेल्या गोळ्या दिवसातून तीन वेळा चघळण्यासाठी दिल्या.

कसलीच चव नसलेल्या होमिओपथीच्या पांढऱ्या गोळ्यांची जागा या कडू, काळ्या, झणझणीत गोळ्यांनी घेतली. त्यावर दोन-तीन ग्लास पाणी प्यावं लागे, तेव्हा कुठे ती चव जिभेवरून जाई.

''मम्मी, तू उगीचच मला या त्रासात घातलंस! त्या डॉक्टरणीने फक्त माझी नाडी पाहिली. त्यावरून तिला कसं काय कळलं, मला काय झालंय ते?'' निशाने तक्रार केली.

''बेटा, तीच तर या तिबेटी औषधांची गंमत आहे.'' रूपा मावशी समजावू लागली. ''अगं, दूरदूरचे पेशंट येतात या बाईकडे! खूप गुण आहे तिच्या हाताला! आणि पैसे घेत नाही कुणाकडून. हृदयापासून सद्‌भावनेनं औषध देते ती. तू एकदा घेऊनच बघ अनुभव. पण पूर्ण श्रद्धेनं घ्यायचं बरं का औषध. नाही तर गुण येत नसतो.''

''आणखी थोडं घेतलं ते औषध तर मला उलटीच होईल!''

''हे बघ, जेवढं सांगितलंय तेवढं गुपचुप घे. समजलं ना? देवाच्या कृपेने तू बरी होशील. आणि मग एकदाचं तुझं लग्न झालं, की आवडेल ते करायला तू मोकळी!'' आईने बजावलं.

दररोज सकाळी घरात निशाच्या तब्येतीबद्दल चर्चा व्हायची. तिचा आजार कमी होतोय का? काय करायला पाहिजे? याचा आढावा घेतला जायचा. कुटुंबातले सगळेजण, जवळचे असोत की लांबचे, निशाला सल्ला द्यायला तयारच असत.

''आमचा हा कलंक साऱ्या जगाला माहिती झालाय.''

सुशिलाची बहीण येऊन गेल्यानंतर सोना रूपाला सांगत होती, ''सारखे सगळे निशाबद्दलच विचारत असतात. मी सगळं सविस्तर सांगितलं नाही ना, तर त्यांना वाटतं, माहिती चोरून ठेवते आमच्यापासून! आणि सांगत बसले, तर म्हणतात, काय बाई आहे! लेकीच्या ओशाळेपणाचा बोभाटा करतेय! मला तर वाटतं, कुठं तरी जाऊन जीव द्यावा!''

रूपा शांतपणे ऐकून घेत होती. सध्या तिच्या बहिणीला तिची गरज होती. त्यामुळे तिचं येणंजाणं वाढलेलं होतं. तशी ती खंबीर होती. कोणत्याही परिस्थितीत खचून जात नसे. त्यामुळे डॉक्टरकडे जाताना तिची उपस्थिती आवश्यक ठरे आणि घरात तर ती म्हणजे ऊर्जा आणि दिलासा यांचा अखंड झराच होती.

खरं म्हणजे निशाकडे पाहून तिला खूप चिंता वाटे. पण ती तसं दाखवत नसे. मात्र मुलं आईबापांना कसा हृदरोग देऊ शकतात या गोष्टीचं तिला राहून राहून नवल वाटे. बिचारी निशा! तिची ती परिपूर्ण कांती, नितळ काया, सुरैय्यासारखं दिसणं, कशाकशाचा काहीच उपयोग झाला नाही.

शेवटी एके दिवशी यशपाल म्हणाला, "हे वैद्य आणि होमिओपाथ काहीच कामाचे नाहीत. मला वाटतं, आपण ॲलोपथीचा नाद फार लवकर सोडला."

"नाही हो. डॉ. गुप्तांची ट्रीटमेंट आपण चार महिने घेत होतो."

"या जनरल प्रॅक्टिशनरवर अवलंबून राहण्यापेक्षा आपण एखाद्या स्पेशालिस्टला दाखवायला हवं होतं."

"हं! तिचं नशीब, नि आपलंही! दुसरं काय म्हणायचं?" सोना दुःखानं म्हणाली.

"अरे वा! इतक्या लवकर 'नशीब आपलं' म्हणून हार मानली, तर आपण आयुष्यात काहीच मिळवू शकणार नाही!" तिच्या नवऱ्याने झापलं.

"हे पाहा. प्यारेलालने पुष्कळ चौकशी करून माहिती काढलीय. साऊथ दिल्लीमध्ये एक फार चांगला स्कीन स्पेशालिस्ट डॉक्टर आहे. त्याचा मुलगा नुकताच परदेशातून शिक्षण घेऊन परतला आहे. त्याने म्हणे रेखाच्या कुणा नातेवाईक मुलीला असंच बरं केलं."

"तिचं लग्न झालेलं आहे का?" सोनाचा प्रश्न.

"ती आत्ता पाच वर्षांचीच आहे."

"मी म्हणते आपल्या निशाला, लग्न होईपर्यंत थांबायला काय झालं होतं? मला सांगा बरं! नंतर हे सगळं उद्भवलं असतं, तर काही हरकत नव्हती."

"पण मी म्हणतो, आपल्या घरी असतानाच हे उपटलं म्हणून बरं झालं! तिकडे सासरी गेल्यावर झालं असतं, तर त्यांनी तिला कसं वागवलं असतं काय माहीत?"

सोनाला यावर काहीही म्हणायचं नव्हतं.

यशपालने डॉक्टरांची अपॉईंटमेंट घेतली. त्याच्या बायकोला वाटलं, बिचारा आपला नवरा, मुलीचं आजारपण किती गंभीरपणे घेतो आहे! त्यासाठी थोडा वेळ त्याने धंदा सुद्धा बाजूला ठेवला. एक तुच्छतादर्शक हुंकार काढून, आता स्पेशालिस्टकडे जाताना कोणती साडी नेसावी याचा ती विचार करू लागली.

तीन आठवड्यानंतरची अपॉईंटमेंट मिळाली. यशपाल म्हणाला, "मुलगा आणि वडील दोघंही किती लोकप्रिय आहेत पाहा!"

"हे खाजगी डॉक्टर फार लुच्चे असतात. कधी कधी त्यांना एखादं साधं

दुखणंही बरं करता येत नाही. पण पैसे भरपूर घेतात.''

''अगं, त्यांना सुद्धा पोट आहेच ना. पोटापुरतं कमवायला नको?'' यशपाल सौम्यपणे म्हणाला.

तीन आठवड्यानंतर... यशपाल त्याच्या बायको आणि मुलीसह डिफेन्स कॉलनीमधल्या डॉक्टरच्या क्लिनिकमध्ये गेला. इतर अनेकांबरोबर तेही बाहेरच्या बंद व्हरांड्यात वाट बघत बसले. अपॉईंटमेंट घेऊन आले असूनही त्यांची पाळी येईपर्यंत एक तास गेला. निशाच्या कातडीला पडलेल्या भेगांमध्ये घाम साचत होता. आर्द्रतेमुळे त्वचेची आग होऊ लागली. ते तिघेही जण शांत बसलेले होते. सोनाच्या मांडीवर ठेवलेल्या फाईलमध्ये निशाच्या दुखण्याचा इतिहास होता. तोपर्यंत किती डॉक्टरांना दाखवून झालं, ते तिने मोजायचंच सोडलेलं होतं. तिला किती जणांनी तपासलं, किती वेळा तिची हकीगत, तिच्या एकेकाळच्या सुंदर त्वचेबद्दल सांगून झालं, त्याची गणतीच नव्हती. पण पूर्वी तिची त्वचा कशी होती, त्याचं आता काय? आता तिची त्वचा ही अशी होती. बस्स! हे जर एकदा त्यांनी स्वीकारलं असतं, तर तिचं आयुष्य किती सोपं झालं असतं!

निशा गुपचुप आपले हात नखांनी खाजवू लागली. आईने डोळे वटारले. पण भरल्या वेटिंगरूममध्ये, ती आणखी काय करू शकणार? निशाने तिच्याकडे सहज दुर्लक्ष केलं.

अखेर त्यांचा नंबर आला. पुन्हा एकदा निशाच्या 'केस'चं सविस्तर वर्णन करण्यात आलं. पूर्वीचा तिचा नितळ गोरेपणा, आता त्यावर पडणारे काळे डाग, येणारी असह्य खाज, त्यातून येणारं पाणी, रक्त, त्वचेचा कोरडेपणा, खपल्या पडणं, सगळ्या कुटुंबाला कशी चिंता पडलीय, तिच्या लग्नाची समस्या वगैरे वगैरे.

निशाला तपासल्यावर डॉक्टर म्हणाले, 'तुम्ही फार लकी आहात. हल्ली, त्वचेखाली कॉर्टिझोनची इंजेक्शन्स देऊन हे प्रश्न चुटकीसरशी सोडवता येऊ लागले आहेत. त्यांचा फार चांगला परिणाम होतो. पण तोपर्यंत तिने साबण, पाणी यांचा स्पर्श टाळला पाहिजे. कारण त्यामुळे खाज सुटते. तिने स्वयंपाक वगैरेही करता कामा नये. कारण उष्णता आणि मसालेही उत्तेजक आहेत. त्याने तिच्या त्वचेची खाज वाढेल.

''पण डॉक्टर, तिच्या हातांना वगैरे तितकी खाज येत नाही.'' मुलीच्या जातीला स्वयंपाक आणि धुणं भांड्यापासून दूर ठेवायचं, या कल्पनेने भेदरलेली सोना म्हणाली, ''ती स्वयंपाकघरात फक्त थोडी मदत करते. कपडे धुण्याचं काम धोबी करतो आणि भांड्याला बाई आहे.''

डॉक्टरांनी सोनाकडे दुर्लक्ष केलं. मुलीच्या वडिलांकडे बघत बोलू लागले. ''डिटर्जंटला नुसता स्पर्श झाला, तरी तिचं दुखणं वाढेल. तिचे कपडे देखील

लिक्विड सोपने वेगळेच धुतले पाहिजेत आणि पुष्कळ वेळा पाण्यातून खळबळून घेतले पाहिजेत. तिची त्वचा, फार नाजूक दिसतेय. तेव्हा कपडे, भांडी-धुणं आणि स्वयंपाक करायचा नाही.'' त्यांनी बजावलं.

तिथल्या तिथे उपचार सुरू झाले. प्रत्येक खाजऱ्या डागाच्या ठिकाणी इंजेक्शनने त्वचेखाली औषध सोडण्यात आलं. त्यामुळे पुढचे काही तास, तिथली त्वचा सुजून लालसर दिसणार होती. निशाला इंजेक्शन घेतल्यावर नेहमीच पोटात ढवळून येई आणि उलटी करावीशी वाटे. पण डॉक्टरांनी तिच्या आईवडिलांना नीट समजावून दिलं, की ही प्रतिक्रिया शारीरिक नसून मानसिक आहे.

''तुमची मुलगी अत्यंत संवेदनशील आहे. कधी कधी काय होतं, मन अस्वस्थ झालं, कसला धक्का बसला, मनात चलबिचल चालू असली, तरी इसबाचे चट्टे निर्माण होतात. शेवटी माणसाचं मन आणि शरीर हे जोडलेलंच असतं ना!''

श्रोत्यांनी माना डोलावल्या. संदर्भाशिवाय विचार केला, तर ही एक सहज स्वीकारता येणारी, हादरवून न टाकणारी, साधी माहितीच होती.

डॉक्टरांनी त्यांचं फी बुक काढलं. ''ही सूज लवकरच मावळेल. त्याबरोबर ते डागही जातील. ती चांगली दिसायला लागली की तिला बरं वाटू लागेल.''

घरी ताबडतोब कपडे धुण्याच्या व्यवस्थेत बदल करण्यात आला. त्या घरात पहिल्यापासून बायकाच कपडे धुवत असत. आपल्या अंघोळीच्या अगोदर घरातल्या सगळ्यांचे कपडे साबण लावून, घासून, आपटून आपटून स्वच्छ धुवायचे. खळबळून, पिळून, वाळत घालायचे. आपला नवरा, मुलं, सासूसासरे या सगळ्या प्रियजनांचे कपडे स्वच्छ करायचे हे त्या स्त्रियांचं कर्तव्यही होतं, आणि आनंदही.

आता बाईकडे निशाचे कपडे धुण्याचं काम सोपवून तिचा पगार वाढवण्यात आला. ती कपडे धूत असताना 'ही भारीचा लिक्विड सोप नासत तर नाही ना? कपडे अनेक पाण्यातून काढते ना? याची खात्री करण्यासाठी सोना उभी राहून स्वत:समोर निशाचे कपडे धुवून घेऊ लागली.

चायना डिशेस घासण्याचं काम सोना स्वत:च करू लागली. त्यावेळेला बिचारी निशा अपराधीपणे तोंड लपवून बसे. घरच्या स्त्रीने किंवा मुलीने धुण्याभांड्याची कर्तव्यं करायची नाहीत. हे पथ्य पचवायला अवघड होतं, पण हळूहळू ते तिच्या अंगवळणी पडलं.

२०

सकाळी दहाची वेळ होती. यशपाल, राजू ब्रेकफास्ट करून दुकानात गेले होते. मायलेकी सोनाच्या बेडरूममध्ये बसल्या होत्या. सोना मटार सोलत होती. निशा तिच्या शेजारी नुसतीच बसली होती. हातात काम नव्हतं. मनात उदास विचार होते.

गेलेला काळ,. घडलेल्या घटना यांनी निशाच्या डोक्यात अनेक पोकळ्या निर्माण केल्या होत्या. त्या पोकळ्यांमध्ये घरातल्या वातावरणात उडणाऱ्या वावड्या येऊन स्थिर होत. कधी अर्धी मुर्धी वाक्यं कानावर पडत, तर कधी काही गोष्टी वरून झिरपत खालच्या मजल्यावर येत. किंवा मग वडीलमाणसांच्या कुजबुजण्यावरून काही ध्वनित होई. एकत्र कुटुंबात, तुमची इच्छा असो किंवा नसो, माहिती पसरायला फार वेळ लागत नाही.

शेवटी निशाने धीर एकवटून विषय काढलाच.

"मम्मी, मी ऐकलंय की..." तिने सुरुवात केली.

तेवढे शब्द ऐकताच सोनाचा चेहरा काळजीने व्याकुळ दिसू लागला. हे निशाने अचूक हेरलं. आता तिच्या आवाजातली चाचपणी जाऊन तो अधिक ठाम झाला. तिची शंका खरी होती तर! तिला तक्रार करायला जोर आला.

"सांगू का तुला मी जे ऐकलं ते? आणि तेही कुणाकडून? तर आपल्या मोलकरणीकडून! माझ्या स्वत:च्या आईवडिलांकडून नाही. ती भांडीवाली म्हणत होती, 'तुज्या भावाचं लगीन तं ठरलं! निशा, आता तू कवा आमाला लाडू देनार?"

"तीऽऽ मेली ढालगज भवानी! तिला काही आपलं थोबाड बंद ठेवता येत नाही." सोना चडफडत म्हणाली, "वरच्या मजल्यावर काहीतरी ऐकायचं आणि खाली येऊन तिखट मीठ लावून सांगायचं. थांब, आता तिला काढूनच टाकते."

"होऽऽ! काढ ना तिला. टाक काढून! वाट कशाची पाहतेयस?" निशा ठसक्यात म्हणाली. ती रोजच्या रोज पाहत होती, वरच्या मजल्यावरच्या छोट्या छोट्या बातम्या ती बाई रंगवून रंगवून तिच्या आईला सांगायची. वरच्या दोघी सुना एकमेकींशी कशा अजिबात बोलत नाहीत, स्वयंपाकसुद्धा कशा वेगवेगळ्या वेळी करतात, सुशिलाला कसं सगळं जड जातंय, खालच्या मजल्यावर सगळं कसं

व्यवस्थित रितीभातीनं चालतं; तसं तिथे काहीच नाही... वगैरे वगैरे. असं असताना फक्त या एकाच वेळी ती संदेशव्यवस्था बंद कशी करणार?

सोना लेकीवर खेकसलीच. ''काय गं, त्या तोंडाळ बयेच्या गावगप्पा ऐकण्यापेक्षा, दुसरं चांगलं काम नाही का तुला? आँ? आणि ती कोण अशी लागून गेलीय, सगळं माहीत असायला?''

''मम्मी! राजूचं लग्न ठरल्याचं तिला कळलेलं दिसतंय.''

''उगाच काहीतरी बोलू नकोस.''

''अच्छा! म्हणजे मी वरती जाऊ नको ना, काय ठरलंय त्याची माहिती काढायला?'' मटारचं एकेक साल मोडून फेकत निशाने विचारलं.

''नको त्या मटारांना हात लावू गं! तुझे हात खाजतील.''

''काही नाही खाजत. मुलगी कोण आहे?''

''आता कुणी समोर येऊन चौकशीच करायला लागलं, तर त्याला माझा काही इलाज आहे का? त्याचा अर्थ लगेच 'लग्न ठरलं' असा होतो का?''

निशाचं मटारची सालं चिरडणं आणि आईचं मटार सोलणं चालूच होतं.

''सगळ्यांना माहिती आहे, मोठ्या बहिणीच्या अगोदर धाकटा भाऊ लग्न करू शकत नाही.''

निशाने आईच्या या बोलण्याकडे दुर्लक्ष केलं. ती स्वत: रोजच्या दिवसाला वयाने वाढत चालली होती. तिचं लग्न जमत नसल्याने धाकट्या भावाचंही घोडं अडलं होतं. त्याला सांगून येणारी चांगली स्थळं सोडावी लागत होती. या गोष्टीचा तिच्या आईबापांना केवढा घोर लागून राहिला होता, हे आता गुपित राहिलेलं नव्हतं.

मात्र एके दिवशी त्याच्यासाठी एक मुलगी सांगून आली. तो संबंध सर्व दृष्टीने त्यांना इतका फायदेशीर ठरणारा होता, की ते नाही म्हणूच शकले नाहीत. आणि एकदा त्यात शिरल्यावर त्यांना अग्रक्रमाने ताबडतोब कृती करावीच लागली.

''कोण आहे ती मुलगी?'' निशाने पुन्हा विचारलं.

''अगं कदाचित काही जमणारही नाही.'' सोना सावधपणे सांगू लागली.

''त्याचं काही सांगता येत नाही. तुझंच बघ ना, कसं झालं.''

''जमणार नसलं तरी मला सांग. मला कळलंच पाहिजे.''

अखेर मटार सोलता सोलता आईने मुलीला सगळी हकीगत ऐकवली. हे स्थळ सुशिलाने सुचवलं होतं. रेखाच्या माहेरच्या कुटुंबातली मुलगी होती, पण त्यांच्याहूनही श्रीमंताची. त्यांच्या करोल बागेत आणि शिवाय दक्षिण दिल्लीमध्ये मोठ्या शोरूम्स होत्या. ते त्यांच्या मुलीला लग्नात जे देणार होते, ते सगळं स्वप्नात शोभणारं होतं. त्यांना फक्त चांगली माणसं पाहिजे होती. त्या मुलीला लहानपणी दिवाळीच्या फटाक्यांनी भाजलेलं होतं. त्या ठिकाणी स्कीन ड्राफ्टींग केल्यामुळे डाग फारसे

दिसत नव्हते. निशाप्रमाणेच तीही घरातलं फारसं काम करू शकत नव्हती. पण फार प्रेमळ, सगळ्यांची काळजी घेणारी घरगुती मुलगी होती. ती बरोबर एक बाई घेऊन येणार होती. ती बाई घरातल्या कामालाही हातभार लावणार होती. निशाच्याही ती उपयोगी पडणार होती.

"अच्छा! म्हणजे तुम्ही सगळं ठरवलंय तर!"

"छे गं! तुझं लग्न जमल्याशिवाय कसं आम्ही काही ठरवू?" आई असं म्हणाली, तरी त्या फोलपटांच्या पसाऱ्यातून निशाला शहनाईचे सूर ऐकू येऊ लागले. तिचा भाऊ नव्या नवरीशेजारी होमाला बसलेला दिसू लागला.

निशाला माहिती नव्हतं, पण या स्थळाचा विचार करताना तिच्या आईवडिलांवर प्रचंड दडपण आलेलं होतं. ती मुलगी रेखाची सख्खी चुलत बहीण होती. आधीचा नातेसंबंध आणि कित्येक लाखांचा हुंडा, ही दोन्ही आकर्षणं त्यांना मोहकपणे खुणावत होती.

सकाळी फिरण्याचे वेळी, प्यारेलालने हा विषय नेमकेपणाने भावापुढे मांडला. दोघे भाऊ, एकसारखे पांढरे झब्बे पायजमे घालून, स्वत:ची माफक सुटलेली पोटं सावरत, पायातल्या सपातांचा फटक फटक आवाज करीत पहाटेच्या वेळी फिरायला जात. त्या थंड हवेत पक्ष्यांची किलबिल ऐकता ऐकता प्यारेलालने थोरल्या भावाला नीट समजावून सांगितलं, की त्याला यशपालच्या भावना कळतात. पण आता परिस्थिती अशी आली आहे, की त्यांना परखड निर्णय घ्यावाच लागणार आहे.

यशपालने पुन्हा पुन्हा बजावून सांगितलं, की मोठ्या बहिणीच्या आधी लहान भावाचं लग्न ठरवणं बरोबर नाही. लोकांना वाटेल मुलीत काहीतरी खोट असली पाहिजे. आणि मग तिला स्थळं येणंच बंद होऊन जाईल. मुलाच्या दृष्टीनं कितीही फायदेशीर प्रस्ताव आला, तरी त्यासाठी तिच्या सुखाची आहुती द्यायचं काही कारण नाही."

प्यारेलाल म्हणाला, "भाई, निशाच्या सुखाचा बळी द्यावा लागत असेल, तर असा विचार बोलून दाखवला म्हणून मी स्वत:ची जीभ कापून घ्यायला तयार आहे! पण भाई, आता काळ बदललाय. भावाने बहिणीच्या आधी लग्न केलं, तर बहिणीत काहीतरी दोष असेल असं आता लोक समजत नाहीत. तितके काही आता लोक जुन्या मतांचे राहिलेले नाहीत. तिचं लग्न जरूर होईल, तेही अशाच माणसाशी, जो ती आहे तशीच तिला स्वीकारेल. उगीचच दोष किंवा उणिवा शोधत बसणार नाही. पण तोपर्यंत..."

एवढं बोलून प्यारेलाल थांबला. ते दोघंच शांतपणे चाललेले होते. नेहमी घरात किंवा दुकानात असताना येणारे कोणतेच व्यत्यय इथे नसल्यामुळे त्याला वाटलं,

आपण बोलताना शब्द काळजीपूर्वक निवडले पाहिजेत. त्याचा भाऊ नाकासमोर बघून चालत होता. त्याला धाप लागली होती. भावनावेग आणि व्यायाम, दोन्हींचा परिणाम झाल्याने त्याच्या हृदयाचे ठोके वाढले होते.

प्यारेलालने जपून बोलायला सुरुवात केली, "सगळ्यात पहिली गोष्ट म्हणजे निशा माझीही मुलगी आहे. तिला त्रास होईल असा कोणताही प्रस्ताव मी कधी आणणार नाही. पण राजू सुद्धा माझाच मुलगा आहे. या घराण्यातली मुलगी त्याची बायको झाली, तर त्याचं भविष्य उजळून निघेल. त्या मुलीला लहानपणी अपघात झाला नसता, तर ते आज आपल्याकडे आलेही नसते. त्यांनी आपल्यापेक्षा खूप जास्त पैसेवाले लोक शोधले असते. त्यांना कोणत्याच गोष्टीची कमतरता नाही. आपण कोणताही प्रयत्न न करता, राजूच्या नशिबानेच हे स्थळ चालून आलंय. तसं बघायला गेलो, तर आपल्याला सहजासहजी असं स्थळ मिळेल तरी का? हा जर राजूच्या सुदैवाचा संकेत असेल, तर आपण त्याला नाट लावणं बरोबर ठरणार नाही."

"दुसरं म्हणजे आपली ही दोन घराणी अगोदरच नात्याने बांधलेली आहेत. रेखा आणि पूजा सख्ख्या बहिणींसारख्या आहेत. त्यामुळे त्यांच्या मुलांमध्ये तर आणखी घट्ट नातेसंबंध विणले जातील. जो धंदा उभा करण्यासाठी आपण गुलामासारखे राबलो, तो सुनांच्या भांडणामुळे खलास झाला, असं तरी निदान आपल्याला म्हातारपणी पाहायला नको. आपण सुखाने डोळे मिटू शकू. आणि बायकांच्यात इतकी जवळीक आहे म्हटल्यानंतर, विजय किंवा राजू सुद्धा स्वतःचा हिस्सा घेऊन वेगळं होण्याचा विचार करणार नाहीत. एकत्रित राहणं आणि धंद्यातली भागीदारी, त्यांच्यातील मतभेदावर आणि स्वातंत्र्याच्या इच्छेवर मात करतील."

"तिसरी एक महत्त्वाची गोष्ट होईल. 'फॅमिली फर्निशिंग्ज'वाल्यांच्या दोन दोन मुली आपल्या घरात दिल्या गेल्या, तर व्यवसायातही आपल्याला त्याचा फायदा मिळेल. नाहीतरी आपलं दुकान पाच माणसांसाठी लहानच पडतं. आता आपल्याला ते वाढवायला पाहिजेच आहे. तर त्यांच्या मदतीने आपण ते सहज करू शकू. उदाहरणार्थ, आपण सॉफ्ट फर्निशिंगचं शोरूम काढू शकतो. घरगुती वापरासाठी लिनन, चादरी, टॉवेल, बाथमॅट्स, नॅपकिन्स. 'फॅन्सीवाले' जिथून माल खरेदी करतात, तिथूनच माल खरेदी करायचा. एकमेकांची मदत आपण हक्काने घेऊ शकतो. त्यांच्याशी संबंधामुळे बँकेतही क्रेडिट वाढेल. बाजारातही पत वाढेल."

"आणखी एक गोष्ट. आत्ताची परिस्थिती लक्षात घेतली, तर निशाचं लग्न आणखी काही दिवस तरी होऊ शकणार नाही. पण ते होण्याची वाट बघत, राजूला किती दिवस तिष्ठत ठेवायचं? अर्थात लहान भावांनी मोठ्या बहिणींच्या आधी लग्न करू नये हे बरोबरच आहे. पण अशा परिस्थितीत अपवाद करावे लागतात. समजा,

आपण हे स्थळ सोडलं. आपला हा वयात आलेला राजू. घरात बिनलग्नाचा, तडफडणारा. तो काय बाहेर मुलींकडे पाहायचं सोडणार आहे? आणि त्याला मोहात पाडणारी कुणी भेटणारच नाही, अशी खात्री आपण देऊ शकतो? उद्या आला एखादीला घेऊन आणि हटून बसला हिच्याशीच लग्न करीन म्हणून तर? आपण सांगू शकतो का, की ती आपल्या तोलामोलाचीच असेल म्हणून? त्याला जी आवडेल, ती आवडेल! आणि जवानीच्या जोशात मुलं काय काय करू शकतात हे आपल्या दोघांनाही चांगलंच माहिती आहे.''

क्षणभर शांतता पसरली. आपला मुलगा कसा हट्टी, दुराग्रही आहे, ते यशपालला आठवलं. लग्न आणि नवीन दुकान या गोष्टींमुळे तो अनेक वर्षं कामात गुंतून राहणार होता. त्यातून इतकं धनाढ्य घराणं त्याच्या पाठीशी असलं, तर तो आयुष्यात व्यवस्थित स्थिर होणार, हा विचारही त्याला सुखावू लागला.

तेवढ्यात प्यारेलाल म्हणाला, ''तो तुझ्यासारखा नाहीये भाई. आणि... आणि तू पण लव्ह मॅरेजच केलंस ना?''

आणखी शांतता. नाइलाजाने का होईना, भावाने त्याच्यासमोर सविस्तर रेखाटलेल्या चित्राविषयी काही ना काही बोलणं यशपालला भाग होतं. त्याच्या मुलीसाठी त्याने वाटेल त्या गोष्टीचा त्याग केला असता. पण राजूची गोष्ट वेगळी होती. पुढच्या वर्षीपर्यंत राजूला समजा एखादी मुलगी आवडली असती, तर निशा आणखी बाजूला पडली असती आणि फॅन्सी फर्निशिंगजवाल्यांशी बेटी व्यवहार करण्याचे फायदे निष्कारण, कायमचे गमावून बसावं लागलं असतं. तसं करण्यात शहाणपणा नव्हता.

पण ज्यामुळे निशाच्या मनाला त्रास होईल, ती आणखी दुखावली जाईल अशा गोष्टीला संमती कशी द्यायची? या विचाराने तो गप्पच बसला. ती अगदी लहान होती, तेव्हापासून त्याने मनाशी ठरवलेलं होतं, की तिच्यासाठी चांगला सद्गुणी आणि भरपूर पैसेवाला नवरा शोधायचा. म्हणजे जन्मभर तिला कसलीही ददात पडायला नको. ती सर्वार्थाने सुखी झाली पाहिजे. तिचं लग्न अगदी थाटामाटात करून द्यायचं. पण आता निशाचं लग्न पुढे ढकलून पहिल्यांदा राजूचं लग्न लावायसाठी प्यारेलाल त्याची विनवणी करीत होता. स्वत:चं लग्न होत नसताना, घरात धाकटी भावजय आली, तर निशाला काय वाटेल?

एव्हाना ते घराकडे परत येऊ लागले होते. सूर्योदय झाला होता. हवेतला थंडावा झपाट्याने कमी होत होता. ते घराच्या गल्लीत वळले. दुरून त्यांच्या नव्या घराचं बाह्यरूप नजरेत भरत होतं. कमानदार गॅलऱ्या, मोठं लोखंडी गेट, चमकदार काचा लावलेल्या खिडक्या. हाती असलेल्या साधन संपत्तीचा काळजीपूर्वक वापर करून ते वरच्या स्तरात आले होते. आणि त्यांचे तीन मुलगे तरुण होऊन

गृहस्थाश्रमाची वाटचाल करू लागले होते.

परंतु बनवारीलाल कुटुंबात जन्म घेतलेल्या मुलींना, काहीतरी शापच होता की काय न कळे! यशपालला त्याच्या बहिणीची, सुनिताची आठवण आली. सुनिताने आयुष्यात जे काही भोगलं, तिच्या आयुष्याचे जसे धिंडवडे निघाले, तिचा जसा दुर्दैवी शेवट झाला, तसं काही होणार असेल, तर निशाचं लग्न जन्मभर न झालेलं परवडलं असतं. तिचं लग्न ठरवताना त्यांना फार फार काळजी घ्यावी लागणार होती.

आज प्यारेलालने जणू त्याच्या मनात भीतिदायक विचारांचं मोहोळ उठवून दिलं!

निशाच्या बाबतीत आतापर्यंत त्यांना बाबाजींचंच मार्गदर्शन मिळालेलं होतं. मग आत्ताही, तिघांच्या कुंडल्या घेऊन त्यांच्याच कडे का जाऊ नये?

दुसऱ्या दिवशी सोना आणि यशपाल कुंडल्या घेऊन बाबाजींकडे गेले. त्यांनी बरोबर उत्कृष्ट प्रतीच्या, वर चांदीचं वर्ख लावलेल्या, पिस्ता बर्फीचा बॉक्स नेलेला होता. यशपालच्या खिशातल्या बंद पाकिटात पाचशे एक रुपये होते. बाबाजी त्याला वडिलांसारखे होते. ते त्याच्याकडून कुंडल्या बघण्याचे पैसे घेत नसत. पण लोकांनी खुशीने, कृतज्ञभावाने, आपण होऊन काही दिलं, तर ते नाही म्हणत नसत. बाबजींना नुसते पैसे देणं, अपमान केल्यासारखं वाटलं असतं. म्हणून सोबत बर्फीचा बॉक्स.

बाबाजींच्या, माणसांनी गच्च भरलेल्या दिवाणखान्यात यशपाल सपत्नीक दाखल झाला. "दरवेळी आलं, की भक्तांची संख्या वाढलेलीच दिसते नाही का?" सोना नवऱ्याच्या कानात कुजबुजली.

गर्दीमुळे त्यांना काही फरक पडणार नव्हता. त्याच्या वडिलांपासून म्हणजे आज चाळीस वर्षांपासून त्यांचे कुटुंबीय बाबाजींकडे येत होते. दोन पिढ्यांपासून त्यांचा घरोबा होता. त्यामुळे साहजिकच, कुठल्याही प्रकारची रांग लावावी न लागता, त्यांना प्राधान्याने आत प्रवेश मिळाला. तिथे जमलेले इतर लोक मात्र उत्सुकतेने पाहत राहिले की इतक्या सहज, तातडीने, थेट आत प्रवेश मिळालेले हे लोक आहेत तरी कोण?

त्यांना पाहून बाबाजींनी वत्सल स्मितहास्य केलं. पांढरी चादर घातलेल्या एका तख्तावर, पांढऱ्या पॉलिस्टरचा कुर्ता पायजमा घातलेले बाबाजी, मांडी घालून बसले होते. वामन मूर्ती, काहीशी स्थूल देहयष्टी, रूपेरी केस आणि हाताच्या बोटात अनेक अंगठ्या. त्यांच्यापुढे एक छोटं टेबल ठेवून भोवताली केनच्या खुर्च्या ठेवलेल्या होत्या. भिंतीवर देवाचे फोटो आणि कॅलेंडर्स होती.

"काय? चहा घेणार का?" त्यांनी विचारलं.

"घेऊनच आलो."

"मग काही थंड?"

"प्लीज नको."

त्यांच्यासमोर पाणी आणून ठेवण्यात आलं. आता त्यांनी बोलायला सुरुवात करायची होती. यशपालने थोडक्यात आपली परिस्थिती बाबाजींपुढे मांडली.

"मुलाचं लग्न अगोदर केल्यामुळे मुलीचं लग्न जमण्यावर अनिष्ट परिणाम व्हावा असं आम्हाला वाटत नाही. पण हिच्यासाठी त्याचं लग्न लांबवलं आणि त्यातून तो काही चुकीचं वागायला लागला, भरकटला, तर तसंही व्हायला नको आहे. शिवाय त्याच्यासाठी फारच चांगली मुलगी सांगून आलीय. स्थळ उत्तम आहे. मी तिघांच्याही कुंडल्या आणल्या आहेत. काय करावं, काय नाही? आम्ही पेचात सापडलो आहोत."

बाबाजींनी तिन्ही कुंडल्यांवर नजर फिरवली. त्यातल्या दोन परिचित होत्या. एक नवीन.

"मुलाचे ग्रह फार चांगले आहेत. त्याच्या लग्नामुळे साऱ्या कुटुंबाचेच भाग्य उजळेल." बाबाजी पुटपुटले.

"आणि निशाचं काय?..."

निशाची कुंडली बघून बाबाजींनी हाताच्या बोटांवर मोजत कसलंसं गणित केलं आणि वर बघत विचारलं, "सध्या हिच्या प्रकृतीला काही त्रास आहे का?"

बाबांच्या याच चिकित्सक बुद्धीच्या आधारावर त्यांच्या घरातली पुष्कळशी भवितव्यं आत्तापर्यंत ठरवली गेली होती. सोना अधीरपणे पुढे झुकून सांगू लागली, "होय हो बाबाजी! म्हणून तर आम्हाला तिच्या लग्नाची फारच काळजी वाटते आहे." बोलता बोलता तिचा पदर ढळला. ब्लाऊजच्या खोल गळ्यातून दिसणाऱ्या खोलगट भागावर भिरभिरून बाबाजींची नजर परत फिरली. त्यांच्या कपाळावर आठ्या उमटल्या. सोनाने ढळलेला पदर सवयीने सावरला.

"तिच्या लग्नाला उशीर लागेल. सध्या तिचा वाईट काळ चाललाय."

"तो कधी संपेल बाबाजी?" यशपालने विचारलं.

आणखी आकडेमोड करून बाबाजी म्हणाले, "अजून तीन वर्षं!"

"बाप रे! अजून तीन वर्षं? आत्ताच ती बावीस वर्षांची आहे!" सोना उद्गारली.

"त्याला काही इलाज नाही." बाबाजी ठामपणे बोलले, "त्याच्या आधी लग्न केलं, तर पुढे त्रास ठरलेलाच आहे."

"तिच्या भावाला इतके दिवस तसंच कसं ठेवणार? तोही जवळजवळ एकवीस पूर्ण आहेच."

"हो. त्याला मात्र वाईट ग्रहाची बाधा अजिबात नाही. तो ज्या वस्तूला हात

लावेल ती सोन्याची होईल. कुणाशीही लग्न झालं, तरी त्याला ती योग्यच ठरेल."

मुलीच्या दुर्दैवाबद्दल ऐकून यशपालच्या काळजात कळ उठली! त्याची मुलगी किती सुंदर, किती गोड, किती अभ्यासू! आणि तिचे ग्रह इतके वाईट असावेत? पूजा, व्रत-वैकल्यं तर ते करत होतेच; पण या वाईट ग्रहांचा प्रभाव परतवून लावण्यासाठी आणखी काहीच उपाय नव्हते का?"

अर्थात होते. नेहमीच असतात.

"धीर सोडू नका."

त्यांनी निशाची कुंडली पुन्हा तपासली. ते तिला एक खडा देणार होते. तो तिने घालायचा होता.

"आणि या मुलीचे ग्रह कसे आहेत?" तिसऱ्या कुंडलीकडे बोट दाखवून यशपालने विचारलं, "आमच्या मुलासाठी ती योग्य राहील का? आणि कुटुंबाच्या दृष्टीने?"

"अभ्यास करून सांगतो. दहा दिवसांनी या."

बाबाजींच्या निर्णयाची वाट पाहत असताना कुटुंबात तर्क, कल्पना, चर्चा यांच्या फैरी झडत राहिल्या. रात्रंदिवस. यशपाल-सोना, यशपाल-प्यारेलाल, सोना-रूपा, सुशिला-सोना एकमेकांशी बोलत राहिले.

बाबाजी बहुतेक 'Go ahead' चा संकेत देतील, असाच सगळ्यांचा होरा होता.

"फार चांगली फॅमिली आहे हो ती! एवढे पैसेवाले लोक आहेत, पण गर्व कसा तो त्यांना माहिती नाही. आपली रेखाच पाहा ना, कध्धी काही तोऱ्याने बोलायची नाही!"

सोनाच्या मनात आलं, मला समजलेल्या गोष्टी तर वेगळ्याच आहेत. खरं तर त्यांची मोठी सून सीमा आहे ना, ती कधी काही बोलत नाही. पण 'वरच्यां'च्या बोलण्यातले अर्थ आणि अनर्थ खणत बसण्याची ती वेळ नव्हती.

प्यारेलालचं म्हणणं होतं, एखाद्या न्युमरॉलॉजिस्टला विचारून पाहावं; पण यशपालने दहा दिवस वाट पाहणंच पसंत केलं. सारखं ऊठसूट याच्याकडे न् त्याच्याकडे धावत राहण्यात काय अर्थ आहे?

दहा दिवसांनी यशपाल-सोना पुन्हा बाबाजींकडे आले. त्यांनी नेहमीप्रमाणे सुहास्य वदनाने त्यांचं स्वागत केलं.

"चहा घेणार?"

"घेऊनच निघालो."

"मग काही थंड?"

"प्लीज नको." असे नेहमीचे संवाद झडले.

त्यांच्यापुढे पाणी आणून ठेवण्यात आलं. आता सुरुवात करायला हरकत नव्हती.

बाबाजींनी एक छोटासा लाल मखमली बटवा काढला. त्यातून गुलबक्षी कागदात गुंडाळलेली लहान पुरचुंडी काढली. ती पुरचुंडी उघडताच त्यांना दिसलं, त्यात एक लखलखता, जांभळ्या रंगाचा मौल्यवान खडा होता. तो सोन्याच्या कोंदणात बसवलेला होता.

"घ्या. तुमच्या मुलीला द्या. त्वचेला स्पर्श करेल अशा प्रकारे हा सतत अंगावर घालायचा. याच्यामुळे वाईट लहरी परस्पर परतवल्या जातात."

"पण कसलाही स्पर्श झाला ना, तरी तिच्या त्वचेला खाज सुटते हो!" सोना उदासपणे पुटपुटली. यशपालने झटकन तिच्याकडे पाहून नजरेनं दटावलं. त्यांच्या हातातून तो खडा घेतला. त्याची प्रशंसा केली आणि भक्तीभावाने तो पुरचुंडीत बांधून, बटव्यात घालून स्वतःजवळ ठेवला.

"आता एक आनंदाची बातमी सांगतो. त्या मुलीची आणि तुमच्या मुलाची कुंडली अगदी ३६ गुणांनी जुळते. ही मुलगी तुमच्या कुटुंबाचा भाग्योदय करणार आहे. ती घरात आल्यानंतर निशाच्याही भवितव्याची दारं उघडतील."

यशपालने घरून तयार करून आणलेलं पाकीट खिशातून काढलं. बाबाजी त्यांच्यासाठी बरंच काही करीत होते. हे समजून त्याने यावेळी पाकिटात एक हजार एक रुपये घातले होते. त्यांनी सांगितल्याप्रमाणे मुलांचं जर कल्याण होणार असेल, तर एवढी फी काही जास्त नव्हती.

बाबाजींनी सराईतपणे पाकिटाचा स्वीकार करताना म्हटलं, "परमेश्वरावर भरवसा असू द्या. सगळं काही ठीक होईल."

सोना, रूपा आणि सुशिला तिघीजणी तिला बघायला म्हणून गेल्या, तेव्हा पूजा अरोरा, कॉलेजच्या दुसऱ्या वर्षात शिकत होती. गोरी पान, गुबगुबीत मुलगी. तिच्या चेहेऱ्याच्या एका बाजूला कपाळापासून गालापर्यंत आणि तिथून खाली मानेपर्यंत गेलेला भाजल्याचा व्रण होता. पूजाच्या आईने मोठ्या दुःखभराने तिच्या लहानपणीच्या भाजण्याची आणि प्लॅस्टिक सर्जरीची कथा वर्णन करून सांगितली. "पण हे सगळं वरवरचं, फक्त कातडीपुरतंच आहे हं! बाकी ती पूर्ण निरोगी आहे." हे आवर्जून सांगायला ती विसरली नाही.

या भेटीनंतर तिघी बायकांमध्ये खूप चर्चा झाली. "मुलगी बुटकी आहे. जेमतेम पाच फूट. पण आपला राजू तरी किती? पाच फूट पाच इंच तर आहे. त्याला काय करायचीय जास्त उंच मुलगी?"

दोन वर्षांपूर्वी सुशिला रेखाबद्दल जे म्हणाली होती, त्याचीच सोनाने पुनरावृत्ती केली.

"आपल्याला कशी, कुटुंबवत्सल, घरेलु मुलगी पाहिजे. आपल्या निशाची बहीण होऊन राहील अशी. ही पूजा तशीच वाटते. स्वत:ला एवढं व्यंग असताना ती थोडीच शिष्टपणाने वागणार आहे, का भाव खाणार आहे?" रूपाने आपलं मत नोंदवलं.

सोनाच्या मनात आलं, "ही पोरगी माझ्या निशापुढे कसला गर्व करणार? तिच्यात असं विशेष आहे तरी काय?" अर्थातच हे शब्दरूपात उमटलं नाही.

सुशिला म्हणाली, "अशा स्कीन ग्राफ्टिंगला खूप खर्च येतो म्हणतात. पण निशाला उपयोग होणार असेल, तर आपणही ते करून घ्यायला हरकत नाही."

हे मात्र फारच झालं! "छे! निशाची स्कीन काही पूजाइतकी खराब झालेली नाही." रूपाने चटकन उत्तर दिलं. त्यावर तितक्याच त्वरेने सुशिला म्हणाली, "तसं नाही हो म्हणत मी, पण हा सुद्धा एक उपाय हल्ली उपलब्ध आहे. एवढंच म्हणायचं होतं मला."

राजूला एकवार मुलगी दाखवण्यात आली. त्याला अजून जीवनाचा असा कितीसा अनुभव होता, की त्याचे निर्णय त्याला स्वत:ला घेऊ द्यावेत? त्याच्या मताला खरं तर काहीच महत्त्व नव्हतं.

मुलगी पाहून आल्यावर त्या भावी नवरदेवाने सांगून टाकलं, की त्याला मुलगी आवडली नाही. ते तिच्या गालावर आणि मानेवर काय आहे वळवळल्यासारखं? त्याची समजूत घालण्यात आली, की पुढे पुढे तो डाग दिसून येणार नाही. तू काळजी करू नकोस. पण मुलगी कशी गोरी गोरी पान आहे बघितलंस? किती लाजाळू, गोड भाव आहेत चेहऱ्यावर! कशी शालीन दिसते? शिवाय वडिलांची एकुलती एक! लक्षात येतंय ना तुझ्या?

पूजा तशी मांसल होती, हे त्याला कुणी सांगितलं नसलं, तरी त्याच्या लक्षात आलेलं होतं.

त्याला एक गुबगुबीत बायको मिळणार होती. श्रीमंताची पोरगी! अगदी त्याच्या 'वरच्या मजल्यावरच्या' चुलत भावासारखीच. आता तो त्यांच्या 'तोडीस तोड' होऊन राहणार होता. त्याला कुणी लहान मुलासारखं वागवू शकणार नव्हतं.

राजू आणि पूजाचा विवाह ठरल्याचं जाहीर करण्यासाठी सगळीकडे मिठाईचे बॉक्सेस पाठवण्यात आले. मुद्दाम बनवून घेतलेल्या मोठ्या, लांबलचक, पारदर्शक प्लॅस्टिक बॉक्समध्ये दोन विभागांत दोन प्रकारची बर्फी. गुलाबी बदाम बर्फी आणि

हिरवी पिस्ता बर्फी! झाकणावर पूजा आणि राजूची नावे लाल आणि सोनेरी रंगात कोरलेली. मधे गणपती.

'फॅन्सी फर्निशिंग्ज' आणि 'बनवारीलाल क्लॉथ शॉप' या दोघांची घराणी अगोदरच एका विवाहसंबंधाने जोडली गेलेली असल्यामुळे, या दुसऱ्या विवाहाच्या वेळी सर्वांच्याच मनात समाधान होतं. हे लग्न या मोसमातलं 'क्लॉथ वेडिंग' ठरणार होतं.

भावाच्या लग्नाच्या दिशेनं पडणाऱ्या प्रत्येक पावलागणिक, निशाच्या डोक्यावरचं पोरक्या दु:खाचं ओझं वाढत गेलं. सुरेशला, तिच्या आईवडिलांनी जर इतका टोकाचा विरोध केला नसता, तर आज नवऱ्यामुलाची एकुलती एक बहीण, या नात्याने मानाची करवली म्हणून ती देखील आनंदाने मिरवली असती. खेद आणि दिलगिरी वाटून घेत, अशी एका बाजूला कुढत राहिली नसती. हा लग्नसमारंभ होऊन जाईपर्यंत, एखाद्या बिळात दडून बसावंसं तिला वाटू लागलं. पण अशा आनंदाच्या प्रसंगी, घरातल्या मुलीला दडू देणारं बीळ अस्तित्वात नव्हतं. तिला वाटायचं. सगळ्यांनी आपल्याला एकटं सोडावं. पण कपडे, दागिने अशा गोष्टींबद्दल सगळेजण रोजच्या रोज तिलाच विचारायला येत. प्रत्येक समारंभात तिला आवर्जून सामील केलं जाई. तुला वहिनीच्या रूपाने एक मैत्रीण कशी कायमसाठी मिळणार आहे, ते सगळ्याजणी तिला सांगत राहत.

घरामध्ये तिच्या आजूबाजूला दुसरा-तिसरा विषयच नव्हता. फक्त लग्न, लग्न आणि लग्न. ते कुटुंब श्वासोच्छ्वास करीत होतं, खात होतं, झोपत होतं, भेटीगाठी घेत होतं, खरेदी करीत होतं, कपडे शिवत होतं. इतकंच काय, मत्सर करीत होतं, हिशेब करीत होतं, खर्च करीत होतं, ते सगळं काही लग्नानिमित्त, लग्नासाठी आणि लग्नाच्याच वातावरणात. हळूहळू नातेवाईक येऊन धडकू लागले. घरात जागा उरली नाही, तेव्हा पलीकडल्या गेस्ट हाऊसमध्ये त्यांची सोय करण्यात आली. काहीजणांची उतरायची व्यवस्था 'फॅन्सी फर्निशिंग्ज'वाल्यांकडे करण्यात आली. ते पण आता त्यांचे कुटुंबीयच झालेले होते. मुलीकडचे आणि मुलाकडचे यांमधली सीमारेषा धूसर होऊन गेली होती.

अशा सगळ्या वातावरणामधे गळ्यात दाटणारे दु:खाचे कढ गिळताना, मधेच कधीतरी निशाच्या जिभेवर शब्दांचे काटे फुटून आले, तरी घरची माणसं तिला समजून घेत होती. ती ज्या मन:स्थितीतून जाते आहे, त्यात असं होणारच. कुणाचंही होईल हो! असं दबल्या आवाजात एकमेकांना सांगता सांगता, लग्न पार पडेपर्यंत, ज्या नातलगांना निशाच्या जीवनात घडलेल्या मागच्या काही घटना माहिती नव्हत्या, त्या त्यांना तपशीलवार समजल्या.

निशाची त्वचा परत फुटू पाहत होती. त्याला आळा घालून ती सुंदर दिसावी म्हणून तिला पुन्हा एकदा चिखलाचा लेप लावण्याचा निसर्गोपचार सुरू करण्यात आला. चिखलाचा मऊ ओला स्पर्श आणि जड वजनाखाली तिला मनावरचा ताण कमी झाल्याचा अनुभव येई. अर्थात त्यावेळी जर राजू तिच्याबरोबर आलेला असेल, तर हा अनुभव घेणंही दुरापास्त होई.

असेच एकदा दोघं बहीणभाऊ, त्या निसर्गोपचार केंद्रात वाट बघत बसले असताना, निशाने विचारलं, "राजू, तुझं लग्न ठरलंय. आता मला सांग. सुरेशची आणि माझी ताटातूट करून माझ्या आनंदात मिठाचा खडा टाकल्यामुळे, तुला खूप सुख मिळालं असेल नाही का? पण काय रे, तुझी ती फॅन्सी फर्निशिंग्जवाली गोरीगोमटी, ती नाही ना असल्या कुणा फालतू पोराच्या, आय मीन एखाद्या 'साल्या चुत्याच्या' नादी लागलेली?"

यावर शांतता पसरली.

"का रे? हेच शब्द वापरले होतेस ना तू? 'साल्या चुत्या!'"

शेवटी राजूला बोलावंच लागलं. "काहीतरी काय बोलतेस दीदी? मम्मी-पापजींना जे हवं होतं, तेच मी केलं. तुझा कुणी गैरफायदा घेऊ नये, यासाठी होतं ते. कळलं?"

"हं! त्यामुळेच मला त्वचारोग झाला आणि असं वाळीत टाकल्यासारखं जगावं लागतंय. झालंय ना आता तुमच्या तिघांच्या मनासारखं?"

"वेडी आहेस का दीदी? अगं, मम्मी-पापाजी तुझ्या कपड्यांसाठी, दागिन्यांसाठी एवढा खर्च करताहेत आणि तू असं बोलतेस?"

तिथे एका कोपऱ्यात एक लहान टेबल होतं. त्याच्यामागे कोंबून बसवल्यासारखी एक रिसेप्शनिस्ट बसलेली होती. तिच्याकडे एकटक बघता बघता निशाचे डोळे पाण्याने डबडबले.

राजूने एक सुस्कारा टाकत हातातलं मासिक खाली आपटलं.

"नीट ऐक, आता मी काय सांगतोय ते. हे जे काही चाललंय ना, ते मला सुद्धा आवडत नाहीये. तुझ्या लग्नानंतर माझं लग्न होणार असंच मी धरून चाललो होतो. मनात दुसरा विचारही नव्हता. पण अचानक त्यांनी मला सांगितलं, की आता तुझी लग्न करायची वेळ आलीय. का? तर त्याच्यावर अख्ख्या फॅमिलीचं कल्याण अवलंबून आहे म्हणे! मी काय बोलणार त्यांच्यापुढे? आणि माझं ऐकून तरी कोण घेणार होतं?"

राजूने विचारलं. तोही दुखावलेला वाटत होता.

धुमसणारी शांतता...

"आणि त्यात त्या बाबाजींनी सांगितलं म्हणे, की माझ्या लग्नानंतर तुझं नशीब

उजळेल म्हणून!''

''वा! भविष्य सुद्धा किती सोयीस्कर! चला, तू तुझं कर्तव्य करतोयस ना, त्यात मला आनंद आहे.''

''हो. कर्तव्यच करतो आहे. नाहीतर तुला काय वाटलं, एका भाजलेल्या मुलीशी मी आवडीने लग्न करतो आहे? पण ते ऐकतच नाहीत ना. तुझंही नाही. माझंही नाही.''

तिने डोळ्याच्या कोपऱ्यातून त्याच्याकडे पाहिलं. त्याने साखरपुड्याच्या वेळी मिळालेले कपडे घातले होते. तो जे पाय आपटत बसलेला होता, त्या पायात बाटाचे नवे, काळे स्लिपॉन्स घातलेले होते. मांडीवर विसावलेल्या हातात सिटिझनचं काळं, सोनेरी घड्याळ चमकत होतं. खिशातून रेबॅनचा गॉगल डोकावत होता. नवेपणा, चकाकी आणि आत्मसंतोष त्याच्या अंगांगातून नुसता झळाळत होता.

ती मुलगी असेल भाजलेली, पण एकदा ठरवल्यानंतर त्याला त्या गोष्टीचं काही विशेष वाटल्याचं दिसत नव्हतं. तो असाच होता. जन्माला आला, तेव्हापासून सगळ्या घटना त्याला पूरक-पोषक, साहाय्यकारी ठरतील अशाच घडत गेलेल्या होत्या. त्याला कशामुळे असं अनुकूल नशीब मिळालं असावं? आणि तिने असं काय केलं होतं की ज्यामुळे इतकं प्रतिकूल नशीब तिच्या वाट्याला आलं?

या विचारासरशी तिला एकदम अस्वस्थ, गुदमरल्यासारखं वाटू लागलं. आत्तापर्यंत ज्या ज्या डॉक्टरांना तिला दाखवलं गेलं, ज्या ज्या वैद्यांना दाखवलं गेलं, त्या सर्वांचा तिटकारा आला. त्यांनी तरी कुठे तिला खरी मदत केली? आईवडिलांना 'आपण हिच्यासाठी काहीतरी करतो आहोत' याचं समाधान मिळावं म्हणून ती त्यांच्याकडे जात राहिली; पण खरं तर आई वडिलांनी तिच्यासाठी काहीतरी करायची वेळ केव्हाच निघून गेलेली होती!

ती एकाएकी उठून चालू लागली. थेट बाहेर पडली. कुणाला काही सांगावं असं तिला वाटत नव्हतं. कोणतेही उपचार तिला नको होते. त्या क्षणी तिला कसलंच काही वाटत नव्हतं.

राजू उठून तिच्यामागे धावला. ''तू अशी नाटकं का करतेस गं नेहमी?'' तिचा दंड धरत त्याने विचारलं. त्याला झटकून निशा गर्दीत मिसळली.

रस्त्याच्या दोन्ही फूटपाथवर किरकोळ विक्रेत्यांची दाटी होती. विक्रीचा माल टेबलावर मांडलेला, नाहीतर कशाला तरी टांगून ठेवलेला होता. शिवाय फूटपाथच्या खाली, रस्त्याच्या कडेकडेने कपडे आणि इतर वस्तू विकणारे होते. एकेका मोठ्या पटकुरावर किंवा चादरीवर कपड्यांचे ढीग लावलेले होते. चड्ड्या, बनियन, जांगे, पायमोजे, पुढे मग प्लॅस्टिक बाहुल्या, सुऱ्या, जुनी पुस्तकं, स्वस्त अश्लील पुस्तकं, कामोत्तेजक फोटो, बॅगा, परकर, पोलकी, रबरी चपला, लॉटरीची तिकीटं,

पेन, पेन्सिली, खोडरबर, फूटपट्ट्या, कागद, कटर्स, नाड्यांची बंडलं, काजळाच्या डब्या, छोटे आरसे, कंगवे, जुनी मासिकं, स्कूटरची हेलमेट्स, कीचेन्स, यांच्यानंतर मग फेरीवाले. आपापले खाद्यपदार्थ गाड्यांवर घालून उभे होते. फ्रूट चाट, तळलेले बटाटे, लेमोनेड, पाणी, पान...

राजूने भराभर चालत जाऊन निशाला पकडलं, तेव्हा ती एका फ्रूट चाटवाल्याच्या गाडीजवळून जात होती. केळ्यांची सालं, बटाट्याची सालं, काकडीची सालं, सफरचंदाची सालं यांचा तिथे खच पडलेला होता. त्या फूटपाथवर गर्दी इतकी होती, की एखादा हात येऊन, सहज स्तनांना किंवा नितंबांना स्पर्श करून जाणं अपरिहार्यच होतं. एक माणूस मागून आला आणि निशाला खेटून पुढे सरकला. तेवढ्यात त्याचा हात चपळपणे तिच्या दोन नितंबांच्या मधून फिरून आला. त्याची नजर दुसरीकडेच होती. निशा चमकली! शहारली. जागच्या जागी उभीच राहिली आणि राजूने 'परत फीर' म्हटल्यावर निमूट त्याच्या मागे चालू लागली.

'नवऱ्यामुलीची सेकंड इयरची परीक्षा होईपर्यंत लग्नाची घाई करणार नाही' असा बनवारीलाल कुटुंबीयांनी शब्द दिलेला होता. लग्न ठरल्यापासून होईपर्यंतच्या या काळात राजू अतिशय चिडका आणि भांडखोर झालेला होता. सगळ्या निर्णयात, व्यवस्थेत आपलं म्हणणं विचारात घेतलं गेलं पाहिजे असा त्याचा हट्ट असे. प्रत्येक गोष्टीबद्दल तो तक्रार करायचा. तो नवरामुलगाच होता त्यामुळे त्याचं महत्त्व निर्विवाद होतं. पण त्या कुटुंबातला कोणताही नवरामुलगा आजवर इतका तऱ्हेवाईकपणे वागलेला नव्हता.

मधून मधून त्याच्या आईला वाटायचं, ह्याला मुलगी आवडली नाही की काय? हा असा का वागतो आहे? पण हे विचार नवऱ्याजवळ बोलून दाखवायला ती घाबरत होती. कारण अगोदरपासून नेहमी 'तूच त्याला बिघडवलंस' असा आरोप तो तिच्यावर करीत असे.

"त्याला काय माहितीय अडचणी काय असतात आणि कष्ट कशाला म्हणतात ते? वयाच्या सातव्या वर्षी स्वतःचं घर आणि दुकान पेटवून दिलेलं पाहावं लागलंय, का जीव मुठीत धरून रात्रंदिवस पायपीट करीत देशाची सरहद्द ओलांडावी लागलीय? मनावर आघात झालेल्या, सात महिन्यांची गरोदर असलेल्या आईला, घरकामात मदत करावी लागलीय का बाबा बारा तास दुकानात राबून वडिलांना मदत करावी लागलीय? यातलं काहीच करावं लागलं नाही ना, त्यामुळे त्याला वाटत असेल, घरातलं सगळं काही त्याच्या मर्जीप्रमाणेच झालं पाहिजे. आँ?"

एवढं सगळं ऐकल्यानंतर, नेहमीप्रमाणे ती या 'आँ?' ला काहीच उत्तर देऊ शकली नसती.

शेवटी एकदा भीत भीत तिने मुलालाच विचारलं, ''बेटा, तुला ती मुलगी पसंत नाही का? तुझ्या जीवनभराच्या सुखाचा प्रश्न आहे. मोकळेपणानं सांग. आम्ही तुझ्या इच्छेविरुद्ध काहीही करणार नाही, याची खात्री बाळग.''

''हं.'' राजू फिस्कारला.

आईने पुन्हा मवाळपणे विचारलं, ''तुला तुझी होणारी बायको आवडलेली नाही का?''

एव्हाना पाचशे लग्नपत्रिका छापून आलेल्या होत्या.

''मुलीविषयी काही म्हणालोय का मी? मी तर तिला धड ओळखतही नाही.''

''अरे पण, तूच तिच्याबरोबर बाहेर जायला नकार दिलास. आम्ही तर पाठवत होतो तुम्हाला दोघांना.''

''हो! पाठवत होता ना. बरोबर दहा माणसं देऊन. ते सगळे बाजूला बसून बघणार सारखे. अशात काय ओळख होणार? घंटा?''

''तू म्हणजे फारच लाजाळू आहेस हं राजू! अरे, आपला विजय नाही का, गेला होता रेखाबरोबर लग्नाआधी फिरायला. त्याला काही नव्हतं वाटलं त्यात.''

''हां. आणि एवढा मोठ्ठा लग्नसोहळाऽऽ?'' राजू फुरंगटल्यासारखे ओठ काढून बोलू लागला. ''एवढा शो कशाला? पाच दिवस? मला एखाद्या माकडासारखं वाटायला लागलंय. 'मार उडी' म्हटलं की मारायची सगळ्यांसमोर. त्यापेक्षा तोच पैसा बिझनेसमध्ये का नाही घालायचा?''

आईला वाटलं, 'भाबडं ते भाबडंच राहिलं गऽऽ बाई माझं लेकरू!'

''खरंच किती साधा आहेस राजू तू! शाळेत असल्यापासून दुकानात कामाला जातो आहेस, तरी जगाच्या व्यवहाराची तुला अजून अजिबात कल्पना आलेली नाही. अरे राजा, मुलीकडचे त्यांच्या खर्चानेच सगळं करून देणार आहेत. मग आपण कसं नको म्हणायचं? आणि तसं पाहिलं, तर तू आमचा एकुलता एकच मुलगा आहेस. मग तुझी आणि आमची, सगळी हौसमौज व्यवस्थित नको व्हायला?''

''हं! आता काही बदल करायचा म्हटला, तरी फार उशीर झालाय!'' राजू वैतागल्यासारखं म्हणाला. त्याला थोपटून शांत करण्यासाठी आईचा हात पुढे झाला पण तो तिच्याजवळून दूर सरकला. आणि तिथून निघून गेला.

पाठमोऱ्या राजूकडे पाहताना सोनाच्या मनात आलं, याला सासुरवाडीहून कितीतरी मिळणार आहे! वरच्या विजयहूनही जास्त! त्या कल्पनेने ती थोडी धास्तावली देखील. कारण ते लोक खूपच जास्त देणार होते. त्यांच्या मुलीच्या चेहऱ्यावर असलेल्या डागाची भरपाई नको का करायला? पुष्कळशी रोख रक्कम, कार, फ्रीज, एअर कंडीशनर, टी.व्ही. गोदरेज कपाट, डबल बेड, त्यावर फोमच्या गाद्या, उशा, ड्रेसिंग टेबल, दागिन्यांचे २१ सेट्स, कित्येक घड्याळं, साड्या

सूटपीसेस, फ्रॉक्स, बाबा सूट (सर्व नातलगांसाठी) आणि हनीमून म्हणून दोघांना युरोपची सफर. सर्व खर्च आधीच भरलेला!

मग आपल्याला निशाबरोबरही एवढंच द्यावं लागेल का?

दोन आठवड्यानंतर राजूच्या सौजन्याने, त्या कुटुंबात आणखी एक सून, आणखी एक भावजय, आणखी एक पुतणीसून प्रवेश करती झाली. आलेले पाहुणे नववधूचं सौंदर्य, तेज आणि चेहऱ्यावरचे गोड भाव, यांचे गोडवे गात नि मग पुढे त्याच तालात राजूचा देखणेपणा, हुशारी आणि धंद्यातलं कौशल्य याचं गुणवर्णन करीत होते.

राजू आणि पूजाला निरोप देण्याकरता तीन गाड्या भरून माणसं एअरपोर्टला गेली. आपल्या परीने त्यांनी तिथल्या गर्दीत भर घातली. एअरपोर्टवर भिंतीकडेला सतरंज्या, चटया पसरून माणसं झोपलेली होती. बाजूला त्यांच्या प्रचंड आकाराच्या बॅगा उभ्या करून ठेवलेल्या होत्या. बाकांवर वाट पाहत बसलेल्यांपैकी काही बायका मुलांना छातीशी धरून पाजत होत्या. काही बाळांच्या तोंडात परदेशी बनावटीच्या दुधाच्या बाटल्या तर काहींच्या तोंडात परदेशी बनावटीची गुलाबी रबराची बुचं होती. ती त्यांच्या गळ्यातल्या पिवळ्या प्लॅस्टिक दोरीला लटकावलेली होती. बाहेरच्या काचेतून माणसांची गर्दी आत पाहण्याचा प्रयत्न करीत होती.

प्रवेशद्वारापाशी कुटुंबीयांचा घोळका जमला होता. परदेशी जाणारा त्यातून बाहेर पडायचा आणि आत जायला निघायचा. त्याला तिथे उभा असलेला कडक वाटणारा दरवान हटकायचा. दरवानाच्या गळ्यात लटकत असलेल्या ठळक ओळखपत्रावरूनच त्याला तिकीट आणि पासपोर्ट दाखवायला पाहिजे हे लक्षात यायचं. प्रवाशाचे नातेवाईक शेवटचे काही क्षण त्याच्या जास्तीत जास्त जवळ राहण्याच्या प्रयत्नात, पुढे घुसण्याचा प्रयत्न करायचे. त्यांना प्रथम अत्यंत शांतपणे, मग वैतागून, नंतर संतापाने आणि शेवटी कठोरपणे, कसलीही पर्वा न करता तो दरवान पुन्हा पुन्हा मागे परतवून लावायचा.

बनवारीलाल-अरोरा ग्रुप प्रवेशद्वाराकडे सरकला, तसे पूजाचे हुंदके वाढले. राजूचा चेहरा त्रासिक झाला. ते नवविवाहित जोडपं होतं, याच्या सर्व खाणाखुणा ठळकपणे दिसून येत होत्या. तिच्या बांगड्या, मेहेंदी, दागिने, चमकदार कपडे, तिचं रडणं, त्याचा नवा सूट, वैतागलेला गोंधळलेला चेहरा आणि दोघांच्या नव्या कोऱ्या सूटकेसेस आणि हँडबॅग्ज.

जोडपं आत गेल्यावर अजयने भराभर सर्वांसाठी व्हिजिटर्स तिकीटं काढून आणली. सर्वजण घाईघाईने व्हिजिटर्स लाऊंजकडे गेले आणि तिथल्या लोखंडी कठड्यावरून दुरूनच दोघांकडे पाहून हात उंचावू लागले. राजू हसून हात उंचावत

होता. पूजा त्याच्यामागून खाली मान घालून चालत होती. राजू आत्ताचा सहलप्रमुख तर होताच पण नुकताच कुटुंबप्रमुखही झालेला होता. त्याने चेक-इन केलं आणि आपल्या बायकोला घेऊन कुटुंबीयांजवळ आला.

पूजाचे वडील उंच धिप्पाड, भव्य व्यक्तिमत्वाचे होते. त्यांना यायला थोडा उशीर झाला. त्यामुळे लाडक्या लेकीला पाहायला उतावीळ होऊन त्यांनी सुरक्षा रक्षकाला 'पटवायचा' प्रयत्न सुरू केला. त्यांच्या हातात शंभराची नोट होती. ती पाहून त्यांना अडवत प्रथम त्याने कायद्याच्या रक्षणकर्त्याची भूमिका घेतली. ज्यांच्याकडे तिकीटं, बोर्डिंग पासेस होते ते नीट तपासून त्यांना आत सोडलं. त्या गडबडीत कसल्यातरी अगम्य सांकेतिक खाणाखुणा झाल्या. हस्तांदोलनातून २०० रुपयांची देवघेव झाली आणि पूजाच्या वडिलांना आत सोडण्यात आलं.

राजू-पूजा लोखंडी कठड्याच्या अगदी जवळ उभे होते. पूजाची आई रडू लागली. पूजालाही रडू आवरेना. तो सुरक्षारक्षक केविलवाणा होऊन पाहत उभा होता.

शेवटी एकदाची अनाउन्समेंट झाली. 'ब्रिटिश एअरवेज'च्या फ्लाईट क्र. ४०१ने लंडनला जाणाऱ्या सर्व प्रवाशांनी सुरक्षातपासणीसाठी जावं.' आता तर पूजाला आणि तिच्या आईला अशक्यच होऊन गेलं. अश्रूंच्या धारा थांबेनात. अखेर सर्वांचा पुन्हा एकदा निरोप घेऊन नवदांपत्य निघालं.

"ते पाहा ते दोघं रांगेत उभे आहेत." फॅमिलीचा कोरस सुरू झाला.

"आता गेटजवळ पोचलेत. आणखी पुढे. गेले आत."

सोना लगबगीने पूजाच्या आईकडे जाऊन तिची समजूत घालू लागली.

"वाईट वाटून घेऊ नका. आजपासून मुलीबरोबर तुम्हाला एक मुलगाही मिळाला आहे, असं समजा. आता माझा राजू तुमचा मुलगाच आहे बरं!"

सगळेजण उदासपणे कारपार्ककडे चालू लागले.

हनीमूनला गेलेला राजू आठवड्यातून एकदा घरी तीन मिनिटांचा फोन करी. "खूप मजा करतो आहोत आम्ही. तुमची आठवण येते. तुम्ही सगळे असायला हवे होता."

आज नवदांपत्य हनीमूनहून परत येणार होतं. रात्री त्यांच्या नव्या डबलबेडवर गुलाबाच्या पाकळ्या पसरण्यात आल्या. पलंग जाईजुईच्या माळांनी शृंगारण्यात आला.

मध्यरात्री अडीच वाजता फ्लाईट पोचणार होती. सगळेजण एअरपोर्टवर जाण्याची तयारी करू लागले.

"मी घरीच राहते." निशा म्हणाली.

"वेड्यासारखं बोलू नको. त्यांना काय वाटेल?"

"त्यांच्या लक्षात सुद्धा येणार नाही."

"पूजाच्या येईल. नवऱ्याची सख्खी बहीण आहेस तू. त्यांना वाटेल, तुझी त्यांचं स्वागत करण्याची इच्छाच नाही."

निशाला बळेच नेण्यात आलं. ती विजय आणि रेखाबरोबर 'आगमन'मधल्या कठड्यापाशी उभी होती. ती आणि रेखा काचेला नाक लावून आत बघत होत्या. ती प्रचंड भिंतीसारखी काच, असंख्य हातांचे, ओठांचे, नाकाचे ठसे अंगावर वागवत धूसरपणे उभी होती.

"ती पाहा, ती पाहा. पूऽऽजी! पूऽऽजी!!" रेखा ओरडली. जोडपं इतकं दूर होतं की त्यांना ऐकू जाणं शक्यच नव्हतं. दोघं एकमेकांत पूर्ण रममाण झालेले... हातात हात घालून चालले होते. पूजाने डोक्यावरून पदर घेतलेला होता. त्या गर्दीत तिच्या हातातला लगीनचुडा उठून दिसत होता.

"मी मम्मी आणि पापाजींना सांगून येते. मी बघितलं त्यांना!" रेखा घाईघाईने खाली गेली. निशा काचेजवळच उभी होती. पलीकडे विजय होता.

"राजूचं वजन वाढलंय हं!" विजयचा शेरा.

"होय का?" निशा.

"मी सुद्धा असाच हनीमूनला परदेशी जाणार होतो." आठवणीत रमलेला विजय सांगू लागला. "पण रेखाच्या वडिलांकडून इतकं सगळं घेणं मलाच पटत नव्हतं. कशासाठी घ्यायचं? आणि चार आठवडे भटकायचं? वेळ आणि पैसा फुकट घालवायचा निव्वळ!"

इकडे निशा स्वतःच्याच विचारात होती. तसं पाह्यलं, तर माझ्यात आणि पूजामध्ये असा काय विशेष फरक आहे?

माझ्या चेहऱ्यावर तर पूजासारखा विद्रुप दिसणारा जखमेचा व्रणसुद्धा नाही. आज मी सुद्धा अशीच नव्या नवऱ्याबरोबर कोणत्या तरी एअरपोर्टवर असते. नवं सामान, सोनेरी सँडल्स, सोन्याचे दागिने, लग्नचुडा आणि डोक्यावर पदर घेऊन. मला सुद्धा हनीमूनहून आल्यावर घरी घेऊन येण्यासाठी, सगळेजण असेच वाट पाहत राहिले असते.

तिचं लक्ष राजूकडे गेलं. जाताना तो सूट घालून गेलेला होता. येताना केड्स आणि जीन्समध्ये होता. जॉगिंगच्या पांढऱ्या बुटातले पाय उगाचच मागेपुढे जात येत होते. पण त्याची पावलं कशी हेतुपुरस्सर पडत होती. एका पुरुषाची पावलं. तो पुरुष आत्ताच लंडनला जाऊन आलेला होता. युरोपचा फेरफटका करून आला होता. तिकडचं सगळं कसं वैशिष्ट्यपूर्ण, आश्चर्यकारक, आधुनिक, स्वच्छ, चित्रविचित्र आहे, हे बघून आला होता. करोल बागेत राहणाऱ्या एखाद्या सामान्य भारतीयाला

हे सगळं कसं अप्राप्य आहे, अशक्य आहे, याचाही अंदाज घेऊन आलेला होता. आता तो हे सगळं सांगत राहणार होता. पूजा ते ऐकणार होती आणि हसत राहणार होती. ते त्यांच्या बुटावरूनच कळत होतं. एक जोडी सतत फिरणारी, दुसरी एका जागी स्थिर.

शेवटी एकदाचे दोघं अवतीर्ण झाले. मोठ्या जड सूटकेसेस, हँडबॅगेज आणि ड्युटी फ्रीच्या मोठ्या पिशव्या ट्रॉलीवर लादून ढकलत आणत होते. सगळेजण अधीर होऊन, जोरजोराने हात हलवून त्यांचं लक्ष वेधू लागले. अखेर अपेक्षेने भिरभिर फिरणाऱ्या त्यांच्या नजरेत ओळख दिसली आणि धावत येऊन ते आपल्या जिवलगांच्या गळ्यात पडले.

हनीमूनला जाऊन परतलेल्या आपल्या लेकीच्या चेहऱ्यावरचा व्रण आता किती कमी झाला आहे, हे पाहून पूजाच्या आईला मायेचे कढ आवरेनात. दोन तासांपासून हातात धरून ठेवलेला गुलाबांचा जड हार तिने राजूच्या गळ्यात घातला. त्याने वाकून तिच्या पावलांना स्पर्श केला. तर पूजाने आपल्या सासूसासऱ्यांना चरणस्पर्श केला. अजय विजयने ट्रॉलीचा ताबा घेतला आणि दिल्लीच्या धुळीने भरलेल्या गरम हवेत, ते सर्वजण बाहेर पडून कारपार्कच्या दिशेने चालू लागले.

२१

लवकरच कळून आलं, की चुलत बहीण रेखापेक्षा पूजा ही मुलगी जरा जास्तच कठीण पदार्थांची बनलेली होती. त्यांच्या कुटुंबात रेखा हीच पहिली हनीमूनला जाणारी सून. पण ते दोघे फक्त आठ दिवसांसाठी आणि तेही शिमल्याला जाऊन आले होते. म्हणजे एक आठवडा जवळच्या थंड हवेच्या ठिकाणी. तेवढ्या वेळात नवऱ्यात असा किती बदल घडवता येणार आहे? पूजाचं म्हणजे तब्बल एक महिना. तेही थेट युरोपला जाऊन आलेले होते. जेवढा जास्त सहवास, तेवढा साहजिकच जास्त परिणाम.

नवविवाहित जोडपं पूर्ण वेळ त्यांच्या खोलीत, एकमेकांच्या सहवासात घालवत. दोघांना एकटंच राहावंसं वाटत होतं आणि त्या इच्छेचं निर्लज्जपणे प्रदर्शनही मांडावंसं वाटत होतं. दुकानातून आल्याबरोबर कुणाशी गप्पा-बिप्पा मारणं दूरच, नुसती दखल घेऊन, लगेच तो आपल्या खोलीच्या ऊबेत अदृश्य होई आणि हलकेच पण घट्ट दार लावून घेई. थोड्या वेळानंतर चहा करून नेण्यासाठी पूजा प्रगट होई. एका ट्रेमध्ये सुबकपणे मांडलेले फक्त दोन मग्ज आणि त्याबरोबर ड्रायफ्रूट, फरसाण आणि बिस्किटं ठेवलेले छोटे बाऊल्स.

"का गं? माझ्या राजूला बरं वाटत नाही का? तिकडे नेतेयस चहा?" एखादे वेळी सोना काळजीने कापऱ्या आवाजात विचारी.

"तसं काही नाही मम्मी. बरे आहेत ते." पूजा गोड आवाजात सांगे, "फक्त जरासे दमलेत ते. त्यांना रिलॅक्स व्हायचंय." आणि ती घाईघाईने खोलीत जाऊन दरवाजा लावून घेई. बिचारी सासू आश्चर्य करीत राही, की 'पूर्वीप्रमाणे याला आमच्या सगळ्यांबरोबर रिलॅक्स का होता येत नाही? हल्ली त्याला सगळं 'प्रायव्हेट' आणि 'सेपरेट' का हवं असतं? जो आयुष्यभर आमचा होता, त्याला नव्या बायकोने काही आठवड्यातच आमच्यापासून हिरावून घेतला?"

काही वेळेला ती आई आपला हक्क प्रस्थापित करण्यासाठी, स्वागतासाठी उत्सुक नसलेल्या त्या बंद दरवाजावर टकटक करून उघडायला लावी. बायको शेजारी पलंगावर लोळणाऱ्या मुलाला तिला सांगायचं असायचं, की आपल्या घरात

सगळ्यांनी एका ठिकाणी उठाबसायची पद्धत आहे.

दार उघडून राजू मोकळेपणाने म्हणे, "ये ना, ये ये." आणि पलंगावरची चुरगाळलेली चादर नीट करीत म्हणे, "बस ना बस." मग थोडंफार अर्थशून्य संभाषण होई आणि त्या अपरिचित वातावरणात आपण गुदमरून जाऊ असं वाटून बिचारी माऊली तिथून बाहेर पडत असे.

"ती घरात सुनेसारखं वागत नाही. तुझ्याशिवाय कुणाबरोबरच वेळ घालवत नाही. तुझ्या बहिणीशी बोलत नाही. त्यापेक्षा वरची रेखा फार बरी." सोनाने मुलाकडे तक्रार केली. "म्हणजे पूजा सांगत होती ते खरं आहे तर. तुला ती आवडत नाही ना, मग कशाला माझं लग्न केलंस तिच्याशी? मी तुझ्या मागे लागलो होतो की काय?" असं उलट आईला फटकारून राजू त्याच्या गुहेत अदृश्य झाला.

सोनाने रडत रडत हा संवाद आधी निशाला आणि मग रूपाला सांगितला. तिचा मुलगा बायकोचा गुलाम झाला होता आणि आपल्या आईच्या काळजात कट्यार खुपसताना त्याला काही सुद्धा दया माया वाटत नव्हती.

"त्यांचं नुकतंच लग्न झालंय दीदी. त्यांना वाटत असेल एकत्र राहावंसं." रूपा समंजसपणे म्हणाली.

"नुसतं एकत्र नाही रूप. दोघं एकत्र आणि सर्वांपासून वेगळं!" सोनाच्या मनात खटकणारं बाहेर आलं. तिने या घरात इतरही नवविवाहित जोडपी पाहिलेली होती. त्यांनी शहाणपणाने आपल्या इच्छा अशा उघड होऊ दिल्या नव्हत्या.

"मला वाटलं होतं, अशी चेहऱ्यावर डाग असलेली मुलगी नम्र असेल. कृतज्ञ असेल. सगळ्यांना धरून राहण्याचा प्रयत्न करील. पण इथे मी पाहतेय तर, ती फक्त स्वत:चाच विचार करतेय. आणि त्यालाही तसंच करायला लावतेय."

"आपण पाहिलं नाही का दीदी? तिच्या घरचे सगळेच लोक तिचं किती कौतुक करीत असतात ते? लहानपणी भाजली होती ना, त्यामुळे त्यांनी तिला जास्त जपलं आणि त्याचीच तिला सवय लागलेली दिसते. म्हणूनच ती रेखापेक्षा इतकी वेगळी झालीय."

"सगळ्या गोष्टीतलं वाईट नेमकं माझ्याच नशिबाला कसं येतंऽऽ?" सोनाने कळवळून विचारलं.

थेट नशिबावरच गाडी येऊन धडकल्यावर निशा आणि रूपा शांत राहण्यापलीकडे काय करू शकणार? नशिबाला आलेलं माणसाला स्वीकारावंच लागतं. ते तो जितकं लवकर करेल, तितका त्याला कमी त्रास होतो.

जुलै महिना आला. पूजाच्या माहेरच्यांनी तिला पुढे शिकू देण्याची विनंती केलेली होती. आणि सुनेने आता कॉलेजला जायला सुरुवात करावी असं सोनालाही प्रकर्षाने वाटू लागलेलं होतं.

"आता ही कॉलेजला जायला केव्हा सुरुवात करणार आहे बेटा?" तिने मुलाला विचारलं.

"नाही जाणार ती कॉलेजमध्ये." राजू बेफिकीरपणे उद्‌गारला.

"जाणार नाही? का बरं? दोन वर्षं तर झालीच आहेत ना? आता पूर्ण करून टाक म्हणावं." आपला तिच्या शिक्षणाबद्दलचा आग्रह व्यक्त करीत सोना म्हणाली.

"मी जसं कॉरस्पाँडन्सने केलं ना, तसंच ती करणार म्हणतेय. अगं, तेवढं करायला सुद्धा मी किती आग्रह केला, तेव्हा तयार झाली. नाहीतर तिची मुळीच इच्छा नव्हती शिक्षण पूर्ण करण्याची. मला अक्षरशः बळजबरीनंच घोड्यावर बसवावं लागलं तिला." खाजगी हसत राजूने सांगितलं.

राजूला एक थोबाडीत ठेवून देण्यासाठी आईचे हात शिवशिवले.

"केव्हा ठरवलंत तुम्ही हे? आणि कुणाला विचारून? घरात मोठी माणसं नाहीत?" तिने कडकपणे विचारलं.

राजू वैतागला. "मम्मी, तू नेहमी सगळ्या गोष्टी इतक्या वाईट अर्थाने का घेतेस गं? ती तिच्या आईवडिलांशी बोलली. माझ्याशी बोलली. आता तिचं लग्न झालंय. तिला कॉलेजला जायला कसं जमणार? मी दहाला दुकानाता जातो. तोपर्यंत तिने घरी असायला नको? आणि मी म्हणतो, आता करायचंय काय तिला शिकून? तिचा काही 'मला डिग्री पाहिजेच' असा आग्रह नाही. मग फुकट वेळ वाया कशाला घालवायचा?"

असं बोलून लग्नाने त्याला किती शहाणपण शिकवलंय ते राजूने दाखवून दिलं.

आणि पूजाने 'एक चांगली पत्नी' होण्याचं किती मनावर घेतलं आहे, याचा आणखी एक पुरावा मिळाल्यामुळे सोनाला गप्प बसावं लागलं.

हळूहळू काट्याचा नायटा होऊन पसरत चालल्याचं सोनाला जाणवू लागलं. त्याचं असं झालं, एक दिवस पूजाने यशपालला आणखी एक पेपर सुरू करायला सांगितलं. "प्लीऽज पापाजी!" तिने जिंकण्याच्या आविर्भावाने विचारलं. तिची सासू त्यावेळी आसपास नव्हती.

"पण बेटी, एक येतो ना आपल्याकडे?" हातातला पेपर फडफडवत सासऱ्याने विचारलं.

"पण पापाजी, त्यांना तो सकाळी वाचायला मिळत नाही ना! त्यांना सकाळच्या चहाबरोबर पेपर वाचायला आवडतं. आमच्या घरी नाही का, डॅडींचा आणि अंकलचा वेगवेगळा पेपर येतो."

गोष्ट किरकोळ होती. विशेष मनावर घेण्यासारखी नव्हती. यशपालने संमती

दिली. दुसऱ्या दिवशी सकाळी 'हिंदुस्तान टाईम्स'बरोबर 'टाईम्स ऑफ इंडिया'ही आला. तो पूजाने ताबडतोब हस्तगत केला.

"हंऽऽऽ! आता वर्तमानपत्र सुद्धा वेगळं!" सोना सुस्कारली.

"काय छोट्या छोट्या गोष्टी घेऊन बसतेस गं? एका पेपरवरून आता तमाशा करणारेस का तू?"

"तुम्हाला दिसत नाही का हो, ती त्याला माझ्यापासून दूर करतेय ते?"

"अरेच्चा! अगं, बायको आहे ती त्याची! तो तिच्याचकडे वळणार. तू त्याला इतकी वर्षं स्वत:ला चिकटवून ठेवलं होतंस ना, म्हणून तुला ते विचित्र वाटतंय. बाकी काही नाही."

"माझं आईचं काळीज आहे हो!"

"बरोबर आहे. पण आता तो एक नवरा आहे आणि त्याला त्याच्या बायकोपाशीच राहू दे."

परंतु सोनाच्या दृष्टीने राजूला दूर करणं म्हणजे जीवन संपवण्यासारखं होतं.

जेव्हा राजू अंघोळ करून, पेपर वाचून ब्रेकफास्ट करायला येई, तेव्हा सोना त्याला वाढण्यासाठी जायची. पण आपल्या मोलकरणीने बनवलेले खास त्याच्या आवडीचे पदार्थ त्याला वाढण्यासाठी पूजा अगोदरच तयार असायची. ज्यासाठी ती लग्न करून या घरात आली होती, त्या गोष्टी दुसऱ्या कुणी करू नयेत म्हणून त्याच्या सतत अवतीभोवती राहून ती दक्षता घ्यायची.

"मी सांगते तुला दीदी, त्या मोलकरणीला परत पाठव. म्हणजे तू निदान राजूसाठी जेवण तरी बनवशील. पूजा मदत करील तुला आणि दोघी मिळून वाढत जा त्याला. असं नाही केलं, तर हे तुझ्या डोक्याचं टेन्शन वाढतच जाईल बघ. पूजा या घरात लग्न करून आलीय ना, मग तिने सासरच्या रीतीप्रमाणेच वागलं पाहिजे."

यावर सोना काही बोलली नाही. लग्न ठरलं, तेव्हा तिच्या विहिणीने फक्त या एकाच गोष्टीसाठी तिला विनवलं होतं, की "प्लीज पूजाला एक मोलकरीण ठेवू द्यात. ती भाजली होती ना, तेव्हापासून आम्ही तिला फार फार जपलं. तिच्या वडिलांनी तिला कधी गॅसजवळही जाऊ दिलं नाही. त्यामुळे तिला स्वयंपाकघरातलं काम येत नाही." त्यांच्या त्या नम्र विनवणीमुळे सोना त्यावेळी विरघळली. तिला वाटलं, चला तेवढंच आपलंही काम चुकेल. शिवाय मोलकरणीचा पगारही तेच देणार होते. म्हणून तिने तेव्हा मोठेपणाने 'हो' म्हटलं. पण त्यावेळेला घातलेली अंडी उबून जेव्हा त्यातून पिल्लं बाहेर पडून घरात नाचू लागली, तेव्हा कुठे तिला त्याचा अर्थ कळू लागला.

कधी कधी पूजाच्या आईकडून तिला न्यायला कार येत असे. मग पूजा दिवसभर तिकडेच राही. संध्याकाळी, हुंड्यात मिळालेली कार घेऊन राजू तिला

आणायला जाईल, तेव्हाच ती परत येई.

कधी कधी सगळं असह्य होऊन सोना रडायची. तेव्हा मात्र राजू बेचैन होऊन तिच्याभोवती घोटाळत राहायचा.

"बेटा, तुला एक आई आहे, वडील आहेत, बहीण आहे. सगळं सगळं तू विसरला आहेस एका बायकोच्या नादानं. ती येऊन फक्त सहा महिने झालेत! मी इतकी वर्षं काबाडकष्ट केले, ते यासाठी? तू असं परक्यासारखं वागवावंस म्हणून मी एवढा त्याग केला होता का?"

"रडू नको गं मम्मी! सांग बरं मला, मी असं काय केलंय? आणि पूजाने काही केलंय का?"

तिने जे केलं होतं, ते उघडपणे दाखवण्यासारखं नव्हतं. सोना फक्त रडत राहायची. त्रासलेला राजू बिचारा दुबळा, असहाय्य होऊन पाहत राहायचा.

सोनाच्या लक्षात आलेलं होतं, की निशाचा विषय निघाल्यावर राजू सर्वात जास्त बेचैन होतो. तेव्हा पुढे परिणामकारक ठरणारं हे हत्यार परजल्याशिवाय ती कशी राहील? रोज एकदा तरी हटकून ती निशाचा विषय राजूजवळ बोलायचीच.

"मम्मी, माझ्याविषयी राजूशी बोलणं बंद कर!" निशाने ऐकलं तर ती बजावायची.

"हे बघ निशा, तुला जगाचे नियम माहिती नाहीत." सोना तिला रागाने सांगायची. "आमच्यामागे तुला सांभाळण्याची जबाबदारी भाऊ-भावजयीचीच राहणार आहे. हे त्याला नीट समजावून देणं हे आमचं कर्तव्य आहे. म्हणून सांगतेय त्याला. कळलं तुला?" यशपालला देखील वाटायचं की राजूने नवविवाहित पत्नीबरोबर आपल्या बहिणीलाही सोबत न्यावं. जेव्हा जेव्हा तो पूजाबरोबर बाहेर जायला निघायचा, तेव्हा वडील सांगायचे, "निशालाही घेऊन जा ना."

यावर राजू काहीच बोलायचा नाही. शेवटी पूजालाच म्हणावं लागायचं, "नक्कीच पापाजी. आम्ही नेऊ की तिला आमच्याबरोबर. बिचारी इतकी लाजाळू आहे! कुठेच बाहेर जात नाही ती. मी किनई बाहेर नेऊन माझ्या सगळ्या मैत्रिणींशी ओळख करून देणार आहे तिची!"

एक दिवस निशाने आईजवळ निषेध नोंदवला.

"मूर्खासारखं बोलू नकोस. त्यांच्याबरोबर गेली नाहीस, तर सारखी घरात घरात राहून उबून जाशील तू. अजून तरुण आहेस चांगली. बाहेर हिंडलं-फिरलं पाहिजेच."

निशा उपहासाने हसली.

सोना संतापून म्हणाली, "हसतेस काय? ते त्यांचं कर्तव्यच आहे!"

"मम्मी, ती दोघं माझ्यापेक्षा लहान आहेत. ते त्यांचं कर्तव्य नाही."

''फार साधी राहिलीस बेटा तू! आणि तीच खरी समस्या आहे. तुला आठवतं, लहानपणी तुम्ही दोघं एकमेकांना किती आवडत होता? तो तर सारखा तुझ्या मागे मागेच असायचा. आता बायको आली, म्हणून लगेच इतकं बदलायचं?''

''अगं मम्मी, तू सुद्धा इतक्या लहानपणी, मला लांब राहायला पाठवून दिलंस. आता ती दोघं मला लांब ठेवताहेत तर त्यांना कशाला दोष देतेस?'' निशाने सणसणीत उत्तर दिलं.

झालं! तापल्या तव्यावर जणू पाणीच पडलं. सोनाने तत्काळ लेकीचा कान पिरगाळत विचारलं, ''कार्टेऽ काय म्हणालीस?''

निशा मनातून घाबरली. पण उर्मटपणे आईकडे बघत राहिली.

''खरं तेच सांगितलं.'' कान दुखत असतानाही तिने धाडसाने उत्तर दिलं. तशी तिचा कान आणखी जोराने पिरगाळत सोना म्हणाली, ''अगं गधडेऽऽ तुला तिकडे राहायला पाठवलं, तो माझा फार मोठा त्याग होता. त्याची किंमत तू अशी करतेस? मी तुझ्यापासून सुटका करून घेतली म्हणतेस? थांब. येऊ दे तुझ्या मावशीला. कशी कृतघ्नपणे उलटी उत्तरं देते आहेस ते सांगते तिला!''

यातलं काही मावशीपर्यंत जाऊ देण्याची निशाची इच्छा नव्हती. म्हणून ती म्हणाली, ''आय ॲम सॉरी मम्मी! चुकलं माझं!'' आईने तिचा कान सोडून दिला. खरं म्हणजे कान धरून ठेवायला कठीणच असतात. आणि एव्हाना निशाचा कान खूपच लाल होऊन गेला होता.

''खरंच गं बाई! मुलं असणं म्हणजे शाप भोगण्यासारखं आहे. आधी तू, मग तो. पुन्हा तो, मग तू! सारखे माझे अपमान करीत राहता... सोसायचं तरी किती माणसानं...!'' आई डोळे पुसत विलाप करीत राहिली.

यावर कुणी काही बोललं नाही. निशाचे हात अभावितपणे केसात गेले. डोकं खाजवणं सुरू झालं. आईने झटक्यात तिचा हात दूर केला.

''आता कशाकशाची काळजी करू गं मी? ऑं? थोडं बरं वाटायला लागलं, की लागली आपली खाजवायला. तुझ्या अनुभवातून तू काहीच शिकली नाहीस निशा? काहीच नाही? अगं खाजवल्यानं तुझी स्कीन काळी पडते. हे माहिती असूनही सारखी आपली खाजवतेय खाजवतेय! हज्जार वेळा सांगितलं. पण नाही! कुणी काही का सांगेना, तू ऐकशील तर शपथ!''

सध्या निशासाठी, पूजाचा तिरस्कार करणं हाच एकमेव सर्वव्यापी उद्योग झालेला होता. त्या भावनेबद्दल कोणतीही शंका नव्हती. दुभंगलेल्या निष्ठेचा वगैरे प्रश्न नव्हता. मत्सराची वेदना हा एकच सल होता. त्यासाठी एखादीच गोष्ट कारणीभूत होती असं नव्हे. पूजाची प्रत्येकच गोष्ट तिच्या मत्सराला, द्वेषाला,

तिरस्काराला कारण ठरत असे. पूजाचा प्रत्येक श्वास तिला उद्धटपणे घेतल्यासारखा वाटे. स्वत:च्या नवऱ्याकडे टाकलेला तिचा प्रत्येक कटाक्ष, त्याच्यावर स्वामित्व गाजवण्याचा प्रयत्न वाटे आणि तिच्या हृदयात कळ उठे.

निशाला वाटायचं, पूजाच्या स्वभावातला सगळा वाईटपणा तिच्या चेहऱ्यावरच्या त्या डागात एकवटला आहे. तिथल्या त्या कुचंबलेल्या कातडीकडे ती सतत एकटक पाहत राही. ही पूजी स्वत:ला कुणीतरी 'ग्रेट' समजते. ती ग्रेट तर नाहीच, पण कुरूप आहे. विद्रुप आहे विद्रुप! अर्थात असं फक्त निशालाच वाटायचं.

पूजा म्हणजे घरात शिरलेली नागीणच होती. पण निशाच्या दुर्दैवाने अधिकृत नागीण. नवाकोरा डबलबेड आणि टीकवुडची मॅचिंग साईडटेबल्स असलेल्या तिच्या बेडरूममधून ती त्या कुटुंबावर मायावी फुत्कार टाकायची. लग्नाने प्राप्त झालेल्या त्या अध्यासनावरून ती सरपटत यायची. त्याच अधिकाराने येऊन निशाशेजारी बसायची. तिला दीदी-दीदी म्हणायची आणि खाजवून खपल्या पडलेल्या, कॉर्टिझोन इंजेक्शनने हुळहुळ्या झालेल्या तिच्या हाताला आपल्या मुलायम हातांनी कुरवाळायची.

राजू या देवाणघेवाणीत नसायचा. त्याला त्यात पडायचं कारणही नव्हतं. शास्त्र सांगतं, पती-पत्नी एकच असतात. तिने पाहिलं, म्हणजे त्याने पाहिल्यासारखं झालं. ती बोलली म्हणजे तो त्याचाच शब्द.

पुतण्याचं लग्न जमवताना, प्यारेलाल काकाने आपल्या भावापुढे 'सॉफ्ट फर्निशिंग'च्या व्यवसायाचं फार आकर्षक चित्र उभं केलेलं होतं. पण राजूला फर्निशिंगमधलं ओ का ठो कळत नव्हतं. त्याला करायचा होता कापडाचाच धंदा. पण त्याला 'विवाहाच्या बस्त्यात' स्वारस्य होतं. त्यांच्या आत्तापर्यंतच्या सर्व शाखांना जोडून घेणारा असा हा व्यवसाय असणार होता.

"करोल बागेत कापडाची दुकानं खूप झालीयेत. आपण आता डिपार्टमेंटल स्टोअर काढलं पाहिजे." तो म्हणाला, "लग्नाच्या वेळेस लोक भरपूर खर्च करायला तयार असतात. आपण जर त्यांना लागणारं सर्व प्रकारचं कापड, कपडे शिवून देणं अशा सर्व गरजा एकाच ठिकाणी भागवल्या, तर ते त्यांना फारच सोयीचं आणि सुखाचं वाटेल. ते लक्षात ठेवतील, इतरांना सांगतील आणि आपली लोकप्रियताही वाढेल."

आता आपण धंदा वाढवला पाहिजे याबद्दल सगळ्यांचं एकमत होतं. पण Bridal की soft furnishings? करोल बागेतच जागा भाड्याने घ्यायची की south Delhi ला घ्यायची?

राजूचं मत होतं, की आपल्या आहे त्याच जागेत राहून आपण हा व्यवसाय चांगला करू शकू. त्या ठिकाणी आपण विवाहासाठी लागणारं सर्व प्रकारचं कापड एकाच छताखाली पुरवू शकतो.

तरुण मंडळींना वाटत होतं, कायदा तोडून दुकानाच्या वर आणखी एक मजला चढवावा. कारण करोल बागेतले सगळे व्यापारी तसंच करीत होते. पण प्यारेलाल आणि यशपालला दुसरा मजला चढवताना झालेला खोळंबा आणि लाच देण्यापायी झालेला पैशांचा चुराडा आठवत होता. त्यामुळे वर बांधकाम करायला ते नाखूष होते. अर्थात त्यांच्या आजुबाजूचे सगळे दुकानदार बेकायदेशीर बांधकामं करत होते आणि जो काय खर्च व्हायचा, तो राजूला मिळालेल्या हुंड्यातूनच व्हायचा असल्यामुळे त्याच्या म्हणण्याला प्राधान्य देणं त्यांना क्रमप्राप्तच होतं. फक्त तसं कुणी उघडपणे म्हटलं नाही, इतकंच.

पूर्ण दुकानाच्या लांबीचा एक हॉल वर बांधायला दोन महिने लागले. लग्नासाठी लोकांना कापडातलं जे जे म्हणून लागतं, ते ते सगळं तिथे उपलब्ध होतं. साड्या, लेहेंगे, चोळ्या, ओढण्या, कुर्ते, पायजमे, चुरीदार, अचकन. भारी आणि हलके, गरम आणि थंड झुळझुळीत, पुरुषांचे आणि स्त्रियांचे. शिवाय भेट देण्यासाठी विविध भेटवस्तूंचे संच होते. आजोबांपासून घरच्या नोकरांपर्यंत सर्वांना योग्य असे. किमतीही अगदी रास्त अशाच.

आल्टरेशन करून देणारा एक वेगळा शिंपीच ठेवलेला होता. तो गिऱ्हाईकांना मोफत आल्टरेशन करून देई. त्याच्या गळ्यात एक टेप, हातात डायरी असायची. वेळ पडली तर १०० कपडेही आल्टर करण्याची त्याची तयारी होती. डिलिव्हरी चोवीस तासात. ऊन, पाऊस, थंडी असो. आजारपण, ॲक्सिडेंट, जन्म-मृत्यू, सणवार-उत्सव अशा शिंप्यांना पाठ असणाऱ्या कोणत्याही सबबी 'बनवारीलाल ब्रायडल शोमरूम'चा शिंपी सांगणार नव्हता.

त्यांनी लग्नामध्ये कपड्यांवरून उद्‌भवणारे सगळे प्रश्न स्वत:वर घेऊन सोडवून टाकण्याची हमी दिलेली होती आणि त्याप्रमाणे विश्वासाने आणि व्यवस्थितपणे ती हमी ते पूर्णही करीत होते.

'दि बनवारीलाल ॲण्ड सन्स ब्रायडल शोरूम'ची जाहिरात वर्तनामपत्रातून, करोलबागेच्या आसपास मोठमोठे बोर्ड लावून, टेलिफोनच्या तारांचे खांब आणि झाडांच्या खोडांवर पोस्टर्स चिकटवून जोरदारपणे करण्यात आली.

इतक्या आक्रमकपणे त्यांनी आत्तापर्यंत कधीच स्वत:ची जाहिरात केली नव्हती.

निशाच्या हे सगळं फार तीव्रतेने लक्षात येत होतं. राजू बायकोच्या सांगण्याने प्रभावित झालेला होता. तिच्या कुटुंबात कुणीतरी एमबीए केलेलं होतं. त्याचाच हा

परिणाम असावा. नाहीतर पूर्वीपासून बनवारीलाल कुटुंबीयांचा धंद्याकडे बघण्याचा दृष्टीकोन अल्पसंतुष्टतेचा होता. तिला आठवत होतं तेव्हापासून, दुकानातून घरी आल्यावर तिचे वडील शांतपणे विश्रांती घेताना तिने पाहिले होते. बशीतून सावकाश चहा भुरकून, हलकीशी ढेकर द्यायची आणि मग दिवसभर थकलेले पाय वर घेऊन तळवे चोळत बसायचं.

मात्र आता घरात सतत धंद्याच्याच चर्चा चालत. अजय, विजय, राजू दुकानमय झालेले होते. बोलणं, चर्चा, बेत सारखं तेच. त्यांची बोलणी ऐकून पूजा समाधानानं हसत असे.

पूर्ण वेळ घरात असणारी निशा, आईच्या जीवनक्रमाचाच भाग बनून राहिली होती. रूपामावशी आली, की जेवणं आटोपल्यावर दोघी बहिणी बेडरूममध्ये झोपायला जात. निशाही त्यांच्यात जाई. सगळ्यांची पोटं भरलेली, सुस्ती आलेली, खिडक्यांचे पडदे सोडून अंधार केलेला. आईच्या आणि मावशीच्या मधे निशा झोपलेली असे. रूपामावशीने आपला हात तिच्याभोवती लपेटलेला असे. अर्धवट झोपेत, अर्धी जागी अशी ती त्यांची कुजबुज ऐकत पडलेली असे.

"मग काय तर. मॅडमला नक्कीच वाटत असेल, की ती आमच्यापुढे कुणीतरी ग्रेट आहे म्हणून."

सुरुवात झाली होती. ते बोलणं तसंच पुढे चालू राहिलं.

"घर म्हणजे हॉस्टेलच वाटतं तिला. राजू गेला, की चाललीच ही भटकायला. कधी माहेरी, कधी मैत्रिणींकडे. आणि तिथून त्याला परस्पर दुकानात फोन करणार. मला घ्यायला या. कधी हुशारीने सांगायचं, आमची पूर्ण फॅमिली चाललीय पिक्चरला. या ना तुम्ही पण. त्याचवेळी दोनच तिकीटं उरल्याचं सांगते म्हणजे त्याने उगीच निशाला नको न्यायला. मग पिक्चर सुटल्यावर कुठल्यातरी हॉटेलमध्ये खाऊन पिऊन उशिरा घरी यायचं. अकरा काय, बारा काय! इथे आम्ही वाट पाहत असतो वेड्यासारखे. त्यांना त्याचं काहीच वाटत नाही. हज्जारदा त्याला सांगितलं, की बहिणीला सांभाळणं ही तुझीच जबाबदारी आहे. तूच निशाची काळजी घ्यायला हवीस. पण ती बया आहे ना मध्ये! तिच्याजवळ शंभर युक्त्या आहेत, त्याला नादी लावून, कर्तव्य विसरायला लावायच्या."

"पण मला पूजाच्या फॅमिलीबरोबर जाण्यात मुळीच इंटरेस्ट नाही मम्मी!" अर्धवट झोपेत निशा पुटपुटली.

"हो! तुला इंटरेस्ट असता, तरी त्यांनी न्यायला पाहिजे ना?"

रूपा बहिणीचं भाबडेपणाचं बोलणं ऐकून चुकचुकली.

"दीदी, अगं जग बदललंय आता. तू या कसल्या अपेक्षा करते आहेस सुनेकडून? तीच काय, हल्ली कोणाच्याही सुना सासरच्या माणसांची पर्वा करत नाहीत."

"पण ही इतकी निर्लज्ज आहे. मी जर तिला काही सांगायला गेले ना... आणि तुला तर माहिती आहे रूप, मी उगाचच कुणाला काही सांगायला जात नाही... तर..."

तिला मधेच तोडत रूपा म्हणाली, "मला माहितीय ना, हाच तर तुझा प्रॉब्लेम आहे दीदी. एखादीने अशा सुनेला रोज रडवलं असतं. उलट तू मात्र तिला दुनियाभरचं स्वातंत्र्य देऊन ठेवलं आहेस."

"अगं, साधं जरी काही करायला सांगितलं ना, तर लगेच राजूकडे जाऊन कागाळ्या करते. ही काय रीत झाली वागण्याची? लग्न केलंस तर सासूच्या हाताखाली काम नको करायला?"

"फारच लाडावलेली दिसतेय. तो अपघात झाला एकदाच लहानपणी, तिला वाटलं, मनाला येईल तसं वागायची मुभाच मिळालीय आपल्याला." मावशीने चतुर शेरा मारला.

"पण याचा अर्थ तिने त्याला माझ्यापासून तोडावं? माझ्याविरुद्ध भडकवावं? मला, मला तोडायला सांगते? त्याच्या सख्ख्या आईला? जिच्या रक्तामांसातून त्याचा जन्म झालाय तिला?" सोनाने स्वत:च्या छातीवर मारून घेतलं. "अगऽऽ दोन वर्षं, अख्खी दोन वर्षं राजू या-या छातीतलं दूध पीत होता गऽऽऽ!"

निशाने शेजारी झोपलेल्या आईच्या स्तनांकडे पाहिलं. आजही तिच्या घट्ट ब्रेसियरमधून ते तटतटून आलेले दिसत होते. तिची सगळी छाती म्हणजे ते मोठाले स्तनच होते. मऊ, ऊबदार, हमखास लक्ष वेधून घेणारे, तिची तलम साडी आणि खोल गळ्याचा ब्लाऊज यांच्याआडून लपंडाव खेळणारे स्तन.

"हो. मला चांगलं आठवतंय." रूपा म्हणाली, "आणि ही आपली निशू? राजू प्यायला लागला, की ही पण प्यायला मागायची. आठवतं ना? काय गं, तुला पुन्हा बाळ होऊन आईचं दूध प्यावंसं वाटत होतं? आँ?" असं म्हणून तिने निशाचा गालगुच्चा घेतला.

निशालाही आठवत होतं. एकदा आईचा पदर ओढता ओढता तो खाली पडला आणि मग दोघा भावंडांनी एकाच वेळी आईच्या दुधाने आपली भूक भागवून घेतली. ते मऊ मऊ डोंगराएवढे स्पंज कुस्करता कुस्करता दोघांचे इवलाले हात एकमेकांना भिडत होते. एकाच स्तनाला झोंबण्याच्या प्रयत्नात दोघांच्या तोंडातला मुखरस सुद्धा एकमेकांत मिसळला. दोघांचे गोबरे गाल दुधाच्या धारांनी चिंब झाले.

एकेकाळी दोघं एकमेकांच्या इतकी जवळ होती आणि आता जणू ती जातीबाह्य

ठरली होती. त्याचं लग्न झालं होतं. त्याची मऊ, सावळी कांती तुकतुकीत झाली होती. बायकोमुळे त्याचं तेज द्विगुणित झालं होतं. आणि ती? ती होती रोगी, डाग पडलेली, कुरूप! तिच्याकडे कोण बघणार? कोण लग्न करणार? कोण तिला घर देणार आणि आपलंसं करून घेणार?

कधीतरी, कुणी तिची तुलना सुरैय्याशी केली होती! ती सिनेतारका चमकून गेली! आणि हिच्यापाशी? फक्त हा बिछाना, ही आई आणि मावशी! तिच्या मनाला मरगळ आली. अवघं आयुष्यच बुळबुळीत होऊन गेलं होतं!!

"मावशी, मी तुला तुझ्या व्यवसायात मदत केली तर गं?" एका आळसात विचारलेल्या प्रश्नाला तसंच आळसाने फेटाळलं गेलं. "अगं बाई, तू इतकी शिकली सवरलेली, तू काय तेलाने आणि मिरचीने हात खराब करून घेणारेस? नको बेटा. तुझं दुखणं वाढेल त्यामुळे."

हे खरंच होतं. पण आता तिला काहीतरी करायलाच पाहिजे होतं. असं रिकामं घरी बसणं तिला असह्य होऊ लागलं होतं. तिच्या आईला नेहमीचं वाक्य बोलल्याशिवाय राहवलं नाही. "लग्न झाल्यावर नवऱ्याच्या संमतीने काय हवं ते कर."

दुसऱ्या दिवशी सकाळी सहाचा सुमार. सरत्या उन्हाळ्याचे दिवस. पण उष्मा संपता संपत नसलेला. यशपाल आणि प्यारेलाल सकाळचं फिरणं उरकून परत येत होते. इतक्यात यशपालला दिसलं, की त्याची मुलगी घरासमोरच्या पार्कमधल्या बाकावर किंचितशी वाकून बसलेली आहे. तिचा दुपट्टा तिने मांडीवर गोळा करून ठेवला आहे. त्यात बहुतेक शेजारच्या वेलींवरून तोडलेली जाईची फुलं असावीत. भावाला घरात जाण्याची खूण करून तो बागेचं फाटक उघडून आत गेला आणि निशाशेजारी बाकावर जाऊन बसला. तिने बापाकडे पाहिलं. तिच्या ओल्या पापण्या, ओलसर चेहरा आणि लाल डोळे पाहून तो चरकला! प्रेमाने तिच्या पाठीवर हात ठेवत विचारलं, "इथे काय करतेस बेटी?"

"काही नाही. जरा एकटं राहावंसं वाटत होतं."

तो एकदम सावध झाला. "कोणी काही बोललं का तुला?"

"नाही पापाजी. असंच वाटलं, थोडा वेळ एकटं राहावं." यावर काय बोलावं ते यशपालला चटकन सुचलं नाही. तिने त्याला गोळा करून ठेवलेली ओढणी उघडून दाखवली. सुंदर, ताजी, टवटवीत जाईची फुलं!

"झोपच येत नव्हती. मग लवकरच उठून बाहेर आले. म्हटलं, इतर बायकांनी वेल ओरबाडण्यापूर्वी आपण फुलं काढून घ्यावीत." त्याने नकळत त्यातलं एक फूल उचललं आणि वास घेण्यासाठी नाकाकडे नेऊ लागला. वाटेतच त्याच्या हातावर लेकीची हलकी चपराक बसली. "पापाजी, ही फुलं पूजेसाठी तोडली आहेत

ना? वास घेऊन खराब करायची नाहीत!''

"ए प्लीऽऽज! एकच दे ना मला. तुझ्या पूजेच्या फुलातलं. एखादं कमी चालेल ना तुझ्या देवांना?'' त्याने विनोद करायचा प्रयत्न केला. तीही जराशी हसली. "ओके पापाजी! फक्त एकच. तुमच्यासाठी.''

"तुला झोप का येत नव्हती बेटा?''

तिने वडिलांची नजर टाळली. "अशीच!''

त्याने पुन्हा तिच्या पाठीवर थोपटल्यासारखं केलं. मनातलं सांगावं की नाही? बाबा खूपच गंभीरपणे घेतात सगळ्या गोष्टी. पण तिथे ते दोघंच होते आणि पाठीवरचा स्पर्श आश्वासक होता, म्हणून ती सांगू लागली.

"असं का होतं माहिती नाही; पण कधी कधी वाटतं, घरात बसून बसून मला वेड लागेल एखाद्या दिवशी.''

वडिलांचं काळीज गलबललं! याच गोष्टीची त्यांना भीती वाटत होती. घरात धाकट्या भावजयीचा संसार सुरू झालेला पाहून आपल्या मुलीला वाईट वाटेल! बाबाजींनी सांगितलंच होतं. लग्नापूर्वी थोडा काळ तिला हा त्रास होणारच आहे.

"पापाजी, मला तुमच्याबरोबर दुकानात न्याल का?'' निशा घाईघाईने म्हणाली, "मी पाहिलं आहे. मुली दुकानात काम करतात. फक्त अजय, विजय आणि राजूच का? मला करण्यासारखं सुद्धा काहीतरी काम दुकानात असेलच की.''

या प्रश्नाचं उत्तर यशपालजवळ नव्हतं. किरकोळ विक्रेत्याचं काम हे पुरुषांचंच असतं. परक्या माणसांशी बोलायचं, त्यांना माल दाखवायचा, खरेदीसाठी उद्युक्त करायचं, गिऱ्हाईकांशी सौदा करायचा, मालखरेदीसाठी प्रवास करायचा. या सगळ्यांपैकी निशा काय करू शकेल? तिच्या योग्य यातलं कोणतं काम आहे? तिचं बरोबर आहे. करोल बागेतल्या तयार कपड्यांच्या काही दुकानात, स्त्रियांच्या कपड्यांसाठी त्यांनी मुली कामाला ठेवलेल्या आहेत. पण दुकान मालकाची मुलगी त्यांच्या शेजारी उभी राहून आठ तास काम कशी करू शकणार?

"मला विचार करू दे बेटा. बघू आपण. काढू काहीतरी मार्ग.'' असं म्हणत घरी जाण्याकरता त्यांनी तिला उभं केलं.

त्या दिवशी यशपाल दिवसभर मुलीचाच विचार करीत होता. या बाबतीत कुणाचाही सल्ला विचारावा असं त्याला वाटलं नाही. त्याचा भाऊ या गोष्टीचा विचार करण्याइतका संवेदनशील नव्हता. आणि त्याला अनुकंपाही वाटली नसती. त्याची बायको सोना, नुसती स्वतःच्या नशिबाला दोष देत बसली असती. रूपाला लोणची मुरांब्याशिवाय काही सुचलं नसतं. सुशिला म्हणाली असती, तिला शिवणकाम-भरतकामाच्या क्लासला पाठवा. पुढे जेव्हा राजूला मूल होईल, तेव्हा

कदाचित हिच्या कोंडलेल्या प्रेमाला ममतेची वाट सापडेल. पण तिथेही तिचा पूजाशी संघर्ष होण्याची शक्यता होती.

माझ्या मुलीने काय करावं? तिला काही वेळ घराच्या बाहेर पडून अशा ठिकाणी काम करावं लागेल, की जिथे सहजपणे तिचा वेळ आनंदात जाईल आणि तिला नकोशा वाटणाऱ्या किंवा त्रास देणाऱ्या कोणत्याही गोष्टी तिथे नसतील. कुणीही तिचा अपमान करणार नाही किंवा गैरफायदा घेणार नाही.

असाच रस्त्याकडे पाहत यशपाल गल्ल्यावर बसलेला असताना दरवानाने दरवाजा उघडून एका बाईंना आत घेतलं. त्या बाई त्यांच्या ओळखीच्या होत्या. घराजवळच, दोन गल्ल्या पलीकडे राहत होत्या. त्यांचं नेहमीचं गिऱ्हाईक होत्या. त्या एका लहान मुलांच्या 'प्लेस्कूल'च्या प्रिन्सिपॉल होत्या. आज त्यांच्याबरोबर त्यांची मुलगी सुद्धा आलेली दिसत होती.

दोघींनी घाईघाईने त्याच्यापाशी येऊन नमस्कार केला. सुहास्य वदनाने बाईंनी सांगितलं, "हिचं लग्न ठरलंय. लवकरच येऊ तुमच्या घरी निमंत्रण पत्रिका घेऊन. पण म्हटलं, अगोदर तुमच्याकडे लग्नाची खरेदी करून घ्यावी. bridalसाठी बेस्ट आहे म्हणून ऐकलंय."

"वा वा! आनंदाची बातमी! दुकान आपलंच आहे मॅडम!" त्यांच्या बोलण्यातून यशपालला 'डिस्काउंटची' विनंती अचूक समजली. त्याने इंटरकॉम उचलून तशा सूचना दिल्या. "राजू आपल्याला पाहिजे ते सर्व दाखवेल. दुकान आपलंच आहे." याचा अर्थ होता, आपल्याला डिस्काउंट मिळून जाईल.

प्रिन्सिपॉलबाई हसल्या.

"लग्नाची तारीख कोणती ठरलीय?"

"लवकरचीच. पण आज हिच्या कामाचा शेवटचा दिवस आहे."

"अरे वा! आपली मुलगी पण काम करते? आम्हाला माहितीच नव्हतं!"

"मऽग? अहो, शाळेतल्या मुलांची आवडती टीचर आहे ती! मुलांना उद्यापासून अगदी करमणार नाही बघा!"

पंधरा मिनिटांनंतर निशाची नोकरी पक्की झाली. ती प्रिन्सिपॉलबाईंच्या मुलीच्या जागेवर, प्ले-वे शाळेत काम करणार होती. कुठल्याही बाजूने पाहिलं, तरी निशाच्या सध्याच्या समस्येवर हा उपाय त्याला आदर्श वाटला. नोकरीचे तास कमी. काम सोपं. सगळ्या मुलींप्रमाणे तिलाही लहान मुलांची आवड होतीच. हां, पगार अगदीच थोडा होता. पण ती काही पैशांसाठी काम करणार नव्हती आणि जाण्यायेण्यात वेळ किंवा पैसा अजिबात खर्च होणार नव्हता. ते प्लेवेस्कूल घरापासून पाच मिनिटं चालत जाण्याच्या अंतरावर होतं. प्रेमळ नजरेखाली ती काम करणार होती. मुख्य म्हणजे प्रिन्सिपॉलबाई त्यांच्या ओळखीच्या; जणू शेजारीणच असल्यासारख्या. ही

त्याच्या व्यवहारी, अनुभवी दृष्टीने सर्वात महत्त्वाची बाब होती.

घरी गेल्यावर त्याच रात्री यशपालने हा विषय काढला. निशाकडे उत्सुकतेने पाहत त्याने सांगितलं, "तुझा वेळ फार चांगला जाईल शाळेत."

"शी! मला नाही टीचर व्हायचं." निशाने नापसंती दर्शवली. तिला बाहेरच्या कुठल्यातरी मोठ्या नोकरीची अपेक्षा असावी. वडील सांगत होते, ती शाळा तिला माहिती होती. एक गल्ली सोडून पलीकडच्या गल्लीत होतं ते दुमजली घर. दुसऱ्या मजल्याच्या गॅलरीवर पाटी होती– प्लेवे. पुढे फाटक होतं. त्याच्या आतल्या सिमेंटच्या लादीवर घसरगुंडी, जंगलजिम, झोके दाटीवाटीने उभे केलेले होते. रोज सकाळी आणि दुपारी तिथे थांबणाऱ्या रिक्षांवरून कळायचं, की शाळेत बऱ्याच संख्येनं मुलं येत असावीत.

यशपालने निशाला नोकरीचे फायदे सांगायला सुरूवात केली. "बेटी, शाळा इथे जवळच आहे. तुला नाही आवडलं तर तू नोकरी सोडून दे. पण आपण आता तुला स्कीनसाठी ट्रीटमेंट घेतो आहोत ना, मग ती पूर्ण होईपर्यंत तू स्वत:ला कशात तरी गुंतवून ठेवणं आवश्यक आहे. घरी बसून राहणं काही बरोबर नाही. असंच तुला वाटतं की नाही?"

"लग्न ठरलं, की सोडून दे नोकरी." सोनाने सांगितलं. ते तर सगळ्यांनाच समजत होतं.

"तू असं कर. ही करवाचौथ झाली ना, की पुढच्या सोमवारपासून जायला लाग. त्या प्रिन्सिपॉलबाई फार चांगल्या आहेत. तुला मुलीसारखंच वागवतील. तुला मुळीच कसली अडचण येणार नाही. एकदा प्रयत्न तर करून बघ. तसं काही कुणी तुला फोर्स करीत नाहीये ग. पण प्रयत्न करणं केव्हाही चांगलंच असतं. नाही का?"

यापेक्षा जास्त सांगणं त्यालाही अवघड वाटलं. एक तर त्यांच्या कुटुंबातल्या कोणत्याही स्त्रीने कधी नोकरी केली नव्हती. एकीनेही नाही आणि इथे तो त्याच्या एकुलत्या एका मुलीला नोकरी करायला बाहेर पाठवत होता. का? तर तिला अजून स्वत:चं हक्काचं घर मिळालं नव्हतं, म्हणून! या विचाराने त्याचा चेहरा कसनुसा झाला. ते पाहिलं, आणि निशा एकदम सावध झाली.

आपल्यामुळे वडिलांना असं अवघड वाटतंय!

"पापाजी, तुम्ही काळजी करू नका. तुम्ही सांगाल तसं करायला मी तयार आहे!"

"शाब्बास. हा तुझा टाईमपास असणार आहे बेटी. फक्त टाईमपास!"

"हो पापाजी. मी समजू शकते."

२५ ऑक्टोबरला पूजाची लग्नानंतरची पहिली करवाचौथ होती.

"हे बघ, उगीच तिला फार महागाची भेट देऊन बसू नकोस हं! पुढे पुष्कळ प्रसंग येणार आहेत त्यासाठी." रूपाने बहिणीला सल्ला दिला.

"असं कसं? माझ्या राजूची बायको आहे ती!" भरल्या डोळ्यांनी सोना म्हणाली. "मला द्यावंच लागेल. आईची भावना नेहमी तीच राहणार. मुलं कशी का वागेनात!"

"अगं दीदी, देऊ नको म्हणतेय का मी? मी फक्त सांगतेय तुला, की उगीच अती करू नकोस. मला माहितीय तुझा स्वभाव. तुझ्या एकटीवर सगळं टाकलं ना, तर तू तिला अख्खं घरच देऊन टाकायला बसलीयेस."

"मला फक्त एकच आशा आहे, मी दिलेली भेट तिला आवडली पाहिजे!" आता सोनाचे अश्रू टपटप खाली गळू लागले.

"प्लीऽऽज मम्मी! नको गं सारखी अशी रडूस!" आपले हात प्रेमाने आईच्या गळ्यात टाकत निशा म्हणाली, "पाहिजे तर माझे दागिने घे. मला नको आहेत ते!"

"ऐकते आहेस ना भाचीचं बोलणं? मी म्हणते सगळ्यांना असं दिलदार मन मिळालं, तर कित्ती चांगलं होईल!"

"बरं बरं! चल दाखव बरं आता, काय देणार आहेस सुनेला ते?"

सोना जड पावलांनी पलंगावरून उठून कोपऱ्यातल्या कपाटाकडे गेली. कमरेच्या किल्ल्यांच्या जुडग्यातून स्टीलची, गोदरेज कपाटाची लांब किल्ली काढली. कुलूप उघडून हँडलला जोर लावल्यावर आवाज करीत दार उघडलं. आतल्या सिल्क साड्यांची उलथापालथ करून त्या ढिगातून तिने यशपालचा एक रुमाल शोधून काढला. त्यात बांधून ठेवलेल्या लॉकरच्या चावीने दोनपैकी एक लॉकर उघडला. त्यात अगदी खोल हात घालून एक पत्र्याची पेटी काढली आणि ती घेऊन पलंगाकडे परत आली. ती दुःखी दिसत होती. सुस्कारे टाकत होती. रूपा आणि निशा मुकाट्याने बघत होत्या. ती पेटी उघडून खूप वेळ बघत राहिली आणि मग तिने त्यातून दोन जुन्या पद्धतीचे वजनदार जाळीचे सोन्याचे तोडे बाहेर काढले. त्याला पाचू, माणकं आणि हिरे जडवलेले होते.

"दीदी, तुझ्या लग्नातले ना गं?" बहीण उद्गारली.

"हो!"

तिघींनी ते तोडे आळीपाळीने जवळ घेऊन फिरवून निरखले. जुन्या काळातली कारागिरी आणि उत्कृष्ट जडावू कामाची प्रशंसा केली. त्यामुळे सोनाची खिन्नता थोडी कमी झाली.

करवाचौथ उपवासाच्या दिवशी संध्याकाळी पूजाने तिची लग्नातली लेहेंगा

चोली घालून वर सोनेरी टिशूची ओढणी डोक्यावरून घेतली होती. नाकातल्या रोजच्या मोरणीची जागा गुलाबी खडा नि मोठा मोती लावलेल्या नथणीने घेतली होती. ती नथणी नाकाला पेलता यावी म्हणून एका सोन्याच्या साखळीने थेट केसांपर्यंत नेऊन भिडवली होती. तिचा चेहरा मेकअप लावून पुरता लाल-गुलाबी करून टाकलेला होता.

हातावरची मेंदीची नक्षी काळी झाली होती. सोनाने आणलेल्या लाल आणि हिरव्या बांगड्या मनगटांवर किणकिणत होत्या. दोन्ही हातात पुढे पहिल्या क्रमांकावर तिच्या सासूने भेट दिलेले सोन्याचे रत्नजडीत तोडे घातलेले होते.

या सगळ्या साजशृंगारात तिच्या चेहऱ्यावरचा काळा डाग कुठेच दिसत नव्हता. निशाला वाटलं, जावं आणि तिची ओढणी खस्सकन ओढून काढावी. त्या भाजक्या डागावर चांगला एक टॉर्च मारून साऱ्या जगाला दाखवावं, ती किती कुरूप आहे ते. या मेकअपने आणि फौंडेशनने, दागदागिन्यांनी झाकून टाकलंय त्या कुरूपपणाला. कीव करण्यासारखं आहे सगळं!

देवाच्या छोट्या मूर्तीला पाळीपाळीने दुधाने न्हाऊ घालताना पूजाची नजर तिला चांगली खटकली. तिला स्वत:ला ते सगळं करायला तर नकोच वाटत होतं. तिच्या आईने तरी तिला या उपवासातून सूट द्यायला पाहिजे होती की नाही? लहानपणापासून तिने ते व्रत केलं. नवरा तर मिळालाच नाही. उलट तिच्याऐवजी तिच्या धाकट्या भावाचंच आधी लग्न झालं! हेच फळ मिळालं ना?

जेव्हा निशाची आणि सुरेशची मैत्री चालू होती, तेव्हा याच उपवासालाही काही अर्थ होता. तिचा करवाचौथचा उपवास, तिची दिवसभराची भूक, संध्याकाळी केलेली चंद्राची पूजा, प्रार्थना हे सगळं तिने त्याला केंद्रस्थानी ठेवून केलं होतं, त्याला अर्पण केलं होतं. त्यावेळी मेंदी कशी रंगते आहे? तिची सासू तिच्यावर प्रेम करणारी असेल का? याचीही उत्सुकता होती.

पण आज कशालाही काहीच अर्थ उरलेला नव्हता. यांत्रिकपणे तिने धान्याचे आठ दाणे दुपट्ट्यात बांधले आणि आईने वाचलेली तीच जुनी पुराणी कथा ऐकली. दुसऱ्या दिवशी तिची नोकरी सुरू होणार होती. तिने नवऱ्यापेक्षा नोकरीसाठीच स्वत:चा उपवास समर्पित केला.

दुसऱ्या दिवशी सकाळी आठ वाजता, दीड गल्ली पार करून रस्त्यातल्या खड्ड्यांवरून उड्या मारीत, जमा केलेल्या कचऱ्याच्या ढिगांमधून वाट काढीत, निशा वडिलांबरोबर शाळेत पोचली. वडिलांनी तिला दोन नवे सूट्स आणलेले होते. एक करवाचौथच्या दिवशी घालण्यासाठी आणि दुसरा शाळेच्या पहिल्या दिवशी घालण्यासाठी. आदल्या दिवशी तिने पीच कलरचा घातला होता. आज लव्हेंडर

कलरचा घातला. मलमलीच्या लांब बाह्यांमुळे तिची रंग उडालेली कातडी अजिबात दिसून येत नव्हती.

"पापाजी, मी कधीच शिकवलेलं नाही हो. मला येईल की नाही कोण जाणे?"

"बेटी, प्रिन्सिपॉल मॅडम सांगतील तुला कसं करायचं ते. तिथे अगदी लहान लहान मुलं असतात अगं! आणि फक्त चार तासांचा तर प्रश्न आहे. त्यांना थोडं ABCD शिकवायचं. गाणी म्हणून घ्यायची, गोष्टी सांगायच्या. चित्र काढून दाखवायची. कुणालाही जमण्यासारखं असतं ते."

शाळेत दोन ते चार वर्षं वयाची साठ मुलं होती. दोन वर्ग होते. लोअर नर्सरी, अप्पर नर्सरी. प्रत्येक वर्गाचे दोन विभाग. दोन्हीमध्ये सहा महिन्यांचं अंतर. 'या वयामध्ये सहा महिने हा सुद्धा फार महत्त्वाचा काळ असतो.' प्रिन्सिपॉल मॅडम सांगत होत्या. त्या दोघांनी ऑफिसमध्ये बसून मॅडमकडून सर्व काही नीट समजावून घेतलं.

निशाला तीन वर्षांच्या मुलांचा वर्ग देण्यात आला. त्यांना शाळेची सवय झालेली असल्यामुळे ती रडत नव्हती. त्यांना संख्या, मूळाक्षरं शिकवायची, ते वेळेवर बाथरूमला जाऊन येतील, आपापला डबा खातील, आपापसात भांडणार नाहीत याची काळजी घ्यायची. मधल्या सुटीत बाहेर उभं राहून कुणाची बोटं कुठे अडकत नाहीत ना, घसरगुंडीवरून, जंगलजिम खेळताना कुणी पडत नाही ना, प्रत्येकाला खेळायला मिळतंय ना, हे बघायचं. अशी कामं होती.

जसजसे आठवड्यांमागून आठवडे जाऊ लागले, तसतसं निशाच्या लक्षात येऊ लागलं. शाळेत शिकवायला लागल्यापासून तिच्या दिवसांना आकार आलेला आहे. शाळेत आणि कॉलेजात शिकत होती तेव्हासारखा. पण वडिलांनी अंदाज बांधल्याप्रमाणे तिला रोज चार तास मुलांना शिकवण्यात आनंद वाटत नव्हता. तिला लवकरच त्या कामाचा कंटाळा येऊ लागला. परंतु तिच्याबद्दल काहीच माहिती नसलेल्या सहकारी शिक्षिकांसमवेत राहणं तिला आवडत होतं.

ती एकेकाळी सुरैय्यासारखी सुंदर दिसायची, हे त्यांना माहिती नव्हतं. त्या तिला वयाने वाढलेली, दुर्दैवी मुलगी समजत नव्हत्या. तिला मंगळ आहे हे त्यांना माहिती होण्याचं कारणच नव्हतं. तिचं लग्न होणं यातदेखील त्यांना, केवळ तिची थट्टा करण्यापुरतंच स्वारस्य होतं.

उलट त्यांना ती तरुण, सुंदर वाटली. त्या तिला शाबासकी देत. तिचे लाड करीत आणि तिला त्यांच्यातल्या लहान मुलीसारखं वागवत. तिने मुलांच्या खोड्यांबद्दल तक्रार केली तेव्हा त्यांनी तिला फक्त थोड्या मुलांना ABCD शिकवून शाळेच्या प्रवेश परीक्षेसाठी तयारी करून घेण्याचं काम दिलं. त्या सगळ्याजणी असंच समजत होत्या, की लग्न जमेपर्यंत किंवा दुसरं चांगलं काम मिळेपर्यंत ही छोटी नोकरी ती करते आहे.

२२

राजूच्या लग्नाला सात महिने पूर्ण झाले होते. एके दिवशी तो दुकानातून आल्या आल्या स्वयंपाकघराच्या दारातूनच ओरडला, "मम्मीऽऽ!! पूजाला दिवस गेलेत. तू दादी होणार मम्मी!"

सोना जमिनीवर बसून बटाटे, मिरच्या चिरत होती. तिने वर पाहिलं. साडीचा पदर ढळलेला, छाती गुडघ्याने दाबली गेलेली, मागे नुसत्याच मारलेल्या गाठीतून निम्मे केस सुटलेले...

निशाने चहासाठी गॅसवर दूध-पाण्याचं मिश्रण उकळायला ठेवलं होतं. बाळ? या घरात बाळ येणार आहे? तिला खूप राग आला. एकदम अस्वस्थ झाली. तिला समोरचं काही दिसेनासं झालं. बघा! यांचे संसार मार्गाला देखील लागले! मुलं होऊ घातली आहेत. आणि मी काय करतेय, तर इतरांनी पैदा केलेल्या मुलांना शिकवत बसलेय! कधी सुरू होणार माझा संसार?

"हो का? किती महिने झालेत?" आईने विचारलं.

"दोन महिने!"

"दोन महिने झाले? आणि तू आम्हाला सांगितलं सुद्धा नाहीस? तरी मला सारखं वाटतच होतं बरं का! अलीकडे तिच्या चेहऱ्यावर तेज आलंय. खाण्यापिण्यात सुद्धा 'हवं नको' सुरू झालंय."

"नक्की नव्हतं ना मम्मी! म्हटलं खात्री झाल्यानंतरच सांगू सगळ्यांना. तिला वाटत होतं, लगेच सांगितलं नाही, तर तुला राग येईल म्हणून. पण मीच म्हटलं, आत्ता कुणालाच नाही सांगायचं."

"तिला वाटलं, मला वाटलं... उफ! काय चाललंय काय राजू? कधी लक्षात आलं तुमच्या? बरं. आता नक्की आहे ना?"

यावेळेला चुका वगैरे काढायला तिला वेळ नव्हता.

"हो मम्मी. अगदी नक्की. आजच रिपोर्ट मिळाला." राजू हसला.

"तिच्या आईला माहिती आहे का?"

ताबडतोब पाठ केल्यासारखं उत्तर आलं. "अर्थातच नाही. पहिल्यांदा तुलाच सांगितलं."

एक मिनिटभर सोना शांत राहिली. मग म्हणाली, "बेटा, पूजा खरंच फार भाग्यवान आहे. तुझ्यासाठी मला दहा वर्षं वाट पाहावी लागली होती."

"माहितीय मला मम्मी." राजूने घाईघाईने मम्मीला मधेच रोखलं. सोनाचे ओठ थरथरू लागले. "तुला आशीर्वाद देते बेटा. लग्न झाल्या क्षणापासून, आईबापांना झिडकारल्याचं दुःख, तुला तुझ्या मुलाकडून कधीही न मिळो!"

"मला वाटतं, तू मम्मीचा थोडा तरी विचार करायला हवास राजू!" निशाने भर घातली.

सोना लेकीला खोट्या रागाने म्हणाली, "असू देत निशा. आता तू काय, मी काय, आपल्याला काय महत्त्व उरलंय?"

यावर अवाक्षरही न उच्चारता राजू तिथून निघून गेला.

नंतरचे काही महिने घरात गर्भारशीचं भरपूर कौतुक झालं. पूजाला त्रासही पुष्कळ झाला. मध्येच तिला रक्तस्त्राव सुरू झाला. गर्भ पडण्याचीही शक्यता होती. त्यामुळे तिला विशेष काळजी, विशेष औषधोपचार, विशेष प्रेम आणि तीन महिने पूर्ण बेडरेस्ट सांगण्यात आली. पिढ्या न् पिढ्यांच्या परंपरेप्रमाणे तिची काळजी घेण्याची जबाबदारी राजूने संपूर्णपणे आईवर सोपवली. सोनाच्या दृष्टीने कुटुंबाचं भवितव्य सुनेच्या पुढे आलेल्या पोटात सामावलेलं होतं. ती पूजाकडे पाहू लागली, की तिच्या नजरेत ते स्पष्ट दिसे. पूजा अशक्त, आजारी झाली होती. भ्यायली होती. आता तिला सोनाची गरज होती. सोना तीन महिने सुनेच्या जवळून थोडी सुद्धा दूर गेली नाही.

पूजाची आई दररोज भेटायला आली, की 'माझी पूजा किती भाग्यवान, काय सासू सेवा करतेय! असं जाहीर कौतुक करायची. संध्याकाळी राजू आल्यावर सगळेजण तिच्याभोवती बसूनच चहा घ्यायचे. म्हणजे तिला आजारी, एकटं पडल्यासारखं वाटायला नको.

पूजाला सात महिने झाल्यावर डॉक्टरांनी सांगितलं, की आता गर्भाला धोका नाही. आता तिने हलका व्यायाम करावा. आनंदी मन, प्रसन्न वातावरण यांचीच आता जरूरी आहे.

"हो हो. आता तिने दररोज राजूबरोबर फिरायला जायला हवं." यशपाल म्हणाला, "माझी सून खुश राहायला हवी. मला तिच्या चेहऱ्यावरचं हसू बघायचंय."

पूजाला फिरायला नेण्यासाठी राजूला दुकानातून लवकर सुट्टी मिळू लागली. फेब्रुवारी महिना संपत आला असला तरी हवेत अजून सुखद गारवा होता. दिल्लीच्या एकूण एक सार्वजनिक बागा, फुलांनी बहरून गेल्या होत्या. लोधी गार्डन्स, बुद्धजयंती पार्क, इंडिया गेट, नेहरू पार्क, चिल्ड्रेन्स पार्क, हुमायुनाची कबर या सर्व

जागा अशा होत्या, की इथे प्रेमी युगुलं एकमेकांच्या हातात गुंफून, एकमेकांशी हितगुज करीत, सुखाने भटकू शकत. हे माहितीच नसल्यासारखं यशपाल मुलीला म्हणाला, ''तुला सुद्धा मोकळ्या हवेत फिरणं खूप आवश्यक आहे हं!''

आणि राजूकडे वळून त्याने सांगितलं, ''दीदीलाही ने बरोबर.'' पूजाला ही सूचना अजिबात आवडली नाही. खरं तर तिला नवऱ्यासोबत एकटीलाच फिरायचं होतं. गेल्या काही महिन्यात विरळ झालेल्या सहवासामुळे कमी झालेलं लक्ष पुन्हा स्वत:कडे खेचून घ्यायचं होतं. पण सासऱ्यांनी सांगितल्यावर नाही कसं म्हणणार?

जाताना कारमध्ये एकदम तणावपूर्ण वातावरण! राजू एका हाताने कार चालवत होता. एक हात बायकोच्या हातात होता. जिच्यासमोर प्रेमभावनेला आवर घालावासा वाटेल, इतकी निशा मोठी नव्हती. ती मागे बसलेली होती.

''पूजा, कसं वाटतंय आता?''

''ठीक आहे.''

काय काय संभाषण झालं, ते उद्या ती सगळ्या सहकारी शिक्षिकांजवळ सांगणार होती. त्या अनुभवी होत्या. भावजया कशा दुष्ट असतात ते सगळं त्यांना माहिती होतं. त्याही आपल्या कहाण्या तिला सांगणार होत्या. 'असले विचित्र नातेवाईक' भेटलेल्या, जगात आपण एकट्याच नाही आहोत, असं समाधान तिला त्यातून मिळालं असतं.

''डॉक्टर काय म्हणतात?''

''मम्मीजींना माहिती आहे.''

''हिलाही सांग ना. लवकरच बाळाची 'बुआजी' होणार आहे ती!''

''ए राजू, मला कंटाळा आलाय रे! तूच सांग ना!''

अशा रीतीने शेवटी निशाला काहीच सांगण्यात आलं नाही.

''मी काय म्हणतो, पुढच्या वेळी तूच जा ना तिच्याबरोबर डॉक्टरांकडे!'' राजू म्हणाला.

निशाने यावर काहीच उत्तर दिलं नाही. नंतरही काही बोलली नाही. कारच्या खिडकीतून बाहेर पाहत राहिली. राजूला हुंडा म्हणून मिळालेली कार! याच कारमुळे पूजा तिच्याशी म्हणजे स्वत:च्या सख्ख्या मोठ्या नणंदेशी इतकी गर्विष्ठपणे वागू शकत होती.

ते इंडिया गेटला गेले. हिरवळी माणसांनी फुलून गेल्या होत्या. ते अगदी मंद गतीने, डबक्यातल्या पाण्यावर उठणाऱ्या तरंगासारखे चालत होते. सूर्य राष्ट्रपती भवनाच्या मागे अस्तंगत झाला आणि ते एका आइस्क्रीमच्या गाडीपाशी येऊन थांबले.

पूजाला तिच्या आवडीचं आईस्क्रीम घेऊन दिल्यानंतर राजूने विचारलं, ''निशा, खाणार आइस्क्रीम?''

“नाही. मला नको.”

“घे गं!” राजूने आग्रह केला, “मला माहितीय, तुला चॉकोबार आवडतं.” असं म्हणून तो विक्रेत्याकडे वळताच पूजाने अतिशय थंड नजरेनं, तोंड वाकडं केलं आणि मानेला झटका देत हसली.

“अरे, खरंच नको मला राजू!” निशा संकोचाने म्हणाली.

“तू का उगीच बिचारीला आग्रह करतोयस? तिला नाही खायचं, तर राहू दे ना!” पूजा अत्यंत गोड आवाजात म्हणाली. एकीकडे ती स्वतःचं गुलाबी, पोपटी, भरपूर ड्रायफ्रुट घातलेलं मलईदार आइस्क्रीम, छोट्या लाकडी चमच्याने चवीने खात होती.

“निशा, तुला हिच्यासारखं कसाटा पाहिजे का?”

“नाही, नाही. तुमचं दोघांचं चालू द्या.”

“निशा प्लीऽऽज! तुला टाकून आम्ही दोघांनीच कसं खायचं?”

“हं! इतकं काही ते अवघड नक्कीच नाही.” तिच्या मनातला सैतान आज मोकाट सुटला होता.

“माझ्यासाठी तरी घे ना.”

“अरे पण, तिला नकोय ना, का तू एवढा आग्रह करतोयस मघापासून?” पूजाने फटकारलं.

“नाही. तिला हवंय ते.” राजूने निशाची हनुवटी उचलून तो थंडगार वितळता आइस्क्रीम बार तिच्या ओठांना लावला. त्याबरोबर चिकट पांढरा द्रव काडीवरून ओघळला. निशाने तोंड उघडलं.

ते पाहताच पूजा गाडीत जाऊन बसली.

संध्याकाळी घरी गेल्यावर राजूच्या बेडरूममधून रडण्याचे आवाज येत होते. “काही नाही. ती जरा दमली आहे. थोडी झोप झाली की बरं वाटेल तिला.” बायकोविना प्रथमच एकटा जेवायला बसलेल्या राजूने खुलासा केला.

“हे काय नाटक आहे? तिनं खाल्लं नाही, तर पोटातल्या बाळाला त्रास होईल ना. तुझ्या बायकोला एवढी सुद्धा अक्कल नाही?”

“जाऊ दे ना मम्मी!” राजू अस्वस्थ होत म्हणाला, “त्याचा एवढा कशाला बाऊ करतेस तू?”

त्याच्या बायकोबद्दल उघडपणे टीका करता आली याचा आनंद मानावा, की तिच्या पोटातल्या बाळाची चिंता करावी हेच सोनाला कळेना.

राजूने जेवण संपवलं, आणि एका प्लेटमध्ये जेवण वाढून घेऊन बेडरूमकडे गेला.

“काय झालं गं निशा?” सोनाने लेकीला विचारलं.

"काही नाही गं, राजूने मला आइस्क्रीम घेऊन दिलं!" निशा हेतूपूर्ण स्वरात बोलली. तिला वाटलं, आता आई चार शब्द आपल्या बाजूने बोलेल.

"दिवस राहिले ना, की काहीजणींना होतं असं." सोनाने सावध शेरा मारला, "आणि तुझ्या वडिलांना घरात शांतता हवी असते."

"माझी मुलगी आणि सून यांनी एकत्र कसं राहायचं हे शिकून घेतलंच पाहिजे." यशपाल म्हणाला. त्याच्याजवळ आल्यानंतर मतभेद सहसा गायब होत असत.

"एका छोट्या गोष्टीवरून इतकं काही घडत असेल, तर कशाला पाठवता मला त्यांच्याबरोबर?" निशा म्हणाली. तिला फसवल्यासारखं वाटलं. तिची आई आता तिच्या बाजूने नसे. पूजा कशीही वागली, राजू कसाही वागला, तरी आई त्यांच्या समर्थनासाठी सबबी शोधत राही. हे सगळं तिचा मुलगा आणि होणारं नातवंड यांच्याकरता.

दुसऱ्या दिवशी सकाळीच पूजा तिच्या आईकडे निघून गेली. संध्याकाळी राजू, आपल्या गरोदर बायकोला परत आणण्यासाठी सासुरवाडीला गेला. त्याच्या आईने त्याला आधीच सांगून ठेवलं होतं, की तिला काही बोलू नकोस. गरोदरपणी बायका होतात अशा मूडी. त्याला बघताच पूजा रडू लागली. ती अशी न सांगता निघून आली म्हणून तिने माफी मागितली. पण स्वत:च्या रडण्याने ती मम्मीजींना आणखी काळजीत टाकू इच्छित नव्हती. मग एकच मार्ग. घरातून बाहेर पडणं. आता तिला त्याचा पश्चात्ताप होत होता. घरी सगळे काय म्हणत असतील? पण तिला बरंच वाटत नव्हतं. सगळं असह्यच झालं. मग काय करणार?

"बरं बरं! आता चलायचं ना घरी?" मनातून वैतागलेला राजू म्हणाला.

पूजाने मोठ्या लाडाने, अत्यंत मोहकपणे आपल्या हातांचा विळखा त्याच्या मानेभोवती घालून आपलं पुढे आलेलं पोट त्याच्या जांघेजवळ घट्ट दाबून धरलं. आता त्या पोटापासून तुला सुटका नाही. यातलं बाळ आणि त्याची आई, निर्विवादपणे तुझीच आहेत. त्याची सुटका होणार नव्हतीच आणि तिचं मांसल शरीर त्याला इतकं छान बिलगलेलं असताना त्याला सुटका नकोच होती!

पूजाचा तिरस्कार करताना निशाने आईला साथ दिलेली होती. पण आता आईला तिच्या सुनेतच स्वारस्य निर्माण झालेलं होतं. तिने लेकीला सोयीस्करपणे बाजूलाच ठेवलेलं होतं. तिला वाटलं, बाळाचा जन्म झाल्यानंतर वेगळा संघर्ष सुरू होईल. त्याच्यावर हक्क-प्रतिहक्क सांगण्यासाठी तुझं-माझं होत राहील. पण तेही कायम टिकणार नाही. कारण प्रेम काय किंवा तिरस्कार काय, कायम कोणतीच भावना टिकत नाही. या सगळ्यात ती कुठवर टिकू शकणार आहे? तिला असल्या

ठिसूळ साहित्यातून स्वत:चं जीवन उभं करायचं नव्हतं. सकाळी साडेआठ ते साडेबारापर्यंत तिची शाळा असायची. पण हेही कमीच होतं. तिला आणखी काहीतरी करायचं होतं. आणखी... आणखी... पुरुष कसे, सकाळपासून संध्याकाळपर्यंत बाहेर कामातच असतात. तिलाही तितकंच जास्त काम करायचं होतं. जगात इतरही बरेच उद्योग आहेत. काही ना काही शोधून काढायलाच हवं.

होता होता पूजाच्या डोहाळेजवणाची वेळ येऊन ठेपली. नवीन जन्म घेणारं बाळ आणि त्याच्या आईला सगळ्यांनी भेटवस्तू द्यायच्या. त्या समारंभासाठी बोलावलेल्या भटजींचं, मधमाशीच्या नरासारख्या गुंगू आवाजात मंत्र म्हणणं चालू होतं. जमिनीवर कोरी पांढरी चादर घालून त्यावर सगळे देव ठेवलेले होते. त्याच्या समोरच पूजाला बसवलेलं होतं. तिचं पोटच प्रामुख्याने उठून दिसत होतं. तिच्या दोन्ही खांद्याभोवती सिल्कची भारी बनारसी साडी लपेटून समारंभाची सांगता करण्यात आली. मग सगळ्या नातलगांना जेवण. 'पूजा, तू तिथे जेवणाच्या गडबडीत येऊ नकोस. आधीच दमलेली आहेस तू. जा जाऊन झोप जा. विश्रांती घे. आडवी पडून राहा. आणि निशा, तू हे ताट घेऊन जा तिच्याबरोबर. तिला झोपल्या झोपल्या खाऊ घाल. जा लवकर जा ना. पूजाची आई बघतेय तिकडून.'

"बघतेय तर बघू दे खुशाल!"

"एक मुस्काडीत देऊ का ठेवून?"

निशा निमूटपणे भावजयीबरोबर गेली.

यानंतर बरोबर सहा आठवड्यांनी पूजाने मुलीला जन्म दिला. पण पूजाचं नशीब इतकं चांगलं की मुलगी झाली तरी तिचा भाव किंचितही कमी झाला नाही.

"काही हरकत नाही. अजून काय तुम्ही म्हातारे नाही झालात. पुढे होईल मुलगा. आधी बहीण आली. मागून भाऊ येईल. हो! आणि देवाच्या कृपेने, मुलीला मंगळही नाही आला. बरं का!"

सोनाने तत्परतेने नातीच्या मनगटाला आणि घोट्याला काळे धागे बांधले. दररोज तिच्या कपाळावर काळी तीट लावायला सुरुवात केली. इतक्या काळ्या वस्तू असल्यावर काय बिशाद कुणा वाईट नजरेची, त्या छोट्या जीवाकडे पाहण्याची?

मुलीचं नाव 'श'वरून ठेवणं शुभ असल्याचं कळलं. पूजाने 'शुची' हे नाव निवडलं. आणि तेच नाव निश्चित करायला, कुटुंबीयांना भाग पाडलं.

बारशाच्या दिवशी हॉलच्या पुढच्या अर्ध्या भागात आलेल्या भेटी मांडून

ठेवल्या होत्या. त्यातील जास्तीत जास्त भेटी पूजाच्या कुटुंबाकडून आलेल्या होत्या. पेस्टल कलरच्या कशिदा काढलेल्या चादरी, उशांचे अभ्रे, सॉफ्ट टॉईज, इंपोर्टेड गाणारी खेळणी, दूध पाजायच्या बाटल्या, sterilizing kits, फॉरेनची फॅशनेबल बाबागाडी, बाळाचं सामान ठेवण्यासाठी फॅन्सी बॅग्ज, बाळाच्या आईसाठी आत्यासाठी, आजीसाठी सिल्कच्या साड्या, असंख्य बेबी फ्रॉक्स, स्वेटर्स, चड्ड्या-लंगोटांचे ढीग.

घरापुढच्या बागेत शामियाना उभारला होता. मधोमध उभारलेल्या वेदीवर, गुरूजींसमोर पूजा, मुलीला घेऊन बसली होती. बराच वेळ यथासांग होमहवन, मंत्रोच्चारण करण्यात आलं. पुष्कळ पाहुणे बोलावले होते. ते खात होते, पीत होते आणि आलेल्या भेटी पाहून कौतुक करत होते. मुलीचा गोरा रंग, ती तिच्या आत्यावर गेली आहे (सोनाचं मत, आधार– निशाचे लहानपणीचे फोटो) की पूजासारखी दिसते (पूजाच्या आईचं मत– आधार– पूजाचे लहानपणीचे फोटो) यावर पाहुणे चर्चा करीत होते.

निशाला बाळ खूपच आवडलं होतं. पण ते पूजाचं होतं. त्यामुळे तिने आपल्या भावना मनातच ठेवल्या. शनिवारी– रविवारी ती बाळाला लांबूनच बघायची. तिची आई व्हरांड्यात उन्हात बसून बाळाला तेलाचं मालिश करायची. पूजा जवळच बसलेली असायची. बाळाचे इवलेसे हातपाय सोना हळुवारपणे वर-खाली करायची. दोन हात, दोन पाय गुच्छासारखे एकत्र करून पुन्हा सोडून द्यायची की बाळ खदाखदा हसायचं. अशाच एका क्षणी निशाने हळूच पुढे होऊन तिच्या मऊ मऊ काळ्याभोर केसांना स्पर्श केला. त्याबरोबर बाळाने मान वळवून पाहिलं आणि आपल्या आत्याकडे पाहून तो बाळजीव खुदकन हसला. ममतेने निशाचं हृदय भरून आलं आणि तिने तेलाच्या वाटीत बोटं बुडवली.

“मला वाटतं, आता पाणी तापलं असेल मम्मीजी!” असं म्हणत नेमक्या क्षणी पूजाने, टोपडं असलेल्या टॉवेलमध्ये मुलीला गुंडाळून, उचलून घेतलं. घाईगडबडीत बाजेवर ठेवलेली तेलाची वाटी उपडी झाली आणि त्यातलं तेल सांडलं. पिवळ्या घट्ट तेलाचे थेंब बाजेच्या दोऱ्यांमधून खाली फरशीवर ठिपकू लागले.

“सांडू दे मम्मी. मी आयाला पाठवते साफ करायला.” पूजा म्हणाली.

विजयाने पाठ फिरवून जाणाऱ्या पूजाकडे निशा बघतच राहिली. आईच्या खांद्यावरून तो गोरा-गोबरा चेहरा, आपल्या गोल गोल डोळ्यांनी तिच्याकडेच पाहत होता.

अशाच आणखी एक-दोन प्रसंगानंतर हे स्पष्ट झालं, की पूजा निशाला, मुलीला हात लावू देत नव्हती.

एका शनिवारी, मावशीसमोर पूजाने आईशी या मुद्यावर वाद घालायला सुरुवात केली.

"ही गोष्ट खरी आहे की नाही? सांग आता."

"समजून घेण्याचा प्रयत्न कर निशा. नुकतंच बाळ झालेल्या स्त्रीच्या मनात अनेक प्रकारच्या शंका असतात."

"म्हणजे? आता या घरात मी अस्पृश्य झाले आहे?"

"बस झालं निशा! तुझं ना, प्रत्येक गोष्टीत नाटक!" सोनाने फटकारलं.

"पण डॉक्टरांनी सांगितलं आहे, हिला होणारा त्रास संसर्गजन्य नाही म्हणून!" रूपाने सांगून पाहिलं.

"मला माहीत आहे ते! पण तुला तरी माहिती आहे ना रूप, नुकत्या आई झालेल्या मुली किती संशयी असतात ते?"

"पण निशा बाळाची आत्या आहे. वडिलांची सख्खी बहीण! घरातल्या घरात असं होत असेल, तर ते थांबवायला पाहिजे."

"अरे बाबा, त्या बाळाला जरा मोठं तर होऊ दे!" सोना सुनेची बाजू घेत म्हणाली, "गर्भारपणी त्या पोरीला इतका त्रास झाला आहे. त्यामुळे ती जरा जास्त जपतेय बाळाला, एवढंच!"

"तरी पण ही वागण्याची पद्धत बरोबर नाही दीदी, तुला सुद्धा खूप त्रास झाला होता बाळंतपणाचा. पण म्हणून तू अशी नाही वागलीस कुणाशी!"

त्यावेळी, पूजा कशी डिव्हाईड अँड रूल पॉलिसीने वागतेय, आईमध्ये आणि तिच्यामध्ये फूट पाडण्याचा कसा पद्धतशीर प्रयत्न चालला आहे, हे सगळं तिला वर्णन करून मावशीला सांगता आलं असतं. पण त्यापेक्षा तिने रडणं पसंत केलं. कारण ते सोपं होतं.

"अगं, अगं, हे काय बेटा? असं रडू नये!" मावशीने जवळ घेऊन भाचीचा दुखरा हात कुरवाळला.

"कशाला मला स्पर्श करतेस? तुला ही 'हे हे असंच' झालं म्हणजे? दूर हो!" भाचीने सुनावलं.

तिथे शांतता पसरली. तेवढ्यात पूजा आली. "मम्मी जरा घ्या हिला. मी हिची बाटली भरून आणते." ते लुकलुकत्या डोळ्यांचं गाठोडं तिने आजीच्या मांडीवर ठेवलं. "त्या आयाला संत्री आणायला पाठवलं, दोन तास झाले तरी अजून आली नाही. आपल्याला पाहिजे तेव्हा कध्धी हजर नसते."

पूजा आत गेल्यावर रूपाने विचारलं, "घरात इतक्या बायका असताना हिला आयाची काय जरूर आहे?"

"या पोरीला प्रत्येक पाऊल उचलताना नोकर लागतो. पण ही आया माझ्या सुद्धा पावलांना, पाठीला मसाज करून देते बरं का! हल्ली दुखतात ना!" असं कौतुकाने सांगत सोना मुलीला घेऊन स्वयंपाकघराकडे गेली. लगेच निशा म्हणाली,

“बघितलंस मावशी? या घरात आता माझ्यासाठी जागा राहिलेली नाही. मला बाहेरच काढायचंय ना घराच्या? मग द्या वाटेल त्याच्याशी माझं लग्न लावून आणि काढा मला घराच्या बाहेर! मी काही बोलणार नाही!”

“हां हां निशू! असं बोलत असतात का?”

“कोणत्या राजपुत्राची वाट पाहतायत हे? का मला तशीच ठेवायचीय जन्मभर?” निशा पुन्हा रडू लागली. तिला वाटत होतं, मावशीसमोर किंचाळावं. ओरडावं. स्वत:चे केस उपटावेत. आईला न आवडणारा सगळा तमाशा करावा.

“नको, नको गं! आपल्या भविष्याविषयी स्वत:च असं अभद्र बोलू नकोस. अशानंच वाईट शक्ती आपल्याकडे खेचल्या जातात!” मावशीने दटावलं.

“मला वीट आलाय मावशी! वाटतं, एखाद्या आश्रमात जाऊन राहावं आणि निराधार विधवांची सेवा करण्यात आयुष्य घालवावं.”

मावशी डोळे विस्फारून पाहतच राहिली. “अरेरे! पोरीचं चित्त थाऱ्यावर नाही!’

“मी नुसतं बोलत नाही मावशी. करूनही दाखवीन. नाही राहू शकत मी इथं! त्या पूजीला पाहिलं की माझ्या सर्वांगाची आगाग होते... खाज सुटते... खाऽऽज! तुम्हाला वाटतं, आयुष्यभर मी अशीच कातडीच्या खपल्या काढत बसू?”

“तसं होऊ नये, म्हणूनच तुझ्या वडिलांनी नोकरी शोधून दिली ना तुला?”

“हो. दिलीय ना. फक्त चार तासांची! उरलेल्या वीस तासांचं काय? मी स्वत:ला मारून टाकू? म्हणजे खुश राहतील सगळे? सांगून ठेवते. असं अपमान सोसत मला या घरात राहायचं नाही! नाही, नाही, नाही!!”

मावशीने भाचीला कसंबसं शांत केलं. निशाला माहिती होतं. तिचा हा निरोप संध्याकाळपर्यंत अख्ख्या कुटुंबाला पोचलेला असेल.

रात्रीचं जेवण झाल्यावर यशपाल निशाकडे आला. नाहीतर नेहमी जेवण झाल्यावर सर्वजण हॉलमध्ये टी.व्ही. पाहत बसत. छोटं बाळ झाल्यानंतर तर हा कार्यक्रम नियमितपणे आणि आनंदाने सुरू झालेला होता. पण त्या दिवशी निशाने रात्रीच्या कार्यक्रमात सहभागी व्हायचं नाकारलं. ती छोट्या व्हरांड्यात एकटी जाऊन बसली.

“निशा, तू सगळ्यांबरोबर का नाही बसलीस आज?” वडिलांनी विचारलं.

“नाही वाटलं मला बसावंसं!”

वडिलांनी मोठा सुस्कारा टाकला. निशा खाली पाहत बसलेली होती. हॉलमधून येणाऱ्या प्रकाशात तिला चपला घातलेली रुंद सावळी पावलं दिसत होती.

“तुला हवंय तरी काय बेटी?”

“मला या घरातून जायचंय पापाजी. इथं माझ्यासाठी काहीच उरलेलं नाही.”

“तुला माहितीय. तुझं लग्न झाल्याशिवाय ते होणं शक्य नाही.”

"का? मी एखाद्या आश्रमात जाऊ शकते. तिथे निदान मी मानाने राहीन."

तिलाही ठाऊक होतं आणि तिच्या वडिलांनाही ठाऊक होतं की या निशाच्या बोलण्याला काहीच अर्थ नाही. असहाय्य, भरकटलेल्या, घरातून पळालेल्या, निराधार मुली आश्रमात जातात. हिच्या बाबतीत तशी कोणतीही परिस्थिती उद्भवलेली नव्हती. तरी सुद्धा ती आश्रमाचा उल्लेख करीत होती. त्यातून तिच्या मनाची निराधार अवस्था प्रगट होत होती.

थोडा वेळ शांत राहून वडील म्हणाले, "तुला पुढे शिकायचंय का?" निशा ओढणीच्या टोकाशी अस्वस्थ चाळा करीत गप्पच राहिली.

आपले वडील आपल्याला पुन्हा शिकायला पाठवताहेत? तिला धक्काच बसला. तिच्या भवितव्याबद्दलची आशा त्यांनी इतकी सोडून दिली असेल, असं तिला वाटलं नव्हतं.

"नाही." तिने सावकाश उत्तर दिलं, "मला अभ्यास करावासा वाटत नाही. काय दिलंय मला अभ्यासाने आजपर्यंत?" तिच्या मनात आलं. फक्त सुरेश, प्रतारणा, कुटुंबाला आणि स्वत:ला दु:ख.

"तुला Play Way मध्ये आनंद मिळत नाही का?"

"पापाजी, लोकांची मुलं सांभाळण्याच्या त्या कामाचा मला कंटाळा येतो हो! केवळ हेच माझं आयुष्य आहे का?"

तिच्या वडिलांनी पुन्हा दु:खाने उसासा टाकला आणि निशा भानावर आली. त्यांना दु:खी करण्याची तिची अजिबात इच्छा नव्हती. उलट त्यांना शोभणारी मुलगी बनावं असंच तिला नेहमी वाटायचं.

"मला दुसरीकडे कुठेतरी पाठवून द्या पापाजी." ती म्हणाली. आपण नजरेसमोर नसलो, की आपली अवस्था पाहून त्यांनी निदान दु:खी व्हायला नको.

या वेळेपर्यंत यशपालही वैतागला होता.

"हे बघ निशा, पुन्हा मला तुझ्या तोंडून असे शब्द ऐकायचे नाहीत. हे सगळं घर तुझं आहे, माणसं तुझी आहेत. का उगीच असं अनाथ असल्यासारखं बोलत राहतेस तू?"

आपण इतकं जास्त बोलून बसलो. आता ते सुद्धा रागावलेत आपल्यावर.

"सॉरी पापाजी!" निशा पुटपुटली.

"चल आता घरात ये. तू नसलीस की बरं नाही वाटत आम्हाला. ते सगळे पिक्चर पाहताहेत. तू पण पाहा. चल ये बरं!"

ती गुपचूप आत जाऊन पिक्चर बघायला बसली. त्यानंतरचे काही तास तिने एकत्र बसून पिक्चर पाहणाऱ्या सुखी कुटुंबाचा भाग असल्याचं नाटक चालू ठेवलं.

आणि त्या रात्री तिला वेड्यासारखं खाजवण्याचा जणू अॅटॅकच आला. ती

संपूर्णपणे खाजेच्या कचाट्यात सापडली.

तिच्या आईने दुसऱ्या दिवशीच्या 'इमर्जन्सी अपॉईंटमेंट'साठी डॉक्टरांना फोन केला. आणि मग त्रासल्यासारखी म्हणाली, "तुला सारखं अधून मधून असं होत राहतं. त्या डॉक्टरांना वाटत असेल, आपल्या घरातच काहीतरी त्रासदायक घडत असलं पाहिजे."

"मला नाही जायचं डॉक्टरांकडे."

"हो! मला हे करायचं नाही, ते करायचं नाही. इकडे जाणार नाही, तिकडे येणार नाही. हे नको नि ते नको. दुसरं काही तू हल्ली बोलतच नाहीस." पुढे रागारागाने ओरडतच सोना म्हणाली, "चल आता, तयार हो. राजूला सांगते मी. तो घेऊन जाईल आपल्याला." राजूचा जीव आणि मन सगळं बायकोमय झालेलं असलं, तरी शरीराला बाकीची कर्तव्यं करावी लागत.

निशाला तपासून झाल्यावर हळुवारपणे डॉक्टर म्हणाले, "मनावर खूप ताण आला, की ही दुखणी अशी उचल खातात."

धटिंगणासारखा राजू बोलला, "आमच्या घरी असला ताणबीण काही नाही डॉक्टर."

"हे असं बऱ्याच वेळेला होतंय. ती बरी व्हायला लागते आणि पुन्हा दुखणं वाढतं. काय असतं, इंजेक्शनमुळे शरीर बरं होतं. पण विशेषतः या इसबाच्या दुखण्यात मनाची अवस्था शरीरावर परिणाम करते."

डॉक्टरांचे शब्द सोनाच्या हृदयातल्या जखमेत बाणासारखे जाऊन रुतले आणि तिच्या मनातलं शल्य बाहेर आलं.

"एकदा तिचं लग्न झालं ना, की सगळं काही ठीक होईल डॉक्टर. घरात धाकट्या भावाची बायको आलीय त्यामुळे हिला जास्त टेन्शन येतं."

निशाच्या चेहऱ्यावर उद्वेग आणि संताप होता. राजूच्या चेहऱ्यावर त्रासिकपणा, काहीसा ओशाळवाणा भाव आणि पुष्कळसा गर्वही. त्याचं नशीब त्याच्या बहिणीपेक्षा फार वेगळं होतं. त्याच्याजवळ घर होतं, बायको होती, सुखसोयी होत्या आणि मूलही झालेलं होतं. सगळं वेळच्या वेळी, जिथल्या तिथे.

नशीब भरकटलेल्या मुलीची आई पुढे म्हणाली, "डॉक्टर तिला केवळ तुम्हीच बरं करू शकता. पण आमच्या घरी कुठेच काही बिनसलेलं नाही बरं का. सगळं व्यवस्थित आहे."

प्ले वे शिक्षिकांची मधली सुटी झाली. कॉंक्रीटच्या अंगणात खेळून दमलेली मुलं थोडी शांत बसली होती. पुस्तकातल्या अक्षरांशेजारची चित्रं रंगवीत होती. आया भिंतीशी उकिडव्या बसून त्यांच्यावर लक्ष ठेवीत होत्या.

सगळ्याजणी चहा घेत बसल्या असताना एका वयस्कर शिक्षिकेने प्लॅस्टिक

पिशव्यांमध्ये पॅक करून आणलेले सूट पीसेस काढून सर्वांना दाखवले. "माझी बहीण एम्ब्रॉयडरी करून विकते. बघा तुम्हाला आवडतात का?"

सगळ्या उत्सुकतेने बघू लागल्या. 'शाळेतच शॉपिंग' हा रूटीनमधला बदल त्यांना हवासा वाटला.

"ती घरीच बनवते." सौ. त्यागी सांगू लागल्या, "ऑर्डर्सही घेते बरं का!"

निशाने एक सूट पिशवीतून काढून पाहिला. लिंबोळी रंगाच्या कापडावर पुढच्या बाजूला मोठी पिवळी फुलं काढली होती.

"तुझ्या अंगावर हा फार छान दिसेल." सौ. त्यागींनी शिफारस केली.

"चांगला दिसेल हो, पण त्यासाठी अर्धा पगार जाईल. त्याचं काय?"

"ए, खरंच गं खरंच! मस्तच दिसेल तुझ्या अंगावर." सगळ्या एकदमच म्हणाल्या.

"माझे पापाजी, त्यांच्या दुकानातूनच मला सूट आणतात." निशाने लाजत लाजत सांगितलं.

"मग काय झालं? आता एखादा तुझ्या कमाईतून घे. आता तू मिळवती झालीयस!"

"ही खरंच स्वस्तात देते अग. हाच पीस आपण दुकानातून घ्यायला गेलो ना, तर डबल पैसे द्यावे लागतील."

बाजारात पंजाबी सूटच्या किमती काय असतात याची निशाला कल्पना नव्हती. तिने कधीही स्वत: जाऊन काही खरेदी केलेलं नव्हतं. तिने कापडाला हात लावून पाहिलं. सिंथेटिक होतं. फुलं पाहिली. एकाच रंगात विणली होती.

टॅग वाचून तिने विचारलं, "तीनशे पन्नास रुपये?"

"तुझ्यासाठी फक्त तीनशे रुपये!"

निशा नकळत कापडावरून हात फिरवत राहिली. पण तिला त्यावर एकाच रंगाने काढलेली फुलं अजिबात आवडली नव्हती. किती खर्च आला असेल हा पीस बनवायला? ती हिशोब करून पाहू लागली. पण त्यासाठी लागणाऱ्या बऱ्याच वस्तूंचे भाव तिला माहिती नव्हते, आणि अचानक तिचे विचार स्वैर विहार करू लागले. एका क्षणी तिने स्वत:ला असे सूट तयार करून विकणाऱ्या मुलीच्या रूपात पाहिलं. तिला यातली पार्श्वभूमी होती. तिच्याकडे कापड वगैरे साधनं तयार होती. तिने हा व्यवसाय सुरू केला, तर या लहान मुलांना शिकवत बसण्यापेक्षा कितीतरी समाधान आणि पैसा मिळू शकेल!

सौ. त्यागींनी तिला स्वप्नातून वास्तवात आणलं.

"खरंच तुला फार शोभेल हा रंग निशा!"

"हो ना. मला पण तसंच वाटतं." दुसरीने दुजोरा दिला.

निशाने तो सूट विकत घ्यावा असं सगळ्यांनाच वाटत होतं. ती एका मोठ्या

दुकानदाराची मुलगी होती. ती काही त्यांच्यासारखी पैशांकरता नोकरी करीत नव्हती. त्यामुळे जणू तिची ती नैतिक जबाबदारीच ठरत होती.

तिने वेळ मारून नेण्याकरता म्हटलं, "पण आत्ता माझ्याकडे तेवढे पैसे नाहीत."

"अरे, त्याचं काय एवढं? तू नंतर दे पैसे!" तो सूट पुन्हा त्या पिशवीत नीट पॅक करून तिला देत सौ. त्यागी म्हणाल्या, "माझ्या बहिणीला फार आनंद होईल. मी नेहमी सांगते ना तिला, तू किती छान छान सूट घालून येतेस ते! मी तिला सांगितलं होतं, जर निशाने तुझा सूट खरेदी केला, तर तुझं काम चांगलं होतंय म्हणून समज."

इतर शिक्षिकांनाही सुटल्यासारखं वाटलं. चला! कुणीतरी एक सूटपीस विकत घेतला ना; आता त्यांच्यावरचं दडपण कमी झालं होतं.

निशा विचार करत होती. न आवडलेला कपडा खरेदी तर केलाय. आता महिन्याच्या पगारातला किती हिस्सा त्यात घालवावा लागेल? तो कपडा आपण पूजाला देऊ. मम्मी म्हणेल, "बघ पूजा, निशूने काय आणलंय तुझ्यासाठी!" पूजा खुश होऊन हसेल. कारण घरातली प्रत्येक गोष्ट ती आणि तिचं बाळ, यांच्याभोवती फिरत असण्याचीच तिला सवय झालीय ना!"

त्या दिवशी संध्याकाळी सगळ्यांसमक्ष तो सूट तिने पूजाला देत म्हटलं, "हा घे. मी तुझ्यासाठी आणलाय. मला वाटलं, हा रंग तुला फार खुलून दिसेल." तो घेत पूजा हसली. सोना हसली. निशाही हसली. पुरुष माणसांनी ते बघून संमतीदर्शक माना डोलावल्या.

निशा वडिलांशी बोलण्यासाठी योग्य संधीची वाट पाहत असताना, लहानपणी आईच्या तोंडून ऐकलेले शब्द तिला अचानक आठवले. 'तुझ्या वडिलांनी मदत केली नसती, तर तुझी मावशी व्यवसाय करू शकली नसती. तिला कल्पना नाही, पण तुझ्या वडिलांच्या ओळखी वापरल्या नसत्या तर आज तिचं एवढं नाव होऊ शकलंच नसतं. इतकं असून सुद्धा अनेक ठिकाणी स्वत: जाऊन, तिचा माल विकला जावा म्हणून शब्द टाकत असतात ते.'

मग? मला पण माझे वडील नक्कीच मदत करतील! तिने त्यांचा चहा, शुचीबरोबर खेळणं, सगळ्यांची जेवणं होऊ दिली आणि मग म्हणाली, "पापाजी, जरा बाल्कनीत येता? मला तुमच्याशी थोडं बोलायचंय."

तिने बाल्कनीतल्या पांढऱ्या प्लॅस्टिकच्या खुर्च्या समोरासमोर ठेवल्या. एक दीर्घ श्वास घेऊन सुरुवात केली.

"मला बिझिनेस करायचा आहे पापाजी!" ती असं काही म्हणेल असं यशपालच्या कल्पनेतही नव्हतं.

"रूपामावशीसारखा." त्यांना नीट कल्पना येण्यासाठी ती म्हणाली.

"काय करायचंय तुला?"

"मला सलवार सूट बनवायचे आहेत."

असं म्हणून तिने थोडक्यात सकाळची सगळी हकीगत सांगितली. लिंबोळी रंगाचा सूट, त्यावरची एका धाग्याची एम्ब्रॉयडरी, त्याचं कापड, किंमत सगळं सांगून म्हणाली, "मी यापेक्षा नक्कीच चांगलं काम करू शकते, पापाजी. प्लीऽज पापाजी! तुम्ही रूपामावशीला सुद्धा किती मदत केलेली आहे. मला तर नक्कीच कराल. कराल ना पापाजी?"

"रूपा मावशीला मूल बाळ नाही." तिचे वडील वैतागून म्हणाले.

"मला सुद्धा नाही."

मुलीच्या उत्तरातली तडफ आणि वस्तुस्थितीच्या रोखठोक उच्चाराने चकीत होऊन यशपाल पाहतच राहिला. निशा त्याच्यासमोर बसली होती. हात बांधलेले. स्पष्ट शब्द, डोळ्यांत आर्जव! हे शक्य होतं? अर्थातच शक्य होतं! निशा सांगत होती, तशाच प्रकारच्या व्यावसायिकांकडून तो स्वतःच दुकानासाठी सूट खरेदी करीत होता. पण त्याची मुलगी स्वतः तो व्यवसाय करणार? छे!! त्याने मान हलवली.

"प्लीऽऽज, पापाजी!!" निशाची व्याकुळ विनवणी. "मी सगळं तुम्ही सांगाल तसंच करीन; प्लीज, प्लीज! जर मला नाही जमलं, तर मी परत शिकवायला जाईन. पण वर्षभर मला हे करून पाहू द्या."

"एक वर्ष? अगं, तुला जम बसवायला कमीत कमी दोन वर्षं तरी पाहिजेत. धंद्यात काही नोकरीसारखं माणूस आपोआप रुळत नसतो. तुम्हाला चोवीस तास काम करावं लागतं, चोवीस तास!"

धंद्यासाठी कसे कष्ट करावे लागतात आणि ते किती कठीण असतात हे तिच्या मनावर ठसवण्यासाठी यशपाल पुन्हा पुन्हा तेच शब्द बोलत होता.

"पापाजी, मी काय करू शकते हे दाखवण्याची मला फक्त एक संधी द्या!"

धारदार आवाजात, ताठ मानेने, वडिलांच्या नजरेला नजर देत निशाने सांगितलं. तिच्या आवाजाची हीच धार त्याने आधी एकदा ऐकली होती. सुरेशशी लग्न करण्याचा निर्धार तिने व्यक्त केला तेव्हा. तो स्वर आज पुन्हा एकदा ऐकू येत होता. पण आता परिस्थिती अशी झालेली होती, की तो तिचं म्हणणं ऐकू शकत होता. आरामात घरी बसायचं सोडून, दिवसभर भरपूर काम करायची तिला इच्छा झाली; याचा अर्थ मनातूनच तिला काहीतरी उद्योग करण्याची प्रेरणा अनावर झाली असली पाहिजे.

"बेटी, मला विचार करावा लागेल. तुझ्या काकाशी एकदा बोलून घेतो."

"पापाजी, तुम्ही माझ्याबरोबर असल्यावर ते कशाला नाही म्हणतील?" निशा आग्रह करत म्हणाली, "मला काहीतरी असं काम करायचंय, ज्याला जगात किंमत

असेल. त्यामुळे मग आपल्याला पुढचंही सगळं...'' इथे ती बोलता बोलता थांबली; आणि मूकपणे वडिलांकडे पाहत राहिली.

''मी समजू शकतो बेटी. चल आता आत जाऊ या.'' त्यांनी बोलून न दाखवलेले शब्द तिला जणू ऐकू आले. तिने वडिलांना आनंदाने मिठी मारली आणि त्यांच्या कानात पुटपुटली, ''थँक यू पापाजी!'' वडिलांनी तिला प्रेमाने पोटाशी धरलं. तिची हनुवटी वर उचलून भरल्या गळ्याने म्हणाले, ''आता उदास, दुःखी होऊन कुढत बसायचं नाही. कळलं ना?''

''होय पापाजी!''

गेल्या अनेक रात्रींप्रमाणे त्याही रात्री विचारांनी निशाच्या डोक्यात पिंगा घालून तिला झोपू दिलं नाही. पण या विचारांची जातकुळी वेगळी होती. तिच्या प्रेमनाथ अंकलना व्यावसायिक लोकांबद्दल किती तिरस्कार वाटत असे आणि त्यांनी तिच्या अभ्यासाकरता किती कष्ट घेतले होते हे तिला आठवत होतं. पण दुकानदारांचाच उत्कर्ष होतो असं तिला दिसून येत होतं. पूजाचंच उदाहरण घेतलं, तर ती एका मोठ्या दुकानदाराची मुलगी होती, म्हणूनच आज वैगुण्य असूनही तिच्या जीवनाची गाडी इथवर पोचू शकली. चेहऱ्यावर डाग असूनही तिच्यात आत्मविश्वास होता. खरं तर निशा दिसायला पूजापेक्षाही सुरेख होती, तरी जास्त कौतुक पूजाचंच होत होतं. आता निशाने पूजापेक्षा पुढे जाण्याचा निश्चय केला. ती फक्त एका श्रीमंत माणसाची मुलगी म्हणूनच न राहता, स्वतःची संपत्ती कमावणार होती. तिच्या अंगात सुद्धा तिच्या वडिलांचं, व्यापारी घराण्याचंच रक्त खेळत होतं.

दुसऱ्याच दिवशी तिने मनातल्या कल्पना मावशीच्या कानावर घातल्या.

ती मावशीच्याच पावलावर पाऊल टाकून पुढे जाणार होती. तिला मावशीकडून प्रोत्साहन हवं होतं. तिचे आशीर्वाद हवे होते. तिचा सल्ला पाहिजे होता.

मावशीने निशाचं म्हणणं शांतपणे ऐकून घेतलं. पण मनातून तिला निशाबद्दल किती वाईट वाटत होतं, ते मात्र तिने बाहेर दिसू दिलं नाही. बिच्चारी माझी निशा! शेवटी तिला जीवनात स्वतःचा मार्ग स्वतःच शोधून काढावा लागला ना! काय नशिबात आहे पोरीच्या कोण जाणे!

''मग मावशी, काय वाटतं तुला?''

मनातले अश्रू मनातच जिरवून टाकत मावशीने भाचीकडे निरखून पाहिलं. सुरेश प्रकरणानंतर ती प्रथमच इतकी ताजीतवानी दिसत होती. खरं तर तिच्या या कल्पना, गेल्या सात-आठ वर्षांत, अनेक गरजवंत गृहिणींच्या मनात यायला सुरुवात झाली होती. माझा लोणच्याचा उद्योग जर एवढा वाढू शकला. मग निशा तर हुशार, शिकलेली, चलाख तरुण मुलगी आहे. तिच्या घरच्यांच्या धंदेवाईक

वर्तुळात भरपूर ओळखी आहेत. ती तर माझ्यापेक्षा जास्त यशस्वी होऊ शकेल. मग ती 'गरीब बिचारी लग्न जमत नसलेली नणंद' राहणार नाही. तिला बाळाला घेऊ द्यायचं की नाही हा प्रश्नच येणार नाही. उलट या आणि नंतर येणाऱ्या बाळांना घेण्याइतका वेळच तिच्याकडे नसेल.

"तुझी आई काय म्हणतेय?" तिने विचारलं. निशाने मान हलवली, "या गोष्टी मी पापाजींशी बोलून ठरवते."

'आपण किती मूर्ख आहोत' हे ठरवायला रूपाला काही क्षण लागले. मग नेमकी कशी भूमिका घ्यायची हे तिच्या लक्षात आलं. त्यानंतर पुढचे बेत आखण्यात आणि व्यावहारिक अडचणी काय काय येऊ शकतात याची चर्चा करण्यात वेळ कसा गेला हे दोघींनाही समजलं नाही.

यशपालने निशाच्या म्हणण्यावर पुष्कळ विचार केला. निशाला काम करण्यासाठी वेगळी जागा लागणार होती. त्याच्या डोळ्यापुढे एकच जागा होती. त्यांच्या घराचं तळघर. ते बिल्डरच्या मालकीचं होतं आणि त्याने ते सध्या 'गुडलास नेरोलॅक' कंपनीला माल ठेवण्यासाठी भाड्याने दिलेलं होतं. बिल्डरशी बोलून ते खाली करून घेता आलं असतं. ही कल्पना प्यारेलालला सांगून प्रथम त्याला विश्वासात घ्यायला पाहिजे होतं. नाहीतर वरच्या मजल्यावरून विरोध होण्याची शक्यता होती. घरच्या बाबतीत असे प्रश्न फार नाजूकपणे हाताळावे लागतात. कारण कोण कुठली गोष्ट मनाला लावून घेईल ते सांगताच येत नसतं.

निशाच्या एकूणच कहाणीने प्यारेलाल काकाचं हृदय इतकं द्रवून गेलेलं होतं, की या कल्पनेला त्याने मनापासून पाठिंबा दिला.

"भाई, अरे आपल्या मुलीचा प्रश्न आहे हा. तू कशाला काळजी करतोस? सगळं काही नीट करू आपण. मी बोलतो बिल्डरशी. घेईल तो समजून आपल्याला. घेऊन टाकू खालची जागा भाड्याने."

आणि मग प्यारेलालकाकाने ही गोष्ट अशी मनावर घेतली की बस्स! खरं म्हणजे त्याने कधी आयुष्यात, जरुरीपेक्षा एकही पैसा जास्त खर्च केलेला नव्हता. पण यावेळेला त्याने त्या बिल्डर व्याह्याला, गुडलास नेरोलॅक कंपनीकरता दुसरं तळघर शोधून काढायला लावलं आणि कराराची मुदत संपण्याच्या आधीच कंपनीकडून तळघर ताब्यात घेतलं. त्यासाठी स्वतःच्या खर्चाने रंगाची टिपं हलवून दिली आणि वर "अरे बाबा, आपली पोरगी बिझनेस करायला निघालीय. तिच्यासाठी एवढं नको करायला?" असं प्रेमळपणे ठणकावून सांगायलाही तो विसरला नाही.

पुरुषा-पुरुषांच्यात असं संगनमत झाल्यावर बायकांचीही यावर मोकळेपणाने चर्चा सुरू झाली.

२३

निशाच्या जीवनातलं हे नवं वळण सोनाला पसंत नव्हतं. "आता तिचं लग्न होणारच आहे आज ना उद्या, मग यात आणखी वेळ आणि पैसा कशाला घालवायचा? ते काय शाळेत शिकवणं थोडंच आहे? नवरा दाराशी आला, की दिला राजीनामा अन् झाली मोकळी?''

आईच्या या उद्‌गारांबद्दल निशा तिला कधीच माफ करू शकणार नव्हती. पूजा बाळाच्या विश्वात रमलेली होती, पण निशाने व्यवसाय सुरू केला, तर आपल्याही डोक्याची कटकट कमी होईल, असा विचार करून ती म्हणाली, "मम्मीजी, निशाला स्वत:चं काहीतरी व्यवधान मिळतंय ही चांगलीच गोष्ट आहे. मला नेहमी वाटायचं की त्या 'प्ले वे'मध्ये तिचा वेळ, शक्ती आणि बुद्धी वाया जातेय.''

वरची सुशिलाकाकू मात्र फार कडक टीका करू लागली. 'कशासाठी निशाला व्यवसाय करू देतायत हे? उद्या आमच्या सुनाही म्हणायला लागतील, की आम्ही पण आमचा व्यवसाय सुरू करतो म्हणून. मग कोणत्या तोंडाने नकार देणार आहोत आपण? आणि पैशांचं काय? ती जे कमावेल, ते तिलाच ठेवणार, की मुलं देतात तसं घरात देणार? या गोष्टींचा विचार केलाय का आधी नीट? काही वर्षांपूर्वी आशाला असाच घरी टेलर बसवून धंदा सुरू करायचा होता, तर तिला नाही दिली परवानगी. मग आता कुठे गेली ती तत्वं-बित्वं? विसरली?'

ही टीका उडत उडत सोनाच्या कानापर्यंत पोचली आणि संतापाने तिच्या अंगाची लाही लाही झाली! शेवटी पूजाला मध्यस्थी करावी लागली. तिने रेखाला सांगून सुशिलाचं मन वळवलं. 'बिच्चारी निशा! तिचं लग्न सुद्धा लवकर जमत नाहीये. घरात रिकामी बसून तरी काय करणार? त्यामुळे सध्या तुम्ही जरा जास्त समजून घ्यायला पाहिजे तिला. थोडं सहानुभूतीने पाहायला हवं तिच्याकडे.'

पण इतर कुणाला काय वाटत होतं किंवा कोण काय म्हणत होतं, याची निशाला अजिबरात फिकीर वाटत नव्हती. ती बघत होती. काकांच्या देखरेखीखाली गुडलास नेरोलॅक कंपनीने त्यांची रंगांची टिपं टेम्पोत घालून नेली, तळघर मोकळं

झालं. काका हे सगळं तिच्यासाठी करत होते, हे पाहून तिला खूप कृतज्ञ वाटलं आणि तिने मनोमनी ठरवून टाकलं, की पुन्हा कधीही कुटुंबावर भार होऊन राहायचं नाही.

शेवटचा टेम्पो गेल्यानंतर ती तळघराची जागा बघण्यासाठी खाली उतरली. यशपाल, प्यारेलाल, अजय, विजय, राजू, पूजा, रेखा, सोना, सुशिला सगळे तिच्याबरोबर होते. तिथे सगळा अंधारच होता. व्हेंटिलेटर्समधून प्रकाशाचे काही कवडसे आत येत होते तेवढेच. छताला आणि भिंतींना भगदाडं पडलेली दिसत होती. त्यातले दिवे आणि बटणांचे बोर्ड कंपनीच्या लोकांनी काढून नेलेले होते. ते पाहून वैतागलेला प्यारेलाल म्हणाला, "पाहा कसे हलकट लोक असतात! आमच्या चांगुलपणाचा गैरफायदा घेतला साल्यांनी. म्हणजे काही गरज नसताना मी त्यांच्या टेंपोचं भाडं भरलं; आणि त्यांनी मात्र एक बल्ब ठेवला नाही, की एक बटणसुद्धा सोडलं नाही पाहा! पाहिलंस बेटा, लोक धंद्यात कशी माया जमवतात ते?"

"हं! बघतेय काका!" ती म्हणाली खरं. पण मनातून ती थोडी घाबरलेलीच होती. भिंतीमध्ये आणि छतात पक्की बसवलेली विजेची बटणं, बल्ब, ट्यूब्ज काढून नेण्याइतकी दूरदृष्टी तिच्यात होती का? तिला शंका होती. तिने मनोमन प्रार्थना केली, "मला यशस्वी व्हायचं आहे. देवा, कृपा करून मला यश दे."

व्यवसायासाठी लागणाऱ्या लहानात लहान वस्तूपासून मोठ्यात मोठ्या फर्निचरपर्यंत सर्व गोष्टींची यादी तिच्या पर्समध्ये तयार होती. कपडे बेतणारे, शिवणारे, कशिदा काम करणारे कारागीर, शिवणयंत्रे, टेबल, कापडाचे तागे, धागे, बटणं, कात्र्या, टेप, लेसेस, चेन्स, मणी टिकल्या वगैरे. पण या सगळ्यांसाठी लागणारा पैसा ती कुठून आणणार होती?

त्या रात्री जेवण झाल्यावर यशपालने तिला बोलावून घेतलं. "बेटी, व्यवसाय करणं ही सोपी गोष्ट नाही." त्याने सुरुवात केली. निशा उत्सुकतेने ऐकत होती.

"सुरुवातीला मी तुला मदत करीन. पण नफा, नुकसान याची जबाबदारी पूर्णपणे तुझी राहील. तू शाळेत काम केलंस, तेव्हा तू शिकवलंस किंवा नाही, तरी महिन्याचा पगार तुला मिळायचाच. इथे तसं नाही. धंदा ही गोष्ट नोकरीपेक्षा फार वेगळी आहे."

"तो पगार किती होता पापाजी? फक्त सहाशे रुपये! म्हणजे काही न मिळाल्यासारखंच!" निशा उद्गारली.

"नाही, नाही. हा पैशाचा प्रश्न नाही." यशपाल तीव्र स्वरात म्हणाला. "याकडे पाहण्याचा दृष्टिकोन महत्त्वाचा आहे. समजा, तुम्हाला दरमहा सहाशे रुपयांचा घाटा व्हायला लागला, थोडे इकडे, थोडे तिकडे जायला लागले तर तुम्ही ताबडतोब गाळात जायला लागाल! आता नीट ऐक, मी तुला सुरुवातीला पंचवीस हजार देतो.

बघूया तू काय करतेस त्याचं?''

निशा श्वास रोखून ऐकतच राहिली. पंचवीस हजार रुपये! तिला एकदम मोठ्ठं झाल्यासारखं वाटायला लागलं. फक्त सहाशे रुपये महिना मिळवणाऱ्या तिच्यावर एकदम पंचवीस हजार रुपयांची जबाबदारी टाकली जात होती. कर्त्या सवरत्या मुलावर टाकला असता तसा विश्वास ते तिच्यावर, त्यांच्या मुलीवर टाकत होते!

''जागेचं भाडं सहा हजार आहे. पहिल्या महिन्याचं भाडं मी भरतो.''

तिच्याकडे तीस दिवस होते. तीस दिवसांत तिला पुढच्या महिन्याचं भाडं भरण्याइतके पैसे मिळवायलाच पाहिजे होते. तिने जणू प्रतिज्ञाच केली, 'मी यांच्याकडून घेतलेली पै न पै चुकती करीन.' पापाजींनी सांगितल्याप्रमाणे व्यवसाय हा व्यवसायासारखाच केला पाहिजे. होय, अशी धावपळ, असा उत्साह, असं आव्हान घेतच व्यावसायिक माणसं जगत असतात. तिला एकाएकी सगळ्या शिक्षिकांबद्दल कमालीची कीव वाटू लागली.

क्षणभर 'सांगावं की नाही?' अशा संभ्रमात राहून, नंतर तिचे वडील म्हणाले, ''आणखी एक गोष्ट. मी तुला आत्ता पंचवीस पंजाबी सूटची ऑर्डर देतो आहे. जर त्यातले काही, दुकानात एक महिन्यात विकले गेले नाहीत, तर तुला ते परत घ्यावे लागतील आणि जर का त्यांच्या क्वालिटीविषयी गिऱ्हाइकांची तक्रार आली, तर मात्र मी तुला पुन्हा ऑर्डर देणार नाही.''

निशाने त्यांच्याकडे पाहिलं. तक्रार? आणि तिच्या सूटबद्दल? काय म्हणतात काय हे? ऑर्डर पुरी करताना येणाऱ्या हजार अडचणींबद्दल तिला अजून सुतराम कल्पना नव्हती. पण त्या क्षणी तिला वाटलं, की आपल्या अंगातलं रक्त काढून त्याने यांना लिहून द्यावं, की 'मी तुम्हाला नक्की समाधानकारक क्वालिटीचाच माल पुरवीन.' इतक्यात तिच्या अंतर्मनाने तिला सावध केलं. ''हां हां! सबूर, सबूर!! सध्या आपल्याला नरमाईनेच वागायला हवं!''

तिने मान खाली केली. नम्रपणे म्हणाली, ''होय पापाजी!'' त्या रात्री सर्वात प्रथम तिने आपण होऊन टी.व्ही. लावला.

दुसऱ्या दिवशीपासून तळघरात कामाला सुरुवात झाली. दिवे, पंखे स्वीचबोर्ड्स पुन्हा बसवले गेले. एक पार्टिशन उभं करण्यात आलं. मोठ्या भागात टेलर्स आणि मशीन्स ठेवण्यासाठी आणि छोट्या भागात निशाचं ऑफीस आणि माल दाखवण्यासाठी सोय करण्यात आली. तळघराच्या भिंतींना सफेदी लावण्यासाठी थोडे दिवस लागले. तेवढ्या अवधीत निशाने कारागिरांचा शोध चालू केला.

सगळ्यात आवश्यक होता मास्टर टेलर. म्हणजे कपडे बेतणारा मुख्य शिंपी. वडिलांच्या सांगण्यानुसार एक दिवस अजमल खान रोडवरच्या बुटिक्सच्या मागच्या गल्लीतून निशाने तिच्या मावशीबरोबर फेरफटका मारला. माणसं ओळखून त्यांच्याशी

हुज्जत घालून ठरवण्यात मावशी तरबेज होती. ती सांगायची, "या मॅडम एक बुटिक चालू करतायत. त्यांना मास्टरजी आणि कारागीर पाहिजेत."

"किती देणार?" समोरचा माणूस विचारी.

"ते ठरवू ना. पण आम्ही कुणालाही नाराज करणार नाही एवढं नक्की."

असं म्हणून ती निशाचा नाव पत्ता लिहून, उद्यापर्यंत भेटण्यास सांगे.

दुसऱ्या दिवशी संध्याकाळपर्यंत निशाने पाच हजार रुपये पगारावर, मोहसीन खान नावाच्या मास्टरजीला कामाला लावून घेतलं. तो तीन हजार रुपये पगारावर एक सहाय्यक शिंपी आणण्यास कबूल झाला. आता तिला शाळेचा राजीनामा द्यायला हरकत नव्हती.

तिच्या कपड्यांना 'निशाज् क्रिएशन्स' हे नाव द्यावं, असं तिच्या वडिलांनी सुचवलं. त्यांनी बघितलं होतं, बऱ्याच जणी स्वतःच्या निर्मितीला स्वतःचं नाव देतात. पण त्या नावातली कलात्मकता तरीही कमी होत नाही. तिने पाचशे लेबल्सची ऑर्डर दिली. सुरुवात थोड्यापासून करावी. पण पैसे मिळवून भाडंही भरायचं आहे. तीन महिन्यात पाचशे तरी सूट बनवले पाहिजेत. तिचा स्वतःशीच संवाद चाललेला होता.

'मोतिया खान'कडून तिने सूटसाठी प्लॅस्टिक कव्हर्ससहित एक डिस्प्ले रॅक आणि दोन मशीन्स खरेदी केली. एक-दोन हजाराचं साधं शिलाई मशीन तर दुसरं चार हजारांचं– एम्ब्रॉयडरी करण्यासाठी. मोहसीनखान मास्टरजीच्या सल्ल्यानुसार तिनं करोल बागेतली पुस्तकांची दुकानं पालथी घालून, लेटेस्ट फॅशनची पुस्तकं आणली. आयुष्याच्या याही वळणावर तिला सुरैय्या भेटली. 'स्टार ॲन्ड स्टाईल– क्लॉथ्स फॉर यंग ॲट हार्ट' मासिकाची प्रकाशक म्हणून.

कापड, तिच्या वडिलांच्या दुकानातून तिला खरेदीच्या किमतीत मिळत होतं. पण धागे, लेसेस, बटन्स, हुक्स यासाठी 'सदर बझार'मधल्या होलसेल दुकानातच जायला पाहिजे होतं. तरच तिला ड्रेसेसच्या किमती कमी ठेवता आल्या असत्या. तिची आई तिला एकटीला तशा गर्दीत जाऊ द्यायला तयार नव्हती. पहिल्या वेळेला ती राजूला घेऊन गेली. दुसऱ्या वेळेला त्यांच्या दुकानातला विक्रेता मुलगा बरोबर आला. तिसऱ्या वेळेला कुणाला न सांगता ती एकटीच जाऊन आली. इतरांच्या खांद्यावर उभं राहून तिला तिचा व्यवसाय करायचा नव्हता.

रंग आणि डिझाईनबद्दलच्या तिच्या कल्पनाशक्तीचा रोजच्या रोज कस लागत होता. काही आठवड्यातच ती तयार ड्रेसमध्ये फेरबदल करून नवनवीन नमुने तयार करून देऊ लागली. मोहसीन मास्टरजी आता तिचा व्यवसाय मार्गदर्शक होता. मार्केटमध्ये सध्या काय जास्त चालतं, धंद्यातले काही आडाखे, काय काय सामग्री आणावी लागेल, ती कुठे चांगली नि स्वस्त मिळेल हे सगळं तो तिला सांगे.

मोहसीन दिवसाला पाच सूट बेतत असे. त्याच्या मदतीला तीन शिंपी, एक एम्ब्रॉयडरी करणारा आणि एक निरोप्या मुलगा, असा सहा कामगारांचा संच निशाकडे काम करू लागला.

ती आता काटेकोरपणे सर्व खर्चाचा हिशेब ठेवू लागली. एक सूट बनवण्यासाठी किती खर्च येतो? नोकरांचे पगार, जागेचं भाडं, शिवण मशीन्सची किंमत, चहाचा खर्च, कापडाची किंमत, हँगर्स, प्लॅस्टिक कव्हर्स, रिक्षाभाडं, धागे, लेस, हूक, कात्री यांच्या किमती. कोणताही खर्च सोडून देण्याइतका किरकोळ नव्हता.

दरवेळी वीज गेली की काम थांबू लागलं. त्यामुळे तिला इन्व्हर्टर घ्यावा लागला. म्हणजे आणखी दहा हजाराचा खर्च डोक्यावर आला.

कधी कधी तिला धंद्याकडे पाहताना अचंबा वाटायचा! किती काळजी घ्यावी लागते, सतत लक्ष द्यावं लागतं आणि प्रत्येक गोष्टीचा विचार करावा लागतो. म्हणूनच घरामधल्या अडचणीत लक्ष घालायला, धंदेवाईक पुरुषांना कित्येक दिवसात वेळ मिळत नाही. आता ती पण घरातल्या गोष्टींपासून अलिप्त झालेली होती. त्याऐवजी तिचा जीव नफा-तोट्याबरोबर वरखाली व्हायचा.

खरेदीला बाहेर पडायचं असलं, की निशाला सोनाची मदत घ्यावी लागायची. तळघरात काम करणाऱ्या कारागिरांवर लक्ष ठेवायचं, त्यांना काय हवं नको ते बघायचं, एम्ब्रॉयडरीचे नमुने तपासायचे, धाग्यांचा रंग जातो का ते बघायचं, डायर्सकडे वगैरे जाणारा पोऱ्या वेळेत परत येतो का याकडे लक्ष ठेवायचं.

कामाचं ठीक आहे, पण एरवी सोनाला तळघरात फार उदास वाटे. तिथे दमटपणा होता. भिंतींना दिलेला नवा रंग ओल आल्यामुळे खराब झाला होता. त्यामुळे भिंतींना एक कुबट वास येई. पण या कारागिरांवर वचक ठेवण्यासाठी निशाला आईची गरज होती. त्यांनी किती चहा प्यायचा, काम थांबवून जेवायला किती वेळ जायचं, संध्याकाळी केव्हा घरी जायचं, यावर नियंत्रण ठेवणं आवश्यक होतं.

पहिल्या दिवशी निशा आईवर कामं सोपवून बाहेर गेली. परत येऊन पाहते, तर आईने चांगलंच कर्तव्य बजावून ठेवलं होतं. तिने कामगारांना त्यांची जागा दाखवली होती. 'तो मास्टरजी जेवल्यावर चक्क झोप काढत होता. तू काय त्यांना झोपायचा पगार देतेस? चांगला ठणकावला त्याला.'

पुढचे दोन दिवस मास्टरजी आलाच नाही. त्याने आपला राग दाखवला. "मम्मी, अगं काय करून ठेवलंस तू हे?" निशा वैतागली. "दुपारी झोपला ना,

तरी दिवसाला पाच सूट कापून ठेवतोच ठेवतो तो. त्या 'ग्यान्स'कडे मला २० सूट्स परवापर्यंत पोचवायचेत. तो मास्टरजी आला नाही ना, तर माझ्या रेप्युटेशनची वाट लागेल! तुला माहितीय मार्केटमध्ये किती कॉंपिटिशन आहे ते?''

झालं! मम्मीला आला राग. ''हे बघ, तुला अशा चुका काढून वर मलाच फटकारायचं असेल ना, तर नको सांगत जाऊ मला तुझं काम. तरुण, अनुभव नसलेल्या मुलीचा, हे हाताखालचे लोक असाच फायदा उठवतात, म्हणून बोलले हो!''

यापुढे काही बोलण्यात अर्थच नव्हता. तो मास्टरजी जास्त ताणून धरण्याच्या अगोदर, निशाला नासीर शिंप्याला त्याच्या घरी पाठवावं लागलं.

पुढच्या वेळी ती आईला लक्ष ठेवायला सांगून खरेदीला गेली. तेव्हाही असंच झालं. यावेळी ती निरोप्या मुलाला रागावली. त्याच्यावर धागे खरेदी करताना पैसे खाल्ल्याचा संशय घेतला. ते त्याला मुळीच आवडलं नाही. तो नोकरी सोडून गेला. अर्थात तो काही मास्टरजीइतका महत्त्वाचा नव्हता. पण पुन्हा दुसरा मुलगा शोधा, इतर कामगारांनीही आईचं बोलणं मनाला लावून घेऊ नये म्हणून त्यांना खुश ठेवा; हे सगळं चीड आणणारं होतं.

घरात दुसरंही एक माणूस मदत करण्यासारखं होतं. पण त्याबद्दल उघड बोलणं झालेलं नव्हतं. शुची आता 'प्ले वे'मध्ये जाऊ लागलेली होती. त्यामुळे पूजा आता थोडी 'मोकळी' झाली होती. नणंद भावजयीच्या नाजुक संबंधांमुळे दोघींनीही स्पष्टपणे काही व्यक्त केलेलं नव्हतं.

पूजाने काळजीपूर्वक प्रयत्न सुरू केले. तिच्या सर्व मैत्रिणींना पूजाचे सूट्स कसे आवडतात, एका वर्षाच्या आत ती 'दीपसन्स'च्या तोडीचे सूट्स बनवू लागली आणि तरी त्यांना ३३ टक्के सूट देते, या सगळ्यावर त्या बेहद्द खुश असल्याचं ती निशाला सांगू लागली.

निशाला आनंद झाला पण तिने ते बोलणं तटस्थपणे ऐकून घेतलं. हाच धागा पकडून पुढे राजू म्हणाला, ''निशू, तुझे सूट्स सर्वांना खूप आवडताहेत!''

निशा समंजसपणे हसली. पूजाच्या मैत्रिणींच्या मोठ्या वर्तुळाला सूट्स पुरवायला ती आनंदाने तयार होती. शिवाय ती त्यांना किमतीत सूट द्यायलाही तयार होती. दुकानातल्या किमतीपेक्षा कमी किमतीत दिल्यामुळे त्यांचे बरेच पैसे वाचत होते. मात्र तिला त्यात तोटा नव्हता. ती म्हणाली, ''काल तो 'ग्यान्स'वाला पण विचारत होता, महिन्याला शंभर सूट पुरवाल का म्हणून. मी म्हटलं पाहते. आधी घरची ऑर्डर पहिली पूर्ण करणार. पण नंतर बाहेरचंही मार्केटिंग पाहावं लागणारच.''

आणखी काही दिवसांनी पूजाने निशाला स्पष्टच विचारलं, ''दीदी, तुला काही मदत लागत असेल ना, तर ती करायला मी आनंदाने तयार आहे.'' निशाने

आणलेल्या नव्याकोऱ्या मासिकाकडे आवडीने पाहत पूजा म्हणाली. यावर काय बोलावं ते निशाला समजेना. तिची मन:स्थिती द्विधा झाली. आईपेक्षा पूजा नक्कीच चांगली मदतनीस ठरेल. पण ती काही तिची आई-बहीण अशी नातेवाईक नव्हती. एकदा 'मदत कर' म्हणून बोलावल्यावर 'आता नको करूस मदत' असं म्हणणं अवघड झालं असतं. आणि अगोदर अनेक दिवस पूजाने तिचं मन:स्वास्थ्य बिघडवून ठेवलं, तसं काहीतरी होऊन बसलं असतं.

दरम्यानच्या काळात निशाच्या लग्नाच्या हालचाली सुरू झाल्या. निशाच्या वाढदिवशी कुटुंबाचे पुरोहित घरी आले होते. तिचं वर्षभराचं भविष्य सांगताना त्यांनी 'या वर्षी तिच्या लग्नाचे निश्चित योग' असल्याचं सांगितलं. शनीने आता पुढच्या राशीत प्रवेश केलेला होता. त्यामुळे त्याचा अनिष्ट, क्लेशदायक प्रभाव आता कमी-कमी होत चाललेला होता.

मग पाचशे एक रुपये आणि मिठाईच्या बॉक्ससहित बाबाजींची भेट घेण्यात आली. ते म्हणाले, "पहिल्या खड्याने त्याचं काम केलंय. आता तिने नवीन खडा घातला पाहिजे."

"तिच्या लग्नाचे योग आहेत का?"

"लवकरच. ती चांगल्या स्थळी पडणार आहे. पण तुम्ही घाई करू नका."

तिच्या लग्नाचा विचार आला की यशपालच्या मनात दु:ख दाटून येत असे. आता त्याने जाणीवपूर्वक त्या दु:खाची धार बोथट करण्यासाठी तिच्या व्यवसायाचा विचार करायला सुरुवात केली. त्यात निकोप आनंद आणि अभिमान होता. भल्याभल्यांना दमवून टाकणाऱ्या स्पर्धेच्या क्षेत्रात, फक्त एक छोटंसं कर्ज आणि सुरुवातीला वडिलांच्या असलेल्या बड्या बड्या दुकानदारांशी ओळखी, एवढ्या भांडवलावर तिने स्वत:ला सिद्ध केलेलं होतं. या एका वर्षाच्या कालावधीत तिने कामगारांची संख्या दुप्पट केली. इन्व्हर्टर खरेदी केला, जर्दोसी कामासाठी आरी मशीन घेतलं, सिक्वीन्स आणि मण्यांचं काम करण्यासाठी एक लाकडी फ्रेम तळघरात कायमस्वरूपी उभारण्यात आली. त्यावर काम करणारा कारागीर रात्री तिथेच झोपत असे.

पंचवीस हजारांपैकी निम्मं कर्ज तिने वडिलांना परत केलं. "पापाजी, तुमच्या आशीर्वादाने उरलेलं अर्ध पुढच्या वर्षीपर्यंत फेडू शकेन." असं म्हणून निशा हसली. कॉलेजमध्ये असतानाचा तजेला, रसरशीतपणा आता तिच्या चेहऱ्यावर परत येऊ लागला होता.

यशपालच्या मुलीची प्रगती होत होती. त्याच्या अपेक्षेइतकी नाही, पण तिची

प्रगती होत होती, हे निश्चित. कधी कधी त्याला जाणवायचं, की निशा ही राजूपेक्षा बुद्धिमान, पद्धतशीर काम करणारी आणि स्वतंत्र वृत्तीची आहे. तरी सुद्धा तिचं लग्न करून द्यायला हवं होतं. ते त्याचं कर्तव्यच होतं. आणि त्यातच तिच्या जीवनाचं सार्थक होतं. ती व्यवसायात कितीही यशस्वी ठरली तरी.

निशाही आता तिच्या बाजूने लग्नाच्या विषयाला प्रतिसाद देऊ लागली. ज्या घरातले लोक पुढे तिचा व्यवसाय चालू ठेवायला तयार असतील, तिला त्यात मदत करतील, अशाच स्थळाचा विचार करण्याचा निश्चय तिने जाहीर करून टाकला.

सोनाची याला जोरदार हरकत होती. 'टाईम पास' म्हणून काम करणं ठीक आहे. पण तुम्ही अशा अटी घालायला लागलात तर कोण पत्करणार आहे? लोकांना बायको हवी असते, सून हवी असते, मुलांची आई हवी असते. नवरे मुद्दाम 'बिझनेसवुमन' कशाला घरात आणतील? हिला जर अशा अटीतटीच घालायच्या असतील, तर कशासाठी आपण जाहिरात वगैरे देण्याचा व्याप करायचा, आणि पैसे मातीत घालायचे?

"तिला काम करायची इच्छा आहे, तर तिला काम करू दिलं पाहिजे." यशपाल ठामपणे म्हणाला. "माझं पहिलं कर्तव्य, तिचं मन सांभाळायचं आहे. तिच्या होणाऱ्या सासरची माणसं नंतर. आता तिच्या मनाप्रमाणे नाही वागलो, तर आपल्या डोक्यावरचं कर्माचं ओझं फार वाढेल. पुढे न पेलण्याइतकं होऊन बसेल."

"मुलीच्या प्रेमाने आंधळे झालायत तुम्ही. कर्माची ही काहीतरी विचित्रच कल्पना आहे तुमची. तिच्या सासरची माणसं काही तुम्हाला चांगलं म्हणणार नाहीत."

यशपाल यावर काही बोलला नाही. त्याचे विचार तो बायकोजवळ व्यक्त करू शकत नव्हता. तिच्या टोचून बोलण्याकडे त्याने दुर्लक्ष केलं. पण कुणीही निशाच्या हिशोबाच्या वह्या उघडून पाहिल्या असत्या, तर तिचा हा उद्योग म्हणजे निव्वळ 'टाईमपास' आहे, असं म्हणू शकला नसता.

२४

निशासाठी चाललेली वरसंशोधनाची मोहीम अखेर एका तिशी उलटलेल्या विधुरापाशी येऊन थांबली. सव्वीस वर्षाच्या वधूसाठी तो योग्यच म्हणायचा. सोना मुलाची माहिती सांगत होती. ''मूलबाळ नाही. भाऊ बहिणी नाहीत. फक्त तो आणि त्याची आई. दर्यागंजमध्ये घर आहे त्यांचं. तुझ्यासारखाच मंगळ आहे त्याला. त्यांना हुंडा नकोय. फक्त घरगुती वळणाची, कुटुंबवत्सल मुलगी पाहिजे. हा बघ त्याचा फोटो.'' विजयी मुद्रेने सोनाने मुलाचा फोटो निशापुढे धरला.

निशाने फोटो पाहिला. त्यावरून काहीच अंदाज येत नव्हता. फोटो फसवे असतात. तिचा स्वत:चाही तसाच होता.

''पहिल्या बायकोला काय झालं होतं?''

''वारली.''

''कशाने?''

''अपघाताने.''

''कसा झाला अपघात?''

''रस्त्यावर. वाहनाचा अपघात.''

''अरेरे!''

''ते येतील आपल्या घरी. तेव्हा तुझ्याशी त्याला एकांतात बोलायचं आहे.''

एकांतात? निशा घाबरली. आता ती पूर्वीची राहिलेली नव्हती. गेल्या पाच वर्षांत तिची त्वचा काळवंडली होती आणि त्याचबरोबर तिला तिचं भवितव्यही काजळी चढून विद्रुप झाल्यासारखं वाटत होतं. गतायुष्यात घडलेल्या, बंद गटारात झाकलेल्या घाणीसारख्या घटनांचा तिच्या मनाने झर्रकन आढावा घेतला. त्यांच्या जुन्या घराची गच्ची, आजीची खोली, विजयनगरमधली माडीवरची गलिच्छ रूम... तिथे घडलेल्या घटना आठवून तिचा थरकाप झाला. तिच्याकडे पाहून त्याला कशाकशाचा अंदाज येईल?

''एकांतात कशाला भेटायचं आहे? राजू कुठे पूजाला एकांतात भेटला होता?''

''अगं बाई, राजू लहान होता. त्याला हे काहीच माहिती नव्हतं. हा चांगला

चौतीस वर्षांचा माणूस आहे. एकदा लग्नही झालेलं होतं. त्याच्या मनात काही प्रश्न असतील, काही सांगायचं असेल, विचारायचं असेल. भेटायला काय हरकत आहे? आम्ही सगळे शेजारच्या खोलीतच असणार आहोत.''

''पण त्याला कशाला बघायचंय मला? मला नाही बघायचं त्याला. तुम्ही पाहिलंत ना, बस झालं!'' निशा हट्टीपणाने म्हणतच राहिली.

हं! आत्ता कुठे पोरगी ताळ्यावर आली. तिचं म्हणणं बरोबरच आहे. सोनाला कधी नव्हे ते, निशाच्या बोलण्याचं कौतुक वाटलं.

''हो ना, तशी गरज नाहीच आहे ग; पण त्याचा आग्रह आहे ना? मग भेटून घे. पण लक्षात ठेव हं! उगीच आपलं सगळं सांगून टाकू नकोस भडाभडा!'' आईने बजावलं.

त्याच क्षणी निशाच्या त्वचेला खाज सुटू लागली आणि ती इतकी अनावर झाली, की तिच्याही नकळत कुर्त्याच्या पातळ कापडावरूनच ती अंग खाजवू लागली.

दुसऱ्या दिवशी सकाळी, सोनाच्या दक्ष नजरेला निशाच्या कोपराच्या आतल्या बाजूला नवे चट्टे उमटलेले दिसले. ती एकदम वैतागून निशावर खेकसली.

''मुद्दाम करतेस का गं तू? आँ? मुद्दाम खाजवून खरूज काढतेस? कुणी बघायला येणार म्हणून सांगितलं रे सांगितलं, की सुरू तुझं खाजवणं! त्या मेल्या कारागिरांशी बोलताना नाही कुठे तुला खाज येत ती? तसलेच खालच्या थरातले लोक आवडतात की काय मी म्हणते तुला?''

निशाने अत्यंत तिरस्काराने आईकडे पाहिलं. शी:! किती क्षुद्र मन आहे हिचं! मला हिच्यापासून दूर जायचंय. या सगळ्यांपासूनच दूर जावंसं वाटतं मला! प्रत्यक्षात ती बेफिकीरपणे म्हणाली, ''हं! मला काय आवडतं, ते तुला कधीच समजलं नाही आणि समजणारही नाही.''

हो. वडिलांना म्हणावं, करा आणखी लाड. द्या अजून स्वातंत्र्य. डोक्यावर चढवून ठेवलीय! त्यामुळे तर अशी उलट बोलण्याची हिंमत करतेय ही! सोना आतल्या आत धुमसत राहिली.

निशाने रोजच्याप्रमाणे तिच्या कारागिरांबरोबर तळघरातल्या वर्कशॉपमध्ये दिवस घालवला. तयार झालेले कपडे तपासले. त्याबद्दल आणि इतर नव्या नमुन्यांबद्दल मोहसीनभाईशी चर्चा करत राहिली. त्यामुळे मनातलं विचारांचं रणकंदन शांत झालं. एक गोष्ट नक्की होती. तिचं लग्न कुणाशीही झालं, तरी दररोज न चुकता ती तळघरात येणारच होती. आता तिला सुद्धा असं वाटू लागलं, की त्या बघायला येणाऱ्या मुलाला हे सांगून टाकावं.

"हे बघा, ती दोघं राजूच्या रूममध्ये भेटतील." यशपालने सांगितलं. "दार उघडंच राहील बेटी. काळजी करू नकोस. आणि आम्ही जवळच आहोत ना, त्यामुळे तुला घाबरायचं कारण नाही."

तो माणूस तिच्याकडे कोणत्या दृष्टिकोनातून बघणार आहे, याची तिला काहीच कल्पना नव्हती. तिला अवघडल्यासारखं वाटणारच होतं. पण आता तिला कोणत्याही अपेक्षा नको होत्या. प्रतिस्पर्धी नजर नको होती आणि तिला बघून त्याने नजर फिरवावी हे तर नकोच होतं.

तो तिला बघायला येणार होता, त्यादिवशी ते तिच्या अंगावरचे चट्टे लपवून ठेवतील हे तिला माहिती होतं, पण लग्न झाल्यावर तरी ते त्याला दिसणारच होते ना? तिथे ते कोण लपवू शकणार होतं? आणि स्वयंपाकाचं काय? पूजाच्या आईवडिलांनी किती काळजीने तिच्यासाठी मोलकरीण पाठवण्याचा आग्रह धरला होता! त्या गोष्टीचं तिला प्रथमच कौतुक वाटलं. तिचे आईवडील पण असाच आग्रह धरतील का?

"पापाजी."

वडिलांच्या नजरेतलं प्रेम आणि काळजी तिच्या नजरेतल्या प्रेमाला आणि काळजीला भेटलं! तिच्या वडिलांसाठी ती वाट्टेल ते करायला तयार होती. अगदी काहीही! त्यांचा अपमान होऊ नये, त्यांना मान खाली घालावी लागू नये अशी तिची इच्छा होती.

"त्याला माझ्याबद्दल माहिती आहे का?"

वडिलांनी उसासा टाकला. "बाबाजींनी सांगितलं होतं, सगळी कल्पना द्या. त्यामुळे आम्ही सगळं सांगितलेलं आहे त्याला."

"म्हणूनच त्याला मला बघायचं असेल. कातडीवर किती डाग पडलेत ते बघायसाठी."

"निशू बेटा, उगाचच नर्व्हस होते आहेस तू! इतके डाग नाहीयेत तुझ्या अंगावर. ज्याला माहीत नाही, त्याच्या लक्षात सुद्धा येत नाहीत ते."

आता अशा या आंधळ्या प्रेमापुढे ती तरी काय बोलणार? वडील स्वत:च्याच नादात बोलत राहिले. "त्याला हुंडा नको आहे. पहिल्या वेळेला केलेली कोणतीही गोष्ट करताना त्याला भीती वाटते. पण आम्ही तुला देणार आहोत. तू आमची एकुलती एक मुलगी आहेस. तुझा तो हक्कच आहे."

"पापाजी, मला काही नको."

"उगाच मूर्खासारखं बोलू नकोस." आता मात्र यशपाल रागावला, "काही नको कसं? आपली रीत आहे ती. आम्ही आमच्या सुनांकडून घेतलं; आता आमच्या

मुलीलाही आम्ही देणारच.'' आणि तिने न विचारता तो आपण होऊन पुढे म्हणाला, ''आम्ही मोलकरणीबद्दल पण सांगितलं आहे त्यांना. जर तुझ्या सासूला पाहिजे असेल, तर ती तुमच्याच घरी राहील. नाहीतर सकाळी येऊन संध्याकाळी घरी जाईल. आम्ही देऊ तिचा पगार. आम्ही सांगितलंय की तुला किचनमध्ये मदत लागते. पूजाच्या कुटुंबीयांकडूनच आम्हाला कळलं, की असंही करता येतं म्हणून.''

हॉल सजवण्याचं काम पूजाकडे सोपवण्यात आलं होतं. निशाला पाहायला येणार होते, त्या दिवशी सकाळी ती आणि राजू हनुमान मंदिराजवळच्या फुलांच्या बाजारात जाऊन लाल आणि गुलाबी गुलाबांचे गुच्छ घेऊन आले. काळपट लाल रंगाच्या मखमली सोफ्यांशेजारी ते शोभून दिसणार होते. ते गुलाबाचे गुच्छ पितळ्याच्या दोन मोठ्या नक्षीदार फुलदाण्यांमध्ये घालून हॉलच्या दोन कोपऱ्यांत ठेवण्यात आले.

दिवसभर खपून सोनाने कचोऱ्या, हिरवी चटणी, दही भल्ले आणि हलवा तयार केला. चायनाचा टी सेट काढून ठेवला. तो स्वच्छ करून ठेवताना मोलकरणीवर खेकसून सोनाने स्वत:चा शीणभाग हलका केला. प्रसंग तणावपूर्ण होताच पण तो मंगलप्रसंग ठरण्याची जास्त आशा होती. दोघांच्या जीवनातला बराच मोठा वाईट काळ संपल्यानंतर एक मंगळ असलेला मुलगा, मंगळाच्याच मुलीला बघायला येणार होता.

''आणि आता तुला हात जोडून सांगते, या गरीब बिचाऱ्या आईवर दया कर! आजच्या दिवस तरी खाजवू नकोस.''

बेडरूममध्ये निशासाठी साडी, लांब बाह्यांचा ब्लाऊज आणि दोन डझन काचेच्या बांगड्या कपाटातून काढता काढता सोना बोलत होती.

''आणि दुसरं. उगीच जास्त बोलत बसायची गरज नाही हं!''

''पण मम्मी, मला जर त्याच्याशी लग्न करायचं असेल, तर मला काय आवडतं, पटतं, ते त्याला सांगायलाच पाहिजे ना?''

''ते नंतर. आत्ता नाही.''

''दीदी, पत्रिका चांगल्या जुळतायत बरं का!'' मेकअपची तयारी करता करता रूपा पटकन बोलली, ''लग्नाआधीच एकमेकांचे विचार समजले, तर ते चांगलंच आहे. यावेळी सगळं काही व्यवस्थित होणार आहे. मोलकरणीचं सुद्धा त्यांनी कबूल केलं. जुळवून घ्यायचं ठरवलेलं दिसतंय.''

रूपाने काळजीपूर्वक निशाच्या चेहऱ्याला फाऊंडेशन लावलं.

''बघ. मस्त वास आहे ना याचा? थोडा परफ्यूम लावू का?''

''अगं रूपा, परफ्यूममुळे उगीच खाजबीज आली तर? नकोच ते! आणि ते तिला बघायला येतायत. वास घ्यायला नाही!'' निशाची आई बोलली.

मेकअप करून झाल्यावर निशाचा चेहरा इकडे तिकडे करून सर्व कोनातून बघत रूपा म्हणाली, ''बघ, ठीक आहे?'' सोना साडी घेऊन शेजारीच उभी होती. तिलाच रूपाने विचारलं होतं.

''आणखी थोडं फाऊंडेशन लावावं असं मला वाटतं. हात आणि चेहरा एकाच रंगाचे दिसले पाहिजेत.''

निशाचे हात अजून पूर्वीसारखेच होते. नितळ, निष्कलंक, गोरेपान. लांबसडक बोटांची नखं फिक्या गुलाबी नेलपॉलिशने रंगवलेली. दोन्ही हातांत दोन दोन रंगीत खड्यांच्या अंगठ्या, कानातले आणि गळ्यातले दागिने एकमेकांना शोभणारे. तलम झिरझिरीत साडी. एकाच वेळी शरीराला उठाव देणारी आणि झाकून घेणारी!

दोघांची आतल्या खोलीतली भेट...

त्याने घसा खाकरला. निशाची नजर जमिनीला खिळलेली. ती न खाजवण्याचा आटोकाट प्रयत्न करीत होती. तिने जराशी हालचाल केली, तरी हातातल्या दोन डझन बांगड्या किणकिणाट करीत. तिने हातातल्या अंगठ्यांशी चाळा करीत, मान किंचित वर उचलून पाहिलं. तिला त्या माणसाच्या पँटच्या पट्ट्यावरून पुढे आलेलं पोट दिसलं. शर्टची बटणंही लठ्ठपणामुळे थोडी फाकल्यासारखी दिसत होती.

काय बघतोय तो माझ्यात? त्याला मी आवडलेली दिसत नाही. म्हणून तर काही बोलत नाहीये तो. साडीच्या काठाकडे बघत बसलेल्या निशाच्या मनात विचार चालले होते.

त्याने पुन्हा घसा साफ केला. तिने पुन्हा थोडी नजर उचलून वर पाहिलं. दळदार ओठांवर काळी मिशी. गोल घामेजलेला चेहरा, पोटासारखेच फुगलेले गाल, रंग लालसर सावळा. केसात कुठे कुठे रूपेरी बटा. काळ्या, केसाळ मनगटावर घट्ट रुतलेलं घड्याळ. हे सगळं तिने मनात नोंदवून घेतलं.

थोड्या वेळाने त्याने विचारलं, ''माझं पूर्वी लग्न झालं होतं, हे तुला माहिती आहे ना?''

निशाने मानेने होकार दर्शवला.

''मी तुला आधी भेटून बोलायचं ठरवलं. कारण मला असं वाटतं, की लग्न करण्यापूर्वी दोघांनी एकमेकांना जाणून घ्यायला पाहिजे.''

निशाने पुन्हा मानेनेच होकार दिला.

''पहिल्या लग्नाच्या वेळेला मी एकवीस वर्षांचा होतो. आई-वडिलांचा एकुलता एक मुलगा. माझे वडील लवकर वारले. आईला घरात सोबत आणि मदत पाहिजे म्हणून...''

पुन्हा मान हलवून होकार.

"ती सतरा वर्षांची होती. लवकर मूल झालं नाही म्हणून आई तिला दोष देऊ लागली. घरात दोघीच असायच्या. तिसरं कुणी नव्हतं. तशी ती अल्लडच होती अजून."

काय सांगतोय हा? त्याच्या बायकोला मारलं? की जीव दिला तिने? म्हणजे ती अपघाताची गोष्ट... रचून सांगितलेली होती?... खरंच याला नक्की काय म्हणायचंय?

तिने साडीच्या काठावर खिळवलेली नजर उचलून त्याच्या दोन पायांच्यामधे जमिनीवर लावली. स्वतःचे घट्ट उभे केलेले गुडघे पुढे मागे करून, ती थोडी सैलावून बसली.

त्याच्या मनावरही ताण आलाच असेल. या लग्नाच्या बाजारात इतरही कुणी घाबरून जात असेल, हे तिला आतापर्यंत कधी जाणवलेलं नव्हतं. त्यातून, एक पुरुष धास्तावत असेल हे तर अशक्यच!

"तुला काही बोलायचं नाही?"

"नक्की काय झालं होतं तिला? कशाने गेली?"

त्याचा चेहरा दुःखाने झाकोळून गेला.

"जाऊ दे. नका सांगू." ती समंजसपणे म्हणाली. पण मनात नाराजी होती.

त्याने तिच्याकडे बघितलं. नाही नाही. हिला कळलंच पाहिजे. तिला हक्क आहे जाणून घेण्याचा.

"ती रिक्षातून चालली होती. संध्याकाळच्या वेळेला. मार्केटमधून भाजी घेऊन घरी येत होती. तेव्हा एका बसने रिक्षा उडवली. मोठा अपघात झाला. गेली तेव्हा फक्त तेवीस वर्षांची होती."

त्याची जपून बोलण्याची पद्धत तिला तिच्या वडिलांसारखीच वाटली. आणि स्पष्टपणे जाणवलं, की तिच्या आयुष्यावर काळी छाया धरून असलेले ग्रह आता निघून जात आहेत...

निशा स्वतःच्याच विचारात असताना त्याने विचारलं, "तुला आणखी काही विचारायचं आहे का?"

सगळं काही ठरल्यासारखं तो बोलत होता. ते तिला जरा विचित्र वाटलं. पण हे सगळं असंच होत असावं.

"मी काम करते." ती म्हणाली.

"हो. कल्पना आहे मला."

"पुढेही ते चालू ठेवण्याची इच्छा आहे माझी."

"हं! तेही सांगितलं मला त्यांनी." तो जडपणे म्हणाला.

एवढंच म्हणायचंय त्याला यावर? ती निराश झाली. बसल्याजागी बैठक बदलत तो म्हणाला, "किती दिवसांपासून करतेयस हा बिझनेस?"

"दोन वर्षं झाली."

"दोन वर्षं!" मधे मोठी शांतता. आणखी विचार. "खूपच कष्ट घेतले असशील त्यासाठी."

त्याचं बोलणं तिला पुन्हा तिच्या वडिलांसारखं वाटलं.

"होय. माझ्या बुटिकचं नाव 'निशाज् क्रिएशन्स' असं आहे."

"आजकाल बऱ्याच बायका-मुली रेडिमेड्सचा बिझनेस करतात. मी दर्यागंजमध्ये पाहतो ना. आपापल्या घरातून बायका छोटी छोटी बुटिक्स चालवतात."

"पण मी माझं काम नाही सोडू शकत." ती आत्मविश्वासाने म्हणाली. कुणाशीही लग्न ठरलं असतं, तरी एक गोष्ट तिच्या नजरेसमोर स्वच्छ होती, की मी दररोज तळघरातल्या वर्कशॉपमध्ये येऊन काम करणारच.

"ओ.के. आपण असं करूया, आपल्या घराजवळ जागा शोधतो. ती मिळेपर्यंत तुला रोज इकडे यावं लागेल. ठीक आहे?"

निशा लाजली. पण मग तिच्या मनात शंका आली. त्याचे शब्द मनापासूनचे होते की उगीच वरवर बोललेले?

"आता एक शेवटचं." तो बोलू लागला, "आपण रजिस्टर लग्न करायचं. तुला चालेल ना?"

गेल्या काही वर्षांत झालेली त्यांच्या कुटुंबातली लग्नं तिच्या डोळ्यांसमोर आली. घरात समारंभाने सून आणायची किंवा मुलीची वाजत गाजत पाठवणी करायची. हे सगळं परंपरेनुसार झालं होतं. आपलं लग्न तसं होणार नाही. आपल्याला उत्सवमूर्ती ठरवून केलेले समारंभ नसणार. म्हणजे ते हास्यविनोद, चिडवाचिडवी, भारी भारी पोषाख, दागिने, लाल पांढऱ्या ठिपक्यांनी कपाळावर काढलेली महिरप, डोळ्यात काजळ, गालाला गालबोट (नजर लागू नये म्हणून) वाजत गाजत वरात, नवरा मुलगा घोड्यावर बसून मिरवत येणं, होमहवन, करवल्यांनी नवरदेवाचे बूट लपवून 'पैसे दो जूते लो' म्हणत पैसे उकळणं, बिदाई, सगळ्यांना रडू येणं, सर्व कार्यक्रमांचे फोटो, मोठे मोठे अल्बम यातलं काहीच होणार नाही?

आपल्या मनात या सगळ्या गोष्टी आपल्याही लग्नात घडण्याची इतकी आशा होती, हे तिला नव्यानेच उमगत होतं.

त्या माणसाने सरळ तिच्याकडे पाहत तिचा चेहरा वाचण्याचा प्रयत्न केला. "तुला आवडली नाही का ही कल्पना?"

"जरा विचित्र वाटते."

"तसं वाटतं खरं. पण वयाच्या चौतिसाव्या वर्षी हे सगळं करवून घेणं... मिरवणं वगैरे नको वाटतं मला!"

त्याचं म्हणणं पटल्यासारखी तिने मान हलवली. तिला वाटलं, पारंपरिक पद्धतीने धूमधडाक्यात लग्न करणं कदाचित आपल्या नशिबातच नसावं. पण

शेवटी लग्न झाल्यानंतरचं आयुष्य जास्त महत्त्वाचं. केवळ लग्नाचा दिवस नव्हे.

आता ती दोघं एकमेकांच्या नजरेला नजर देऊ लागली होती. आता त्याला एखादा खाजगी प्रश्न विचारायला काहीच हरकत नव्हती.

"एक विचारू? तुमची पहिली बायको दिसायला कशी होती? खूप सुंदर होती?" त्याने तिच्याकडे पाहिलं आणि तो हसला. आता त्याचंही अवघडलेपण गेलं होतं.

"तिचं सौंदर्य पाहून लग्न केलेलं नव्हतं."

निशाला बरं वाटलं.

"सौंदर्य-बिंदर्य असल्या गोष्टीत आम्हाला रस नाही. माझ्या आईला घरात कुणीतरी लागतं. त्यासाठी मला लग्न करायला पाहिजे."

निशाने मान हलवली. जगातले पुरुष लग्न का करतात? असा प्रश्न तिने विचारलेला नव्हता. ते तर जन्मापासून तिच्या डोक्यात भरवलं गेलं होतं.

आणखी एक-दोन मिनिटं ते त्या खोलीत बसले आणि मग दोघं बरोबरच खोलीतून बाहेर पडून, हॉलमध्ये बसलेल्या नातेवाईकांच्यात जाऊन मिसळले.

त्याच्या आईशेजारी बसताना निशा संकोचली. म्हातारीने तिची हनुवटी उचलून तिच्याकडे निरखून बघत विचारलं, "तुझं शिक्षण कुठे झालं बेटी?"

निशाने उत्तर दिलं नाही. आतमध्ये इतकी जिव्हाळ्याची चर्चा झाल्यानंतर हा जुन्या पठडीतला ठराविक प्रश्न ऐकून निशाला धक्काच बसला. म्हातारी तिच्याकडे पाहतच होती.

"निशा, सांग ना. सासूबाईंना उत्तर दे. त्या काय विचारतायत?" कोरसमध्ये आवाज आले.

म्हातारीने तिला सोडून स्वतःच्या मुलाच्या चेहऱ्याकडे निरखून बघायला सुरुवात केली. त्याला मुलगी आवडली असल्याचा अंदाज तिला आला. तोच अंदाज खोलीतल्या इतरांनाही आला आणि नजरेनंच एकमेकांपर्यंत पोचला सुद्धा. तेवढ्यात शुची रांगत जाऊन प्लेटमधली कचोरी घेऊन कुस्करू लागली. पूजाने हसत हसत पुढे होऊन तिला मागे ओढलं.

"काय खोडकर हो ही हल्लीची मुलं!" सोना मुलाच्या आईला उद्देशून म्हणाली.

"तशीच पाहिजेत बरं मुलं. मुलांच्या खोड्यांमुळे घरात मजा येते." मुलाच्या आईने स्वतःचं मत नोंदवलं.

आता आपण एकमेकांचे नातेवाईक होणार या विचाराने वातावरण सैलावलं. तणावाची, गांभीर्याची जागा आनंदाने घेतली. मग थोड्या इकडच्या तिकडच्या गप्पा, खाणं-पिणं झाल्यावर पाहुणे गेले.

ताबडतोब घरातल्या सगळ्या माणसांनी निशाला वेढा घातला.

काय म्हणाला तो? त्याला ती आवडली? तिने त्याला काय विचारलं? कशी झाली त्यांची भेट? त्यांना तिथल्या तिथे, तिच्या तोंडूनच ऐकायचं होतं. कसं झालं? काय झालं?

निशाला काही सांगता येईना. मनावरचा इतक्या वर्षांचा ताण एकदम हलका झाल्यामुळे तिला रडू यायला लागलं.

पटकन तिला कुशीत घेऊन, भरल्या गळ्याने सोना म्हणाली, ''बिच्चारं माझं लेकरू! फार फार सोसलंस बाळा तू! पण आता नवरी होणार गं माझी बाय!'' मायलेकींचे अश्रू एकमेकांत मिसळले. तो सोहळा साऱ्या कुटुंबाने आनंदाने पाहिला. सोनाने निशाची अलाबला घेऊन, आपल्या दोन्ही हातांची बोटं कानशिलावर कडाकडा मोडली.

पूजा निशाभोवती घोटाळत राहिली, तर बैठकीच्या वेळेला निशा नीट चहा पिऊ शकली नव्हती, म्हणून रेखा तिच्यासाठी गरम चहा करून आणायला पळाली. 'त्या' लोकांकडून अजून अधिकृत होकार आला नव्हता. पण जाताना 'मुलगी पसंत आहे' असं मुलाची आई सोनाजवळ बोलली होती. त्यावरून निशाचं लग्न जवळजवळ ठरलं आहे असं सगळ्यांना वाटत होतं.

अपराधीपणा, दुःख यांनी आता स्वतःचं चंबूगबाळं आवरायला सुरुवात केली होती. लवकरच ते 'टाटा' करून निघून जाणार होते.

अशा तऱ्हेने सर्व गोष्टी ठरल्यासारख्या झाल्यानंतर निशाची उत्सुकता व्यक्त होऊ लागली.

''ए मावशी, त्यांचं नाव काय गं?'' दुसऱ्या दिवशी रूपा आल्यावर निशाने विचारलं.

रूपा मावशी मोठ्याने हसायलाच लागली. ''कित्ती साधी भोळी गं तू निशा! अजून नावही माहिती नाही नवऱ्याचं?''

निशाच्या कपाळावर आठ्या उमटल्या. मावशीचा 'साधी भोळी' शब्द तिला अजिबात आवडला नव्हता. एका बिझनेसवुमनला भोळी म्हणणं म्हणजे 'तू पैसे हरवलेस' असं म्हणण्यासारखं होतं.

''अरविंद. त्याचं नाव अरविंद आहे.'' मावशीने सांगितलं.

''आणि दुकान कसलं आहे?''

''अपहोलस्ट्री. पडदे, गालिचे, बेडशीट्स विकतात ते.''

या गालिचेवाल्याच्या कितपत ओळखी आहेत कुणास ठाऊक? मला आणखी काही दुकानांच्या ऑर्डर्स मिळवायला उपयोग होईल त्यांचा? असं मनात आलं, पण उघड ती म्हणाली, ''तो फॅट वाटतो गं!''

"अगं निशा," तिच्याकडे आश्चर्याने पाहत रूपा म्हणाली, "दिवसभर दुकानात बसूनच काम असतं. शिवाय तळलेलं खाण्याची सवय असेल. नाही म्हटलं तरी चौतीस वर्षांचा आहेच की तो. याहून स्लीम असण्याची आपण अपेक्षा तरी कशी करायची? आणि एवढा काही तो लठ्ठ वगैरे नाही बरं का! उगीच आपली तू या गोष्टीचा बाऊ करू नकोस."

निशाला सुरेश आठवला. उंच, शिडशिडीत पायांना शोभून दिसणारी जीन पँट, सावळ्या पातळ पोटावर बेंबीपासून खाली जाणारी केसांची रेषा आणि लहान, सुबक, कुल्ले... भावना अनावर झाल्यावर तिने कितीदा तरी त्यांना स्पर्श केला होता!

पण आता... आता कदाचित सुरेशही या माणसासारखाच थोडा जाड झालेला असेल. राजू नाही का, लग्नानंतर सुटला आहे. त्याच्याही शर्टच्या बटणांवर वाढणाऱ्या ढेरीचा ताण यायला सुरुवात झाली आहे. लग्नातलं सोन्याचं घड्याळ आता त्याच्या रुंद, मांसल मनगटावर छानपैकी रुतून बसतं.

"आता फॅट वाटतोय ना. लग्न झाल्यावर कमी तेलातुपाचं करून खाऊ घाल त्याला. लगेच उतरेल. त्यात काय एवढं? सगळं आपल्या हातात असतं." मावशीचं बोलणं चालूच राहिलं. "पण मुलगा अगदी घरच्या माणसांना सांभाळणारा, कुटुंबवत्सल वाटतो हं! कळूनच येतं ते. खूप कष्टाळू असावा. आईला किती जपतो तो! दुसरं लग्न आहे म्हणून हुंडा सुद्धा घेणार नाहीये. पुन्हा सिगरेट, दारू कशाकशाचं व्यसन नाही. खरंच निशा, हवे ते सगळे गुण आहेत या मुलात. आणि पुन्हा इथून तसे जवळच राहतात ते. तुला नेहमी येऊन मम्मी-पापाजींना भेटता येईल. पूजा बघ बरं, किती वेळ माहेरी जात असते?"

"मी माझ्या कामासाठी रोज इकडे येणार आहे. कामगारांवर लक्ष ठेवायला नको?" निशाने बजावलं.

"ते बघू गं!" रूपामावशी समजावणीच्या सुरात म्हणाली, "आता तुझं प्राधान्य आधी घराला राहील."

अरविंदने तिच्या वर्कशॉपसाठी जागा शोधेन म्हणून म्हटल्याचं निशाने मावशीला सांगितलं नाही. तिला लाज वाटत होती. शिवाय आता म्हणतोय, पण त्याच्यावर कितपत विश्वास ठेवावा?

इतक्यात सोना तिथे आली आणि सगळी चर्चा नव्याने सुरू झाली.

"त्याची आई बरीच वयस्कर वाटली, नाही दीदी?" रूपा म्हणाली.

"बरंय ना! लवकर खपेल. म्हणजे माझी निशाच अख्ख्या घराची राणी होऊन राज्य करेल!" सोनाने हसत हसत भोचक शेरा मारला.

"शी! काय गं हे दीदी? इकडे निशाचं चांगलं लग्न ठरतंय आणि तू काय मरणाच्या अशुभ गोष्टी बोलतेस?" असं म्हणत रूपाही हसू लागली. तिला माहिती

होतं, अनेकांच्या मनात हाच विचार आला असेल, पण यावेळी त्याचा उच्चार करणं अशुभ होतं.

''चला! माझं काम संपलं! आता मी मरायला मोकळी झाले रूप!'' सोनाचा गळा दाटून आला. डोळे भरून आले आणि सुटकेच्या समाधानाने चेहरा उजळला.

निशाचं लग्न ठरल्याची शुभवार्ता सगळ्या नातेवाईकांना कळवण्यात आली. अर्थातच 'रजिस्टर करायचंय' या माहितीसह. 'साधेपणाने लग्न करायचा मुलाकडच्यांचा आग्रह आहे' हा खुलासाही सोबत होताच.

यावर बऱ्याच जणांचा विश्वास बसला नाही. 'कसलं आलंय? साधेपणाचं नाव आहे नुसतं. आतली 'ग्यानबाची मेख' आम्हाला माहीत नाही, असं थोडंच आहे?

'साधेपणाचं लग्न ठीक आहे हो! पण एकदम रजिस्टर? हे फारच झालं. नाही का?'

असे हलक्या आवाजात अनेक तर्क कुतर्क लढवले गेले. त्याची पहिली बायको, तिचा मृत्यू, तो जरा चमत्कारिकच मुलगा आहे, त्याला जगावेगळंच काहीतरी करायचं असतं, दोघेही मंगळाचे आहेत ना? आधीच लग्न जमायला इतका उशीर झालेला. त्यात आणखी थाटमाट पाहून कुणाची दृष्ट लागली म्हणजे? म्हणून करत असतील रजिस्टर.

लोकांचं कुजबुजणं चालूच राहिलं. अरविंदची बायको गेली, या दुःखाला तिच्या आईवडिलांच्या वागणुकीमुळे आणखी काळंकुट्टं विद्रुप स्वरूप आलेलं होतं. त्यांनी अरविंदवर नाही नाही ते आरोप तर केलेच, पण ते इतके लोभी होते, की त्यांनी मुलीला लग्नात घातलेले दागिने आणि हुंडाही परत मागितला. त्याने दागिने परत दिले. पण पैसा सहा वर्षांत दुकानामध्ये खर्च होऊन गेलेला होता. अगदी खालच्या थरातले दरिद्री लोकच असं वागू शकतात. असो.

पूजाचे आई-वडील, रेखाचे आई-वडील, यशपाल-प्यारेलालचं कुटुंब या सर्वांचे एकमेकांशी घट्ट बंध निर्माण झाले. कापडाच्या धंद्यामुळे त्यांची गाठ पडली. ओळख झाली आणि मग नात्याच्या धाग्यांनी त्यांना एकत्र बांधलं, विणून काढलं. एकाच रंगाने रंगवलं. त्या सर्वांना एका महावस्त्रात लपेटलं. आता निशाचा उभा धागा, दर्यागंजमधल्या कापड व्यापारी कुटुंबाच्या आडव्या विणीत गुंफला जाणार होता. पण इथे ती स्वतःचं कापड, स्वतःचे शिंपी आणणार होती. तिचा स्वतःचा व्यवसाय असणार होता.

कोणतीच गोष्ट 'चारचौघींसारखी' नसणाऱ्या या मुलीचं पुढे काय होणार होतं?

२५

बऱ्याच वर्षांनंतर निशा घरच्यांच्या अपेक्षेप्रमाणे वागू लागलेली होती. ती त्यांच्या कुटुंबातली एकुलती एक लाडकी लेक होती. ते तिला उदार हस्ते देणार होते. मुलाकडच्यांनी मागण्या न मागण्याचा प्रश्नच नव्हता. तो तिचा हक्क होता नि त्यांचं कर्तव्य. जसजसा लग्नाचा दिवस जवळ येऊ लागला, तसतशी खरेदीची मोहीम जोरात सुरू झाली.

एव्हाना निशाने स्वत:चे सर्व कपडे वर्कशॉपमध्ये शिवून तयार करवून घेतले होते. घरच्या सर्व स्त्रियांचे कपडे शिवण्याचंही काम तिच्याकडेच होतं. पारंपरिक पद्धतीच्या लग्नात साड्या बऱ्या वाटतात. पण अनौपचारिक विवाहासाठी, तरुण मुलींना नवीन फॅशनचे सूट्स हवे होते. सगळ्याजणी निशाकडे तळघरात वारंवार यायच्या. ती त्यांना मासिकं दाखवून नमुन्याचे ड्रेस दाखवून, कापड, रंग, लेसेस, एम्ब्रॉयडरी यांच्यात बदल करून कसं चांगलं दिसेल ते पटवून द्यायची.

घरातच बुटिक असल्याने किती फायदा होतो ते तिच्या सगळ्या मावस, आते, मामे बहिणी वारंवार बोलून दाखवायच्या. आणि आधीच्या लग्नातले त्रासदायक आणि विनोदी किस्से सांगायच्या. आता त्या छळवादी, पळपुट्या, बेशिस्त, लबाड शिंप्याकडे खेटे घालणं कायमचं बंद झालं म्हणून निशाला धन्यवाद द्यायच्या.

घरातल्या आणि बाहेरच्या ऑर्डर्स पुऱ्या करण्यासाठी निशाला आणखी दोन कामगार ठेवावे लागले. आता तिच्याकडे सहा शिंपी होते. सगळे मिळून रोजचे नऊ सूट्स शिवून तयार करीत. तिचं स्वत:चंच लग्न असल्याने आता ती पूजाचीही मदत घेऊ लागली. तिला मदत आवश्यक होतीच, शिवाय घरातलं नणंदा-भावजयांचं 'तू-तू, मैं-मैं' आता संपलेलं होतं.

'पूजा, त्याने शिवणी बरोबर घातल्यात का बघून घे.'

'पूजा, त्या मुलाने आणलेल्या लेसेस आधीसारख्याच आहेत ना? एकदा चेक करून घे.'

'पूजा, एम्ब्रॉयडरीच्या धाग्याचा रंग पक्का आहे ना? खात्री कर.'

'मागच्या ऑर्डरमधल्या एका ड्रेसचा कलर गेला होता.'

'त्या दुसऱ्या मुलाला रंगाऱ्याकडे पाठव. रंगवलेलं कापड आज देतो म्हणालाय.'

हे सगळं पूजा आनंदाने करत होती. 'सूटच्या किमती तू कशी काय निश्चित करतेस? मला शिकव ना!' असंही तिने एकदा निशाला विचारलं होतं.

"दीदी, तू आता इथे नसणार. मग मला सगळं माहिती करून घ्यायलाच हवं ना?"

किमती ठरवणं हा तर धंद्याचा गाभा होता. दररोज रात्री निशा ड्रेसेसच्या किमती ठरवायला बसायची. तेव्हा तिच्या व्यवसायाला लागणाऱ्या सर्व गोष्टींचा तिला एकत्र विचार करावा लागे.

तिच्या वडिलांनी ठरवून दिलेल्या पद्धतीनुसार प्रथम ती पायाभूत खर्च म्हणजे दुकानभाडं आणि विजेचं बिल यांचा खर्च धरत असे. त्यानंतर नोकरांचा पगार, कापड आणि इतर बटणं, लेसेस, एम्ब्रॉयडरी यांचा खर्च. मग वाहतुकीचा खर्च. या सगळ्यांची बेरीज करून त्यात पन्नास टक्के मिळवून ती ठोक खरेदीदारांसाठी किंमत ठरवी. प्रत्येक सूटवर किंमत लिहिताना 'मी एक उद्योजिका आहे. नफा कमावते आहे' अशी अभिमानाची भावना तिच्या मनात जागृत होई आणि ती मौल्यवान जाणीव ती हृदयाशी घट्ट धरून ठेवी. तिला कुणी कितीही मदत करत असलं, तरी धंद्याच्या नियंत्रणाचा हा लगाम ती हातातून सोडणार नव्हती.

नातलगांकडून बिल वसूल करण्याचं नाजूक काम निशाने स्वत:च्या आईवर सोपवलं होतं. सोना मोठ्या खुबीने त्यांना सांगायची की तुम्ही 'ग्यान्स'कडे जा. 'दीपसन्स'कडे जा. तिथे 'निशाज् क्रिएशन्स' हे लेबल असलेले कपडे केवढ्याला विकले जातात ते पाहा आणि मग ठरवा की तुम्हाला हे कपडे किती स्वस्तात पडलेत ते.

"तुला आवडली बेटा, तुझी लग्नाची साडी?" त्या दिवशी यशपालने दुकानातून येताना, निशाची लग्नात नेसण्याची साडी आणली.

साडीच्या गर्दगुलाबी पदरावर काढलेल्या सोनेरी मोर आणि कोयऱ्यांकडे निशाने पाहिलं. पूजाने, रेखाने लग्नात भरपूर ब्रोकेड काम केलेले लेहेंगे आणि सोनेरी, चंदेरी कशिदा केलेल्या टिशूच्या ओढण्या परिधान केल्या होत्या. पण रजिस्टर लग्नाला काय करायचेत एवढे झगमग कपडे?

"बघू या तुला कशी दिसते ती?" असं म्हणून साडीच्या घडीतला टिशू पेपर काढून त्याने ती उलगडून निशाच्या खांद्याभोवती लपेटली. तितक्यात

चहाचा ट्रे घेऊन सोना तिथे आली. "अहा! किती सुंदर! तिचा रंग नुसता खुलून दिसतो याच्यात!" ती उत्स्फूर्तपणे उद्गारली. तिघेजण बेडवर बसून चहा पिऊ लागली.

"साडी चांगली आहे पापाजी." बोलता बोलता निशा वर्कशॉपमधून आणलेल्या डिझाईन्सवरती नजर टाकू लागली.

"माझी खात्री आहे. मी काय कपडे घातलेत याकडे त्यांचं लक्ष जाणार नाही."

यशपालच्या मनात आलं, "लग्नाचा दिवस लवकर उगवू दे आणि हिचं लग्न होऊन जाऊ दे! त्यानंतरच प्रत्येक स्त्रीला हवं असणारं 'स्वत:चं घरकुल' हिला मिळेल आणि ही त्यातलं सुख घेऊ लागेल.'

लग्नाच्या आदल्या दिवशी 'लग्नाची गाणी' आणि 'मेहेंदी'चा कार्यक्रम ठेवला होता. अगदी मोजक्याच लोकांना बोलावलंय असं सोना सांगत होती. तरी पण पन्नासेक नातेवाईक आणि परिचित स्त्रिया, मुली जमल्या होत्या. मेहेंदी लावणं, प्रत्येकीला बांगड्या भरणं आणि मग ढोलकच्या तालावर मोठ्या आवाजातली बेसूर गाणी. सगळ्यांच्या मधोमध चौरंगावर निशा बसली होती. तिच्या अंगात नवा सलवार सूट होता. दोन्ही हात आणि पाय पुढे करून ती बसली होती. दोन स्त्री कलाकार परिश्रमपूर्वक तिच्या हातापायांवर नववधूची 'खास' मेहेंदी काढण्यात मग्न होत्या. "बघू हं निशा, मेहंदी कशी रंगते ती. जर चांगली रंगली तर सासू तुझ्यावर प्रेम करणार!"

बहिणी खिदळत निशाची थट्टा करीत होत्या.

त्या रात्री हातावर मेहेंदी ठेवूनच निशा झोपली. पण तिला नीट झोप आली नाही. चादरीवर वाळलेल्या मेहेंदीच्या खपल्या पडत होत्या. कुशीवर वळताना इकडे तिकडे करताना चेहऱ्याला, केसांना मेहेंदीचा स्पर्श होत होता.

रात्र संपली. आकाश डोळ्यांना दिसू लागलं. जाग्या झालेल्या पक्ष्यांची किलबिल कानावर येऊ लागली. अंधाराची जागा निळसर प्रकाशाने घेतली, तेव्हा निशा उठली. स्वयंपाकघरात गेली. आज तिचं लग्न होणार होतं. पहाटेचे साडेचार वाजले होते. घरातली इतर माणसं उठण्याअगोदर थोडा वेळ तिला एकटं राहावंसं वाटत होतं.

तिने गॅस पेटवला. एक कप पाण्यात चहा पावडर, दूध, साखर टाकून उकळण्याची वाट पाहू लागली. रात्री मेहेंदी रंगण्यासाठी लावलेल्या लिंबू साखरेच्या मिश्रणामुळे तिचे हात चिकट झाले होते म्हणून तिने ते धुतले आणि रंगलेल्या तळव्यांकडे हरखून बघत राहिली. चला. सासूच्या प्रेमाचा पहिला शकुन तर

झाला होता!

हातावर जणू नक्षीदार लेसेस एकमेकांत गुंतून वेढे घालून बसल्या होत्या. गर्द चॉकलेटी नक्षीच्या मधून दिसणारा तळव्याचा भाग किंचित भगव्या रंगाचा झाला होता. किती वर्षांनंतर निशाने हातावर मेहेंदी काढून घेतली होती! लहानपणी मात्र तिला ती खूप आवडत असे.

चहाचा मग हातात घेऊन निशा व्हरांड्यात आली. सूर्याच्या पहिल्या किरणांमुळे बागेच्या कडेने उभ्या असलेल्या उंच शिडशिडीत वृक्षांची धूळभरली पानं तकाकत होती. आणखी काही तासांनी निशाचं लग्न होणार होतं. ती लग्नसमारंभानंतरचा विचार करू पाहत होती. पण ते जमत नव्हतं. त्याच्या कुटुंबात फक्त दोनच माणसं होती. तो नि त्याची आई. तिच्या घरचे सगळे म्हणत होते, ''काय नशिबवान मुलगी आहे! असं भाग्य सात जन्मातून एकदाच वाट्याला येत असतं!''

तिच्या मनात साडीचा विचार आला. कदाचित सगळा समारंभ पार पडल्यावर अरविंदचं लक्ष तिच्या साडीकडे जाईलही!

आणि तिचं इसब! लग्नाच्या वेळी खाज सुटली नाही म्हणजे मिळवलं. पण आजवर घेतलेल्या इतक्या साऱ्या कॉर्टिझोन इंजेक्शनचा परिणाम झाला असावा. कारण एवढ्यात तिला जास्त खाज येत नव्हती. चेहऱ्याला आणि मानेला तर फौंडेशन लावूनच झाकून टाकायचं आहे आणि बाह्यांमुळे दंडही झाकले जातील. भरीला मनगटभर बांगड्या आहेतच.

तीस हजारी भागातल्या रजिस्ट्रेशन ऑफिसमध्ये सकाळी अकरा वाजता लग्न लागणार होतं. संध्याकाळी 'सरताज' हॉटेलमध्ये स्वागत समारंभ ठेवला होता. तिथेच नवविवाहितांना पहिल्या रात्रीसाठी सूट (खोली) मिळणार होती.

आणि मग त्या सुंदर, आरामदायक खोलीतल्या सुखद प्रकाशात तो तिचं शरीर पाहणार होता. ते चट्टेही त्याला दिसणार होते. ते तरी वरच्या कातडीवर होते. पण मनावरच्या व्रणांचं काय? त्याच्या लक्षात येईल, ती निष्कलंक कुमारिका नाही म्हणून? तो एक विधुर होता... तर ती कलंकित आणि भेदरलेली...!!

आजची रात्र उलटली, की सगळा अवघड भाग होऊन गेलेला असेल. शरीरं पाहून झालेली असतील आणि सगळी शारीरिक सत्यं पाहून बसलेले धक्केही पचवलेले असतील. त्यानंतर मग आदर्श पत्नी, आज्ञाधारक सून आणि पुढे चांगली आई होण्यावर तिला लक्ष देता येणार होतं. अर्थात तिचा व्यवसाय तर ती पुढे चालू ठेवणारच होती. तिचा तो आग्रह कायम राहणार होता.

तिचं लग्न जर लहान वयात जमून गेलं असतं, तर 'करिअर' सोडायचं की चालू ठेवायचं या यक्षप्रश्नाला तिला तोंड द्यावं लागलं नसतं. पण आता

तिने जे निर्माण केलं होतं, ते 'क्रिएशन' म्हणजे आयुष्यातली सर्वांत महत्त्वाची आणि खरी गोष्ट आहे असं तिला वाटत होतं.

साडे दहा वाजले होते. चार मोटारी भरून बनवारीलाल कुटुंब खालच्या कोर्टाकडे निघालं होतं. रिंग रोडवर नेहमीप्रमाणे वाहतूक तुंबली होती. वीज गेल्यामुळे सिग्नल काम करीत नव्हते. प्रत्येक चौकात पोलिसांच्या जुलमी नियंत्रणाचा सामना करावा लागत होता. सर्व रस्त्यांवरच्या वाहनांच्या लांबणाऱ्या रांगेकडे हिशोबीपणाने पाहून ते वाहतूक नियंत्रण करीत होते. कारमध्ये बसलेली नववधू घामाने भिजली होती. तिकडे नवरामुलगाही पलीकडच्या रस्त्यावर असाच अडकून घामेजत कारमध्ये बसून असणार, यात शंकाच नव्हती.

शेवटी एकदाचे ISBT जवळ वळण घेऊन ते 'तीस हजारी'कडे निघाले.

"आता आपण जवळजवळ पोचलो बरं का!" सोना लेकीच्या कानात कुजबुजली.

"हां, पोचलो. जवळ आलो आता. ती काय, दिसतेय इमारत."

निशा मोटारीतून उतरल्याबरोबर तिथल्या सगळ्या लोकांच्या नजरा तिच्यावर जणू खिळून राहिल्या. कोर्टाच्या आवारात इकडे-तिकडे फिरणारी माणसं, सावली पाहून टाईपरायटर घेऊन बसलेले टायपिस्ट, लोकांना वकील गाठून देणारे गिऱ्हाईकांच्या प्रतिक्षेत असलेले दलाल, टेबलं टाकून बसलेले पब्लिक नोटरी, स्टँप पेपर लिहून बाँड रायटर्स सगळे तिच्याकडे पाहू लागले.

सोनेरी मोर काढलेल्या गुलाबी साडीत ती दिसतच होती तितकी आकर्षक. वडिलांच्या मागून, खाली मान घालून निशा आत निघाली. कोर्टाचे व्हरांडे अस्वच्छ होते. भिंतीवर पान खाऊन लाल थुंकीच्या पिचकाऱ्या मारलेल्या होत्या. कायद्याच्या आधाराने झुंजण्यासाठी तिथे माणसांच्या झुंडी जमलेल्या होत्या.

लग्नाचं नोंदणी कार्यालय शोधण्यासाठी त्यांना बऱ्याच उलट सुलट फेऱ्या माराव्या लागल्या. तिथल्या अरुंद जिन्यांवरून ते वर-खाली करत राहिले. निशा, सोना, रूपा, पूजा, शुची, रेखा, तिचा मुलगा, सीमा, तिची दोन मुलं, राजू, अजय, विजय, यशपाल, प्रेमनाथ, प्यारेलाल सगळे होते.

एकदाचं कार्यालय सापडलं. तिथे अरविंद भेटला. मग त्या सगळ्यांना तीन वेगवेगळ्या खोल्यांमध्ये वाट पाहत बसवण्यात आलं. शेवटी ते सगळे न्यायाधीशांसमोर एकत्र जमले. हा हॉल मात्र चांगला होता. स्वच्छ, हवेशीर. भांडकुदळ, निराश, कलकलाट करणाऱ्या मानवसमूहांपासून दूर... बराच वरच्या पातळीवर असलेला.

अरविंद आणि निशाने अनेक फॉर्म्सवर आपापल्या नावांपुढे सह्या केल्या. लगेच पूजाने तिच्या भल्यामोठ्या चामड्याच्या पर्समधून मोठा मिठाईचा बॉक्स काढला. त्यावरचा कागद काढून टाकल्यावर आतल्या शुभ्र, लठ्ठ, काजूच्या

बर्फीच्या वड्या दिसू लागल्या. तिने तो बॉक्स तसाच अरविंदपुढे धरला. हसत हसत म्हणाली, "आता लग्न झालंय. घ्या. बायकोचं तोंड गोड करा. पहिला मान तुमचा!"

त्याने निशाला बर्फी भरवली. तिने लाजत लाजत तिचा स्वीकार केला. मग तिनेही बर्फीचा तुकडा अरविंदच्या तोंडात घातला. ही प्रेमाची देवघेव सगळ्यांनी डोळे भरून, कौतुकाने पाहिली. (यात न्यायाधीशांचाही समावेश होता.)

कोर्टातून सर्वजण थेट करोल बागेतल्या 'हॉटेल सरताज'वरच गेले. काही वेळ सर्व कुटुंब रिसेप्शन काऊंटरच्या जवळपास स्वागतकक्षात घुटमळत राहिले. तिथल्या औपचारिकता पूर्ण झाल्यावर सर्वजण दाटीवाटीने लिफ्टमध्ये कोंबून नवदांपत्याला त्यांच्या खोलीपर्यंत पोचवायला गेले.

खोली सर्वात वरच्या मजल्यावर होती. खोलीच्या मधोमध असलेल्या मोठ्या डबलबेडवर गुलाबाच्या पाकळ्या पसरून ठेवल्या होत्या. खिडकीजवळच्या कॉफी टेबलवर काचेच्या सुबक भांड्यात फळं ठेवली होती. त्यातल्या पांढऱ्या कार्डवर लिहिलं होतं, 'With Best Complinments From The Management'.

सगळेजण खोलीत गेले. दोघांच्या बॅगा नीट ठेवल्या. पलंगावर, टेबल खुर्च्यांवर विसावले. मुलं खोलीतून बाथरूममध्ये, कॉरिडॉरमधून खोलीमध्ये अशी पळापळ करीत, ओरडा-आरडा करीत खेळू लागली. राजूने टी.व्ही. लावून, नीट चालतोय की नाही, ते पाहिलं. ज्यांना बाथरूममध्ये जायचं होतं, ते जाऊन आले. हात धुताना आतल्या सिंकभोवती पुष्कळ पाणी सांडून ठेवलं.

सोनाने निशाच्या कानात सांगितलं, "पूजा, रेखा, सीमा दुपारी लवकरच येतील. तुला रिसेप्शनसाठी तयार करायला. त्या येताना तुझे दागिने घेऊन येतील."

अर्ध्या तासाने सगळे कुटुंबीय तिथून निघाले. निशा आणि अरविंद दोघं एकटेच राहिले. ही त्यांची दुसरी भेट होती.

दोघं टेबलापाशी एकमेकांसमोर बसलेली.

"तुला काही खायला आवडेल का आत्ता?' त्याने घसा खाकरून नंतर विचारलं.

हा सारखा घसा काय साफ करत असतो? घशाचा काही त्रास असावा काय याला? तिच्या मनात आलं.

तिने न बोलता नकारार्थी मान हलवली.

"मग काही प्यायला मागवू का? लिम्का वगैरे?"

पुन्हा नि:शब्द नकार.

"चहा?"

आता मात्र तिला वाटलं, दोघांच्यातली शांतता कमी होण्यासाठी काहीतरी घडणं आवश्यक आहे. चहा मागवला की वेटर येईल. चहा ओतेल. दूध, साखर घालेल. चमच्याने ढवळेल...

"चालेल." तिने होकार दिला.

अरविंद फोन करून चहाची ऑर्डर देऊ लागला. निशालाही थोडा मोकळेपणा वाटू लागला. तिने उठून सूटकेस उघडली.

"हां. ड्रेस बदलून घे. अवघडल्यासारखं वाटत असेल तुला." स्वतः बनवलेला एक सलवार सूट तिने बॅगेतून काढला. गर्द गुलाबी ऑरगॅन्सा कापडावर संपूर्ण कशिदाकारी केलेली. आणि गुलाबी रंगछटांचं मिश्रण असलेल्या चुन्नीवर बारीक टिकल्यांचं काम आणि रुंद सोनेरी किनार.

"निशाज् क्रिएशन्स." सूट त्याच्या पुढे धरत ती म्हणाली. त्याने तिच्या हातातून घेऊन, उलट सुलट करून पाहिला.

"अच्छा! तू बनवलास?"

तिचा मानेनेच होकार.

"अशा प्रकारचे ड्रेसेस बनवून देतेस का?"

पुन्हा मानेने होकार.

"कुठे कुठे जातात तुझे ड्रेसेस?"

"ग्यान्स, दीपसन्स, आहुजा अँड सन्स. सगळे करोल बागेतले. पुढे-मागे 'कॅनॉट प्लेस'ला ब्रँच काढण्याचा विचार आहे." ती मुद्दामच 'बनवारीलाल ॲन्ड सन्स'ला सूट्स पुरवत असल्याचा उल्लेख करीत नसे. उगीच लोकांना वाटायला नको, की हिने स्वतः काहीच केलेलं नाही म्हणून. त्याला आश्चर्य वाटलं.

"अरे बाप रे! मला कल्पना नव्हती तुझा एवढा मोठा बिझनेस असेल म्हणून!"

तिने त्याला सांगितलं की लग्नाच्या तयारीच्या वेळी, ती दिवसाला नऊ ड्रेसेस शिवून देत होती. हे सांगताना तिच्या स्वरातला अभिमान लपत नव्हता. त्यावर तो काहीच बोलला नाही.

त्याला आवडलं नाही की काय?

"खरं तर मनाला विरंगुळा म्हणून मी हे काम सुरू केलं. पण आता असं झालंय, की हे काम केल्याशिवाय मी राहू शकत नाही." बोलता बोलता तिचा

गळा दाटून आला. डोळ्यात पाणी आलं. ती ते आवरू शकली नाही. त्याने उसासा टाकला. ''खरंय. जेव्हा मन विस्कटलेलं असतं, तेव्हा कामासारखा चांगला इलाज नसतो दुसरा.''

ती पटकन जमिनीवरून उठली आणि त्याच्या मांडीवरचे स्वत:चे कपडे उचलून बाथरूममध्ये गेली.

चहा आला. सोबत पनीर पकोडे आणि बिस्कीटं होती. तिने दोघांसाठी चहा ओतला. वर मीठ-मिरची पेरलेला एक पकोडा उचलून त्याने तिला दिला. तिने खाल्ला. छान चव होती. त्याने आणखी एक पकोडा उचलून तिच्या हातात दिला.

हं! हा लग्नाचा एक सुपरिणाम. पुढे तसाच राहील, की फिका होत जाईल काळाबरोबर?

त्यांनी पकोडे खाल्ले. चहा पिऊन झाल्यावर तो म्हणाला, ''तू आराम कर जरा. तोवर मी अंघोळ करून येतो.'' ती हसली. त्याने बाथरूमचं दार लावीपर्यंत बसून राहिली. नंतरच पलंगावर पडणं तिला योग्य वाटलं. पडून विचार करता करता काही मिनिटांतच तिला पेंग येऊ लागली. पहाटे साडेचारपासून उठल्यामुळे ती खूपच दमून गेलेली होती. थोड्या वेळाने पलंगावर हालचाल झाल्याचं तिला जाणवलं. तोही येऊन तिच्याशेजारी पहुडला होता. ती अगदी दगडासारखी निश्चल पडून राहिली. पण काही क्षणातच तो कुशीवर वळला आणि घोरण्याचा हलका आवाज येऊ लागला. त्याला झोप लागल्याची खात्री झाल्यावर तीही गाढ झोपी गेली.

दोन तासांनी पूजा तिच्या मुलीला घेऊन निशाला हॉटेलच्या ब्युटीपार्लरमध्ये नेण्यासाठी आली. तिथे तिला आज नववधूचा मेकअप आणि केशरचना विनामूल्य करून मिळणार होती. हॉटेलतर्फे लग्नाची भेट म्हणून!

आल्या आल्या पूजाने खट्याळ विनयशीलपणे अरविंदला विचारलं, ''काय, कशी काय वाटली आमची दीदी तुम्हाला?'' त्यावेळी तिची नजर सूचकपणे पलंगावरच्या किंचित चुरगाळलेल्या चादरीवर भिरभिरत होती.

अरविंद हसला. पण या नाजूक प्रश्नाचं उत्तर त्याने शिताफीनं टाळलं. निशा लाजली. तिला वाटलं, बिच्चारा! काय उत्तर देणार तो या प्रश्नाचं?

''हं! आता मात्र तुम्हाला एकट्याला इथे बोअर व्हावं लागणार बरं का! आम्ही चाललो निशाला घेऊन पार्लरमध्ये.''

''मग हिला ठेवा ना माझ्यासोबत.'' शुचीकडे हात करत अरविंद म्हणाला.

पण शुची आईला सोडायला तयार नव्हती. निशाने शिवलेल्या तिच्या

आईच्या सलवारसूटला ती घट्ट पकडून बसली.

"हिचं अस्संच आहे! घरात वाघ अन् बाहेर कोकरू!" पूजा म्हणाली.

तिघीजणी पार्लरमध्ये गेल्या.

"तुम्ही हिची बहीण का?" पार्लरमधल्या मुलीने विचारलं. त्यांच्याकडे नेहमी बऱ्याच नववधू येत असत. प्रत्येकी विषयी त्या अशीच आस्थापूर्वक चौकशी करीत.

"नाही वहिनी."

"हो का? काय गोऽऽड हसणं आहे हो तुमच्या नणंदेचं!" हे त्या सहजासहजी म्हणू शकल्या. कारण तिचे दात शुभ्र, निष्कलंक होते. तिथे काही इसब पोचलेला नव्हता.

"हो ना." पूजाने होकार दिला पण त्यावेळी तिचं लक्ष आरशात दिसणाऱ्या स्वत:च्या ओठांकडे होतं.

"तुला फुल बॉडी वॅक्सिंग करायचंय का? सगळ्या नवऱ्यामुली करून घेतात. त्याने संपूर्ण शरीर अगदी रेशमासारखं मुलायम होतं!"

आपल्या त्वचेवरचे डाग, खरखरीतपणा... सगळ्याच्या विचाराने घाबरलेली निशा पटकन म्हणाली, "नको. वॅक्सिंग नको."

मग एक मोठं भिंग घेऊन त्यांनी निशाच्या चेहऱ्याचं बारकाईने निरीक्षण केलं. वरच्या ओठांवर चुकारपणे इथे तिथे उगवलेले दोन तीन केस दोऱ्याने काढून टाकले. आणि भिवया कोरल्या. मग त्यांनी तिच्या चेहऱ्याला मसाज केला. तेवढ्या वेळात पूजाने स्वत:चे पाय स्वच्छ करून घेतले. आणि शुचीच्या हातापायांच्या नखांना नेलपॉलिश लावून घेतलं.

"रिलॅक्स, रिलॅक्स" तिथली ठेंगणी ठुसकी चिनी बाई म्हणाली. निशाच्या चेहऱ्याला, गळ्याला, मानेला आणि खांद्यांना हलक्या हाताने मसाज करता करता तिची नेहमीची बडबड चालू झाली.

कोणतं मॅरेज? लव की ॲरेंज्ड? नवरा काय काम करतो? धंदा की नोकरी? जॉईंट फॅमिली की स्वतंत्र? तिने निशाच्या चेहऱ्याला थंड चिखल फासला. डोळ्यांवर गुलाब पाण्यात भिजवून कापूस ठेवला. तिच्या डोक्यावरचा लाइट बंद केला. हे तिचं आवडतं होतं. मॅड पॅकशी तिची जुनी दोस्ती होती.

पडल्या पडल्या निशाला निसर्गोपचार केंद्राची आठवण आली. आपल्याला पुन्हा तिकडे जावं लागेल का?

शेवटी त्यांनी तिला मेकअप केला. पहिल्यांदा दाट पांढरं फौंडेशन क्रीम लावलं. नंतर गाल स्पष्टपणे जाणवण्याइतके गुलाबी रंगवले. कपाळाला आणि

हनुवटीला किंचितसं रूज लावलं. ओठ लालचुटुक केले. डोळ्यांना आय-लायनरने रेखीव केलं. पापण्यांना फिकट जांभळ्या रंगाची आय-शॅडो लावली आणि मग चेहराभर जराशी चंदेरी चमकी पसरवली.

''किती सुंदर दिसतेय ना?'' असं म्हणत त्यांनी पटापट तिची सुरेख केशरचना करून दिली. आता तिच्या केसांचे स्प्रिंगसारखे केलेले झुबके गळ्यावर, मानेवर आणि खांद्यावर रूळत होते.

तिचं मेकअप आणि केशरचना झाल्यानंतर पूजाने सुटकेस उघडली. त्यात निशाच्या सासूने पाठवलेले रिसेप्शनच्या वेळी घालायचे कपडे होते. एक सुंदरसा लेहेंगा! त्या पहिल्या शकुनाच्या कपड्यांकडे निशा नि:शब्दपणे पाहत होती. तिने याआधी पाहिलेल्या लेहेंग्यांसारखं त्यावर फार जास्त काम केलेलं नव्हतं. तरी तिला त्याचा रंग खूप आवडला. मोतीया रंगावर केलेली चंदेरी धाग्याची एम्ब्रॉयडरी. वर चकाकता चंदेरी दुपट्टा. तिने तो लेहेंगा नेसल्याबरोबर ब्युटी पार्लरमधल्या मुली उत्स्फूर्तपणे म्हणाल्या, ''वा! कित्ती सुंदर!'' ''काय चॉईस आहे!''

निशाला तिच्या सासरच्या लोकांचा अभिमान वाटला. त्या तिघी लिफ्टने वरच्या मजल्यावर येऊन दागिने घेऊन येणाऱ्या सीमा आणि रेखाची वाट पाहत थांबल्या.

रिसेप्शन हॉलच्या एका टोकाला असलेल्या स्टेजवर संपूर्ण हिरवा गालिचा पसरलेला होता. त्यावर दोन उंच नक्षीदार लाकडी खुर्च्यांवर नवरा नवरी बसले होते. नवरीच्या गळ्यात सोन्याचे चार हार होते. एक मीनाकाम केलेला, एक नवरत्न हार, एक खूप लांब जुन्या पद्धतीचा आणि चौथा मोती आणि माणकांचा जडावाचा हार. कानातले सुद्धा मोती आणि माणकांचे, मोठे लोंबते घातले होते. हातात प्रत्येक सेटला मॅचिंग असणाऱ्या बांगड्या आणि शिवाय रोजच्या वापरासाठी डझनभर साध्या सोन्याच्या बांगड्या होत्या.

आलेले पाहुणे एकामागून एक स्टेजवर येऊन वधू-वरांना प्रेझेंट्स देत होते. बहुतेक जणांनी पाकिटात घालून पैसेच आणलेले होते. दोघेही सर्व प्रेझेंट्स मागे उभ्या असलेल्या पूजाकडे देत होते. ती तिच्याजवळच्या लेदर बॅगेत सांभाळून ठेवत होती. येणाऱ्या बायका निशाची मेहेंदी पाहून कौतुक करता करता तिचे दागिने जवळून निरखत होत्या. हात लावून पाहत होत्या. त्यातले माहेरचे कोणते, सासरचे कोणते ते विचारून घेत होत्या. अशा चौकशा केल्यामुळे त्यांचं समाधान होत होतं. फोटोग्राफर स्टेजवर आलेल्या प्रत्येक पाहुण्याचे, नवदांपत्याबरोबर फोटो काढीत होता.

जवळजवळ दोन तासांनी नवरा नवरीला खाद्यपदार्थांच्या प्लेट्स दिल्या

गेल्या. निशा खात नव्हती. अरविंद मात्र मनापासून चवीने खाऊ लागला.

"तू नाही खात?" त्याने निशाकडे वळून विचारलं.

"मला भूक नाही."

"अरे मामा, बायकोला असं लांबून थोडंच विचारायचं असतं? भरव तिला. घास घाल ना तिच्या तोंडात!"

असं म्हणत त्याच्या चुलत बहिणीची चौदा वर्षांची मुलगी हसत त्यांच्याजवळ आली. हिला लग्न, त्यातली थट्टा मस्करी, चालीरिती यात फारच स्वारस्य होतं. तिने पटकन त्याच्या स्वत:च्या तोंडाकडे जाणारा हात धरून तो निशाच्या तोंडाकडे नेला.

"घे गं मामी! आता लग्न झालंय तुझं! अशी लाजायला लागलीस तर काहीच मिळणार नाही."

घास घालणारी त्याची बोटं निशाने हलकेच दातांनी दाबली आणि त्यांचा पहिला स्पर्श झाला! अगदी समाजमान्य, अधिकृत स्पर्श!!

हॉटेलमधली त्यांची वरची खोली, निशाच्या कुटुंबातर्फे संपूर्ण फुलांनी शृंगारण्यात आली होती. सगळीकडे गुलाबपाकळ्या पसरल्या होत्या. जाईजुईच्या माळा सोडण्यात आल्या होत्या. आलेली सगळी प्रेझेंट्स, दर्यागंजला निशाच्या सासरी पोचवण्यात आली.

ती सजवलेल्या पलंगावर टेकली होती. बाथरूममधून तिच्या नवऱ्याचे चुळा भरून थुंकल्याचे आवाज येत होते. तो बाहेर आला. त्याने हुश्श करून सुस्कारा टाकला. ढेकर दिली आणि पोट खाजवत राहिला. हॉटेलच्या कागदात बांधलेल्या ग्लासपैकी एक ग्लास काढून त्यात पाणी घेऊन प्याला आणि तिला विचारलं, "तुला पाहिजे पाणी?"

तिने मानेनेच नकार दिला. तिच्यात आता पाणी पिण्याइतकंही त्राण राहिलं नव्हतं. तो पाणी पीत असताना ग्लासाच्या तळातून तिला त्याचे दात दिसले. ती बसूनच राहिली होती. आता प्रत्येक गोष्ट तो सांगेल तशीच करायची. त्याने विचारलं, "तुला आत जाऊन यायचंय एकदा?"

ती बदलायचे कपडे घेऊन आत गेली. दरवाजा बंद केला. त्या सर्व बाजूंनी बल्ब लावलेल्या आरशात स्वत:चा लाल-गुलाबी अपरिचित चेहरा सावकाश न्याहाळत राहिली. थोड्या वेळानंतर तिने तो मुखवटा धुऊन टाकला.

तिच्या नकळत सुरेश मनात आला होता. तो असता, तर सगळ्या गोष्टी किती वेगळ्या झाल्या असत्या! त्याच्या स्पर्शाने तिच्या अंगात उसळणाऱ्या विद्युतलहरी, उत्साह, आनंद... सगळा एक उत्सवच झाला असता! आणि

आता...?

हळुवार स्पर्शाचीही भीती वाटतेय. प्रेम तर कुठे दूरदूरपर्यंत, पाहुण्यासारखंही आलेलं दिसत नाही.

लेस लावलेला गुलाबी नाईटगाऊन घालून ती बाहेर आली. पलंगाच्या एका बाजूला, छातीवर हात बांधून तो पडला होता. तलम पांढऱ्या कुर्त्यामधून सावळं शरीर दिसत होतं. त्याने तिला नजरमिठी घातली नाही. उठून जवळ घेतलं नाही. फक्त शेजारी झोप, असं खुणावलं. ती त्याच्या शेजारी पडली. त्याने लाइट विझवला. खिडकीच्या पडद्यांमधून रस्त्यावरील दिव्यांचा प्रकाश झिरपत होता. त्या उजेडात तिला काही अंतरावर झोपलेल्या त्याचा आकार जाणवत होता. तो काहीही बोलला नाही.

आता यानंतर काय?... ते दोघे फक्त झोपणार होते? तिच्या छातीत धडधडू लागलं. त्या एअरकंडिशन्ड रूममध्ये तिला घाम फुटला. खोली फुलांच्या सुगंधाने घमघमत होती. मऊ मऊ गाद्यांवर ते झोपले होते. सारं कसं शांत... निवांत... हलकं फुलकं होतं... पण...

"निशा, बरी आहेस ना?"

"हं."

"थकलीस? आज जास्त खाल्लं पण नाहीस."

"मी नर्व्हस झाले होते."

"काय नर्व्हस होण्यासारखं? आता नर्व्हस नाही व्हायचं." तिला खूप बरं वाटलं. मनातलं ओठावर आलं.

"सारखं वाटत होतं, माझी स्कीन अशी! तुम्हाला मी आवडेन की नाही?"

"हे बघ. आता तू माझी बायको झालीस ना?" त्याचे हात अभावितपणे तिच्या सर्वांगावर फिरू लागले. "आता न आवडण्याचा प्रश्नच उरला नाही."

त्याच्या ओठांच्या पहिल्या स्पर्शाने तिला बोलतं केलं. "किती वर्षं वाट पाहत होते या सगळ्याची!" त्याच्याकडून शाब्दिक प्रतिसाद आला नाही. तेवढ्याने ती जरा कोमेजली. कदाचित तो वाट पाहत नसेल. फक्त तीच...

तेवढ्यात त्याच्या शरीराचा पूर्ण भार तिच्यावर आला. तिचे हात त्याच्या पाठीवर विसावले. मिठी घट्ट झाली. त्याच्या गुडघ्यांनी तिचे पाय फाकवले आणि ती क्रिया पटकन होऊनही गेली.

दोघं एकमेकांच्या मिठीत चिकटून झोपले होते. मनांपेक्षा त्यांच्या शरीरांनी जवळिकीचं नाटक जास्त चांगलं वठवलं होतं! अर्ध्या तासाने अरविंद मंद आवाजात घोरू लागला. तो आवाज ऐकल्यानंतर तिच्या मनावरचा निम्मा ताण हलका झाला. त्याला झोप लागली. आता मी एकटी आहे. ती निर्धास्त झाली.

हलकेच कुशीवर वळली. तिची पावलं पांघरुणाशी चाळा करू लागली. एअर कंडिशनरचा आवाज, तिच्या पहिल्या रात्रीचा इमानी साक्षीदार ठरला.

दुसऱ्या दिवशी सकाळी, नातलगांनी भरलेल्या मोटारीत बसवून निशाला सासरच्या घरी नेण्यात आलं. तांदूळ, गहू, कापड ठेवलेलं ताट घराच्या उंबऱ्यावर ठेवण्यात आलं होतं. त्यात प्रथम उजवा नि मग डावा पाय ठेवून निशाने घरात प्रवेश केला. काही म्हाताऱ्या बायका नव्या सुनेच्या स्वागताची गाणी म्हणत होत्या. तिची सासू मात्र हुंदके देत बसली होती. निशाला तिच्याकडे नेण्यात आलं. तिने हाताला धरून निशाला जवळ बसवलं. पण हुंदके चालूच होते. कोणीतरी हलक्या आवाजात सांगितलं, ''अम्माजींचं असंच आहे. कुठल्याही गोष्टीचं जास्तच मनाला लावून घेतात.''

मग अम्माजींनी तिला एका मोठ्या Black & White फोटोपुढे उभं केलं. फोटोला चंदनाच्या फुलांचा हार घातलेला होता. सगळ्या बायकांनी सुस्कारे टाकले. तिची सासू उघडपणे रडत म्हणाली, ''तुझे सासरे! नमस्कार कर.''

निशाने फोटोपुढे मान लववून हात जोडले. एका वयस्कर स्त्रीने तिला सासूच्या पाया पडण्यासाठी वाकवलं. तिने आज्ञाधारकपणे वाकून सासूच्या पावलांना स्पर्श केला. गेल्या काही दिवसांत असंख्य वेळा तिने त्या पावलांना स्पर्श केलेला होता. सासूने तिच्या मस्तकावर थोपटलं. ''त्यांच्या सुनेला आणि नातवंडांना माझे आशीर्वाद!'' असं म्हणून सुस्कारा टाकला. डोळे डबडबलेलेच होते.

''अम्माजी, चला बरं डोळे पुसा! सूनबाई घरात आल्यात ना, आता रडायचं नाही. इथून पुढे सगळं चांगलं होणार आहे!'' भाचीने अम्माजींना समजावलं.

निशाला तिथल्या पलंगावर बसवून बर्फी भरवण्यात आली. तिचं या घरातलं जीवन आणि वैवाहिक आयुष्य गोड व्हावं म्हणून!

''ही खोली तुम्हाला द्यायची नाही म्हणून तुझ्या सासूने निक्षून सांगितलं होतं.'' त्याची मावस की आतेबहीण निशाच्या कानात कुजबुजली. ''त्या ॲक्सिडेंटनंतर ते दोघं याच खोलीत झोपले होते ना...! आम्हाला अम्माजींची खूपच काळजी वाटत होती. पण अखेर भैय्या लग्नाला तयार झाला. देवच पावला बाई! आता निदान घरात कुणीतरी अम्माजींजवळ असेल तरी.''

''तुमची एंगेजमेंट झाली ना, तेव्हा भैय्यांनी सगळ्या घरात ट्यूब्ज लावून घेतल्या. तुझ्यामुळे आम्हाला इथे नव्या पद्धतीचं लाइटिंग बघायला मिळतंय. नाहीतर सगळ्या घरात इतका अंधार असायचा!'' आणखी एकीने माहिती पुरवली.

नवी नवरी निशा, आत्ता कुठे किंचित मान वर करून बघू लागली होती, ती 'ट्यूब्ज' वगैरे कशा पाहणार?

जमलेले सगळे नातेवाईक त्यांच्या घराचा अरुंद जिना उतरून, दुपारच्या जेवणासाठी दर्यागंजमधे नवीन निघालेल्या दक्षिण भारतीय हॉटेलात गेले. तिथे सगळ्यांनी इडल्या, वडे, डोसे, उत्ताप्पे खाल्ले आणि रिक्षात बसून परत आले. मग सगळ्यांनी घरभर जिथे जागा मिळेल तिथे लोळून घेतलं. सोफ्यावर, अम्माजींच्या पलंगावर, अरविंद-निशाच्या डबलबेडवर, जमिनीवर चटया टाकून कुठेही. एकीकडे गप्पा, हसणी-खिदळणी चालूच होती.

साडेचार वाजता नव्या मोलकरणीच्या मदतीने तिने सर्वांना चहा आणि पकोडे करून वाढले. संध्याकाळी सगळेजण तृप्त होऊन, समाधानाने आपापल्या घरी परतले. चला! कार्य चांगलं झालं. अरविंदचं लग्न तर झालं. नवी नवरी हळूहळू सासरी रुळेलच.

नव्या जोडप्याची दुसरी रात्र होती. त्यांच्या बेडरूमच्या बाहेरच व्हरांड्यात अम्माजींचा दिवाण-कम-बेड टाकलेला पाहून निशाने नाराजी व्यक्त केली.

"त्या इथे बाहेरच झोपणार? हे काही बरोबर नाही."

"काय करणार? दुसरी जागाच नाही ना!" तो उसासत म्हणाला.

दोघे पलंगावर पडले. तिच्या मनात प्रश्न 'आजही हा शरीरसुख मागेल?' पण तिला फार वेळ वाट पाहावी लागली नाही. दहा मिनिटांत त्याची ती क्रिया करूनही झालेली होती. फक्त घोरायला लागण्यापूर्वी तो थोडा जास्त वेळ जागा होता इतकंच. निशाला खूप ओशाळवाणं वाटू लागलं. बाहेर झोपलेल्या अम्माजींना काही ऐकू तर गेलं नसेल? बऱ्याच वेळानंतर ती सावकाश उठून बाथरूमला जाऊन आली.

दुसऱ्या दिवशी सकाळी ब्रेकफास्टनंतर निशाचे भाऊ तिला माहेरी न्यायला आले. राजू, विजय, अजय सगळेजण अरविंदला 'जिजाजी' म्हणत होते. त्यांचे आपापसात हास्यविनोद चालले होते. निशाला 'जिजाजी' शब्दाची गंमत वाटत होती. अरविंद आपला नवरा म्हणजे यांच्या बहिणीचा नवरा. म्हणून जिजाजी!

घरी गेल्यावर सगळे कुटुंबीय तिच्याभोवती जमा झाले. "कसा काय गेला पहिला दिवस? कसे वागले सगळे तुझ्याशी? सासू कशी आहे? घर कसं आहे त्यांचं? हॉटेलमधून निघाल्यावर डायरेक्ट घरीच गेलात? इतर कोण कोण नातेवाईक आले होते? कसे वाटले ते? तुझे कपडे आवडले त्यांना? ते 'निशाज् क्रिएशन'मधले आहेत म्हणून सांगितलंस की नाही त्यांना? त्याच्या पहिल्या बायकोचा फोटो लावलाय का गं घरात?"

इतक्या सगळ्या प्रश्नांची उत्तरं तिला तरी कुठे नीट ठाऊक होती? तिला

बघायला आले होते, त्या दिवशीप्रमाणे आजही तिला रडायला येऊ लागलं. त्यांचीही तीच अपेक्षा होती बहुतेक. कुटुंबीयांनी तिला समजावलं आणि समजूनही घेतलं. मग प्रश्न आला, "बेटी, सुखात आहेस ना? आनंदात आहेस ना तू?" आता तिला माहिती झालं होतं. नववधूला असं जेव्हा विचारलं जातं, तेव्हा लैंगिक व्यवहाराबद्दलचीच चौकशी करायची असते. फक्त त्या विषयी उघड शब्दांत बोललं जात नाही.

निशाच्या मनात आलं, कोणत्या नववधूने कधी 'नाही. मी सुखात नाही!' असं उत्तर दिलं असेल का? पण प्रत्यक्षात तीही होकारार्थी मान हलवून तिथून उठली.

"आता मला माझ्या टेलर्सकडे गेलंच पाहिजे. या दोन दिवसांत ते नक्कीच ढेपाळले असतील."

"अगं निशा, आता तुझं लग्न झालंय. इतकी गंभीरपणे मेहनत करायची काय गरज आहे?" सगळ्याजणी म्हणू लागल्या. त्यांना तिचं बोलणं ऐकून थोडा धक्काच बसलेला होता. पण ती त्यांना कसं समजावून सांगणार होती? की तिला आता पूर्वीपेक्षा जास्त गांभीर्याने व्यवसायाकडे लक्ष द्यायला लागणार होतं. तिचं लग्न झालंय म्हणून गिऱ्हाइकांच्या ऑर्डर्स थोड्याच वाट पाहत थांबणार होत्या?

नंतरचे दोन आठवडे निशा माहेरी राहिली. नवरा दिवसातून एकदा फोन करत असे. घरातल्या सगळ्या माणसांसमोरच ती त्याचा फोन घेत असे. त्याचे प्रश्न साधे असत. "तू कशी आहेस?" "मम्मी-पापाजी बरे आहेत ना?" "बाकी सगळं ठीक?"

तीही त्याच्याशी तसंच बोलायची, "तुम्ही कसे आहात?" "अम्माजी काय म्हणतात? दुकान व्यवस्थित? सकाळी व्यवस्थित नाष्टा करून निघता ना? बाई बरोबर स्वयंपाक करते? अम्माजी सांगतात तसं करते की नाही?"

त्याने तिच्या व्यवसायाबद्दल चौकशी करावी म्हणून ती वाट पाहायची. पण त्याने कधीच काही विचारलं नाही. तिने पण विषय काढला नाही.

याबद्दल निशा आपल्या आईवडिलांशी बोलली. लग्न झालं म्हणून काम सोडून द्यायची तिची तयारी नव्हती. हे त्यांनी सासरच्या माणसांना स्पष्टपणे सांगितलं होतं की नाही? तिला रोजच तिच्या वर्कशॉपमध्ये यावं लागेल याची त्यांना कल्पना दिली होती की नाही?

"त्याचं काय झालं बेटी," तिचे वडील म्हणाले, "आम्ही त्यांच्याकडे बऱ्याच मागण्या केल्या. त्यातली प्रमुख होती मोलकरणीची. आम्ही त्यांना निक्षून सांगितलं की आमच्या मुलीची त्वचा जास्त संवेदनाक्षम असल्यामुळे

तिला धुणं-भांडी करता येणार नाही. आणि स्वयंपाकाचं तर तिला शक्यच नाही. कारण उष्णतेमुळे तिची त्वचा तडकते आणि तिला त्रास होतो. त्यानंतर मग तू काय काम करतेस, ते किती चांगलं चाललंय, ते आम्ही त्यांना सांगितलं. तुझं काम पुढेही चालू ठेवण्याची तुझी इच्छा आहे, तेही सांगितलं. त्यांनी आपणहून सगळं स्वीकारण्याची तयारी दाखवली. मग त्याच्यापुढे आम्ही काय बोलणार?''

याचा अर्थ, तिची शंका खरी होती. या मुद्यावर पुरेशी चर्चा झालेलीच नव्हती. ही तिची एकप्रकारे फसवणूकच होती. पण तसं वाटून न घेण्याचा ती प्रयत्न करू लागली. तिने परत एकदा सगळ्यांना स्पष्टपणे बजावलं, की तिला जर सासरहून पाहिजे तेवढा पाठिंबा मिळाला नाही, तर ती कुणाला तरी कामाला ठेवेल आणि धंदा पुढे चालू करील म्हणून.

तिच्या आईला निशाच्या बोलण्याचं आश्चर्य तर वाटलंच पण ती दुखावलीही गेली. म्हणजे काय? सध्या आम्ही हिला मदत करत नाही की काय? हिच्यावर मॅनेजर ठेवायची वेळ आली?

तिचा नवरा तिला घेऊन जाण्यासाठी आला, तेव्हा कुटुंबातल्या सगळ्यांनी तिला भावपूर्ण निरोप दिला. लग्न झाल्यामुळे आपल्याला वेगळाच मान मिळू लागल्याचं तिला स्पष्ट जाणवलं.

घरी जाताना अरविंद लाजाळूपणे म्हणाला, ''अम्मा तुझी फार वाट पाहत होती. सारखं म्हणायची, 'माझी बहू कुठे आहे? केव्हा आणणार आहेस तिला?''

यावर निशा काही बोलू शकली नाही. आपण वर्कशॉप नाही, तर आपल्या शरीराचा एक भागच मागे ठेवून चाललो आहोत असं तिला वाटत होतं. आणि आता परत यायचं नव्हतं. 'मोहसीन भाई' 'निशाज् क्रिएशन्स' यांच्या आठवणीने तिचे डोळे भरून आले.

''अगं, काय वाईट वाटून घेतेस? आपण नेहमी येत जाऊ हं, तुझ्या मम्मी पपांना भेटायला. अगदी वरचेवर येऊ.'' तिच्या नवऱ्याने समजूत घातली.

२६

निशाने आत्तापर्यंत पाहिलेल्या घरांपेक्षा तिच्या सासरचं घर फार वेगळं होतं. करोल बागेतल्या त्यांच्या घरासमोर बाग होती. बागेत वृक्ष होते. वृक्षांवर वेगवेगळे पक्षी असत. निरनिराळी फुलझाडं होती. मुख्य म्हणजे घराचं बाह्यस्वरूप मोकळंढाकळं होतं. तीन गल्ल्या ओलांडून पलीकडे असणाऱ्या बाजारातली गडबड गोंधळ आणि गर्दी यांचा उपद्रव त्यांना होत नसे. जी काय गजबज होती, ती घरातलीच.

तिचं सासरचं घर नवऱ्याच्या दुकानाच्या वरती होतं. घराला प्रवेश मागच्या गल्लीतून होता. ती गल्ली म्हणजे जणू कचरा साठवायची जागाच झालेली होती. ओबडधोबड फरसबंदी, मधल्या मधल्या फरशा निघालेल्या आणि जागोजाग विटा, वाळू, चुना यांचे ढीग आणि पाण्याची डबकी. या सगळ्यांतून वाट काढीतच चालावं लागे. त्या गल्लीत असे ओळीने घरांचे दरवाजे होते. प्रत्येकातून आत गेल्यावर वरती निमुळता होत गेलेला अंधारा जिना दिसे.

निशाच्या घराचा जिना, वरती एका अंगणवजा गच्चीत उघडे. गच्चीच्या चारी बाजूंना कपडे वाळत घालण्यासाठी दोऱ्या बांधलेल्या होत्या. दोन बाजूंना लहान लहान चौरस खोल्या होत्या. एका बाजूला मोरी, संडास, बाथरूम, तर दुसऱ्या बाजूला स्वयंपाकघर आणि त्याला लागून जेवणाचा खण. जिन्याच्या दारातून आल्यावर डाव्या हाताला दोन मोठ्या, जुन्या पद्धतीच्या, उंच छताच्या हॉलवजा खोल्या. एक दिवाणखाना आणि दुसरी झोपायची खोली. तिला लागून पुढे बंद व्हरांडा. त्यात एक बेड-कम-दिवाण ठेवलेला.

"हं! ये. आता खऱ्या अर्थाने तू आपल्या घरी आलीस." जिना चढता चढता अरविंद तिला म्हणाला. तो तिची सूटकेस घेऊन पुढे. ती उंच टाचांच्या सोनेरी चपला घालून त्याच्या मागोमाग.

घर. आपलं घर!

निशा सर्वात प्रथम जाऊन सासूच्या पाया पडली. आणि मग स्वयंपाकघरात गेली. नव्या मोलकरणीने काय काय केलंय, तिला व्यवस्थित जमतंय की नाही,

याचा आढावा घेऊ लागली. आता ती या घरची सून होती. तिला जबाबदारी घ्यायचीच होती. 'सुनेचं घरात लक्ष नाही' असं म्हणायची संधी कुणालाही द्यायची तिची इच्छा नव्हती.

रात्री अरविंद आल्यावर निशाने स्वयंपाकघरापासून जेवण घरापर्यंत चार पावलांचे अनेक हेलपाटे घालून ताटं मांडणं, वाढणं, हवं-नको ते आणून देणं, नेऊन ठेवणं, करीत दोघांना जेवायला वाढलं. म्हातारी सासू अखंड बडबडत होती.

"चला, याचं लग्न तर झालं. आता माझं आयुष्य तरी असं किती उरलंय? प्रत्येकजण म्हणायचा. अरविंदने लग्न करायला पाहिजे. म्हाताऱ्या आईकडे पाहायला घरात सून हवी. घर कसं मोकळं मोकळं वाटतं. मुलगा सतत दुकानात. घरी आला-गेला, पै-पाहुणा, सणवार सगळं बघायला, सांभाळायला कुणीतरी तरुण माणूस पाहिजे. आणि सून नाही आणली, तर नातवंडं कुठून येणार? ती अनेक नातलगांची नावं घेत होती. प्रत्येकाने केव्हा ना केव्हा तिला हेच सांगितलेलं होतं, त्यांचे शब्द सावकाश या तिघांभोवती जणू फेर धरू लागले. अरविंद खाली मान घालून जेवत होता. त्याने एकदा सुद्धा वर पाहिलं नाही.

त्याला तशी गरजही वाटली नाही. आता त्याने पर्यायी व्यवस्था केली होती. घरात बायको आणली होती. तिच्याकडून काय काय अपेक्षा केल्या जात आहेत याचा निशा अंदाज घेत होती. अस्वस्थपणे विचार करत होती. तिच्या अपेक्षांशी हे सगळं मिळतं-जुळतं आहे का? तिने नवऱ्याकडे पाहिलं. तो शांत माणूस मन लावून काडीने दात कोरत होता. ती आपल्याकडे अपेक्षेने पाहते आहे. त्याला आपण किमान प्रतिसाद तरी द्यायला पाहिजे, हे त्याच्या गावी सुद्धा नव्हतं.

सासूने सांगितलं होतं, की झोपण्यापूर्वी ग्लासभर गरम दूध घेण्याची तिला सवय आहे. म्हणून जेवणं उरकल्यावर ती सासूसाठी दूध गरम करू लागली. तेव्हा सासू म्हणाली, "हळूहळू तुला सगळं माहिती होईल. मला जेवण कसं लागतं, दूध किती गरम लागतं; सगळं काही माहिती होऊन जाईल बेटी!"

निशाच्या मनात आलं, माझी आई आणि काकू सुद्धा सुनांकडून अशीच सेवा करून घेत असतील? पूजाच्या बाबतीत असं नक्कीच नव्हतं. पण पूजाच्या पाठीशी राजू होता. त्यामुळे तिच्या बाबतीत गोष्टी वेगळ्या झाल्या असाव्यात.

निशा म्हणजे त्या घरातली निम्मी स्त्री लोकसंख्या होती. लवकरच या सासरच्या घरी आपल्याला काय-काय करायला भाग पाडलं जात आहे, ते तिला कळून चुकलं. निशाने सकाळी, दुपारी, रात्री सतत आपल्याकडेच लक्ष द्यावं असं तिच्या सासूला वाटत होतं. स्वयंपाकघरात, बेडरूममध्ये, दिवाणखान्यात, कुणाकडे गेलं तर तिथेही निशाने आपल्याकडेच बघावं अशी सासूची अपेक्षा

असे. त्याही तिची काळजी घेत. तिच्याकडे लक्ष देत. तिच्यावर प्रेम करीत. त्या बदल्यात तिलाही त्यांच्याशी प्रेमाने वागावं लागत होतं. काळजी घ्यावी लागत होती. त्यांच्याकडे लक्ष द्यावं लागत होतं. त्यांना जेवायला वाढणं वगैरे करून स्वयंपाकघर सांभाळावं लागत होतं. हे सगळं करता करता दुसरं काही करायला उरत नसे.

दहा दिवस असे गेल्यानंतर एके दिवशी निशाने पाऊल उचलायचंच असं ठरवलं. इतक्या दिवसांत एकदा सुद्धा अरविंदने किंवा त्याच्या आईने तिच्या व्यवसायाबद्दल चौकशी केलेली नव्हती. याचा अर्थ स्पष्ट होता. पुढेही, स्वतःच्या व्यवसायासाठी तिला त्यांच्यावर विसंबून चालणार नव्हतं.

सकाळी सगळं आवरून, कपडे घालून अरविंद निघाला तेव्हा ती म्हणाली, "आज मी करोलबागेत जाणार आहे हं! कारण सगळी कामं काही फोनवर होऊ शकत नाहीत. जेवणाच्या वेळेपर्यंत परत येईन."

"जरा अम्माला सांगून जा." तो म्हणाला.

निशा बघतच राहिली. त्याने स्वतः आईला सांगितलं नव्हतं. ते काम तिलाच करावं लागणार होतं. तिच्या आईवडिलांनी, लग्नाच्या वेळी 'ती पुढेही व्यवसाय करत राहील' अशी अट घातली असली, तरी ती अट जागच्या जागी वितळून वाहून जाण्याची चिन्हं तिला दिसत होती.

शिवाय सासूला घरी एकटं सोडून जाण्यात, तिलाही अडचणी दिसत होत्या. कारण 'सासूची सेवा' हे तिचं कर्तव्य असल्याची जाणीव तिच्याही अंतःकरणात, मन-बुद्धीत कुठेतरी रूजलेली होतीच.

तिने ठामपणे सांगण्याचा प्रयत्न केला. "मला जावंच लागेल. लग्नाच्या वेळी माझ्या आईबाबांनी पण तसं सांगितलं होतं ना?" तिला स्वतःचेच शब्द विसंवादी वाटू लागले, तशी ती बोलता बोलता थांबून सारवासारव करू लागली.

"फक्त दोन-तीस तासांसाठी जाऊन येते. चालेल?"

"बरं बरं! अम्माला सांगून जा."

"तुम्ही सांगा ना त्यांना! मला भीती वाटतेय, त्यांना वाईट वाटेल म्हणून!"

"मग कशाला जातेस?"

"प्लीऽऽज! सांगा नं तुम्ही त्यांना!"

त्याने ते आपण होऊन सहजासहजी करावं, असं तिला वाटत होतं. हे त्याला दिसत नव्हतं का?

"मला वाटलं होतं, मी जे काय करतेय, ते तुम्हाला आवडत असेल!"

आत्यंतिक निराशेने तिला त्याच्यावर आरोप करायला प्रवृत्त केलं होतं.

"आवडतं ना!"

"मग तुम्ही का नाही सांगत त्यांना? मी सांगितलं, तर कदाचित गैरसमज होईल त्यांचा."

"नाही गं नाही! तू खरंच आवडतेस तिला. अगोदर कधीच इतक्या प्रेमळ रूपात बघितलं नव्हतं तिला मी!..." तो बोलता बोलता एकदम अडखळला. ते पाहून निशाला पुढे बोलता येईना.

अस्सं! म्हणजे याच्या पहिल्या बायकोशी त्या प्रेमळपणाने वागत नव्हत्या तर! म्हणून आता भरपाई करताहेत काय त्या? तसं असलं, तरी तिच्या 'क्रिएशन'ने ती किंमत का म्हणून मोजावी?

तेवढ्यात अरविंदच्या आईने हाक मारली. ब्रेकफास्ट तयार होता. अरविंद अत्यंत आवडीने, थंड, खारी लस्सी, खरपूस आलू परोठा आणि आंबट लोणचं यांचा आस्वाद घेण्यासाठी गेला.

अखेर अरविंदने निशा माहेरी जाऊन येणार असल्याचं आईला सांगितलं. म्हातारीने अलिप्तपणे ऐकून घेतलं. बोलली काहीच नाही. तरी सुद्धा निशा ठरवल्याप्रमाणे करोल बागेत गेलीच. फक्त तिला अपेक्षित असलेल्या पाठिंब्याशिवाय पाठिंबा असता, तर तिला अधिक सुरक्षित आणि आश्वस्त वाटलं असतं. करोल बागेकडे जाताना, तिच्या उध्वस्त भविष्याचे तुकडे, तिला इंचा इंचावर विखरून पडलेले दिसत होते. काम पुढे चालू ठेवणं सोपं नव्हतं. पूजा म्हणत होती, तेव्हाच आपण तिला किमती ठरवायला शिकवून ठेवायला पाहिजे होतं!

घरी पोचल्यानंतर ती प्रथम तळघराकडे गेली. भेदरलेल्या कमकुवत मनाला शांत स्थिर करण्यासाठी तिथल्या दमट हवेत दीर्घ श्वास घेण्याचा प्रयत्न करू लागली.

दोन चकचकीत स्टीलच्या रॅकजवळ उभी राहिली. प्लॅस्टिक कव्हर लावून ठेवलेल्या ड्रेसेसवरून प्रेमाने हात फिरवला. अकौंटचं रजिस्टर उघडून पाहिलं. पूजाने अतिशय पद्धतशीरपणे, जमा खर्चाच्या नोंदी केल्या होत्या. मधे मधे सोनाचंही हस्ताक्षर दिसत होतं.

'निशाज् क्रिएशन' तिने काही 'कौटुंबिक व्यवसाय' म्हणून सुरू केलेला नव्हता. पण आता तिच्या कुटुंबीयांनी त्यात शिरकाव केलेला होता. यापुढे त्यांना रोखायला किंवा काही अडचणी आल्या तर सावरायला ती तिथे असू शकणार नव्हती!

पुन्हा एकदा तिच्या शरीरानेच तिच्या भवितव्याचा मार्ग निश्चित केला. लग्नानंतरच्या पहिल्या महिन्यातच तिची मासिक पाळी चुकली! आणखी पंधरा

दिवसांनी अन्नावरची वासना उडाली. सारी सकाळभर मळमळणं सुरू झालं. रात्रीच्या जेवणानंतरही भडभडून वांती होऊ लागली.

एक-दोन वेळा हे तिच्या सासूसमोर घडण्याचाच अवकाश होता. उघड चर्चा न करता अम्मांनी मोघमपणे सांगितलं, "बेटी, उद्या संध्याकाळी तुझ्यासाठी डॉक्टर मेहरांची वेळ घेतलीय बरं का!"

सपाट पोटावर नाइटीला पडलेल्या घड्यांकडे बघत निशा लाजली. चला! या एका बाबतीत, तरी इतरांच्या अपेक्षेप्रमाणे ती 'चारचौघींसारखी' ठरली होती!

प्रेग्नन्सी टेस्ट 'पॉझिटिव्ह' आली. डॉक्टरांनी त्यांचा उत्साह वाढवला. तिच्या पोटात सात आठवडे वयाचा निरोगी गर्भ वाढत होता. प्रसूतीची तारीख ६ जानेवारी सांगितली. तोपर्यंत लोह, जीवनसत्त्वं आणि कॅल्शियम घेत राहायचं होतं. दैनंदिन कामं चालू ठेवायची. मेद वाढायला नको. दररोजचा व्यायाम चालूच ठेवायला पाहिजे.

दुसऱ्या दिवशी तिच्या सासूने उत्तम प्रतीचे बदाम मागवले. आता वर्षभर दररोज तिला बदाम खाणं आवश्यक होतं.

सासू तिच्या भोवती भोवती राहून तिला सक्तीने विश्रांती घ्यायला लावू लागली. "अंहं! आता तू दमायचं नाहीस. उगीच इकडे-तिकडे भटकायचं नाहीस. पुढे फार मोठी कसोटी असते बेटी! आता दगदग केलीस आणि काही म्हणता काही होऊन बसलं, तर आयुष्यभर पस्तावण्याची पाळी येईल. तसं व्हायला नको. समजलं ना? चल. पडून राहा बरं!"

निशाने नवऱ्याला सांगितलं, "मला करोल बागेत जायचंय. तुम्हाला तर माहितीच आहे. डॉक्टरांनी सुद्धा सांगितलं आहे, की दैनंदिन काम नेहमीप्रमाणेच करायचं म्हणून." अरविंदने तिच्या हातावर हात ठेवला. "अम्माला तुझी काळजी वाटते. तिने इतकी वर्षं नातवंडांची वाट पाहिली आहे. त्यामुळे आता तो योग आलाय, तर सगळं नीट पार पडावं असं तिला वाटणं अगदी साहजिक आहे."

"माहीत आहे हो मला. पण अख्खा दिवस मी इथेच राहिले, तर जीव घुसमटेल माझा! मनसुद्धा तरतरीच राहायला पाहिजे की नाही माझं?"

अरविंदने आईला सांगण्याचा प्रयत्न केला. पण गरोदरपणाच्या बाबतीत ती आपलं म्हणणं सोडायला तयार नव्हती. "तुला काय माहिती बाबा? बोलून चालून तू पुरुष माणूस! अरे, अशा वेळेला फार काळजी घ्यावी लागते. फार फार जपावं लागतं बरं मुलींना!"

निशाने स्वतःच्या आईवडिलांना सांगून पाहिलं.

"त्या मला रोज तिकडे जायचं नाही म्हणतायत."

काही झालं तरी नातू शेवटी त्यांचा होता. आईवडील काय बोलणार? उद्या काही अनिष्ट घडलं, तर त्यांच्यावरच ठपका यायचा. असा धोका कोण पत्करील?

अगदी स्वतःचा स्वतंत्र व्यवसाय करणाऱ्या रूपामावशीने देखील त्यांचीच बाजू घेतली. "अगं बेटी, पुढे उभं आयुष्य पडलंय बिझनेस करायला. त्यात काय एवढं? त्या तरी प्रेमानेच सांगतात नं तुला? खरंच भाग्याची आहेस गं बाई तू! तुला कित्ती जपताहेत सासरची माणसं! नाही तर काही काही घरांमधून, सुनांना नऊ महिने भरेपर्यंत नोकऱ्या करायला लागतात. माहितीय?"

"हो ना. मलाही तसंच करावंसं वाटतंय मावशी!" निशा फुरंगटून म्हणाली.

"निशू बेटा, एखाद्या घटनेकडे आपण कसं पाहतो, त्याचा हा प्रश्न आहे बघ. तुला कायमचं दुःखी होऊन राहायचं आहे का? अगं, देव करो नि तसलं काही न होवो, पण समजा उद्या काही बरंवाईट घडलंच, तर दुःखाचा पहिला आघात तुझ्यावर होणार आहे, हे लक्षात कसं येत नाही तुझ्या? अगं वेडे, निसर्गाने तुला हाडामांसाचा माणूस बनवायची संधी दिलीय. त्याच्यापुढे सूट्स बनवणं ही किरकोळ गोष्ट आहे. ते पुढेही करता येतील. मार्केट काय कुठे पळून जाणार आहे?"

"मार्केट नाही, पण ती पूजी माझा बिझनेस घेऊन पळून जायला बघतेय."

"जाऊ दे गं! तू इतकी हुशार मुलगी आहेस. हवं तेव्हा दुसरा व्यवसाय उभा करू शकशील. आणि हे पाहा, प्रत्येक गोष्ट करण्याची एक ठरलेली योग्य वेळ असते. आताचा तुझा काळ हा प्रसूतीचा आणि संगोपनाचा आनंद घेण्याचा काळ आहे. अशा वेळेला जर तुझं मन सारखं भलतीकडेच लागलेलं असेल, तर आनंद घेण्याचं दूरच, वैतागून मात्र जाशील. एका वेळेला अनेक गोष्टी करता करता दमून जाशील आणि फुकटचा ताण निर्माण करून ठेवशील."

"मी सगळ्यांना ओरडून सांगतेय, मला काम करायचंय. काम करायचंय. पण कुणी करूच देत नाहीयेत मला काम. काय करू? मी काय करू?" आपला व्यवसाय हातातून निसटून चाललाय या विचाराने निशाचा ठाव सुटला होता. ती एकांतात स्वतःशीच बडबडत रडत बसली होती. डोळ्यांतून घळाघळा अश्रू गळत होते. पण हे सगळं तिच्या गर्भासाठी अनिष्ट होतं. आता तडजोड करण्याची वेळ आलेली होती.

यावर सर्वानुमते असा तोडगा निघाला, की मोहसीन खानने रोज दर्यागंजला जाऊन निशाला भेटावं. वर्कशॉप तर पूजा सांभाळत होतीच. "काही काळजी करू नको दीदी! मी आहे ना इथे?"

पण मोहसीनभाईला ही व्यवस्था आवडली नाही. दररोज 'करोल बाग ते दर्यागंज' फेऱ्या मारणं काही त्याला पसंत नव्हतं. त्याने जाण्या-येण्याच्या खर्चापोटी सातशे रुपये पगार वाढवून मागितला. निशाने 'बाबा-पुता' करून त्याला समजावण्याचा प्रयत्न केला. ''प्लीज मोहसीन भाई! फक्त काही महिन्यांचा तर प्रश्न आहे. बघा ना माझी ही अशी अवस्था! कामही जास्त होत नाही आता. त्यामुळे इतके मला परवडत नाहीत हो! आपण असं करू. सध्या तुम्ही चारशे रुपये महिना जास्त घ्या. नंतर वाढवता येतील. प्लीऽऽज मला सांभाळून घ्या!''

पण मोहसीनला स्वत:च्या समस्या महत्त्वाच्या वाटत होत्या. सध्या 'निशाज् क्रिएशन'मध्ये इतके वेगवेगळे 'बॉसेस' झाले होते, की टेलर लोकांना सुद्धा ते आवडत नव्हतं. त्यात निशाने प्रत्येक सूट मागे कमिशन देण्याची पद्धत सुरू केली होती आणि मागणी कमी झाल्यामुळे त्यांना पुरेसं कमिशन सुटत नव्हतं. सगळेच त्यात भरडले जात होते. शेवटी त्यांना त्यांची कुटुंबं चालवायची होती. तो विचार त्यांच्या दृष्टीने सर्वात महत्त्वाचा होता.

निशा त्याच्याशी जास्त हुज्जत घालू शकली नाही. तिच्याकडे दुसरा पर्याय नव्हता. पण त्याला दरमहा सातशे रुपये जास्त द्यायचे म्हणजे तिला सूटच्या किमती वाढवाव्या लागणार होत्या. शिवाय मोहसीन खान सतत असंतुष्ट राहणार होता, ते वेगळंच.

वैतागाच्या भरात ती नवऱ्याकडे गेली. तिने आरडाओरडा केल्याशिवाय त्याच्या खरोखर काही लक्षात येत नसे.

''मी जर वेळेवर कपडे पुरवले नाहीत, तर माझे कस्टमर्स कसे टिकून राहतील?'' खुर्चीवर पुढे मागे झुलत तिने तक्रार नोंदवली. ''लग्नापूर्वी मी महिन्याला दोनशे सत्तर सूट तयार करत होते. आता शंभरदेखील पूर्ण होत नाहीत.'' आता हे सगळं करणं म्हणजे तिला अर्धवट स्वप्नासारखं वाटत होतं. दर्यागंजमध्ये राहून, ती करोलबागेतल्या तिच्या व्यवसायाकडे साधं लक्षदेखील ठेवू शकत नव्हती. त्याची वाढ वगैरे करणं तर दूर राहिलं.

अरविंदने आस्था दाखवली. ''तुला मदत करणारं कुणी नाही का घरी?''

''पूजा आहे ना.''

''मग?''

''पण व्यवसाय माझा आहे. तिचा नाही. माझी विक्री कमी होत चाललीय.''

''हात्तीच्या! अगं, धंद्यात चढउतार चालतच असतात. तेव्हा चांगला चालला होता, तसाच परत चालायला लागेल. काळजी करू नकोस. आता सध्या तुला चांगली विश्रांती मिळणं आवयक आहे. अम्माला किती काळजी वाटते तुझी, ते पाहतेयस ना?''

"हो. पाहतेय. आणि मला काळजी वाटतेय माझ्या क्रिएशनची! फक्त मला. तुम्हाला कशाचंच काही नाही!"

"वा! असं कसं? मला पण वाटतंय ना. तू एकदा यातून मोकळी झालीस, की लगेच आपण वर्कशॉपसाठी जवळची जागा घेऊ. पण आधी आपलं बाळ जन्माला येऊ दे. बघ बरं! सध्या तू कुठेही बाहेर जात नाहीस, तरी कशी थकते आहेस ती?"

"काही नाही मी थकत!"

"नाही ना? मग रडतेस कशाला? हे पाहा, अम्माला आवडायचं नाही बरं का हे!"

अम्मा, अम्मा. सारखं आपलं अम्मा! याचं स्वत:चं काय? तो तिच्याशी चांगलं वागायचा, पण अंधारातले काही निसटते क्षण सोडले, तर त्याला तिच्याविषयी खास जवळीक वाटत असल्याचं तिला कधी जाणवलं नाही. ती त्याला आवडत तरी होती की नाही? तिच्या व्रण पडलेल्या कातडीमुळे हा दुरावा होता? की पहिली तिच्यापेक्षा जास्त सुंदर होती म्हणून...? नक्की तसंच असलं पाहिजे.

त्या रात्री तिला स्वप्नात सुरेश दिसला. त्याचे लाल ओठ, दाढी न केलेला चेहरा, केसाळ छातीवर रूळणारी सोन्याची साखळी, सडपातळ शरीर, सौम्य वागणं आणि प्रेमाने ओथंबलेले पाणीदार डोळे!

तो सागरात फुललेल्या कमळावर पहुडला होता. मूकपणे तिच्याकडे बघत होता. ती त्याच्याकडे जाऊ शकत नव्हती. मधे अथांग पाणी होतं. ती फक्त दुरून त्याच्याकडे पाहू शकत होती आणि आपण जे गमावलंय त्याचा विचार करत होती. अचानक त्याचे रेखीव नाकडोळे अस्पष्ट होऊ लागले. त्याची आकृती मोठी मोठी होत छताएवढी उंच, भयानक दिसू लागली. घराच्या छपरावरून त्याचे डोळे तिचा पाठलाग करू लागले. ती जोराने किंचाळत जागी झाली.

अरे बाप रे! म्हणजे हे स्वप्नं होतं! खरं नव्हतं. ती स्वत:ला समजावू लागली. मी ठीक आहे. मला काहीही झालेलं नाही. तेवढ्यात तिचा आवाज ऐकून जागा झालेल्या नवऱ्याने तिला कुशीत घेतलं. तिला थोपटत स्वत:ही झोपी गेला.

अधून मधून दु:खी होत राहणं हा मानवी जीवनाचा अविभाज्य घटक असावा. माणसाला कितीही मिळालं, तरी त्याला पूर्ण सुखी असल्यासारखं वाटत नाही. निशाला तिचा नवरा जपत होता. तिलाही त्याच्याबद्दल आदर होता. तरी तिला सुरेशबद्दल स्वप्नं पडतच होती. आता तिच्या त्वचेला पूर्वीइतकी खाज सुटत नसे. पण अजूनही तिच्या मनात कुठेतरी असमाधान होतं. अजून काहीतरी हवंय

असं वाटतच होतं.

दररोज सकाळी तिला उलटी व्हायची. दुपारी मळमळ जरा कमी व्हायची, की रात्री पुन्हा सुरू. दिवसभरात एखादी पोळी कशीबशी तिच्या पोटात जाई. तीही बळेच आत ढकलावी लागे. हे सगळं होत होतं, तरी तिचा नवरा तिच्यापासून तसा दूरच होता.

एके दिवशी तिच्या सासूकडूनच या गोष्टीचा उलगडा झाला. निशा अशी दमून कॉटवर पडलेली होती. ओल आलेल्या छताकडे पाहता पाहता सहज तिच्या तोंडून गेलं, "ते इतके अलिप्तपणे वागतात माझ्याशी! असं वाटतं त्यांना मूल नकोच होतं की काय?" सासू जवळच होती. तिने ऐकलं मात्र, तिची जी काय बडबड सुरू झाली; पुढचा तासभर ती अरविंदच्या स्वभावाबद्दलच बोलत होती.

"तो पहिल्यापासून असाच आहे. घुम्या! मनातलं काही सांगत नाही. धंद्यातल्या अडचणी सुद्धा स्वतःच्या मनातच ठेवतो. मी नेहमी सांगते त्याला, की अरे कुटुंब कशासाठी असतं? मोकळं करावं आपलं मन. पण नाही ऐकत. आणि काय सांगू? 'ती' घटना घडल्यापासून तर त्याचं सगळंच पार विस्कटून गेलं! विकोपाला गेलं बघ सगळं! तो अक्षरशः मनातल्या मनात मिटून गेला आहे...! हं! आता मुलगा झाला, की येईल हळूहळू ठिकाणावर. खरोखर तो फार चांगल्या स्वभावाचा आहे."

सासूची बडबड ऐकता ऐकता निशाला आठवलं. तोच म्हणाला होता. 'आईला घरात सून हवी आहे, ती सतत मागे लागली म्हणून त्याने लग्न केलेलं होतं. असंच जर होतं, तर मग ती तरी इथे झोपून राहून काय करणार होती?'

अरविंद घरी आला. आल्या आल्या त्याने शर्ट काढला. निशाला त्याच्या घामाचा वास जाणवला. त्या दिवशी दिवसभर वीज नव्हती. जनरेटरवर जरुरीपुरते दिवे, पंखे चालतात पण एअर कंडिशनर्स नाही चालू शकत. त्यामुळे अरविंदच्या कातडीवर घाम आणि तेलाचा थर जमून ती पिवळसर रंगाने चमकत होती. डोळे लालसर आणि तळावल्यासारखे झाले होते. बिचाऱ्याला दिवसभर त्रास झालेला दिसतो आहे. तिच्या मनात सहानुभूती दाटत आली.

"चहा इथेच आणू का? की थोडा वेळ पडायचंय तुम्हाला?"

त्याने तिच्याकडे वळत विचारलं, "तुझा झाला चहा?"

"नाही. तुमचीच वाट पाहत होते."

आपण रोज त्यांची वाट पाहत थांबतो हे अजून लक्षात आलं नाही याच्या? की विसरला?

त्याने मान हलवली. "नाही. पडत नाही आता. तेवढा थकलो नाही. तू

असं कर. अम्मा बसलीय ना, तिकडेच आण तिघांना चहा.''

अम्मा, पुन्हा अम्मा! माझा कधी विचारच नाही मनात. तुझा दिवस कसा गेला? कंबर दुखतेय का? बाळ आता लाथा मारतं का गं पोटात? काही काऽही नाही. समजूतदार विचारांच्या खाली हळूहळू रागाचे थर जमू लागले. बायकोशी इतकं परक्यासारखं वागायचं होतं, तर याने लग्न तरी का केलं? रात्रीचं त्याचं मृदू वागणं विसरून ती विचार करू लागली. तिला दिवसादेखील तसंच वागणं हवं होतं. हे असं आपल्याच नादात राहणं, नुसतं दुरून चौकशी करणं म्हणजे तिच्या येणाऱ्या बाळाकडे जणू दुर्लक्ष करण्यासारखंच होतं. त्याला तिच्याबद्दल इतका कमी जिव्हाळा वाटत असेल तर मग इथे राहून हा 'बहूचा फार्स' करत राहण्यात काय अर्थ आहे? करोल बागेत जाऊन राहणं बरं. तिथे तिचे टेलर्स तरी खुश होतील. अर्थात दरमहा सातशे रुपयांचा भत्ता सोडायला मोहसीनभाई सुखासुखी तयार होणार नव्हताच म्हणा.

पण त्यावेळी ती काहीच बोलली नाही. चहा करण्यासाठी स्वयंपाकघरात गेली. परत आली, तेव्हा अरविंद शांतपणे त्याच्या आईजवळ बसलेला होता. तिला त्यांच्यातला मायेचा बंध जाणवला.

पूजा लग्न होऊन घरात आल्यानंतर तिची आई आणि भाऊ यांच्यातले भावबंध हळूहळू कसे कमजोर होत गेले ते आठवलं, आणि स्वत:च्या कमनशिबाबद्दल तिला पुन्हा एकदा खंत वाटली. ती अस्वस्थपणे स्वयंपाकघरापासून व्हरांड्यापर्यंत हेलपाटे घालत राहिली.

रात्री नवरा जवळ आला तेव्हा तिने त्याच्याकडे पाठ फिरवली. तिचं अंतर्मन सांगत होतं, की तेवढ्याने तो त्याचा हात मागे घेणार नाही.

''काय झालं गं?''

''काही नाही. तुमचं माझ्यावर प्रेमच नाही. लग्न तरी कशाला केलंत माझ्याशी?''

खरं तर त्यांच्या लग्नाच्या वेळी सगळी परिस्थिती तशी नाजूकच होती. लग्नाआधी किंवा नंतर प्रेमाच्या शब्दांची देवघेव झालीच नव्हती. तिच्या मनात संकोच होता आणि तो तर विधुरच होता. पण आता ती आई होणार होती. नक्कीच प्रेमाचा हक्क मागू शकत होती.

''काय हे वेड्यासारखं बोलतेस? तुला काही त्रास दिला का मी?''

''अहो, तुम्ही जर माझ्याशी काहीच बोलणार नसाल, मनातलं काही सांगणार नसाल, तर पाठवून द्या ना मला माहेरी. एवीतेवी तुमचं कर्तव्य करून झालंच आहे. लग्न केलं, दिवसही गेलेत. बाळाचा जन्म झाल्यावर या त्याला घेऊन जायला. म्हणजे झालं!''

"का असं वाईट-साईट बोलते आहेस आज?" या प्रश्नाचं उत्तर निशाकडे नव्हतं.

"तुम्हाला माझ्याबद्दल प्रेमच वाटत नाही." असं म्हणून त्याच्याकडे पाठ करून ती पडून राहिली. तिला त्याचा सुस्कारा ऐकू आला पण तो एकही शब्द बोलला नाही.

ती जागी होती. तोही जागाच राहिला. पण ती स्वतःच्या दुःखात इतकी चूर झालेली होती, की तिला इतर कशाकडे लक्ष देण्याइतकं भान उरलेलं नव्हतं. तिच्या दुःखाच्या, निराशेच्या सगळ्या भावना डोक्याच्या तळाशी, मानेजवळ जणू साचून राहिल्या. त्या वेदनेने तिच्या खांद्यांनाही वेढून टाकलं.

ती तशीच स्तब्ध पडून राहिली. अचानक सुरू झालेल्या डोकेदुखीने काहीशी गोंधळूनही गेली. आत्तापर्यंत इतक्या घटना घडल्या, पण ते सगळं फक्त तिच्या त्वचेवर उमटायचं. ही डोकेदुखी नवीनच उद्‌भवली होती.

दुसऱ्या दिवशी सकाळी ती लवकर उठली नाही. तिला उठवतच नव्हतं.

"काय होतंय गं?" नवऱ्याने काळजीने विचारलं.

वा! जणू काही यांना फार काळजी वाटतेय.

"काही नाही." भिंतीकडे तोंड करून झोपलेल्या निशाने झोपल्या झोपल्याच उत्तर दिलं.

"अम्माला बोलावू का?"

"मला नको आहेत अम्माजी."

"मग काय पाहिजे तुला?"

स्वतःला नेमकं काय हवं होतं, याचा तिने नीट विचार तरी कुठे केला होता? काय पाहिजे होतं तिला? प्रेम, महत्त्व की तिच्याकडे फक्त लक्ष द्यायला हवं होतं? तिच्या मनाने या सगळ्याला नकार दिला.

"काही नकोय."

त्याला काय करावं ते कळेना. तो दिङ्मूढ होऊन उभाच राहिला.

"चल, ऊठ आता." असं म्हणत त्याने तिला उठवण्यासाठी हात पुढे केला. तिच्या अर्ध्या मिटल्या डोळ्यांना त्याचा सावळा हात, पांढरा सपाट कडक तळवा आणि रात्री घातलेल्या पांढऱ्या कुर्त्याची चुरगाळलेली बाही दिसली.

डोक्याच्या मागे मानेजवळ लागलेल्या ठणक्यामुळे तिचा नकार आणखी पक्का झाला. "माझं डोकं ठणकतंय. मी उठूच शकत नाही."

"डॉक्टरकडे जायचं का?"

"नको."

पुन्हा नकार. शेवटी तो तिथून निघून बाथरूममध्ये गेल्याचं तिला जाणवलं. तो तयार होऊन येण्याची वाट बघत ती पडूनच राहिली. तो आला. पलंगाजवळ उभा राहिला. तिच्या किलकिल्या डोळ्यांना त्याच्या करड्या रंगाच्या पँटची इस्त्री आणि पायातले मोजे दिसले. मनगटावर तिच्या आई वडिलांनी दिलेलं सोन्याचं घड्याळ चमकत होतं. तो अस्वस्थपणे मांडीवर बोटांनी ड्रम वाजवल्यासारखं करत होता.

"काही खायला आणू का गं तुला?"

"नको."

"अजून दुखतंय?"

तिने उत्तर दिलं नाही. याला काय वाटतंय? मी काय मजेने झोपून राहिलेय?

सकाळ अशीच संपली. अरविंदने त्याच्या आईला काहीतरी सांगितलं असावं. कारण ती अस्वस्थ झाल्याचं दिसलं नाही. तिने नाईटीच्या आत हात घालून पोटावर ठेवला. पोटाचा फुगीरपणा हाताला जाणवला. ती हळूहळू पोटावरून हात फिरवू लागली. आतल्या बाळाला जणू कुरवाळत होती.

तिचा वैताग वाढतच राहिला. शेवटी एका क्षणी मनात आलं, "जाऊ दे. जे काय नशिबात असेल ते घडेल. घडणाऱ्या घटनांवर आपला ताबा नसतो. प्रेम थोडंच असं मागून मिळतं?"

हे सगळं तिला आधीपासूनच माहिती होतं पण आता तिला त्याचा स्वीकार करावासा वाटू लागला. लहानपणापासून 'दैव' 'नशीब' हे शब्द ऐकत ऐकतच मोठी झालेली होती ती. पण त्या शब्दातली समजूत घालण्याची ताकद तिला आता समजली.

दुसऱ्या दिवशी रविवार होता. दर्यागंजचा बाजार बंद. तिचा नवरा घरीच होता.

"चल, फिरायला जाऊ." त्याने सुचवलं.

निशा गप्पच.

"जायचं ना?"

"कोण कोण?"

"फक्त तू आणि मी."

"अम्माजींना काय वाटेल?"

"कुणाला काही वाटत नाही. चल बरं! आपण कॅनॉट प्लेसला किंवा तुला हवं तिथे जाऊ या लंचला. काय खावंसं वाटतं तुला?"

"चाट. मला खरंच चाट खावीशी वाटतेय. तळलेले बटाटे, वर भरपूर लिंबू पिळलेलं, गोल गप्पे आणि दही पापडी. शिवाय आइस्क्रीम. मला आंबटसं संत्रा आइस्क्रीम खूप आवडतं!"

तो हसला. "अगदी लहान मुलीसारखी आहेस बघ अजून!"

तो दिवस त्यांनी कॅनॉट प्लेसभोवती भटकण्यात घालवला. काय काय विकत घेतलं, त्याचं विशेष काही वाटलं नाही. पण तिला सांभाळून नेताना होणारा त्याच्या हाताचा स्पर्श त्याच्याजवळ तोंड नेऊन होणारं तिचं बोलणं 'दमलीस?' असं विचारताना त्याच्या आवाजातली काळजी, ते 'निरूला'चे आइस्क्रीम कोन विकत घेऊन दोघांनी खाणं, फक्त दोघांनीच बरोबर असणं याचा तिला जास्त आनंद झाला.

पूजा आणि राजूबरोबर ती इंडिया गेटला गेली होती. तो प्रसंग तिला आठवला. दोघात तिसरी आगंतुक. 'कबाबमे हड्डी' असल्यासारखी! उगीच नाही पूजाला त्या गोष्टीचा इतका त्रास झाला! आता त्या नकोशा आठवणी भूतकाळाच्या धुक्यात बुडून गेलेल्या होत्या. तिला स्वत:चंच नवल वाटत होतं, की इतकी साधी नैसर्गिक गोष्ट आपण तेव्हा समजून न घेता उगीच का मनाला त्रास करून घेतला?

आणि निशाज् क्रिएशन्स? हळूहळू तेही तिच्या हातून निसटून गेलं.

असाच एके दिवशी राजू आला. सहज. तिला भेटायला म्हणून. तिला आश्चर्यच वाटलं. काही गडबड तर नाही झाली घरी? सगळं ठीक आहे ना?

सगळं ठीकठाकच होतं. त्यांनी थोड्या गप्पा मारल्या. थोडा वेळ मधे जाऊ देऊन राजूने विषय काढला.

"पूजा, तुझा बिझनेस छान सांभाळतेय हं बाकी."

"मग? मी सुरू केला आहे तो! एकदा सुरुवात चांगली झाली ना, की मग पुढे सांभाळायला तेवढं कठीण जात नाही."

"हो हो दीदी! ते सगळं तुझ्यामुळेच आहे." राजूने घाईने कबूल करून टाकलं.

"बिझनेस करणं काही सोपं काम नाही." तिची सासू मधेच बोलली.

"बाळ झाल्यावर सगळं आणखी अवघड होईल. असं नाही तुला वाटत?" राजूने बोलता बोलता सहज सुचवलं. पण निशाने त्याच्या वायफळ बडबडीत भाग घेतला नाही.

"तुला आणखी चहा-पकोडे आणू का?" तिने विचारलं.

"अगं, विचारतेस काय? आण आणखी चहा पकोडे!" सासूने फर्मान काढलं.

निशा स्वयंपाकघरात गेली आणि बाईला आणखी थोडे पकोडे तळायला नि पुन्हा चहा ठेवायला सांगितला. पूजाचा भाऊ घरी आला, की ती त्याला कसं परोपरीने खाऊ घालायची ते तिनं पाहिलेलं होतं.

"जिजाजी नाही आले अजून?" चहाचा हलकेच घोट घेत राजूने विचारलं.

"त्याला फार फार काम करावं लागतं!" अरविंदची आई सुस्कारा टाकत म्हणाली, "मदतीला कुणीच नाही."

निशा वाट पाहत होती. तो कशासाठी आला असेल, ते सांगेल म्हणून.

"घरी सगळं व्यवस्थित आहे ना?" तिने पुन्हा खडा टाकून पाहिला.

"होऽऽ सगळं अगदी छान आहे."

"पूजाला म्हणावं, मी लवकरच 'क्रिएशन'चा ताबा घ्यायला येईन. हे 'कालच' म्हणत होते, आपण तुझं वर्कशॉप इकडे घराजवळ हलवूयात म्हणून!"

"हो ना. आपल्याकडे भरपूर जागा आहे." सासूने थाप मारली.

"आणि अम्माजी पण आहेत माझ्या मदतीला." आता थाप मारायची सुनेची पाळी होती.

राजू मुकाट्याने चहा पिऊन घरी परतला.

अखेर 'आता पूजाने सगळं ताब्यात घेण्याची वेळ आलेली आ' ही नाजूक सूचना करण्यासाठी रूपा मावशीची नियुक्ती करण्यात आली. व्यवसायाच्या जबाबदाऱ्या, खर्च, व्याज, बाजारातली पत, नफा, व्यावसायिक धोरण हे सगळं सगळं तिने आता पूजावर सोपवून मोकळं व्हावं. परिस्थिती तशी बदलली आहे, म्हणून असं करावं लागतंय. नाहीतर कोण असं करणार होतं? पूजाने तर असा विचार देखील मनात आणला नसता.

निशाने मावशीच्या सांगण्याच्या उत्तरार्धाकडे लक्ष दिलं नाही. पण मोठ्या कडवटपणे विचारलं, "सगळ्यांचीच अशी इच्छा आहे का?"

"तसं नाही. म्हणजे तू स्वतः होऊन आनंदाने संमती दिल्याशिवाय तुझे वडील पूजाला काही घेऊ देणार नाहीत एवढं नक्की."

"पापाजींची संमती असल्याखेरीज ते एवढं करू धजणार नाहीत, याची कल्पना आहे मला."

"हं! त्यांचाच आग्रह आहे तसा. अर्थात बेटी, तुझी तयारी असेल, तरच हे सगळं होईल."

निशाने यावर काहीच उत्तर दिलं नाही. हा प्रस्ताव ऐकल्याबरोबर तिला किती सुटल्यासारखं वाटलं, हेही तिने मावशीला सांगितलं नाही. जाऊ देत एकदाचं! सगळं देऊन टाकू. म्हणजे आपण निवांत, निर्धास्त, गाढ झोपायला

मोकळ्या. लेटेस्ट फॅशन्स कोणत्या? डिझाईन्स कोणती करावीत? लेसेस, कापडं, रंगसंगती, एम्ब्रॉयडरी पॅटर्न्स, कशाकशाचा विचार करायला नको. ते रंगारी, शिंपी, आरीचं काम करणारे यांचा मेळ घालत बसणं नको नि त्या मास्टरजीची मनधरणी करून त्याला राजी राखायला धडपडणं नको. मस्तपैकी आराम करायचा आणि शरीरातल्या, पोटातल्या हालचालींकडे लक्ष केंद्रित करायचं.

"तुला सांगू बेटी? बिझनेस काय, तुला परत कधीही सुरू करता येईल. ते तू आता सिद्ध केलेलं आहेस. पण आता तुझ्या पोटात बाळ वाढतंय. त्याला तुझा सहवास हवाय. तुझं तन आणि मन दोन्हींची त्याला गरज आहे. ही वेळ परत येणार नाही. हाच त्याच्या जडणघडणीचा काळ आहे. यावर त्याचं पूर्ण आयुष्य अवलंबून असणार आहे." बोलता बोलता रूपा मावशीचा कंठ दाटून आला. तिला पुढे बोलवेना.

परत जायला निघाली तेव्हा निशाला म्हणाली, "तू तुझ्या मिस्टरांशी बोल. बघ. तेही माझ्याशीच सहमत होतात की नाही."

अर्थात अरविंदला मावशीचं म्हणणं पटलं. त्याला ते पटणार हे निशाला माहितीच होतं.

"देऊन टाक तुझ्या वहिनीला ते सगळं. तू पुन्हा दुसरा व्यवसाय उभा करू शकशील. आपण इथे जवळच एखादी जागा भाड्याने घेऊ म्हणजे तुला जाण्यायेण्याचा त्रास होणार नाही. माझ्या दुकानाजवळच घेऊ म्हणजे मी सुद्धा त्या कामगारांवर लक्ष ठेवू शकेन."

त्यालाही आपली काळजी वाटतेय. म्हटल्याप्रमाणे तो तसं करेल. फक्त ताबडतोब त्या क्षणी नाही, इतकंच. मग आपण तरी कशाला इतकं ताणून धरायचं? नाहीतरी इतके दिवस वर्कशॉपपासून दूर राहिल्यानंतर ते पूर्णपणे 'माझं' वाटत सुद्धा नाहीये. तिने दीर्घ उसासा टाकला.

"ठीक आहे. देऊन टाकते तिला."

देताना निशाने अट घातली. पूजाने 'निशाज् क्रिएशन्स' हे नाव मात्र वापरता कामा नये. ग्राहकांच्या मनातली त्या नावाबद्दलची प्रतिमा आणि सद्भावना देऊन टाकण्याची तिची इच्छा नव्हती. एक ना एक दिवस ती 'निशाज् क्रिएशन्स' पुन्हा उभं करणार होती. त्या दिवसाची वाट पाहत ते नाव आहे तिथेच थांबून राहील, त्याने तसं राहावं अशी तिची इच्छा होती.

वर्कशॉपमध्ये पंजाबी सूटची नवी बॅच शिवून तयार झाली, तोपर्यंत त्यावर लावायला 'पूजाज् क्रिएशन्स'ची लेबल्स तत्परतेने छापूनही तयार होती. याचा अर्थ निशाला विचारायच्या आधीच लेबल्सची ऑर्डर देऊन झाली होती.

यानंतर काही महिने गेले. सातव्या महिन्यात निशाचं डोहाळजेवण झालं. त्यावेळी तिच्या माहेरून पुष्कळ भेटवस्तू आल्या.

''बेटी, आपण आलेल्या कोणत्याही वस्तू मांडून नाही हं ठेवायच्या! उगीच कुणाची नजर लागायला नको!'' सासूबाई म्हणाल्या.

एव्हाना, सासूचं 'कुणाची नजर लागायला नको' हे पालुपद निशाच्या इतकं सवयीचं होऊन गेलं होतं, की निशाने ते मुकाट्याने स्वीकारलं. आता तिच्या आणि कुटुंबाच्या काळज्या एकच होत्या. त्यात एक प्रकारची सोय नि सुरक्षितता, असं दोन्ही होतं.

अधून मधून निशा अरविंदला विचारायची, ''समजा आपल्याला मुलगी झाली तर?''

''काही हरकत नाही. मुलगा काय, मुलगी काय. काहीही झालं, तरी देवाची देणगी म्हणून आनंदाने स्वीकारू आपण.''

तिला वाटायचं अनेक वर्षं एकटेपणात काढल्यामुळे 'आपण बाप तरी होऊ की नाही?' असं वाटायला लागलं असेल याला. त्यामुळेच 'जे होईल ते होऊ दे' असा दृष्टिकोन तयार झाला असेल.

एका विनापत्य विधुराशी लग्न केलं, त्याचे इतके फायदे असतील, हे अगोदर कधी जाणवलंच नव्हतं तिला!

तोच प्रश्न तिने सासूला विचारून पाहिला.

''मूल निरोगी असलं, की बस झालं आपल्याला. आणि पहिली बेटी धनाची पेटी म्हणतात ना? मुलीच्या रूपाने लक्ष्मीच येणार आपल्या घरात!''

तिच्या माहेराहून बारशाच्या वेळी येणाऱ्या भेटींपासूनच त्या लक्ष्मीची सुरुवात होणार आहे, हे निशाला माहिती होतं. तरीपण तिला सुरक्षित वाटलं. की चला, नंतर या मुद्यावरून तरी आपल्याला कुणी पिडणार नाही. तिने स्वत:च्या वाढलेल्या पोटाकडे पाहिलं. पोटावरची त्वचा ताणली गेली होती. त्यावरचे इसबाचे व्रण अस्पष्ट झाले होते. आता तिच्या अंगाला फारशी खाज येत नव्हती. आली, तरी रक्त येण्याइतकी असह्य खाज येत नसे.

पोटातलं बाळ रात्रंदिवस लाथा मारायचं. बाप रे! एवढ्याशा जिवात केवढी ताकद असते! तिला नवल वाटायचं. नक्की मुलगाच असला पाहिजे. मुलीमध्ये कशी एवढी ताकद असेल?

हीच गोष्ट, तिची प्रत्येक नातलग स्त्री वेगवेगळ्या पद्धतीने सांगण्याचा प्रयत्न करी.

''नक्की मुलगाच आहे. पाहा ना. सगळं पोट पुढेच आलं आहे चेंडूसारखं,

मुलगाच होणार!'' अम्मा खात्री द्यायच्या, तर तिची आई म्हणायची, ''निशाबाई, सारखं गोड गोड खाणं चाललंय, मुलगाच दिसतोय पोटात! पूजा किती आंबट-चिंबट खायची! त्याचवेळी मी ओळखलं होतं, की तिला मुलगीच होणार म्हणून. आता मधे इतका वेळ का घेतायत कुणास ठाऊक? राजू म्हणतो, मुलगी अजून लहान आहे; पण मी म्हणते, मुलासाठी कदाचित आणखी दोन-तीन चान्स घ्यावे लागले तर? त्यांनी आपलं आत्ताच दुसरं मूल होऊ द्यावं, हे बरं!''

आता 'पूजाज् क्रिएशन्स' नीट मार्गी लागल्याशिवाय ते कसले दुसरा चान्स घेतायत? हे निशाला कळत होतं. पण ती बोलली नाही. अचानक ते सगळं तिला किती दूरचं वाटायला लागलं होतं! हे विचित्रच होतं! तिचं नवं वर्कशॉप हे आत्ता स्वप्नवत वाटत होतं. २४ तास पोटात खेळणाऱ्या बाळापुढे, तिच्या मनात कसल्याही दुःखाला, पश्चातापाला जागा नव्हती. क्वचित पोटातल्या जोरदार हालचालींमधून वाट काढत, आठवणीची एखादी उत्कट लहर उसळी मारून जाई, तेवढीच!

पाऊस सरला होता. वातावरणातला दमटपणा कमी होऊन, चोर पावलांनी थंडी प्रवेश करत होती. पण निशाला मात्र रात्रंदिवस उकाडा जाणवत होता. दररोज रात्री कूस बदलत, ती त्यातल्या त्यात आरामदायक वाटेल अशा पद्धतीने झोपण्याचा प्रयत्न करत राहायची. ''इतकी थकलेय, तरी झोप काही लागत नाही.'' नवऱ्याला जागं करण्यासाठी ती मोठ्याने कण्हायची.

''कधी येतंय हे बाळ बाहेर कोण जाणे! काही खाता पण येत नाही धड. सारखी आपली घशात जळजळ, जळजळ!''

अरविंदला काळजी लागून राही. ''अम्माला बोलवू का?'' तो विचारत राही. त्यामुळे तिचा वैताग वाढत असे.

''त्या काय करणार आहेत येऊन? झोपू देत त्यांना शांत. पाहिजे तर तुम्हीही झोपा जाऊन आईशेजारी जा!''

''काय काहीतरी घाणेरडं बोलत राहतेस गं तू?''

''हो ना. जा. जा. आईकडे जा तुम्ही!''

एक सुस्कारा टाकून तो तिच्या पोटावर हलकेच हात फिरवत राही. आपल्या ताणलेल्या, ताठरलेल्या, कोरड्या झालेल्या पोटाच्या त्वचेवर होणारा त्याचा प्रेमाचा स्पर्श तिला ओलावा देऊन जाई.

''धीर धरायचा निशू. शांत राहायचं. आता थोडेच दिवस राहिलेत. लवकर मोकळी होशील हं तू! मी आहे ना? अं? झोप बरं आता.''

ती दुखऱ्या पाठीने आणि धास्तावल्या मनाने अंधारात पडून राही. हळूहळू

पोटावर फिरणारा त्याचा हात संथ होई. त्याचे श्वास जडावू लागत आणि नकळत तो घोरायला लागे.

सातव्या महिन्याच्या शेवटी डॉ. मेहरांनी निशाच्या सासूला सांगितलं, की तिला जुळं होणार आहे. जुळं! सासूच्या आनंदाला पारावार राहिला नाही.

"ज्या दिवशी मी तुला पहिल्यांदा पाहिलं, तेव्हाच मला वाटलं, की ही मुलगी आपल्या मुलासाठी फार भाग्याची ठरणार. खरोखर, देवाने इतकी वर्षं वाट पाहायला लावून, शेवटी हा प्रसादच आमच्या ओंजळीत टाकला आहे!"

टॅक्सीतून येताना अम्माजींच्या डोळ्यांना आनंदाश्रूंच्या धारा लागल्या होत्या.

आणि अरविंद? त्याला काय वाटेल? तो काय म्हणेल?

त्या रात्री त्याचं लक्ष वेधून घेण्यासाठी तिला मोठ्याने कण्हावं लागलं नाही. तो आपण होऊन तिच्या पोटावरून प्रेमाने हात फिरवत म्हणाला, "आज माझे बाबा हवे होते बघायला. त्यांना आनंद झाला असता. त्यांना लहान मुलं फार आवडायची."

"कदाचित तेच आले असतील मुलाच्या रूपाने. म्हणूनच मला जुळं होणार असेल." निशा कुजबुजली.

"तसंही असेल. पण अम्माला मात्र तू एकदम खुश करून टाकलंयस!"

"आणि तुम्हाला?" तिने उत्कटपणे विचारलं.

या आधी अशा प्रत्येक भावोत्कट प्रसंगी काही क्षण पसरणारी शांतता आज गायब झाली होती. एका क्षणाचाही विलंब न लावता अरविंद म्हणाला, "अर्थात मलाही खुश केलंयस तू!"

"आणि दोन्ही मुली असल्या तऽऽर?"

"तरीसुद्धा! त्या घरात लक्ष्मी आणतील. त्यांना पुढे हुंडा द्यावा लागेल ना आपल्याला? आणि नंतर येणाऱ्या भावाला अगोदरच बहिणी झालेल्या असतील. त्याला एकटं नको वाटायला! काऽय?"

निशा लाजली.

लग्नानंतर बरोबर दहा महिन्यांनी तिने जुळ्या मुलांना जन्म दिला. एक मुलगी, एक मुलगा. तिचं कर्तव्य त्या क्षणी पूर्ण झालं. एकाच खेपेत मुलगा आणि मुलगी. तिला दोन्ही एकदमच मिळालं.

विश्वास ठेवायला कठीण असलं, तरी ईश्वराच्या औदार्याला सीमा नसतात हेच खरं!

सव्वा महिन्याने बारसं झालं. निशा हवनकुंडासमोर बसली होती. तिच्या दोन्ही बाळांसह. तिघांना हवनाची निळी आरोग्यदायक धूम्रवलयं वेढून टाकत होती.

तिच्या जीवनात कलंकाचं मळभ येण्यापूर्वी तिचा जसा रंग होता, अगदी तोच रंग दोन्ही बाळांनी घेतला होता.

त्यातल्या अशक्तशा मुलाला मांडीवर घेऊन निशाशेजारी बसलेली सासू. त्याच्या इवल्याशा गालाला स्पर्श करत म्हणाली, "अगदी आजोबांसारखा दिसतोय गुलाम!" आपल्या दिवंगत नवऱ्याची आठवण रोज एकदा सर्वांसमक्ष काढल्याशिवाय तिला चैनच पडत नसे.

मुलापेक्षा, निशाची मुलगी जास्त निरोगी आणि सतेज दिसत होती. ती डोळे मिटून आईच्या मांडीवर शांत झोपली होती. झबलं टोपडं सुद्धा तिला छान घट्ट बसलं होतं. निशाने तिला प्रेमभराने उराशी कवटाळलं. त्याबरोबर दुधाच्या धारा स्त्रवून तिचं पोलकं भिजवू लागल्या. तिने पटकन पदर सारखा करून वर पाहिलं. आजूबाजूला सगळे नातेवाईक होते. मैत्रिणी होत्या, नवरा, सासू, मुलं... सगळ्या गोतावळ्यात निशा बसली होती.

तिच्या मनात तृप्त विचार आला, 'ही सगळी माझी माणसं आहेत. सगळी माझी!'

□□□